സഹനം, സമരം ജീവിതം

Nadakkavu, Kozhikode, Kerala, 673011
www.insightpublica.com
e-mail: insightpublica@gmail.com

Title: **Sahanam, Samaram, Jeevitham**
(Malayalam)
Author: **Parakkot Raghavan**

First Edition: September 2024
Copyright © Reserved
All rights reserved.
Printed and Published by
InsightinPublica Printers & Publishers Pvt. Ltd.
ISBN 978-93-5517-726-1
₹360

സഹനം, സമരം ജീവിതം

പറക്കോട്ട് രാഘവൻ

1947 ജൂലായ് 1 ന് കോഴിക്കോട് ജില്ലയിലെ മായനാട് അംശം ദേശത്ത് പറക്കോട്ട് കുട്ടിനമ്പി- കുട്ടിമാള ദമ്പതികളുടെ പത്തിൽ ആദ്യ സന്തതിയായി ജനനം. വൈശ്യം പുറത്ത് കൃഷ്ണൻ നായരുടെ പറമ്പിൽ നിലകൊണ്ടിരുന്ന എഴുത്തുപള്ളിയിൽ കാരന്തൂർ സ്വദേശി ചക്കുട്ടി എഴ ത്തച്ഛന്റെ കീഴിലും തുടർന്ന് മായനാട് എ.യു.പി. സ്കൂൾ ഗവ. ഗണപത് ഹൈസ്കൂൾ ചാലപ്പുറം എന്നിവിടങ്ങളിലുമായി വിദ്യാഭ്യാസം. ഒമ്പത് സഹോദരങ്ങളിൽ നാല് പെണ്ണും രണ്ട് ആണും ചെറുപ്പത്തിൽ തന്നെ മരണത്തിനു കീഴടങ്ങി. വിവാഹിതനായി രണ്ട് പെൺമക്കളുടെ പിതാ വായശേഷം ഒരനിയൻ-സുകുമാരൻ- നിര്യാതനായി. ഇപ്പോൾ രണ്ടു സഹോദരങ്ങൾ അശോകൻ- സുരേഷ് ബാബു ജീവിച്ചിരിപ്പുണ്ട്.

ഇന്ത്യൻ ആർമിയുടെ മദ്രാസ് എഞ്ചിനീയറിങ്ങ് ഗ്രൂപ്പിൽ (MEG) IInd ഗ്രേഡ് സർവ്വേയർ ആയിരിക്കെ കേവലം 8 കൊല്ലത്തെ സേവ നത്തോടെ അതുമതിയാക്കേണ്ടി വന്നു. നാട്ടിലെത്തി കുറച്ചുമാസ ങ്ങൾ പോലീസിലും തുടർന്ന് പന്നിയങ്കരയിലെ മലബാർ മോട്ടോർ ട്രാൻസ്പോർട്ട് കോ-ഓപ് സൊസൈറ്റി (ലി) ഫോർ എക്സ് സർവ്വീസ് മെൻ എന്ന കമ്പനിയിൽ കണ്ടക്ടർ. പിന്നീട് പി.എസ്.സി വഴി കെ.എസ്.ആർ.ടി.സിയിൽ സെക്യൂരിറ്റി ഗാർഡ്- ടിക്കറ്റ് ഇഷ്യൂർ എന്നീ തസ്തികകളിൽ പൊന്നാനി- കോഴിക്കോട്- സുൽത്താൻ ബത്തേരി-കൽപ്പറ്റ താമരശ്ശേരി എന്നിവിടങ്ങളിലായി 55 വയസ്സുവരെ സേവനം. നിലവിൽ KSRTC പെൻഷനേഴ്സ് ഓർഗനൈസേഷൻ സംസ്ഥാന കമ്മിറ്റി അംഗം, CPI(M) നടക്കാവ് ബ്രാഞ്ച് മെമ്പർ എന്നീ നിലകളിൽ പ്രവർത്തിക്കുന്നു.

ഭാര്യ തൂക്കുറ്റിശ്ശേരി കരിവള്ളിക്കുന്നമ്മൽ കുഞ്ഞിക്കേള- ദേവകി ദമ്പതികളുടെ മകൾ പത്മാവതി. മകൾ പരേതയായ രോഷ്ണി പി.ആർ. മകൻ രഘീഷ് പറക്കോട്ട് (സീനിയർ സിവിൽപോലീസ് ഓഫീസർ), നിലവിൽ കേരള പോലീസ് അസോസിയേഷന്റെ സിറ്റി ജില്ലാ കമ്മിറ്റി സെക്രട്ടറിയാണ്.

ഫോൺ : 9847771038

E-mail: parakkotragaven@gmail.com

പറക്കോട്ട് രാഘവൻ

ഉള്ളടക്കം

അവതാരിക

ഡോ. വിനീഷ്.എ.കെ.

സാംസ്കാരിക വളർച്ചയുടെ ആതന സൃഷ്ടികളിലൊന്നാണ് ആത്മകഥ. ഏറ്റവും വലിയ നൈസർഗിക വ്യാപാരത്തിന്റെ ഫലമായാണ് അത് രൂപം കൊള്ളുന്നത്. ആത്മനിവേദനത്തിലുള്ള സന്തോഷവും സഹതാപപൂർവ്വം മറ്റുള്ളവരെ മനസ്സിലാക്കാനുള്ള അഭിവാഞ്ഛരയുമാണ് ആത്മകഥാ രചനയ്ക്ക് പിന്നിൽ വർത്തിക്കുന്നത്. ഒരാളിന്റെ ജീവചരിത്രം അയാൾതന്നെ എഴുതുന്നതാണ് ആത്മകഥ. ഇംഗ്ലീഷിൽ ഓട്ടോ ബയോഗ്രഫി എന്നാണ് ഈ പ്രസ്ഥാനത്തിന്റെ പേര്.

ആത്മകഥ എന്തിനുവേണ്ടി എഴുതുന്നു എന്ന ചോദ്യം ഏറെ പ്രസക്ത മായതാണ് പല കാരണങ്ങൾകൊണ്ടും ഒരാൾ ആത്മകഥ രചിക്കാറുണ്ട്. സ്വന്തം നേട്ടത്തിലുള്ള അഭിമാനവും അടക്കാനാവാത്ത ആഗ്രഹവുമാണ് ചിലരെ ആത്മകഥ എഴുത്തിലേക്ക് നയിക്കുന്നത്. മനുഷ്യരെ സേവി ക്കുന്നതിൽനിന്നും സഹായിക്കുന്നതിൽനിന്നും ഉണ്ടാകുന്ന സംതൃപ്തി തന്റെ ജീവിതത്തിൽ മഹത്തരമായ അനുഗ്രഹമായിരുന്നു എന്നത് തന്റെ സമകാലികരെയും വരും തലമുറയെയും അറിയിക്കാനുള്ള മോഹവുമാണ് മറ്റ ചിലരെ ആത്മകഥ രചിക്കാൻ പ്രേരിപ്പിക്കുന്നത്.

സാമൂഹ്യജീവിതത്തിൽ ഉന്നതപദവിയിലുള്ളവരും വിദ്യാസമ്പന്നര മായിരുന്ന ആത്മകഥാ സാഹിത്യത്തിൽ ആദ്യകാലത്ത് വ്യാപരിച്ചിരു ന്നത്. അവർക്കായിരുന്നു പറയുവാൻ ആവശ്യമായ കഥകളും ഭാഷയും അധികാര അവകാശങ്ങളും ഉണ്ടായിരുന്നത്. എന്നാൽ ഇന്ത്യയുടെയും കേരളത്തിന്റെയും സാമൂഹ്യ സാംസ്കാരിക-രാഷ്ട്രീയ ചരിത്രം പരിശോ ധിക്കുമ്പോൾ അധികാരങ്ങളും അവകാശങ്ങളും ലഭിച്ചത് വളരെ കുറച്ച് പേർക്ക് മാത്രമാണെന്ന് കാണാൻ കഴിയും. ബഹുഭൂരിപക്ഷം വരുന്ന മനുഷ്യർ ഈ ഗണത്തിൽ ഉൾപ്പെട്ടിരുന്നില്ല എന്നതായിരുന്ന ചരിത്ര യാഥാർത്ഥ്യം. ഈ ദുരവസ്ഥയ്ക്ക് മാറ്റം വന്നത് ഇന്ത്യയിൽ വിശേഷിച്ച് കേരളത്തിൽ നടന്ന നവോത്ഥാന മുന്നേറ്റങ്ങളും സ്വാതന്ത്ര്യസമരപ്ര സ്ഥാനങ്ങളുടെയും കമ്യൂണിസ്റ്റ് പാർട്ടിയുടെയും പ്രവർത്തനങ്ങളിലൂടെയ മാണ്. അറിവിന്റെ കുത്തകാവകാശത്തെ ചോദ്യം ചെയ്യാൻ ജനങ്ങളെ പ്രേരിപ്പിച്ചുയും അത്തരം പ്രവർത്തനങ്ങൾക്ക് നേതൃത്വം നൽകിയയും

നവോത്ഥാന പ്രസ്ഥാനങ്ങളുടെ തുടർച്ചയായി മുന്നോട്ടവന്ന കമ്മ്യൂണിസ്റ്റ് പ്രസ്ഥാനമായിരുന്നു എന്നത് തർക്കരഹിതമായ യാഥാർത്ഥ്യമാണ്.

ശാസ്ത്രകാരന്റെതായാലും എഴുത്തുകാരന്റെതായാലും വ്യക്തിത്വത്തെ രൂപപ്പെടുത്തുന്നതിൽ കാലത്തിന് ഒരു പങ്കുണ്ട്. എന്നാൽ കാലത്തെ മാറ്റിതീർക്കാനും അതിന്റെ നേട്ടം സമൂഹത്തിനാകെ സമർപ്പിക്കാനും നിസ്വാർത്ഥമായും നിസ്സന്ദ്രമായും യത്നിക്കുന്നവരുടെ അനുഭവങ്ങൾ ചരിത്രത്തിന്റെ ഭാഗമായിത്തീരുന്നു. സഖാവ് പറക്കോട്ട് രാഘവൻ രചിച്ച സഹനം സമരം ജീവിതം വായിക്കുമ്പോൾ കേരളത്തിന്റെ ചരി ത്രതാളുകൾ മറിച്ച നോക്കുകയാണെന്ന് പറയാം.

കേരളം രൂപപ്പെട്ടത് സമരങ്ങളിലൂടെയാണ്. ഐതിഹ്യങ്ങൾക്കും, ഊഹങ്ങൾക്കുമപ്പുറം നമുക്ക് ജീവിക്കാൻ ഒരുതരി മണ്ണ് സാധ്യമാക്കി യത് കേരളത്തിൽ നടന്ന കർഷക-തൊഴിലാളി സമരങ്ങളാണ്.

ഒരു വ്യക്തിയെ രൂപപ്പെടുത്തുന്നതിൽ കുടുംബം എത്ര വലിയ പങ്കാണ് വഹിച്ചതെന്നതിന് പഠനം എന്ന ഭാഗത്ത് പറക്കോട്ട് രാഘവൻ ഇങ്ങനെ പറയുന്നുണ്ട്. "ഞങ്ങളുടെ അച്ഛൻ കമ്മ്യൂണിസ്റ്റ് പ്രവ ർത്തകനാകുന്നതിനുമുൻപ് കുടുംബമാകെ കോൺഗ്രസ്സുകാരായിരുന്നു."

1957 ലെ തെരഞ്ഞെടുപ്പിൽ കോൺഗ്രസ്സിന്റെ തെരഞ്ഞെടുപ്പ ചിഹ്നം നുകം വെച്ച ഇരട്ടക്കാള അടയാളം ഖദർ ഷർട്ടിന്റെ പോക്കറ്റിൽ കുത്തിയ നിലയിലും വിമോചന സമരശേഷം നടന്ന തെരഞ്ഞെടുപ്പിൽ അരിവാളും നെൽക്കതിരും ഷർട്ടിൽ കുത്തിയ നിലയിലും അച്ഛനെ എനിക്ക് കാണാൻ കഴിഞ്ഞിട്ടുണ്ട്. ഇന്ത്യയുടെ പ്രഥമപ്രധാനമന്ത്രി പണ്ഡിറ്റ് ജവർലാൽ നെഹ്റുവിന്റെ മരണം കമ്മ്യൂണിസ്റ്റുകാരിൽപോ ലും എപ്രകാരം പ്രതികരണം ഉണ്ടാക്കി എന്നതിന്റെ സൂചനയും ഇതേ ഭാഗത്ത് കാണാം. കമ്മ്യൂണിസ്റ്റായി കഴിഞ്ഞെങ്കിലും മുതിർന്ന നേതാക്കളെ അച്ഛന് ബഹുമാനമായിരുന്നു. പ്രത്യേകിച്ച് നെഹ്റുജിയെ വളരെ പ്രിയമായിരുന്നു. മരണവാർത്ത വായിച്ച അച്ഛന്റെ കണ്ണുകളിൽ നിന്നും കണ്ണീരൊഴുകുന്നത് കാണാമായിരുന്നു. നെഹ്റുജി മരിച്ചു. ഇന്ന് അച്ഛന് മരുന്നും ഭക്ഷണവും വേണ്ട. ഉപവാസമാണ്; അന്ന് ഉപവാസ മായിരുന്നു."

കേരളത്തിന്റെ വിദ്യാഭ്യാസചരിത്രത്തിലെ പ്രധാനമായ വിദ്യാകേ ന്ദ്രങ്ങളായിരുന്ന എഴുത്തുപള്ളിയിലെ വിദ്യാഭ്യാസ കാലഘട്ടത്തിലെ ഓർമ്മകളിലൂടെയാണ് സഹനം, സമരം, ജീവിതം ആരംഭിക്കുന്നത്.

രാഷ്ട്രീയ ബോധ്യമുള്ള കുടുംബത്തിൽ നിന്ന് പഠനത്തിലൂടെയും അനു ഭവങ്ങളിലൂടെയും ഒരു വ്യക്തി രൂപപ്പെടുന്നതിന്റെ ചിത്രീകരണമാണ് തുടർന്നുള്ള ഭാഗങ്ങളിൽ നാം കാണുന്നത്. അച്ഛന്റെ മരണം സൃഷ്ടിച്ച പ്രതിസന്ധി തൊഴിൽ തേട്ടുന്നിലും അതിന്റെ ഭാഗമായുള്ള അനുഭവ ങ്ങളിലും നിഴലിച്ച നിൽക്കുന്നു. 1965 ൽ കോഴിക്കോട് നടന്ന പട്ടാള റിക്രൂട്ട്മെന്റിന് പോകാനായി സഖാക്കൾ പണം പിരിച്ച് നൽകിയതും അതിനെത്തുടർന്ന് പട്ടാളത്തിൽ ജോലി ലഭിച്ചതും തൊഴിൽ എന്ന ഭാഗത്ത് വിവരിക്കുന്നുണ്ട്.

ക്യാമ്പിലെ ജീവിതത്തിനിടയിൽ നടത്തിയ പഠനവും മറ്റും വിശദീക രിച്ച് തനിക്ക് പട്ടാളത്തിൽ നിന്ന് പുറത്തുപോകാൻ ഉണ്ടായ സാഹചര്യ വും വിശദമാക്കുന്നത്. നക്സലൈറ്റാണെന്ന് മുദ്രകുത്തി നാട്ടിൽ നിന്ന് ലഭിച്ച് കത്തിന്റെ അടിസ്ഥാനത്തിൽ നടന്ന വിശദീകരണവും തുടർന്ന് പട്ടാളത്തിലെ സുമനസ്സുകളുടെ സഹായത്താൽ നാട്ടിലെത്തിയതും പട്ടാളത്തിൽനിന്ന് പുറത്തേക്ക് എന്ന ഭാഗത്ത് വിശദീകരിക്കുന്നു.

പട്ടാളത്തിൽ നിന്ന് വന്നശേഷം പോലീസിൽ ചേരാനുള്ള അവസരം ഉണ്ടായി. നിയമനം ലഭിച്ച ശേഷം രണ്ടു മൂന്നു മാസം ഡ്യൂ ട്ടിക്ക് പോയെന്നും പോയില്ലായെന്നും ഉള്ള സ്ഥിതി മനസിലാക്കിയ അനിയൻ ജോലികിട്ടാൻ സഹായിച്ച പോലീസ് ആഫീസറെ കണ്ടു സംഗതികൾ തിരക്കിയപ്പോൾ അദ്ദേഹം പറഞ്ഞ മറുപടി “ഏട്ടൻ മൂപ്പ ർക്ക് പറ്റിയ പണിയല്ല പോലീസ്. അയാളുടെ മനസ്സിൽ വിപ്ലവമാണ്.” 1973 ലെ എൻ.ജി.ഒ അധ്യാപകസമരത്തിന്റെ ഭാഗമായി അഞ്ചുദിവ സത്തെ കരുതൽ തടങ്കലിന്റെ ഓർമ്മയും പങ്കുവെക്കുന്നുണ്ട്. സെക്യൂ രിറ്റി ഗാർഡായി കെ.എസ്.ആർ.ടി.സി.യിൽ പി.എസ്.സി. മുഖേന ജോലിയിൽ പ്രവേശിച്ചതും സംഘടനാരംഗത്തേക്ക് കടന്നുവന്നതും പറക്കോട്ട് രാഘവൻ വിശദീകരിക്കുന്നു. ബത്തേരിയിലെ കെ.എസ്. ആർ.ടി.സി. ജീവിതത്തിനിടയിൽ താൻ കണ്ട മനുഷ്യരുടെ ജീവിത ദുരിതങ്ങളും അതിജീവനങ്ങളും ഹൃദയ സ്പർശിയായാണ് വിവരിക്കുന്നത്.

ജീവിതപ്രതിസന്ധികൾക്കിടയിൽ പല സ്ഥലങ്ങളിലേക്കും താമസം മാറേണ്ടിവന്നതും അതിനൊടുവിൽ തേനാക്കഴിയിൽ എത്തിച്ചേർന്നതും തേനാക്കഴിയിലേക്ക് എന്ന ഭാഗത്ത് പരാമർശിക്കുന്നു. യൂണിയൻ പ്രവ ർത്തനവും പാർട്ടി പ്രവർത്തനവും ഏകോപിപ്പിച്ച് കൊണ്ടുപോകുന്നതി ന്റെ ശ്രമകരമായ പ്രവർത്തനം എപ്രകാരം സാധ്യമാകുന്നു എന്നതാണ് തുടർന്നുള്ള ഭാഗങ്ങളിൽ വിശദീകരിക്കുന്നത്.

കെ.എസ്.ആർ.ടി.സിയെ 3 ലിമിറ്റഡ് കമ്പനികളായി വിഭജിച്ച് തകർക്കുന്നതിനെതിരെ നടത്തിയ പ്രചരണജാഥയെയും അതിന്റെ അനുഭവങ്ങളെയും സംഘടനാപ്രവർത്തനങ്ങളിലെ സുപ്രധാന ഏടായാണ് വിലയിരുത്തുന്നത്. ട്രേഡ് യൂണിയൻ പ്രവർത്തനങ്ങളും പാർട്ടി പ്രവർത്തനങ്ങളും ചേർത്തുകൊണ്ട് പോകുന്നതിലെ അനുഭവ ങ്ങൾ തുടർന്നുള്ള ഭാഗങ്ങളിൽ വിശദീകരിക്കുന്നു. സി.പി.ഐ.(എം) തേനാക്കഴി ബ്രാഞ്ച് സെക്രട്ടറിയായും, കെ.എസ്.കെ.ടി.യു. ഏരിയാ നേതാവായും പ്രവർത്തിച്ച അനുഭവങ്ങളും വിശദീകരിക്കുന്ന ഘട്ടത്തി ലാണ് ഉണ്ണികുളം പഞ്ചായത്തിലെ റോഡുകൾ എപ്രകാരം സാധ്യമാ യതെന്ന് ചരിത്രം വെളിവാകുന്നത്.

കേരളം ഇന്നു കാണുന്ന നിലയിൽ വളർന്നത് സമരങ്ങളില്ലൂടെയാ ണെന്ന ചരിത്രസത്യത്തിന്റെ നേർസാക്ഷ്യമാണ് വിവിധ സമരങ്ങളുടെ പേരിൽ എഴുതപ്പെട്ട ഭാഗങ്ങൾ. ബഹുഭൂരിപക്ഷം വരുന്ന മനുഷ്യരുടെ അവകാശങ്ങൾ ഇല്ലാതാക്കി ചില വ്യക്തികൾ മാത്രം എല്ലാവിധ അവകാശങ്ങളോട്ടും കൂടി ജീവിക്കുന്ന സാമൂഹ്യാവസ്ഥയിൽ രാഷ്ട്രീയ മായ ഇടപെടലോടെ മാറ്റം വരുത്തിയ ചരിത്രമാണ് വർത്തമാനകാല കേരളം സാധ്യമാക്കിയത്.

ജനങ്ങളുടെ അടിസ്ഥാന ആവശ്യങ്ങളായ പാർപ്പിടം, വസ്ത്രം, ഭക്ഷണം, കുടിവെള്ളം തുടങ്ങിയവക്കായി നടത്തിയ ഇടപെടലുകൾ കമ്യൂണിസ്റ്റ് പാർട്ടിയുടെ വളർച്ചക്ക് നിർണ്ണായക സ്വാധീനശക്തിക ളാണ്. കോമ്പിൽ കുടിവെള്ള പദ്ധതി, രാരോത്ത്കുളം ജലസേചന പദ്ധതി, മഞ്ഞമ്പ്രമല കുടിവെള്ളപദ്ധതി, ഒതയോത്തുംപടി ശുദ്ധജല വിതരണം എന്നിവയ്ക്ക് വേണ്ടി നടത്തിയ ജനകീയ ഇടപെടൽ ഈ ഗ്രന്ഥത്തിൽ കാണാം.

ശിവപുരത്ത സി.പി.ഐ.(എം) ന്റെ വളർച്ചക്ക് നിർണ്ണായക പങ്കുവഹിച്ച യശോദസമരം, പുന്നോറത്ത് കല്യാണിഅമ്മ സമരം, ഒതയോത്തുംപടി ട്രാൻസ്ഫോർമർ സമരം, പറക്കോട്ട് രാഘവനും സഖാക്കളും നടത്തിയ റോഡുകൾക്കായുള്ള ഇടപെടലുകൾ എന്നിവ യിലൂടെ എപ്രകാരമാണ് വർത്തമാനകാല സമൂഹം യാഥാർത്ഥ്യമായ നതിന്റെ നേർസാക്ഷ്യം ഈ ഗ്രന്ഥത്തെ പ്രാദേശിക ചരിത്ര രചനയുടെ ഉന്നതമാനങ്ങളിലേക്ക് ഉയർത്തുന്നു. നാടിന്റെ ജീവൽ പ്രശ്നങ്ങൾ ഏറ്റെടുത്തതിലൂടെ വളർന്ന കമ്യൂണിസ്റ്റ് പാർട്ടിയുടെ ചരിത്രത്തിന് അടിവരയിടുന്നതാണ് ഈ ഗ്രന്ഥം.

സംസ്കാരത്തിൽ ഇടപെടുക എന്നത് രാഷ്ട്രീയ പ്രവർത്തനം തന്നെയാണ്. സാംസ്കാരിക പ്രവർത്തനത്തെ രാഷ്ട്രീയപ്രവർത്ത നത്തിൽനിന്ന് മാറ്റിനിർത്തുന്നതിന്റെ ദുരന്തഫലങ്ങൾ നാം വർത്ത മാനകാലത്ത് നേരിടുന്ന പ്രതിസന്ധികളിൽ പ്രധാനപ്പെട്ടതാണ്. മികച്ച രാഷ്ട്രീയ പ്രവർത്തകൻ, മികച്ച സാംസ്കാരിക പ്രവർത്തകൻ കൂടിയാവണം എന്നാണ് വർത്തമാനകാല ഇന്ത്യൻ സാഹചര്യം നമ്മെ ഓർമ്മിപ്പിക്കുന്നത്. ട്രേഡ് യൂണിയൻ നേതാവായും സി.പി.ഐ.(എം) പ്ര വർത്തകനായും പ്രവർത്തിച്ചിരുന്ന ഘട്ടങ്ങളിൽ പറക്കോട്ട് രാഘവൻ വിവിധ മാസികകളിൽ എഴുതിയ കവിതകൾ ഈ ഗ്രന്ഥത്തിന്റെ സവിശേഷതയാണ്. മനുഷ്യപക്ഷത്തു നിൽക്കുന്ന ഏതൊരാൾക്കും മനുഷ്യഹൃദയങ്ങളുടെ ആകുലതകളെയും, സന്തോഷങ്ങളെയും തിരിച്ച റിയാൻ സാധിക്കണം. രാഷ്ട്രീയ പ്രവർത്തനത്തിനൊപ്പം കവിതയുടെ വിശാലഭൂമികയിൽ തന്റേതായ ഒരിടം നേടാൻ സഖാവ് പറക്കോട്ട് രാഘവന് സാധിച്ച എന്നതിന്റെ ഉദാഹരണമായി ഈ ഗ്രന്ഥത്തിലെ കവിതകളെ കാണാം. രാഷ്ട്രീയ- സാമൂഹ്യരംഗങ്ങളിൽ നിറഞ്ഞുനി ൽക്കുമ്പോഴും ഹൃദയത്തിന്റെ നോവായി മാറിയ തന്റെ മകളായ രോഷ്നി.പി.ആറിന്റെ 30-ാം ചരമവാർഷിക ദിനത്തിൽ ദേശാഭിമാനി പത്രത്തിൽ പ്രസിദ്ധീകരിച്ച ഹൃദയസ്പർശിയായ കവിതയോടെയാണ് സഹനം, സമരം, ജീവിതം എന്ന ഗ്രന്ഥം അവസാനിക്കുന്നത്.

മനുഷ്യരെ സേവിക്കുന്നതിൽ നിന്നും സഹായിക്കുന്നതിൽനിന്നും ഉണ്ടായ സംതൃപ്തി തനിക്ക് വലിയ അനുഗ്രഹമായിരുന്നു തന്റെ ജീവിത ത്തിൽ എന്ന് സമകാലികരെയും ഭാവി തലമുറയെയും അറിയിക്കാനുള്ള ശ്രമമായ പറക്കോട് രാഘവന്റെ സഹനം, സമരം ജീവിതം എന്ന ഗ്രന്ഥം കമ്യൂണിസ്റ്റ് പാർട്ടിയുടെയും, ട്രേഡ് യൂണിയൻ പ്രവർത്തനത്തി ന്റെയും ചരിത്രം കൂടിയാണ് വെളിവാക്കുന്നത്. ഈ പുസ്തകം ജനങ്ങൾക്ക് മുൻപിൽ അവതരിപ്പിക്കാൻ കഴിഞ്ഞതിൽ സന്തോഷം അറിയിച്ചുകൊ ണ്ട് ഈ ഗ്രന്ഥം വായനക്കാരുടെ അറിവിന്റെ കലവറയിലേക്ക് ഞാൻ സാഭിമാനം സമർപ്പിക്കുന്നു.

ആമുഖം

മനസ്സിൽ ഒതുങ്ങിക്കിടന്ന ഓർമ്മകൾക്ക് അക്ഷരരൂപം നൽകി സ്വരൂപിച്ച് വെക്കണമെന്നോ അതൊരു പുസ്തകരൂപം പ്രാപിച്ച കാണണമെന്നോ ഉള്ള ഒരു ലഘു ചിന്തപോലും എഴുപത്തഞ്ച് വയസ്സ് പ്രായമെത്തുന്നതുവരെ എന്റെ മനസ്സിൽ മൊട്ടിട്ടിരുന്നില്ല. പത്താം ക്ലാസ് കഴിഞ്ഞ ഉടനെത്തന്നെ രാഷ്ട്രീയകാര്യങ്ങൾ ശ്രദ്ധിക്കാനും പാർട്ടി ഓഫീസിൽചെന്ന് അവിടത്തെ ചില കാര്യങ്ങളും അവിടേക്ക് എത്തിക്കേണ്ടതും പുറത്തുള്ള ചില സംഭവവികാസങ്ങളും നിരീക്ഷിക്കാ നും മെല്ലെ മെല്ല പരിശ്രമിച്ചിരുന്നു. ആ സന്ദർഭത്തിൽ കോഴിക്കോട് കോർപ്പറേഷനിൽപ്പെട്ട മണ്ടാരത്ത് മുക്കിനടുത്തുണ്ടായിരുന്ന ഒരു വലിയ കുളം നവീകരിച്ച് ചുറ്റുമുള്ള നൂറുകണക്കിനേക്കർ വയൽ ഇരുപ്പ കൃഷിക്കു പകരം മൂപ്പകൃഷി ചെയ്ത് നെല്ലുല്പാദനം കൂട്ടാമെന്ന് അധികാരി കളെ അറിയിക്കുന്നതിനായി ഏർക്കുളം എന്ന ഏഴൂർക്കുളം എന്നുള്ള തലക്കെട്ടിൽ സാമാന്യം ദീർഘമായ ലേഖനം മാതൃഭൂമി ദിനപത്ര ത്തിലെ ആക്ഷേപ-അഭിപ്രായകോളത്തിൽ പി.ആർ മായനാട് എന്ന പേരിൽ പ്രസിദ്ധീകരിച്ചിരുന്നു. ആ പ്രദേശത്തെ കർഷക കാരണവ ന്മാരെ നേരിൽ കണ്ടായിരുന്ന വിവരശേഖരണം നടത്തിയിരുന്നത്. പി.ആർ മായനാട് എന്ന പേര് വെച്ച് എഴുതാൻ നിർദ്ദേശിച്ചത് എന്റെ മാർഗനിർദേശി ആയിരുന്ന അക്കാലത്തെ പാർട്ടി പ്രവർത്തകൻ (അടിയന്തരാവസ്ഥകാലത്ത് കോൺഗ്രസ്സിൽ ചേർന്ന)-ആയിരുന്ന പുതിയൊത്ത് വാസു ഏട്ടനായിരുന്നു.

കുറച്ചമാസങ്ങൾക്കകം തന്നെ ഇന്ത്യൻ ആർമിയിൽ ചേർന്നതോടെ എഴുതാനും വായിക്കാനും അവസരം ഇല്ലാതായി. പട്ടാളക്കാരനാകുന്ന തിന് കുറച്ച് മാസങ്ങൾക്ക് മുമ്പ് കണ്ണൂരിൽ നിന്നും പ്രസിദ്ധീകരിച്ചിരു ന്ന ദേശമിത്രം വാരികയിലെ 'സമസ്യാപൂരണം' എന്ന പംക്തിയിൽ

നാലോ അഞ്ചോ സമസ്യകൾ പൂരിപ്പിച്ചയച്ച പ്രസിദ്ധീകരിച്ചവന്നത് ഓർമ്മയിലുണ്ട്. അതും പി.ആർ മായനാട് എന്ന പേരിൽ തന്നെ!

പട്ടാളത്തിൽ നിന്നും പിരിഞ്ഞു വന്ന് കോഴിക്കോട്ടെ എക്സ് സർവീസ്മെൻ ട്രാൻസ്പോർട്ട് കമ്പനിയിൽ കണ്ടക്ടറായി ജോലിയിൽ പ്രവേശിച്ചശേഷം സ്ഥാപനത്തിൽ നിർജീവമായിക്കിടന്നിരുന്ന നാല സംഘടനകൾ പിരിച്ചുവിട്ടുവിച്ച് മലബാർ എക്സ്- സർവീസ് മെൻ മോട്ടോർ ട്രാൻസ്പോർട്ട് വർക്കേഴ്സ് യ്യൂണിയൻ-സിഐടിയു- എന്ന സംഘടന രൂപീകരിക്കുകയും അതിന്റെ സെക്രട്ടറിയായി ചുമതല ഏൽക്കുകയും ചെയ്ത അവസരത്തിൽ അഖിലേന്ത്യാ ലീഗിന്റെ മുഖപത്ര മായിരുന്ന 'ലീഗ് ടൈംസിൽ 'എക്സ്- സർവീസ് മെൻ ട്രാൻസ്പോ ട്ടിന്റെ പ്രതിസന്ധിയും പരിഹാരമാർഗ്ഗങ്ങളും' എന്ന സുദീർഘമായ ലേഖനം രണ്ട ദിവസങ്ങളിലായി അരപേജ് വീതം പ്രസിദ്ധീകരിച്ചത് ഏറെ ആവേശം പകർന്നിരുന്നു. കമ്പനി രേഖകളിൽ പി രാഘവൻ മാർ നാലഞ്ചു പേരുണ്ടെന്നും അതിൽ പരിഹാരമുണ്ടാക്കണമെന്നും കമ്പനി സൂപ്രണ്ട് ബാലകൃഷ്ണമേനോൻ ആവശ്യപ്പെട്ടതനുസരിച്ച് ആർമി ഡിസ്ചാർജ് സർട്ടിഫിക്കറ്റിലെ പറക്കോട്ട് രാഘവൻ എന്ന പേര് ഔദ്യോഗികമായി അംഗീകരിച്ചതിൽ പിന്നീടാണ് ലീഗ് ടൈംസ് ലേഖനം മുതൽക്കെല്ലാം ഈ പേരിലായിട്ടുള്ളത്. ഇതേ അവസര ത്തിൽ തന്നെ കേരളാ സ്റ്റേറ്റ് എക്സ്-സർവീസസ് ലീഗിന്റെ പ്രഥമ ജില്ലാസെക്രട്ടറി എന്ന നിലയിൽ പ്രവർത്തിച്ചിരുന്നപ്പോൾ ധാരാളം പത്രസമ്മേളനങ്ങളുടെയും കുറിപ്പുകളുടെയും വിവരങ്ങൾ മിക്ക സമയ ങ്ങളിലും പ്രസിദ്ധീകരിച്ചിരുന്നു.

കെഎസ്ആർടിസിയിൽ പ്രവേശിച്ചതോടെ അതെല്ലാം നിലച്ചു. എഴുത്തും പ്രചാരവുമൊന്നും ഇല്ലാത്ത പ്രവർത്തനങ്ങൾ- രാപകൽ ഭേദമന്യേ പ്രവർത്തനങ്ങൾ- മാത്രമായി! 2002 ൽ അട്ടത്തുൺ പറ്റിയ പ്പോൾ കീഴ് വഴക്കത്തിനു വിരുദ്ധമായി സർവ്വീസവസാനിച്ച് രണ്ടനാൾ ക്കശേഷം കാലത്ത് പത്തുമണിക്ക് അന്നത്തെ പ്രിയങ്കരനായിരുന്ന ജനറൽ സെക്രട്ടറി സഖാവ് കെ. കെ. ദിവാകരൻ ഉൾപ്പെടെ മുതിർന്ന നേതാക്കൾ പങ്കെടുത്ത പൊതുയോഗത്തിലായിരുന്ന യാത്രയയപ്പ്. കെഎസ്ആർടിസിയിൽ വയനാട്ടിൽ ജോലി; എംപ്ലോയീസ് അസോ സിയേഷന്റെ ബത്തേരിയിലും പിന്നീട് കൽപ്പറ്റയിലും സെക്രട്ടറി. അതേസമയം കെഎസ്കെടിയു താമരശ്ശേരി ഏരിയാകമ്മറ്റി അംഗം- ഉണ്ണികുളം പഞ്ചായത്ത് സെക്രട്ടറി, സിപിഐ (എം) ഉണ്ണികുളം ലോക്കൽകമ്മിറ്റി അംഗം, തേനാക്കുഴി ബ്രാഞ്ച് സെക്രട്ടറി തുടങ്ങിയ ചുമതലകൾ ഒരേസമയം വഹിച്ച സഖാവ് പറക്കോട്ട് രാഘവന്

സർവ്വീസ് കഴിഞ്ഞാൽ ഉത്തരവാദിത്തങ്ങൾ കുറ്റമെങ്കിലും ജീവിത ത്തിലെ അനുഭവങ്ങൾ എഴുതി പ്രസിദ്ധീകരിക്കണം എന്ന അഭ്യർത്ഥന സ്വീകരിച്ച് അതിനായി അൽപം സമയം കണ്ടെത്തണമെന്നാണ് എന്റെ അഭിപ്രായമെന്ന സഖാവ് കെ.കെ. ദിവാകരന്റെ പ്രസംഗം പിന്നീടിങ്ങോട്ട പലരും ഓർമ്മപ്പെടുത്തികൊണ്ടേയിരുന്നെങ്കിലും എന്റെ മനസ്സിലേക്കത് കയറിയില്ല.

30 വർഷം മുമ്പ് ഞങ്ങളുടെ ഓമന മകൾ രോഷ്ണി രണ്ടാം വർഷ പ്രീ-ഡിഗ്രി വിദ്യാർത്ഥിനി ആയിരിക്കെ മരണപ്പെട്ടതിന്റെ ദുഃഖം അയവി റക്കുന്ന ചരമവാർഷികദിനങ്ങളിൽ ഓരോ തവണയും ദേശാഭിമാനി ദിനപത്രത്തിൽ അനുസ്മരണം പ്രസിദ്ധീകരിക്കാൻ അപ്പപ്പോൾ മനസ്സിൽ വന്നിരുന്ന നാല് വരികൾ കുറിച്ചുകൊടുത്തു. അത് കഴിഞ്ഞ ഇരുപത്തഞ്ച് വർഷവും തുടർന്ന വരുന്നു.

കെ എസ് ആ ർ ടി സി യിൽ പ്രതിസന്ധി രൂക്ഷമായ പുതിയ കാലത്ത് പഴയ വയനാടൻ കമ്പനിക്കെതിരെ നടന്ന സമരത്തോടനു ബന്ധിച്ച് ഞാൻ നയിച്ച കാൽനടജാഥ (ഒറ്റയാൾ സമരം) സംബന്ധിച്ച് ഒരു കുറിപ്പ് എഴുതി 'ട്രാൻസ്പോർട്ട് എംപ്ലോയി' എന്ന മാസികയിൽ പ്രസിദ്ധീകരിക്കുന്നതിനായ് അയച്ചുകൊടുത്തെങ്കിലും പരിഗണിക്ക പ്പെട്ടില്ല. പിന്നീട് അത് സഖാവ് കെ.കെ.ദിവാകരന് അയച്ചുകൊടുത്തു. അത് വായിച്ച ഉടനെ അദ്ദേഹം എന്നെ വിളിച്ച യാത്രയയപ്പിൽ പറഞ്ഞ കാര്യങ്ങൾ ഓർമ്മിപ്പിച്ചു. അതോടെയാണ് ഈ സംരംഭത്തിന് ഇനി ഞ്ഞിറങ്ങിയത്. ഇതാരംഭിച്ച് അൽപദിവസത്തിനകമാണ് സഖാവ് ബാലേട്ടൻ സ്മരണികയുടെ ചീഫ് എഡിറ്ററായി ഞാൻ നിശ്ചയിക്ക പ്പെട്ടതും അതിന്റെ പ്രവർത്തനം ആരംഭിച്ചതും. അതോടെ ഓർമ്മക്കു റിപ്പുകൾ നിർത്തിവച്ച് സ്മരണിക പൂർത്തിയാക്കാൻ കച്ചകെട്ടിയിറങ്ങി. അത് കൃത്യസമയത്ത് പൂർത്തിയാക്കി പ്രസിദ്ധീകരിച്ചതോടെയാണ് കുറിപ്പുകൾ പൂർത്തിയാക്കാൻ പരിശ്രമങ്ങൾ ആരംഭിച്ചത്.

ചെയ്ത് തീർത്ത പ്രവർത്തികൾ പൊടിപ്പും തൊങ്ങലുമില്ലാതെ നേരിട്ട മനസ്സിൽനിന്നെടുത്ത് എഴുതിയതാണ്. കടുത്ത ദുരിതങ്ങളും പ്രാരബ്ധങ്ങളും ജീവിതാരംഭം മുതൽക്കെ ഉണ്ടായിരുന്ന എനിക്ക് താങ്ങും തണലുമായി കൂടെയുണ്ടായിരുന്ന സഹപ്രവർത്തകർക്കും പ്രിയ സഖാ ക്കൾക്കും മുമ്പിൽ തെറ്റുകുറ്റങ്ങൾ പൊറുക്കണമെന്ന അഭ്യർത്ഥനയോട കൂടി ഓർമ്മച്ചെപ്പിലെ ഈ കുറിപ്പുകൾ സമർപ്പിച്ചുകൊള്ളുന്നു.

പറക്കോട്ട് രാഘവൻ

എഴുത്തുപള്ളി

ഞാൻ സ്കൂളിൽ ചേർന്നത് 3-ാം ക്ലാസ്സിലാണ്. എന്റെ തലമുറയോടെ അന്യം നിന്നുപോയ എഴുത്തുപള്ളിയിലാണ് വിദ്യാഭ്യാസം ആരംഭിച്ചത്. മായനാട് അംശത്തിലെ വൈശ്യംപുറത്ത് കൃഷ്ണൻനായർ അദ്ദേഹത്തിന്റെ പറമ്പിൽ പണികഴിപ്പിച്ച ഒരു വലിയ ഓല ഷെഡിലായിരുന്ന എഴുത്തുപള്ളി. ഒരടി ഉയരത്തിൽ കല്ലുകൊണ്ട് കെട്ടി മണ്ണ് നിറച്ച് ഉപരിതലം ചാണകം മെഴുകിയ നിലയിലായിരുന്ന. 30 മീറ്റർ നീളവും 15 മീറ്റർ വീതിയുമുള്ള ഷെഡായിരുന്നുവെന്നാണ് ഓർമ്മ. കുട്ടികൾക്ക് ഓരോരുത്തർക്കും അവരവർ കൊണ്ടുവന്ന സൂക്ഷിച്ചുവെക്കുന്ന തട്ടക്ക് (പനയോലകൊണ്ട തീർക്കുന്ന രണ്ടടി നീളവും രണ്ടടി വീതിയുമുള്ള പായ) യാണ് ഇരിക്കാൻ ഉപയോഗിക്കുക. തട്ടക്കിൽ ഇരുന്ന് നിലത്ത് മണൽ വിരിച്ച് അതിൽ എഴുതിയാണ് പഠിക്കുക. ഓരോ പാഠവും കരിമ്പന ഓലയിൽ എഴുത്താണികൊണ്ട് എഴുത്തച്ഛൻ തന്നെ എഴുതി കുട്ടികൾക്ക് കൊടുക്കും. അക്ഷരങ്ങൾ, വാക്കുകൾ, വാക്യങ്ങൾ, ശ്ലോകങ്ങൾ, കണക്ക് കൂട്ടൽ, കിഴിക്കൽ, പെരുക്കൽ, ഹരിക്കൽ എന്നിവയെല്ലാം എഴുതിത്തന്നും ചൊല്ലിത്തന്നും പഠിപ്പിക്കും. മണിപ്രവാളം, ഹരിനാമകീർത്തനം അക്ഷരശ്ലോകം മുതലായവയിൽ മിക്കതും കാണാപാഠം പഠിക്കണം. രാമായണം, കൃഷ്ണഗാഥ എന്നിവ വായിച്ച് പഠിപ്പിക്കുകയും ചെയ്തിരുന്ന. ഓലകൾ ഒന്നിന്റെ മേൽ ഒന്നായി കോർത്തുകെട്ടി വയ്ക്കാൻ സൗകര്യമുണ്ടായിരുന്ന. കാരന്തൂരിൽ നിന്നും കാൽനടയായി ഞങ്ങളുടെ എഴുത്തച്ഛൻ വരും. 'ചക്കുട്ടി എഴുത്തച്ഛൻ'. കറുത്ത നിറത്തിൽ ഒരു നെടിയ മനുഷ്യൻ. ഒരു വെള്ള മല്ല് മുണ്ടുടത്ത് ചുമലിൽ ഒരു തോർത്തും മടക്കിയിട്ട് മുളങ്കാലുള്ള വലിയകുട നിവർത്തി പിടിച്ച് മറ്റേ കയ്യിൽ ഒരു ചൂരൽ വടിയുമായി ചന്ദനപ്പൊട്ടും ഭസ്മക്കുറികളും ചാർത്തി ഒരു ഗാന്ധിയൻ കണ്ണടയും ധരിച്ച് നടന്നുവരുന്ന എന്റെ ഗുരുനാഥന്റെ രൂപം ഇന്നും മനസ്സിൽ നിന്നും മാഞ്ഞിട്ടില്ല.

മുണ്ടിക്കൽത്താഴം എത്തിക്കഴിഞ്ഞാൽ തമ്പലങ്ങാട്ട് വലിയകുട്ടിപ്പെര വേട്ടന്റെ ചായപ്പീടികയിൽ നിന്നും ഒരു ചായ കൊട്ടക്കാറ് പതിവ്വണ്ട് അതും കഴിച്ച് നടവരമ്പിലൂടെ തെക്കോട്ട നടക്കും. കുന്നമ്മൽതാഴ ത്ത് എത്തുമ്പോൾ നീട്ടി വിളിക്കും. 'വേലായ്യധാ.... നാരായണിയേ.... യശോദേ..... ശ്രീധരാ..... ബാലകൃഷ്ണാ....രാഘവാ....' കുട്ടികൾ കൈയ്യിൽ ഓലക്കെട്ടും മറ്റേ കൈയ്യിൽ തൊണ്ടിൽ മണല്യമായി എഴുത്തച്ഛന്റെ പിറകിൽ ഓടിക്കൂടും. നടവരമ്പിലൂടെ ഏറെ നടന്ന് നടപ്പാലം വഴി പടി ഞ്ഞാറോട്ട് വീണ്ടും നടന്നാലാണ് എഴുത്തുപള്ളിയിലെത്തുക. അപ്പോ ഴേക്കും ആ ഭാഗത്തുനിന്നും വരുന്ന എല്ലാ കുട്ടികളും അദ്ദേഹത്തിന്റെ പിന്നിൽ ഉണ്ടാകും. ഒഴുക്കര, വെള്ളിപറമ്പ് ഭാഗങ്ങളിൽ നിന്നും കുറച്ച കുട്ടികളും ഉണ്ടാകും. മൂന്നനാലുകൊല്ലം ഞാൻ അവിടെ പഠിച്ചിട്ടുണ്ട്. പിന്നീട് മായനാട് എ.യു.പി. സ്കൂളിൽ ചേർന്നു.

സ്കൂളിൽ എനിക്ക മാത്രമായി ഒരു പരീക്ഷ നടത്തി. അരമണി ക്കൂറിനശേഷം അപ്പു മാസ്റ്റർ 'മകനെ നാലാം ക്ലാസ്സിൽ ചേർക്കാം' എന്ന് അച്ഛനോട് പറഞ്ഞു. 'വേണ്ട മാഷേ... അവന്റെ ഏട്ടൻ (എന്റെ അച്ഛന്റെ ഏട്ടന്റെ മകൻ സദാനന്ദൻ) നാലാം ക്ലാസ്സിൽ പഠിക്കുന്ന ണ്ട്. അതുകൊണ്ട് മൂന്നിൽ മതി. അങ്ങനെയാണ് മൂന്നാം ക്ലാസ്സിൽ ചേർന്നത്. ക്ലാസ്സിൽ ചെന്നപാടെ കെ.ഒ. ഭരതൻ എന്ന കുട്ടിയാണ് എന്റെ അടുത്തിരുന്നത്. പ്രേംചന്ദ് മാസ്റ്റർ ക്ലാസ്സിൽ വന്നു. നീലക്കള്ളി ഷർട്ടും മുണ്ടുമായിരുന്നു വേഷം. അദ്ദേഹം സ്വാതന്ത്ര്യസമരസേനാനി യായി വടക്കെ ഇന്ത്യയിലെല്ലാം ചുറ്റിവന്നതാണെന്നും ഹിന്ദി നന്നായി കൈകാര്യം ചെയ്യും എന്നും ചന്ദ്ര എന്ന പേര് ഹിന്ദി പ്രേമത്താൽ മാറ്റിയതാണെന്നും മറ്റും പറഞ്ഞു കേട്ടിട്ടുണ്ട്. 13 പെൺകുട്ടികളും 9 ആൺകുട്ടികളുമാണ് ക്ലാസ്സിൽ ഉണ്ടായിരുന്നത്. ഇടക്കത്തിൽ അദ്ധ്യാ പകൻ സ്റ്റാന്റ് എന്ന പറയുമ്പോൾ എഴുന്നേൽക്കാനും സിറ്റ് എന്ന പറയുമ്പോൾ ഇരിക്കാനും എനിക്ക് അറിയുമായിരുന്നില്ല. ഭരതനാണ് അതെല്ലാം പഠിപ്പിച്ച തന്നത്. യു.പി. വിദ്യാഭ്യാസം കഴിഞ്ഞ ഭരതൻ ഇലക്ട്രീഷ്യൻ പണി പഠിച്ച് വണ്ടൂരിൽ ഒരു സ്ഥാപനം തുടങ്ങി അവിടെ ത്തന്നെ കുടുംബമായി താമസിക്കുകയാണ്.

ഓരോ ദിവസവും കാലത്ത് ക്ലാസ് തുടങ്ങുമ്പോൾ കഴിഞ്ഞ ദിവസത്തെ ചോദ്യങ്ങൾ ചോദിക്കും. ഉത്തരം പറഞ്ഞവർ ഒന്നാം സ്ഥാനത്ത്ഇരിക്കും. ഒന്നാം സ്ഥാനം. (അദ്ധ്യാപകന്റെ ഇടത് വശത്തെ ബെഞ്ചിലെ ഒന്നാം നമ്പർ സീറ്റ്) തുടർച്ചയായി കരസ്ഥമാക്കുന്ന കുട്ടി കളിൽ ഒരാളെ ലീഡറായി അദ്ധ്യാപകൻ നിശ്ചയിക്കും. പെൺകുട്ടിക ളിൽ നന്നായി പഠിക്കുന്ന ഒരു കുട്ടിയും ലീഡർക്ക് സമാനമായിരിക്കും.

    സഹനം സമരം ജീവിതം

ഞാനും പി.ടി.പങ്കജാക്ഷിയുമായിരുന്ന ലീഡർമാർ. പി.കെ. രാധ, വി. ബാലാമണി, പി. പങ്കജാക്ഷി, പി.ടി. പങ്കജാക്ഷി, സുഹറ, രുഗ്മിണി, സൈനബ, ജാനകി, പത്മാവതി എന്നിവരായിരുന്ന പെൺകുട്ടികൾ. കെ. രാഘവൻ, യു.വേലായുധൻ നായർ, കെ.ഒ. ഭരതൻ, രാധാകൃഷ്ണൻ, വാവുക്കൽ പെരച്ചൻ, കുഞ്ഞിരാമൻ, നാരായണൻകുട്ടി, അരവിന്ദാ ക്ഷൻ, മുഹമ്മദ്, മമ്മദ്കോയ, വെളത്തേടത്ത് രാജൻ, ദിവാകരൻ, ഇ. മാധവൻ എന്നിവരായിരുന്ന ആൺകുട്ടികൾ. വാവുക്കൽ പെരച്ചൻ വലിയ വികൃതിയായിരുന്ന. പങ്കജാക്ഷിമാരിൽ ഒരാളെ വെളത്ത പങ്കജാക്ഷിയെന്നും മറ്റെയാളെ നീല പങ്കജാക്ഷിയെന്നുമായിരുന്ന പെരച്ചൻ വിളിച്ചിരുന്നത്.

3-ാം ക്ലാസിൽ കൊല്ലപ്പരീക്ഷ കഴിഞ്ഞ് സ്കൂൾ അടയ്ക്കുന്ന ദിവസം ക്ലാസിൽ പ്രത്യേകം പഠനമൊന്നും ഉണ്ടായിരുന്നില്ല. അദ്ധ്യാപകൻ 'രാഘവൻ ഇവിടെ വരൂ' എന്ന പറഞ്ഞു. ഞാൻ അടുത്തേക്ക് ചെന്ന. 'നമ്മുടെ ക്ലാസിൽ എത്ര ആൺകുട്ടികളുണ്ട്?' 'സാർ 13 കുട്ടികൾ'. ഞാൻ പറഞ്ഞു. അദ്ധ്യാപകൻ 13 ഒറ്റമുക്കാൽ എന്റെ കയ്യിൽ തന്ന. 'മാഷ് അടുത്ത കൊല്ലം മുതൽ സ്കൂളില്ലുണ്ടാവില്ല. ദൂരയാത്ര പോകുകയാണ്. വടക്കെ ഇന്ത്യയിലേക്കാണ്. എന്ന തിരിച്ചവരും എന്നൊന്നും പറയാൻ പറ്റില്ല. 11 മണിക്ക് പുറത്ത് പോകുമ്പോൾ 13 പായ്ക്കറ്റ് നിലക്കടല വാങ്ങി മാഷുടെ വകയായി ആൺകുട്ടികൾക്ക് കൊടുക്കണം.' അദ്ദേഹത്തിന്റെ കണ്ണുനിറയുന്നത് എനിക്ക് കാണാമായിരുന്ന. പൈസ കൈയ്യിൽ വാങ്ങി ഞാൻ സീറ്റിലിരുന്ന. പി.ടി. പങ്കജാക്ഷിയെ 9 മുക്കാൽ ഇതേപോലെ പെൺകുട്ടികൾക്കായി ഏൽപ്പിച്ചു.

പ്രേംചന്ദ് മാസ്റ്റർ മുണ്ടിക്കൽത്താഴത്തെ ചാലിൽ രാരിച്ചൻ, ചാലിൽ വേലുക്കുട്ടി എന്നിവരുടെ സഹോദരിയെയായിരുന്ന വിവാഹം കഴിച്ചത്. അദ്ദേഹത്തിന്റെ വീട് പാലാഴിയിലായിരുന്ന. ഒരു മകൻ ദേവാനന്ദൻ പഞ്ചായത്തിലെ സെക്രട്ടറിയായി ഈയിടെ അടുത്തുണ്പറ്റി. മാസ്റ്റർ നാട്ടവിട്ടശേഷം ഒരു തവണ വന്ന ദിവസങ്ങൾക്കകം തിരിച്ചപോയി എന്ന കേട്ടതല്ലാതെ പിന്നീട് കാണാൻ സാധിച്ചിട്ടില്ല.

മായനാട് എ.യു.പി സ്കൂളിൽ എന്നെ പഠിപ്പിച്ച അദ്ധ്യാപകരിൽ രാമൻകുട്ടി മാസ്റ്റർ, കേശവൻ നമ്പീശൻ മാസ്റ്റർ എന്നിവർ എന്റെ അച്ഛനെയും പഠിപ്പിച്ചിരുന്നവെത്രേ.

അഞ്ചാംതരം മുതൽ ഹിന്ദി പഠനം ആരംഭിച്ച കാലമായിരുന്ന. ഹിന്ദിക്ക് വേണ്ടി തിരുവിതാംകൂരിൽ നിന്നും ബാലകൃഷപിള്ള എന്ന അദ്ധ്യാപകൻ വന്നത് അക്കാലത്താണ്. അദ്ദേഹം ആദ്യം

ക്ലാസ്സെടുത്തത് ഞാൻ പഠിച്ചിരുന്ന 5 എയിലായിരുന്നു. ഗുരുവായൂർക്കാരിയായ ലീല ടീച്ചറും ആദ്യം മലയാളം ക്ലാസ് തുടങ്ങിയതും 5 എയിൽ തന്നെയായിരുന്നു. മലയാളത്തിന് ഏറ്റവും കൂടുതൽ മാർക്ക് നേടുന്ന ആൾക്ക് 1 ഉം 2 ഉം സമ്മാനങ്ങൾ ഏർപ്പെടുത്തിയതായി ടീച്ചർ പ്രഖ്യാപിക്കുകയും ഒന്നാം സമ്മാനമായ റബ്ബർ ഉള്ള പെൻസിലിന് ഞാനും റബ്ബർ ഇല്ലാത്ത പെൻസിലിന് വെള്ളത്തോടത്ത് രാജനും അർഹരായതും ഓർമ്മയിലുണ്ട്. മായനാട് പാലക്കോട്ട് വയൽ ഭാഗത്ത് താമസിച്ചിരുന്ന ലീല ടീച്ചർ പെൻഷനായിക്കഴിഞ്ഞ് കുറച്ചുകാലം കൊണ്ട് ഗുരുവായൂരിലേക്ക് തന്നെ താമസം മാറി. ഞാൻ പേരക്കുട്ടിയുടെ ചോറൂണിന് ഗുരുവായൂർ പോയ സമയത്ത് 11 കൊല്ലം മുമ്പ് ടീച്ചറുടെ താമസസ്ഥലത്ത് പോയി കാണുകയുണ്ടായി. ഒരിക്കലും മറക്കാത്ത കൂടിക്കാഴ്ചയായിരുന്നു അത്. ഹിന്ദി മാസ്റ്റർ ബാലകൃഷ്ണപിള്ള സ്കൂളിൽ വന്ന കാലത്ത് ഒരു ആർ.എസ്.എസ്. ജനസംഘം അനുഭാവിയായിരുന്നു എന്നതാണ് ഓർമ്മ. എന്നാൽ ഞാൻ പട്ടാളത്തിൽ നിന്നും വന്ന് കമ്മ്യൂണിസ്റ്റ് പാർട്ടി പ്രവർത്തകനും സി.പി.ഐ.(എം) മെമ്പറും ആയിതീർന്നശേഷം ഒരു ദിവസം മായനാട് സി.പി.ഐ.(എം) ഓഫീസിൽ വിളിച്ചു ചേർത്ത തെരഞ്ഞെടുക്കപ്പെട്ട പാർട്ടി അനുഭാവികളുടെ യോഗത്തിൽ സംസാരിക്കുന്നതിനു നിയോഗിക്കപ്പെട്ടപ്പോൾ യോഗത്തിൽ തെരഞ്ഞെടുക്കപ്പെട്ടവരിൽ ബാലകൃഷ്ണപിള്ള മാസ്റ്ററും ഉണ്ടായിരുന്നു! പിന്നീട് അദ്ദേഹം ബാങ്ക് പ്രസിഡണ്ടും മറ്റുമായി പ്രവർത്തിക്കുകയും ചെയ്ത വിവരം ഉണ്ട്.

1962ൽ 7-ാം ക്ലാസ്സിൽ ജയിച്ചവരും 8-ാം ക്ലാസ്സിൽ ജയിച്ചവരും തോറ്റവരും 8 ൽ തന്നെ ഒരു കൊല്ലം പഠിക്കുക എന്ന നിലയുണ്ടായിരുന്നു. 7 കഴിഞ്ഞപ്പോൾ കുന്ദമംഗലം ഹൈസ്കൂളിലും ദേവഗിരി സേവിയോ ഹൈസ്കൂളിലും സീറ്റ് കിട്ടാതെ എനിക്ക് കോഴിക്കോട് ഗവ. ഗണപത് ഹൈസ്കൂൾ ചാലപ്പുറത്ത് പഠിക്കേണ്ടി വന്നു.

അതേപ്പറ്റി പിന്നീട്:

****

പഠനം

പത്താംക്ലാസ് പരീക്ഷയിൽ ഞാൻ ചെറിയ മാർക്കിനു തോറ്റു. കാൽക്കൊല്ല പരീക്ഷ കഴിഞ്ഞതോടെ അച്ഛൻ അസുഖബാധിതനായി. കോഴിക്കോട് ഫ്രാൻസിസ്റോഡിനരികിലെ തോട്ടോളിപാടം പറമ്പിൽ അമ്മാവന്റെ കൂടെയുള്ള താമസം മതിയാക്കി സ്വന്തം വീട്ടിൽ നിന്നു തന്നെ സ്ക്കൂളിൽ പോകുക എന്ന നില വന്നു.

ഗവ. ഗണപത് ഹൈസ്ക്കൂളിൽ ഷിഫ്റ്റായിരുന്നു. കാലത്ത് 8.20 ന് ആരംഭിച്ച് 1.40 ന് അവസാനിക്കും. വീട്ടിൽ നിന്നും ദേവഗിരി കോളേജ് ജംഗ്ഷൻ വരെ നടക്കണം. മായനാട്ടെ പള്ളിപറമ്പ് വഴി പുത്തൂർ മീത്തൽ റോഡിലെത്തണം. പിന്നീട് മൂരിവണ്ടി മാത്രം പോകുന്ന റോഡിലൂടെ നടന്ന് ഒഴുക്കര മെഡിക്കൽ കോളേജ് കയറ്റം കഴിഞ്ഞു വേണം ദേവഗിരി എത്താൻ. 6.20, 6.30, 7.30 എന്നിങ്ങനെ മൂന്നു ബസ്സു കളാണുള്ളത്. ആദ്യത്തെ രണ്ടെണ്ണം കോഴിക്കോട് മുൻസിപ്പാലിറ്റി വക. മറ്റൊന്ന് എക്സ് സർവീസ്മെൻ കമ്പനി വക ഈ മൂന്നിലേതി ലെങ്കിലുമൊന്നിൽ കയറിപ്പറ്റാൻ കഴിഞ്ഞില്ലെങ്കിൽ ക്ലാസ്സ് നഷ്ടപ്പെടും. തെങ്ങിലക്കടവിൽനിന്നും വന്നിരുന്ന ദേവിപ്രസാദ്, CWMS തുടങ്ങിയ ബസ്സുകളെല്ലാം ദേവഗിരിയിൽ നിന്ന് ആളെ കയറ്റാൻ പറ്റാത്തവിധം തിരക്കിലായിരിക്കും വരുന്നത്.

അച്ഛൻ രോഗബാധിതനായി കിടപ്പിലായതോടെ കാര്യങ്ങളാകെ പരുങ്ങലിലായി. നാല്മണിക്കെഴുന്നേറ്റ പ്രഭാതകർമ്മങ്ങൾ നിർവ്വ ഹിച്ച് സ്ക്കൂളിലേക്ക് പുറപ്പെടുമ്പോൾ ഒരു ഗ്ലാസ് മധുരമില്ലാത്ത കട്ടൻ ചായയും കടിക്കാൻ ഒരു കഷ്ണം ശർക്കരയും ഉണ്ടാകും. അതും കഴിച്ച് ഒറ്റ നടത്തം. ദേവഗിരി ജംഗ്ഷനിലെത്തി ബസ് വരാൻ 5 മിനിട്ട് ശേഷി പ്പുണ്ടെങ്കിൽ ചന്തപ്പറമ്പ് വരെ വീണ്ടും നടക്കം. കോവൂർ വരെ ഇറക്ക മായത് കൊണ്ട് വേഗം എത്തും. ചന്തപ്പറമ്പിൽ നിന്നും പാളയത്തേക്ക്

20 പൈസ മതി. ദേവഗിരിയിൽ നിന്നും 25 പൈസയും, 5 പൈസ ലാഭിക്കാൻ കഴിഞ്ഞാൽ കണ്ടംകുളം ബസ്‌സ്റ്റോപ്പിന മുന്നിലെ ചെറിയ ഹോട്ടലിൽ നിന്നും പത്തേമുക്കാലിന്റെ ഇടവേളയിൽ ഒരു ദോശയും ഒരു ഗ്ലാസ് വെള്ളവും കഴിക്കാം. ക്ലാസ് വിട്ട വീട്ടിലെത്തുമ്പോൾ 4 മണിയാകും. കുറച്ച് കഞ്ഞിയുണ്ടാകും. അതു കഴിച്ച് അച്ഛന്റെ ചികി ത്സാകാര്യങ്ങളും അടുപ്പ് പുകയുന്നതിനുള്ള വഴികളും അന്വേഷിക്കണം. മുണ്ടിക്കൽതാഴത്ത് ചെന്നാൽ സഖാക്കൾ ചില സഹായങ്ങൾ ചെയ്യും. ആ ചുറ്റിത്തിരിയൽ കഴിഞ്ഞ് വീട്ടിലെത്തി കുറച്ച് പഠിക്കും.

പരീക്ഷ വന്നു. മലയാളം പരീക്ഷദിവസമായിരുന്നു തുടക്കം. ദേവഗിരി എത്തിയപ്പോൾ ആദ്യ രണ്ടു ബസ്സുകളും ഇല്ല. മാനാഞ്ചിറ സ്ക്വയറിൽ നിന്നും തിരിച്ച ഗാന്ധിറോഡിലേക്ക് പോയിരുന്ന എം.ബി മോട്ടോഴ്സ് എന്ന ബസ്സാണ് പിന്നീട്ടുള്ളത്. അതിൽ കയറുകയേ നിവൃത്തിയുണ്ടാ യിരുന്നുള്ളൂ. പുതിയറ എത്തിയപ്പോൾ ബസ്സ് കേടായി. ബസ്സിൽ നിന്നിറങ്ങി ഓട്ടമായി. ചാലപ്പുറം വരെ ഓടിത്തളർന്നു. ക്ലാസിൽ കയറുമ്പോഴേക്കും ഹാഫ് പിരീഡിന്റെ ബെല്ല് അടിച്ചു. വിയർത്തൊ ലിച്ച് ക്ലാസ്സിൽ കയറി. ഹോൾടിക്കറ്റ് പിന്നീടൊപ്പിടാം, മോൻ വേഗം എഴുതിക്കോ എന്ന ടീച്ചറുടെ പ്രതികരണം തെല്ലാശ്വാസമായി. ഇന്ന ത്തെപ്പോലെ ഒറ്റവാക്കില്ലുള്ള ഉത്തരമായിരുന്നില്ല. ചില ഉത്തരങ്ങൾ 3 പേജിലധികം ഉണ്ടാകും. സമയം വൈകിയതിനുമാത്രം ഉത്തരങ്ങൾക്ക് കുറവുണ്ടായിരുന്നെങ്കിലും ജയിക്കും എന്നുതന്നെയായിരുന്നു വിശ്വാസം. പരീക്ഷാ അവധിക്ക് സ്കൂളടക്കുന്നതിനു തൊട്ടുമുമ്പത്തെ ദിവസം 50 ലധികം കുട്ടികളുണ്ടായിരുന്ന ഞങ്ങളുടെ ക്ലാസ്സിലെ 18 കുട്ടികളെ ക്ലാസ്സ് ടീച്ചർ രാധാബാലകൃഷ്ണപണിക്കർ പുറത്തെ പ്ലാവിൻ ചുവട്ടിലേക്ക് വിളി ച്ചുകൊണ്ടുപോയി. 'കുട്ടികളേ.... എസ്.എസ്.എൽ.സി. റിസൽട്ടിൽ കേര ളത്തിൽ തന്നെ ഏറ്റവും പിന്നിൽ നിൽക്കുന്ന സ്കൂളാണ് നമ്മുടേത്. ഇക്കൊല്ലത്തെ പരീക്ഷയിൽ കൂടുതൽ പേർ വിജയിക്കുന്നത് നമ്മുടെ ക്ലാസ്സിൽ നിന്നായിരിക്കും. നിങ്ങൾ 18 പേർക്കാണ് സാദ്ധ്യത. നിങ്ങൾ ഇപ്പോഴുള്ള നില തുടരണം. 19-ാംമതൊരാൾക്കും വിജയസാദ്ധ്യതയില്ല.' ഇത്രയും പറഞ്ഞു വിട്ടതാണ്. ആ 18 പേരിൽ ഞാനും ഉണ്ടായിരുന്നു. എന്നാൽ ഒന്നാം ദിവസത്തെ കൈപ്പേറിയ അനുഭവം രണ്ടാംദിവസ ത്തെ കണക്ക പരീക്ഷയെ ചെറുതായി ബാധിച്ചു. ഫലം വന്നപ്പോൾ മലയാളത്തിന് രണ്ടു മാർക്കിനും കണക്കിന് 5 മാർക്കിനും ഞാൻ തോൽക്കുകയുണ്ടായി. ടീച്ചർ പറഞ്ഞ 18 ൽ 17 പേരും വിജയിച്ചു. 10 c ഒന്നാമതായി നിൽക്കുകയും ചെയ്തു.

ഹൈസ്കൂളിൽ എന്റെ സഹപാഠികളിൽ കോഴിക്കോട് ബോറിലെ

അഡ്വ.കെ. ജയരാജൻ, (സഖാവ് ചാത്തുണ്ണി മാസ്റ്ററുടെ മകൻ) ഡെപ്യൂട്ടി മേയറായിരുന്ന എ.ടി. അബ്ദുള്ളക്കോയ, എൽ.ഐ.സി. ഉദ്യോഗസ്ഥാ നായിരുന്ന പാർത്ഥസാരഥി, കോടഞ്ചേരി കോളേജിൽ പ്രൊഫസറാ യിരുന്ന സതീശൻ, പെൺകുട്ടികളിൽ ഹിന്ദി അധ്യാപികയായിരുന്ന പൊറ്റമ്മൽ സ്വദേശിയും മായനാട് താമസിക്കുന്ന ഡോക്ടർ രാജന്റെ സഹോദരിയും ആയ തങ്കം (അവർ എന്റെ ഒരകന്ന ബന്ധുക്കുടിയായി രുന്നു.) മുതലായ വളരെ കുറച്ച് പേർ മാത്രമേ ഓർമ്മയിൽ ശേഷിപ്പുള്ളു. സഹപാഠികളെപ്പോലെയോ അതിലധികമോ സ്നേഹമുള്ള മറ്റ രണ്ട പേരുണ്ടായിരുന്നു. തോട്ടോളി പാടം പറമ്പു മുതൽ സ്കൂളുവരെ ചുമലിൽ കൈയുംവെച്ച നടന്നുപോയിരുന്നവർ. അതേ പറമ്പിൽ താമസിച്ചിരുന്ന മക്കട സ്വദേശി. എ.പി. ഗോപാലൻകുട്ടി (ടെലഫോൺസിലായിരുന്നു) ബാലുശ്ശേരിയുടെ ജനകീയ ഡോക്ടർ ശ്രീ. പി. പ്രഭാകരൻ എന്നിവരാ യിരുന്നു അവർ.

ഞങ്ങളുടെ അച്ഛൻ കമ്മ്യൂണിസ്റ്റ് പാർട്ടിയുടെ പ്രവർത്തകനാകുന്നതി നുമുമ്പ് കുടുംബമാകെ കോൺഗ്രസ്സുകാരായിരുന്നു. 1957 ലെ തെരഞ്ഞെ ടുപ്പിൽ കോൺഗ്രസ്സിന്റെ തെരഞ്ഞെടുപ്പ ചിഹ്നം നകം വെച്ച ഇരട്ടക്കാള അടയാളം വെള്ള ഖദർ ഷർട്ടിന്റെ പോക്കറ്റിൽ കുത്തിയ നിലയില്ലും വിമോചന സമരശേഷം നടന്ന തെരഞ്ഞെടുപ്പിൽ അരിവാളം നെൽ ക്കതിരും ഷർട്ടിൽ കുത്തിയ നിലയില്ലും അച്ഛനെ എനിക്ക് കാണാൻ കഴിഞ്ഞിട്ടുണ്ട്.

പത്താംക്ലാസ് തോറ്റ വിവരം അറിഞ്ഞു അച്ഛന് നല്ല പ്രയാസമു ണ്ടായിരുന്നു. വൈകുന്നേരങ്ങളിൽ മുണ്ടിക്കൽത്താഴത്ത് പോകുമ്പോൾ പുതിയോത്ത് വാസു ഏട്ടൻ വായിച്ച സൂക്ഷിച്ചുവെച്ചിരുന്ന ദേശാഭിമാനി ദിനപത്രം അച്ഛനു വേണ്ടി ഞാൻ വാങ്ങിച്ചുകൊണ്ടുവരുമായിരുന്നു. പ്രധാനമന്ത്രി പണ്ഡിറ്റ് ജവഹർലാൽ നെഹ്റു ദിവംഗതനായ ദിവസം കാലത്ത് തന്നെ വാസുഏട്ടൻ അച്ഛന് പത്രം കൊടുത്തയച്ചിരുന്നു. കമ്മ്യൂണിസ്റ്റായി കഴിഞ്ഞെങ്കിലും മുതിർന്ന നേതാക്കന്മാരെ അച്ഛന് ബഹുമാനമായിരുന്നു. പ്രത്യേകിച്ച നെഹ്റുജിയെ വളരെ പ്രിയമായി രുന്നു. മരണവാർത്ത വായിച്ച അച്ഛന്റെ കണ്ണകളിൽ നിന്നും കണ്ണീരൊ ഴുക്കുന്നത് കാണാമായിരുന്നു. നെഹ്റുജി മരിച്ച. ഇന്ന് അച്ഛനു മരുന്നും ഭക്ഷണവും വേണ്ട. അന്ന് ഉപവാസമായിരുന്നു. അടുത്ത മാസം അച്ഛൻ ഞങ്ങളെ വിട്ടു പിരിഞ്ഞു.

****

തൊഴിൽ

1964ജൂലായ് മാസത്തിൽ കുടുംബത്തിന്റെ അത്താണിയാ
യിരുന്ന പിതാവ് നിര്യാതനായി. 10-ാം ക്ലാസ്സ് തോറ്റ
സർട്ടിഫിക്കറ്റുമായി ഒരു വർഷവും 4 മാസവും തൊഴിലന്വേഷിച്ചു നാട്ട
നീളെ അലഞ്ഞു. എനിക്ക് ജോലികിട്ടുന്നതുവരെ എങ്ങിനെ ജീവിക്കും.
അച്ഛൻ മരിച്ച് 15 ദിവസം കഴിഞ്ഞപ്പോൾ മുണ്ടിക്കൽതാഴത്തെ
സി.പി.ഐ(എം) ഓഫീസിലേക്ക് എന്നെ വിളിച്ചു വരുത്തി. സോപ്പ്
കമ്പനി ഉടമ മുഹമ്മദ്ക്കാ, അലിയമ്പലത്തിൽ ബാലേട്ടൻ, പുതി
യോട്ടിൽ ബാലൻമാസ്റ്റർ, ചാലിൽ രാരിച്ചൻ, കെ.സി. വേലായുധൻ,
പുതിയോട്ടിൽ കുട്ടപ്പ, പുതിയോത്ത് വാസു എന്നിവരെല്ലാം അവിടെ
ഉണ്ടായിരുന്നു. മുഹമ്മദ്ക്കാ എന്നോടായി പറഞ്ഞു: "ഞങ്ങൾ നിന്നെ
വിളിച്ചത് ഒരു കാര്യം പറയാനാണ്. അച്ഛൻ മരണപ്പെട്ടത് കൊണ്ട്
കുടുംബം പട്ടിണിയാകരുത്. ദിവസവും ഒരു കിലോ അരിയും ഒന്നര
കിലോ പുളയും വാസുവിന്റെ പീട്യേന്ന് യ്യ് വാങ്ങിക്കോളണം. ചെലവ്
ഞങ്ങൾ ഏഴുപേരും വഹിക്കും. നിനക്ക് ഒരു ജോലികിട്ടും വരെക്കും
ഇതിൽ മാറ്റമുണ്ടാകില്ല." ഞാൻ സമ്മതിച്ചു. ഞങ്ങളുടെ അമ്മാവൻ
ആഴ്ചയിൽ ഒരിക്കൽ വീട്ടിൽ വരും. ചില്ലറ സാധനങ്ങൾക്കുള്ള പൈസ
തരും. അമ്മ കയർ - ചൂടി പിരിച്ചിട്ടും ചില്ലറയുണ്ടാക്കും. അങ്ങിനെയാണ്
ജീവിതം തള്ളിനീക്കിയിരുന്നത്.

ഞങ്ങളുടെ വീട് നിൽക്കുന്ന 22 സെന്റ് സ്ഥലത്ത് 20 തെങ്ങും 60ഓളം
കവുങ്ങുകളും ഉണ്ടായിരുന്നു. തെങ്ങുകൾ അച്ഛന്റെ ചികിത്സാർത്ഥം 5
വർഷത്തേക്ക് 'ഉണ്ടറുതിക്ക്' കൊടുത്തിരുന്നു. (അഞ്ചു വർഷത്തേക്ക്
എത്ര നാളികേരം കിട്ടുമെന്ന കണക്കാക്കി മുൻകൂറായി പണം തരും.
മാസത്തിലൊരിക്കൽ പണം തന്നയാൾ നാളികേരം പറിച്ചുകൊണ്ട
പോകും. അതാണ് ഉണ്ടറുതി. (ഉണ്ട് അറുതി വരുത്തുന്നത്) എടക്കോറെ

 സഹനം സമരം ജീവിതം

കുഞ്ഞിമൊയ്തീൻകുട്ടി,(കുഞ്ഞോയിൻകുട്ടി)എന്ന ആളായിരുന്ന ഉണ്ടറ തിക്കാരൻ. അച്ഛന്റെ മരണശേഷം തേങ്ങ പറിക്കുമ്പോൾ 25 എണ്ണം ഞങ്ങൾക്ക് തരും. 'മക്കള് അരിമാങ്ങിക്കോളീ' എന്ന പറഞ്ഞാണ് തേങ്ങ തരുന്നത്.

പണി അമ്പേഷിച്ചപോകാൻ ബസ് ക്ലിക്കോ മറ്റ്യാവശ്യ ചെലവുകൾ വരുമ്പോഴോ നിവൃത്തിയില്ലാതെ കുടങ്ങിപ്പോകുന്ന ഘട്ടത്തിൽ ഞാൻ എടക്കോറമുറ്റത്തുച്ചെല്ലും. 'ആയിഷേ ചെക്കൻ മന്നിക്കിണേ... ഓനെന്തെങ്കില്ലും പള്ളറക്കാങ്കൊടുക്ക്. കേറി കുത്തിരി കെടാ!' ഞാൻ കൊലായത്തുമ്പത്ത ഇരിക്കും. കുറച്ച കഴിയുമ്പോഴേക്കും ഒരു കടലാസ്സിൽ കുറെ അവില്യം, ഒരു വലിയ കോപ്പ നിറയെ ശർക്ക രകാപ്പിയും വരും. അവിടെ ദിവസവും അവിൽ ഇടിക്കുന്ന പതിവ്വണ്ടാ യിരുന്നു. അവിൽ മുഴവനും ആ കോപ്പയിലേക്കിട്ട പുതർത്തി ഞാൻ അടിച്ച മാറ്റം. അടുത്ത രണ്ട ദിവസത്തേക്ക ഒന്നം കിട്ടിയില്ലെങ്കില്ലും ക്ഷീണം ഉണ്ടാവില്ല. പള്ള നിറച്ചശേഷം വർത്തമാനങ്ങൾ എല്ലാം ചോദിച്ചറിഞ്ഞ് അഞ്ചോ പത്തോ രൂപ തരും.

മാവൂര് കമ്പനിയിൽ ആളെ എടുക്കുന്നുണ്ടെന്നു കേട്ട സർട്ടിഫി ക്കറ്റം എടുത്ത് നടപ്പാലം വഴി കുറ്റിക്കാട്ടുർക്ക നടന്നു. റോഡരികിൽ പൈപ്പുകളിൽ വെള്ളം കുടിക്കാനുള്ള സൗകര്യമുണ്ടായിരുന്നു. കയ്യിൽ കാശോന്നും തന്നെ ഉണ്ടായിരുന്നില്ല. മാവൂർക്ക്ധാരാളം മുള ലോറികൾ ഉണ്ടാകുമല്ലോ എന്ന കരുതിയതാണ്. പെരുവയല് വരെ നടന്നപ്പോൾ ഒരു ലോറി കിട്ടി മാവൂര് കമ്പനി വരെ അതിൽപോയി. അവിടെ സെക്യൂ റിറ്റി സ്റ്റാഫിന്റെ സഹായത്തോടെ ഓഫീസിൽച്ചെന്നു വിവരങ്ങൾ പറഞ്ഞു. അവർ പേരും വിലാസവും എഴുതിവെച്ചു. വിവരം അറിയിക്കാം എന്ന പറഞ്ഞു വിട്ടു. കുറ്റിക്കാട്ടുർക്ക് ഒരു ലോറി കിട്ടി. അവിടെ എത്തി നടക്കാൻ തുടങ്ങിയപ്പോൾ ഏറെ ക്ഷീണം അനുഭവപ്പെട്ടു. ഒരു പീടിക വരാന്തയിൽ കുറച്ചനേരം ഇരുന്നു. ചുമരിൽ ചാരി ഇരിക്കുന്ന എന്റെ അടുത്ത് ഒരാൾ വന്നു. എന്താണ് ക്ഷീണമുണ്ടോ എന്നമ്പേഷിച്ചു. മറുപ ടിക്ക് കാക്കാതെ ചാടക്കടയിൽ നിന്നും ഒരു ചായ വാങ്ങികൊണ്ടുവന്നു തന്നു. അതുകഴിച്ചപ്പോൾ ഒന്നുഷാറായി. നടക്കാമെന്ന നിലവന്നു. വീട്ടിലേക്ക് നടന്നെത്തി.

1965 ഒക്ടോബർ വരെ ഇത്തരം യാത്രകളും അമ്പേഷണങ്ങളുമായി കഴിഞ്ഞുപോയി. 1965 ലെ പാക്കിസ്ഥാൻ യുദ്ധവുമായി ബന്ധപ്പെട്ടുകൊ ണ്ട് കോഴിക്കോട് ഒക്ടോബർ 1 മുതൽ ആർമി റിക്രൂട്ട്മെന്റുണ്ടായിരു ന്നു. ഒന്നുപോയി നോക്കാൻ കയ്യിൽ പണമില്ലെന്നു മനസ്സിലാക്കിയ

സഖാവ് കറ്റേടത്തുകോയ മറ്റ സഖാക്കളുമായി ബന്ധപ്പെട്ട കുറച്ച പണം സ്വരൂപിച്ച് എനിക്ക തന്നു. രണ്ട മൂന്ന ദിവസം കോഴിക്കോട് പൊരിവെയിലത്ത് വരിനിന്നതല്ലാതെ സെലക്ഷൻ കിട്ടിയില്ല. പണം തീരുകയും ചെയ്തു. ഒക്ടോബർ 17ന് ഉച്ചകഴിഞ്ഞ് ഞാൻ എടക്കോറമുറ്റത്തെത്തി. പതിവുപോലെ അവിലും കട്ടൻ കാപ്പിയും കുടി കഴിഞ്ഞു കാര്യത്തിലേക്ക കടന്നു.' കോഴിക്കോട് പട്ടാളത്തിലേക്ക് ആളെ എടക്കുന്നുണ്ട്. ഒന്നുകൂടി പോയി നോക്കിയാൽ തരക്കേടില്ലെന്ന് ഒരു തോന്നൽ ഞാൻ' പറഞ്ഞു നിർത്തി. 'ബസ്സിന കൂലിവേണം ല്ലേ?' ഞാൻ ഒന്നും മിണ്ടാതെ നിന്ന തേയുള്ളൂ. അദ്ദേഹം പേഴ്സിൽ നിന്നും പത്തുരൂപ എടുത്ത് എനിക്ക തന്നു. "ബേജാറാകേണ്ട... എല്ലാം ശരിയാകും." ഞാൻ മുറ്റത്തിറങ്ങി നാലടി നടന്നപ്പോഴേക്കം അദ്ദേഹം ഒന്നുകൂടി വിളിച്ചു. 'ഇങ്ങോട്ട വാടാ.....' ഞാൻ അങ്ങോട്ട് ചെന്നു. ഒരു നാലണ കൂടി എന്റെ കയ്യിൽ വച്ചുതന്നു. 'ഇതും കൂടി വെച്ചോ... എല്ലാം ശരിയാകട്ടെ!' എന്ന പറഞ്ഞ് ചുമലിൽ തട്ടി യാത്രയാക്കി. ഞാൻ വീട്ടിൽ ചെന്ന് സർട്ടിഫിക്കറ്റും മറ്റും എടുത്ത് കോഴിക്കോട് പുഷ്പാതീയേറ്ററിനടുത്ത് താമസിച്ചിരുന്ന എന്റെ പെങ്ങളുടെ വീട്ടിലേക്ക ചെന്നു. മൂത്ത പെങ്ങളും അളിയൻ ബാലേട്ടൻ എന്ന ഞങ്ങൾ വിളിക്കുന്ന കല്ലയിൽ ബാലകൃഷ്ണേട്ടനും അന്നും ഇന്നും ഒരു താങ്ങും തണലുമാണ്. കുടുംബകാര്യങ്ങളെല്ലാം പരസ്പരം ചർച്ച ചെയ്തും പരസ്പരം ഇടപെട്ടുമാണ് ഇന്നും ജീവിച്ചപോരുന്നത്. രാത്രി അവിടെ തങ്ങി. പുലർച്ചെ നാലുമണിക്ക് വിളിച്ചുണർത്താൻ പെങ്ങളെ ശട്ടം കെട്ടിയിരുന്നു. നാലുമണിക്ക് കൂട്ടേടത്തി വിളിച്ചുണർത്തി കുളിയെല്ലാം കഴിഞ്ഞപ്പോഴേക്കം പുട്ടും പഴം പുഴങ്ങിയതും തന്നു. ഇറങ്ങുമ്പോൾ ഒരു രണ്ടുരൂപ നോട്ടം തന്നു. എല്ലാം ശരിയാകട്ടെ എന്ന ആശംസിച്ച യാത്രയാക്കി അവിടെനിന്നും നേരെ നടന്നു. ഹെഡ്പോ സ്റ്റോഫീസിന മുന്നിൽ ഇപ്പോഴത്തെ പൊതുമരാമത്ത വകുപ്പിന്റെ ഓഫീസ് കോംപ്ലക്സായിരുന്ന അന്നു റിക്രൂട്ട്മെന്റ് ഓഫീസ്.

റിക്രൂട്ടിമെന്റിന വലിയ ആൾ തിരക്കായിരുന്നു. എന്റെ സഹപാഠി യായിരുന്ന എരമുണ്ടച്ചോലിൽ മാധവൻ എന്റെ പിതൃസഹോദരിയുടെ മകൻ പുല്ലാളൂർ ലോഹിതാക്ഷൻ ഒരു എൻ.സി.സി. കാഡറ്റായിരുന്ന മാനന്തവാടിക്കാരൻ തോമസ് എന്നിവരായിരുന്ന ക്യൂവിൽ മുന്നിലും പിന്നിലും . 2 മണിയോടെ എനിക്കും തോമസിനും സെലക്ഷൻ കിട്ടി. ചില പേപ്പറുകളിൽ ഒപ്പിട്ടുവിച്ചു. ആദ്യപ്രതിഫലം (TA)4 രൂപ 50 പൈസ കയ്യിൽ തന്നു. ഭക്ഷണം കഴിച്ച് 5.30 ന് ഇവിടെ ഹാജരാകണം. നിങ്ങൾ 29 പേർ ഇന്നുതന്നെ 6.30 നുള്ള ട്രെയിനിൽ ബാംഗ്ലൂർക്ക് പോകണം എന്ന വാക്കാൽ ഉത്തരവും തന്നു.

ഞാൻ പുറത്തിറങ്ങി മല്ലിക ഹോട്ടലിൽ നിന്നും ഭക്ഷണം കഴിച്ചു. ചോറിന് 60 പൈസയേ ഉണ്ടായിരുന്നുള്ളൂ. നേരെ പോസ്റ്റാഫീ സിൽച്ചെന്നു നാലു പോസ്റ്റുകാർഡുകൾ വാങ്ങി. പുതിയോത്തു വാസു ഏട്ടൻ, പാർട്ടി ബ്രാഞ്ച് സെക്രട്ടറി, ഞങ്ങളുടെ അമ്മാവൻ, അളിയൻ ബാലേട്ടൻ എന്നിവർക്ക് സെലക്ഷൻ കിട്ടി. ഇന്നതന്നെ ബാംഗ്ലൂർക്ക് പോകുന്നു. എന്നമാത്രം എഴുതി പോസ്റ്റു ചെയ്തു. 5.30 ന് തന്നെ നിർദ്ദി ഷ്ട സ്ഥലത്ത് ഹാജരായി. '29 പേരടങ്ങുന്ന ഈ ടീമിന്റെ ലീഡർ മി. പറക്കോട്ട് രാഘവനാണ്. ബാംഗ്ലൂർ കണ്ടോൺമെന്റിൽ ഇറങ്ങുമ്പോൾ അവിടെ നിങ്ങളെ കാത്ത് ട്രക്ക് ഉണ്ടാകും. അതിൽകയറി ട്രെയിനിംഗ് ക്യാമ്പിൽ എത്തിയാൽ കൈയ്യിൽ തരുന്ന പേപ്പറുകൽ അവിടെ ഏൽപ്പിക്കണം. 29 പേരും അവിടെ ഹാജരാകണം. അത് താങ്കളുടെ ഉത്തരവാദിത്തമാണ്.' കുറച്ച് പേപ്പറുകൽ എന്നെ ഏൽപ്പിച്ചുകൊണ്ട് ഒരു ഉദ്യോഗസ്ഥൻ പറഞ്ഞു. ആ ഉത്തരവാദിത്തം ഞാൻ നിർവ്വഹിച്ചു എന്നു പറഞ്ഞാൽ മതിയല്ലോ.

****

സിനിമക്കമ്പം

കേരളത്തിന്റെ മഹാനടൻ സത്യൻ വിടവാങ്ങിയിട്ട് അരനൂറ്റാണ്ട് പിന്നിട്ടു. ദേശാഭിമാനി ദിനപത്രത്തിൽ അദ്ദേഹത്തിന്റെ മക്കളുമായുള്ള അഭിമുഖം വായിച്ചപ്പോൾ ചെറുപ്പകാലത്തെ എന്റെ സിനിമാ അനുഭവം പങ്കുവെക്കാമെന്നു കരുതി.

ഞാൻ ആദ്യം കണ്ട സിനിമ ഏതെന്ന് കൃത്യമായി ഓർമ്മയില്ല. കോഴിക്കോട്ട് ഡേവിഡൺ തിയേറ്റർ ആരംഭിച്ചപ്പോൾ നവോദയയുടെ ഉണ്ണിയാർച്ചയായിരുന്ന ആദ്യപടം. സത്യൻ രാഗിണി, പ്രേംനസീർ, എസ്.പി. പിള്ള തുടങ്ങിയവരായിരുന്ന അഭിനേതാക്കൾ. 75 ദിവസം ആ പടം ഓടിയതായി ഓർക്കുന്നു. അച്ഛന്റെ കൂടെ കുടുംബസമേതം ഞങ്ങൾ ഉണ്ണിയാർച്ച കാണാൻ പോയി. നാഷണൽ സ്റ്റഡിയോയിൽ നിന്നും കുടുംബഫോട്ടോ എടുത്താണ് മടങ്ങിയത്. കുന്ദമംഗലം ജങ്കിഷ് ടാക്കീസിൽ നിന്നാണ് സത്യൻ-കുമാരി ടീമിന്റെ നീലക്കുയിൽ കണ്ടത്.

1960 കളുടെ ആദ്യപാദത്തിലാണ് കുന്ദമംഗലം ജങ്കിഷ്, ചേവായൂർ ചന്ദ്രടാക്കീസുകൾ ആരംഭിച്ചത്. മിക്കവാറും ആഴ്ചയിൽ സിനിമ മാറ്റം. സിനിമാ പ്രചരണാർത്ഥം നാട്ടുനീളെ ചെണ്ടകൊട്ടി ഒരു ബോർഡ്ഡും ഉയർത്തിപ്പിടിച്ച് രണ്ടോ മൂന്നോ പേർ നടന്നുപോകുന്ന രംഗം അക്കാലത്ത് ചെറുപ്പക്കാർക്കും കുട്ടികൾക്കും ഹരം പകർന്നിരുന്നു. അവരുടെ കൈയ്യിൽ സിനിമാ നോട്ടീസ്-പോസ്റ്റർ, ഒട്ടിക്കാൻ വേവിച്ച മൈദ നിറച്ച ബക്കറ്റ് എന്നിവ കാണും. അന്ന് അങ്ങാടികൾ രണ്ടോ മൂന്നോ പീടികകൾ മാത്രം ഉൾക്കൊള്ളുന്നതായിരുന്നു. അത്തരം സ്ഥലങ്ങളിൽ സിനിമാ പോസ്റ്റർ ഒട്ടിക്കുന്നതിനുള്ള സ്ഥിരം ബോർഡ്ഡുകളുണ്ടാകും. അതിൽ ഒട്ടിക്കുന്ന പോസ്റ്റർ നഷ്ടപ്പെടാതിരിക്കാൻ ഒരു പീടികക്കാരനെ ചുമതലപ്പെടുത്തും. അദ്ദേഹത്തിന് ഓരോ സിനിമയും ഒരു തവണ കാണുന്നതിന് സൗജന്യപാസ് അനുവദിക്കും. സിനിമ തുടങ്ങുന്ന

ദിവസവും ഓണം, വിഷു പെരുന്നാൾ ദിവസങ്ങളിലും ഞായറഴ്ചയും പാസ് അനുവദിക്കുകയില്ല.

മുണ്ടിക്കൽതാഴത്ത് തമ്പലങ്ങാട്ട് വലിയകുട്ടിപ്പെരവേട്ടന്റെ ചായ ക്കടയായിരുന്ന ബോർഡിന്റെ സൂക്ഷിപ്പ് കേന്ദ്രം. രണ്ടു ടാക്കീസുകളു ടെയും പാസ് അദ്ദേഹത്തിനായിരുന്നു. അദ്ദേഹം സിനിമാ കാണാൻ പോകാറില്ല. പാസ് അവിടെ ചുറ്റിപ്പറ്റി കൂടുന്ന ചെറുപ്പക്കാരാണ് ഉപയോ ഗിച്ച വന്നിരുന്നത്.

അച്ഛന്റെ മരണശേഷം എസ്.എസ്.എൽ.സി പരീക്ഷ വീണ്ടും എഴ താനൊന്നും എനിക്കായില്ല. തൊഴിലന്വേഷണം തന്നെയായിരുന്നു മുഖ്യതൊഴിൽ. അതോടൊപ്പം നാട്ടിൽ ഓരോ കുടുംബത്തിലും ഉണ്ടാ കുന്ന പ്രശ്നങ്ങളിലൊക്കെ ഞാനും പങ്കാളിയായിരുന്നു. അസുഖമുള്ള വരുടെ കൂടെ ആശുപത്രിയിൽ പോകുക, ഏറെ വിഷമിക്കുന്നവർക്ക് മരുന്നിനും മറ്റും പണം പിരിക്കുക, മരണം-വിവാഹം, പുരകെട്ടി മേയൽ തുടങ്ങിയ കാര്യങ്ങളിലെ പങ്കാളിത്തം ഏറെ പ്രധാനപ്പെട്ടതായിരുന്നു. അക്കാലത്ത് 90 ശതമാനവും ഓലമേഞ്ഞ വീടുകളായിരുന്നു. വേനൽ ക്കാലമായാൽ വീടുകൾ പുതുക്കിമേയുക എന്നത് ഏറെ പ്രയാസക രമായ ഏർപ്പാടായിരുന്നു. അയൽവാസികളെല്ലാവരും പരസ്പരം സഹായിച്ചാണ് പുരമേയൽ (പുരകെട്ടൽ) നിർവഹിച്ചിരുന്നത്.

അച്ഛന്റെ മരണശേഷം വലിയ കുട്ടിപ്പെരവേട്ടന്റെ ചായപ്പീടികയിൽ നിന്നും ഒരു കഷ്ണം പത്തിരിയും കുറച്ച് പരിപ്പ് കറിയും ഒരു ചായയും ദിവസവും സൗജന്യമായി കഴിച്ചുകൊള്ളണമെന്ന് അദ്ദേഹം എന്നെ വിളിച്ചിരുത്തിപ്പറഞ്ഞിരുന്നു. അദ്ദേഹത്തിന്റെ പണിക്കാരനും പിതൃ സഹോദര പുത്രനുമായ ചെറിയ കുട്ടിപ്പെരവേട്ടനോട് പ്രത്യേകം പറഞ്ഞേൽപ്പിക്കുകയും ചെയ്തിരുന്നു.

ഒരു ദിവസം സാധാരണ പാസുപയോഗിച്ച് സിനിമ കണ്ടിരുന്ന ചെറുപ്പക്കാരെയെല്ലാം കുട്ടിപ്പെരവേട്ടൻ (അദ്ദേഹം എന്റെ അച്ഛന്റെ സഹപാഠിയും അടുത്ത സുഹൃത്തും ആയിരുന്നു. മകൾ സൗമിനിയും ഞാനും ഒന്നിച്ച പഠിച്ചിരുന്നതുമാണ്.) പീടികയിലേക്ക് വിളിച്ച വരുത്തി ക്കൂട്ടത്തിൽ എന്നെയും വിളിച്ചിരുന്നു. 'ങ്ങളെ ഒക്കെ ഞാൻ വിളിച്ചത് ഒരു കാര്യം പറയാനാണ്. മ്മളെ രാഘവന് ഒരു പണിയും ഇല്ല. അച്ഛൻ മരിച്ചതുകൊണ്ട് വല്യ കഷ്ടപ്പാടാണെന്ന് മ്മക്ക് അറിയാലോ. ഇനി മുതൽ സിനിമാ പാസ് രാഘവന് മാത്രം കൊടുക്കുവാണ്. ഓൻ മ്മക്ക് വേണ്ടപ്പെട്ട ആളാണ്. ങ്ങള് അയിന് സമ്മതിക്കണം.' എല്ലാവരും സമ്മ തിച്ചു. പാസുകൾ രണ്ടും എനിക്ക തന്നു. പട്ടാളത്തിൽ ചേരുന്നതുവരെ

രണ്ടു പാസുകൾ ഉപയോഗപ്പെടുത്തി 94 സിനിമകൾ കണ്ടിട്ടുണ്ട്. കുന്ദമംഗലത്തേക്കും ചേവായൂർക്കും നടന്നാണ് പോവുക. അധികവും രാത്രി 9.30 നുള്ള സെക്കന്റ് ഷോക്കാവും പോവുക. (മാറ്റ്നി ഞായറാഴ്ച കളിലും മറ്റ പ്രത്യേകാവധി ദിവസങ്ങളിലുമായിരിക്കും). നടക്കാൻ കുറേ പേരുണ്ടാവും. കാണുന്ന സിനിമയുടെ പേരുകൾ എഴുതിവെക്കുമായി രുന്നു.

പട്ടാളത്തിൽ ബാങ്കളൂരിലെ ട്രെയിനിംഗ് സെന്ററിലായിരുന്നപ്പോൾ ഗ്രൂപ്പായി സിനിമയ്ക്ക് പോകാൻ (മാറ്റ്നി ഷോയ്ക്ക് മാത്രം) അപൂർവ്വസ ന്ദർഭങ്ങൾ ഉണ്ടായിരുന്നു. ആസ്സാമിലെ രങ്കിയായിലും ചണ്ഡിഗഢിലെ ചണ്ഡിമന്ദിരിലും സേവനം ചെയ്തിരുന്ന സമയങ്ങളിൽ അപൂർവ്വം ഞായ റാഴ്ചകളിൽ മാറ്റ്നിഷോക്ക് പോകാൻ അനുവാദം ലഭിച്ചിരുന്നു. തെലുങ്ക് സിനിമ ആദ്യമായി കണ്ടത് ആ സന്ദർഭത്തിലാണ്. ഹിന്ദി സിനിമക ളാണ് അധികവും അവിടങ്ങളിൽ പ്രദർശിപ്പിച്ചിരുന്നത്. ഹരിയാലി ഔര്‍രാസ്താ- മദർ ഇന്ത്യ തുടങ്ങിയ ഹിന്ദി ചിത്രങ്ങളും രാജ്കപൂർ, ഷമ്മികപൂർ, ധര്‍മേന്ദ്ര, സൈരാബാനു തുടങ്ങിയ അഭിനേതാക്കളെയും ഓർമ്മയിലുണ്ട്.

പട്ടാളവും പോലീസും വിട്ട് കോഴിക്കോട്ടെ എക്സ് സർവ്വീസ്മെൻ ട്രാൻസ്പോർട്ട് കമ്പനിയിൽ കണ്ടക്ടറായിരിക്കെ ഒരു ദിവസം മാനേജർ ബാലഗോപാലൻനായര്‍ സാർ എന്നെ ഓഫീസിലേക്ക് വിളിച്ചു. 'മിസ്റ്റർ രാഘവൻ, 12-ാം നമ്പർ സർവീസ് നാളെ കാലത്ത് ആരംഭിക്കേണ്ട. 9 മണിക്ക് ടിക്കറ്റ് റാക്കൊന്നുമില്ലാതെ വണ്ടി റെയിൽവേസ്റ്റേഷനിലെത്തണം. ട്രെയിനിൽ കുറെ നടീനടന്മാർ വരു ന്നുണ്ട്. താരനിശയിൽ പങ്കെടുക്കാൻ വരുന്നവരാണ്. അവരെ കയറ്റി മെഡിക്കൽ കോളേജ്ഗ്രൗണ്ടിൽ പന്തലിനടുത്ത് ഇറക്കിക്കൊടുക്കണം. കലക്ടറുടെ ഉത്തരവാണ്.' ഏറെ സന്തോഷത്തോടെ ഞാൻ ഏറ്റു.

അടുത്ത ദിവസം കാലത്ത് 8.30 മണിക്ക് തന്നെ ഞാനും ഡ്രൈവർ ഗോവിന്ദേട്ടനും കൂടി വണ്ടിയുമായി റെയിൽവേ സ്റ്റേഷനിലെത്തി. 9 മണി കഴിഞ്ഞതും വണ്ടി വന്നു. നടീനടന്മാർ കൂട്ടമായി ബസ്സിനടുത്തെത്തി. മുൻ വാതിലിൽ ഡ്രൈവറും പിൻവാതിലിൽ ഞാനും അവരെ കൈകൂപ്പി സ്വീകരിച്ചു. മിക്കവാറും എല്ലാവരും കൈനീട്ടി. ഞങ്ങൾ കൈപിടിച്ച വണ്ടിയിലേക്ക് കയററി. പ്രേംനസീർ, പ്രേംനവാസ്, കൊട്ടാരക്കര ശ്രീധരൻനായര്‍, എസ്.പി. പിള്ള, അടൂർ പങ്കജം, അംബിക, നന്ദിത ബോസ് തുടങ്ങിയ 35 ഓളം കലാകാരന്മാരും കലാകാരികളും ഉണ്ടാ യിരുന്നു. ബസ്സ് പുറപ്പെട്ടശേഷം ഞാൻ ഓരോ സീറ്റിനടുത്തും ചെന്ന്

കുശലം ചോദിച്ചു. ബസ്സ് ഏത് മുതലാളിയുടേതാണെന്ന് ആരോ ഒരാൾ ചോദിച്ചപ്പോൾ നടുവിൽ നിന്നുകൊണ്ട് ബസ് വിമുക്ത ഭടന്മാരുടെ ക്ഷേമത്തിനുള്ള ഫണ്ട് ഉപയോഗപ്പെടുത്തി സ്ഥാപിച്ച സഹകരണ സ്ഥാപനത്തിന്റെതാണെന്നും ജീവനക്കാർ എല്ലാവരും വിമുക്തഭടന്മാ രാണെന്നും പറഞ്ഞു. എന്റെ പട്ടാളത്തിലെ സേവനം സംബന്ധിച്ചും അവർ ചോദിച്ചതിനു മറുപടി നൽകി. അപ്പോഴേക്കും ബസ് നിർദ്ദിഷ്ട സ്ഥലത്തെത്തി. അവരെയെല്ലാം ഇറക്കി ഞങ്ങൾ തിരികെ പോന്നു.

താരനിശയുമായി ബന്ധപ്പെട്ട് അങ്ങനെ ഒരു അവസരം ലഭിച്ചത് അക്കാലത്ത് കമ്പനിയിൽ ആഴ്ചകളോളം സംസാരവിഷയമായിരുന്നു. ട്രേഡ് യൂണിയൻ മേഖലയിലേക്കും മറ്റ സംഘടനാപ്രവർത്തനത്തിലേ ക്കും സജീവമായി ഇറങ്ങിയതോടെ സിനിമാകമ്പം വാലറ്റപോയി.

****

പഠനം പട്ടാളത്തിൽ

പത്താം ക്ലാസ് തോറ്റ എനിക്ക് റിക്രൂട്ടിംഗ് സമയത്ത് അനുവദിക്ക പ്പെട്ടിരുന്നത് വയർലസ് ഓപ്പറേറ്റർ എന്ന ട്രേഡായിരുന്നു. 1965 ഒക്ടോബർ 19-ാം തിയ്യതി കാലത്ത് 6 മണിയോടെ ട്രെയിൻ ബാംഗ്ലൂർ കണ്ടോൻമെന്റിൽ എത്തി. ഞങ്ങൾ 29 പേരും ഇറങ്ങി പുറത്ത് കണ്ട മിലിട്ടറി ട്രക്കിനടുത്തേക്ക് എത്തി. ചുമലിൽ ഒരു യൂണിയിൽ തയ്ച്ച നക്ഷത്രം അടയാളമുള്ള ചാണകപച്ച യൂണിഫോറം ധരിച്ച ഉദ്യോഗസ്ഥൻ ആരാണ് ഇതിന്റെ ലീഡർ എന്നമ്പേഷിച്ചു. ഹാവൂ....! മലയാളിയാണ്. സന്തോഷം! ഞാനാണ് സാർ എന്ന പറഞ്ഞുകൊ ണ്ട് എന്റെ കൈയ്യിലെ പേപ്പറുകൾ അദ്ദേഹത്തെ കാണിച്ചു. അദ്ദേഹം അതിലെ ലിസ്റ്റ് നോക്കി പേരുവായിച്ചുകൊണ്ട് വണ്ടിയിൽ കയറ്റി. 7 മണിയോടെ ഞങ്ങൾ MEG (മദ്രാസ് എഞ്ചിനീയറിംഗ് ഗ്രൂപ്പ്) ന്റെ ട്രെയിനിംഗ് ബറ്റാലിയൻ നമ്പർ 1-ൽ എത്തിച്ചേർന്നു. കൂടെ വന്ന ആൾ തന്നെ ഞങ്ങളെ സ്റ്റോർ റൂമിനടുത്തേക്ക് ആനയിച്ചു. ഷർട്ടും മുണ്ടും അവിടെ അഴിച്ചുകൊട്ടക്കുവാനും തരുന്ന ട്രൗസറും ബനിയനും ധരിക്കുവാനും പറഞ്ഞു. കൈയ്യിലുള്ള പേന, ചില്ലറപൈസ എന്നിവ കൈവശം വെച്ചുകൊള്ളുവാൻ നിർദ്ദേശിക്കപ്പെട്ടു. ഓരോത്തർക്കും 2 ജോടി വീതം ഒ.ജി. ട്രൗസർ (ഒലീവ് ഗ്രീൻ കളർ) ഒ.ജി.പാന്റ്സ്, ഷർട്ട്, ബനിയൻ, കാക്കിനിറം സോക്സ്, ഓരോന്നു വീതം ക്യാൻവാസ് ഷ (തവിട്ടനിറം) ബൂട്ട്സ്, യൂണിതൊപ്പി, ബെൽറ്റ്, ക്രിക്കറ്റ് ക്യാപ്പ്, പ്ലേറ്റ്, മഗ്ഗ് (പാത്ത), സ്പൂൺ, ഇന്റാലിയത്തിന്റെ ഒരു മെസ്റ്റിൻ (അടച്ചവെക്കാൻ പറ്റിയ പാത്രം) വാട്ടർബോട്ടിൽ, ഒരു ഡറി (വിരിച്ച കിടക്കാൻ) ഒരു പുതപ്പ് (കരിമ്പടം), ഒരു കൈത്തറി തോർത്ത്, കാരിബാഗ്, സാധന ങ്ങൾ എല്ലാം കൂടി മറ്റൊരിടത്തേക്ക് മാറ്റേണ്ടി വന്നാൽ അവനിറക്കാൻ പാകത്തിലുള്ള ഒരു കറുത്ത കിറ്റ്. ഇത്രയും സാധനങ്ങൾ ഞങ്ങൾക്ക് വിതരണം ചെയ്തശേഷം താമസിക്കാനുള്ള ഒരു ഹാൾ (ബാരക്ക്)

 സഹനം സമരം ജീവിതം

കാണിച്ചതന്നെ. അവിടെ സാധനങ്ങൾ വച്ചശേഷം പ്ലേറ്റും മഗ്ഗമെടുത്ത് അടുക്കളക്കെട്ടത്തുള്ള ഭക്ഷണ വിതരണ കേന്ദ്രത്തിലേക്ക്. 2 വലിയ പൂരി അത് കഴിക്കാൻ മാത്രം പരിപ്പുകറി, മുക്കാൽ മഗ്ഗ് ചായ, ഡൈനിംഗ് ഹാളിൽച്ചെന്ന് ചായ കഴിച്ച് മുറിയിലേക്ക് ചെന്നു. അവിടേക്ക് എത്തി ച്ചേർന്ന കമാണ്ടർ ഞങ്ങളെ ബാർബർഷാപ്പ് സ്ഥിതിചെയ്യുന്ന സ്ഥല ത്തേക്ക് ആനയിച്ചു. വരിയായി നിന്നു തലനീട്ടിക്കൊടുത്തു. മുടിയാകെ മാറ്റി ക്ലീൻ ഷേവിംഗ്ം കഴിച്ച് തിരിച്ച വന്നു. കുളി കഴിഞ്ഞ് ഉച്ചഭക്ഷണം ചോറും കറിയും തന്നെ. അൽപം ഇറച്ചിക്കറിയും ഉണ്ടായിരുന്നു. പിന്നീട് വിശ്രമമായിരുന്നു.

വിശ്രമസമയത്ത് പരിചയപ്പെടൽ നടന്നു. അപ്പോഴാണ് ഞങ്ങളുടെ കൂടെ മലയാളികൾ മാത്രമല്ല, തമിഴർ, കർണ്ണാടകക്കാർ, തെലുങ്കുകാർ എന്നിവരും ഉണ്ടെന്നും മൊത്തം 60 പേരുള്ള ഒരു പ്ലാറ്റൺ ആണ് ഞങ്ങളെന്നും 10/65 ബി എന്നാണ് അതിന്റെ പേരെന്നും എനിക്ക് മനസ്സിലായത്. രാത്രി ഭക്ഷണം 2-3 ചപ്പാത്തിയും കുറച്ച് ഇറച്ചിക്കറി യുമായിരുന്നു. ഭക്ഷണം കഴിച്ച് എല്ലാവരും ഹാളിൽ എത്തണമെന്ന് അറിയിപ്പ് ഡൈയിനിംഗ് ഹാളിൽ തന്നെ ലഭിച്ചിരുന്നു. ഞങ്ങളെല്ലാം എത്തിയശേഷം ഒരു കമാൻഡർ വന്നു. അദ്ദേഹത്തിന്റെ അറിയിപ്പ് വന്നു. ഇപ്പോൾ ഈ പ്ലാറ്റണിൽ 120 പേരുണ്ട്. അതിൽ ഞാൻ പേര് വിളിക്കുന്നവർ പുറത്തേക്ക കടക്കണം. നിങ്ങളുടെ സാധനങ്ങൾ ഒന്നൊാ ഴിയാതെ കൈയ്യിലെടുക്കണം. നിങ്ങളുടെ പേര് വിളിക്കുമ്പോൾ നിങ്ങൾ ക്ക് അനുവദിക്കപ്പെട്ട ആർമി നമ്പറും ഞാൻ പറയും അതുതെറ്റാതെ എഴുതി എടുക്കണം. ജീവിതാവസാനം വരെ ഇത് ഓരോരുത്തരുടെയും നമ്പരായിരിക്കും. 1343882 പറക്കോട്ട രാഘവൻ, അതായിരുന്നു ഞാൻ. അറുപത് പേരോട്ടും മുന്നിൽ നിൽക്കുന്ന 2 ട്രക്കുകളിലായി കയറാൻ ആവശ്യപ്പെട്ടു. ഏതാണ്ട് 5 കിലോമീറ്റർ അകലെയുള്ള ട്രെയിനിംഗ് ബറ്റാലിയൻ IIIലേക്കാണ് ഞങ്ങളെ കൊണ്ടുപോയത്. അടുത്ത ദിവസം മാത്രമാണ് കോഴിക്കോട്ട നിന്നും എന്റെ കൂടെയുണ്ടായിരുന്ന 29 പേരിൽ 10 പേര് മാത്രമേ ഞങ്ങളുടെ 60 പേരിൽ ഉണ്ടായിരുന്നുള്ള എന്ന് എനിക്ക് മനസ്സിലായത്. പകരം കണ്ണൂർ, തൃശ്ശൂർ, പാലക്കാട് ജില്ലകളിൽ നിന്നുള്ള 19 മലയാളികളും തമിഴ്, കന്നഡ, തെലുങ്ക് ഭാഷ ക്കാരായ 31 പേരും അടങ്ങുന്നതായിരുന്ന ഇവിടെ 10/65 J എന്ന പേരുള്ള ഞങ്ങളുടെ പ്ലാറ്റണിലുണ്ടായിരുന്നത്.

അടുത്ത ദിവസം ഭക്ഷണ സമയമല്ലായുള്ള സമയങ്ങളിൽ പല കമാൻഡർമാരും പ്ലാറ്റണിൽ വന്നു. ട്രെയിനിംഗിന്റെ വിവരങ്ങൾ വിശദമായി പറഞ്ഞു തന്നു. പട്ടാളത്തിൽ അച്ചടക്ക സംബന്ധമായ

കാര്യങ്ങളും വിശദീകരിച്ചു തന്നു. ട്രെയിനിംഗ് ആരംഭിക്കുന്നതിനുമുമ്പായി രണ്ടു ദിവസങ്ങൾ നീണ്ടു നിൽക്കുന്ന അപ്റ്റിട്യൂഡ് ടെസ്റ്റ് ഉണ്ടായിരിക്കുമെന്നും അതോടനുബന്ധിച്ച് തന്നെ ഒരു എഴുത്തു പരീക്ഷയും ഉണ്ടാകുമെന്നും അറിയിക്കപ്പെട്ടു. ടെസ്റ്റ് ഓരോരുത്തരുടെയും ബുദ്ധിപരീക്ഷിക്കുന്ന പ്രകാരത്തിൽ കട്ട അട്ടുക്കൽ, കോളങ്ങൾ പൂരിപ്പിക്കൽ തുടങ്ങിയവയായിരുന്നു. എഴുത്തുപരീക്ഷ എല്ലാവർക്കും നിർബന്ധമായിരുന്നില്ല. തമിഴ്-തെലുങ്ക് കർണ്ണാടകക്കാരിൽ പേരെഴുതാൻ തന്നെ അറിഞ്ഞു കൂടാത്തവരും ഉണ്ടായിരുന്നു. മലയാളികളിൽ ആറാം ക്ലാസ് മുതൽ PUC വരെ പഠിച്ചവരായിരുന്നു. അവരെല്ലാവരും എഴുത്തുപരീക്ഷക്ക് ഹാജരായിരുന്നു. ഈ പരീക്ഷകളുടെ അടിസ്ഥാനത്തിലാണ് ഓരോരുത്തരും ഏത് ട്രേഡിനാണ് അർഹരെന്നു തീരുമാനിക്കുന്നത്. അതായത് സെലക്ഷൻ സമയത്ത് എനിക്ക് വയർലെസ്സ് ട്രേഡ് കിട്ടി എന്നുവെച്ച് ടെസ്റ്റിനു ശേഷം അതുതന്നെ കിട്ടിക്കൊള്ളണമെന്നില്ല. MEG (മദ്രാസ് എഞ്ചിനീയറിംഗ് കോർപ്സ്) എന്ന ഡിപ്പാർട്ട്മെന്റ് ഫൈറ്റിംഗ് സോൾജിഘേസ് അല്ല. ഫൈറ്റ് ചെയ്യുന്നവർക്ക് മുന്നേറാൻ ആവശ്യമായ വഴി ഒരുക്കുന്ന വിഭാഗമാണ്. ഓരോ ജവാനും ബേസിക് ട്രെയിനിംഗ്, ഫീൽഡ് എഞ്ചിനിയറിംഗ്, ട്രേഡ് ടെസ്റ്റ് എന്നിവ മൂന്നും പാസ്സാകണം. 6 മാസം ബേസിക് ട്രെയിനിംഗും PT (ഫിസിക്കൽ ട്രെയിനിംഗ്) Drill (മാർച്ചിംഗ്) W.T (വെപ്പൻ ട്രെയിനിംഗ്) തുടങ്ങിയവയാണ് ബേസിക് ട്രെയിനിംഗ്. 6 മാസം കൊണ്ട് ഇതിന്റെ പാസിംഗ് ഔട്ട് പരേഡ് നടക്കും. അതോടൊപ്പം ജവാന്മാർ എന്ന നിലക്കുള്ള സത്യപ്പരേഡും (ഖസം പരേഡ്) നടക്കും. ബൈബിൾ, ഖുർആൻ, ഭഗവത്ഗീത എന്നിവ തൊട്ടാണ് ഏത് സാഹചര്യത്തിലും രാജ്യരക്ഷക്കായി തയ്യാറാണെന്ന് സത്യം ചെയ്യുന്നത്. ഈ പരേഡ് ഏറെ ആവേശകരം തന്നെയാണ്. സാഹചര്യം ഒത്തുവന്നാൽ സത്യപരേഡ് കഴിഞ്ഞ ഉടനെ പ്ലാറ്റൂണി നാകെ 28 ദിവസത്തെ ലീവ് അനുവദിക്കും. 2 മാസത്തെ ശമ്പളവും സൗജന്യയാത്രാ ടിക്കറ്റും തരും. തിരിച്ച വന്നാലുടനെ FE (ഫീൽഡ് എഞ്ചിനിയറിംഗ്) ആരംഭിക്കും. അത് 3 മാസമാണ്. റോഡ്-പാലം താല്ക്കാലിക താവളങ്ങൾ എന്നിവ ഒരുക്കാനും അതിനാവശ്യമായ ടെക്ക്നിക്കുകളും കൂട്ടത്തിൽ വാട്ടർമാൻഷിപ്പ് (നീന്തൽ, തോണിതു ഴയൽ, മോട്ടോർ ബോട്ടോടിക്കൽ എന്നിവയാണ് ഇതുമായി ബന്ധപ്പെട്ട പഠനം). ബാംഗ്ലൂരിലെ അൾസൂർലേക്ക് ലാണ് ഇത് കഴിച്ചുകൂട്ടുന്നത്. FE പൂർത്തിയായാൽ പിന്നെ ട്രേഡ് ടെസ്റ്റ് ആണ്. അപ്റ്റിട്യൂഡ് ടെസ്റ്റിന്റെ മാർക്കടിസ്ഥാനത്തിൽ കിട്ടിയ ട്രേഡുകൾക്ക് ഓരോന്നിനും ഓരോ കാലാവധിയാണ്. എല്ലാ ട്രേഡുകൾക്കും ക്ലാസ് 3, ക്ലാസ് 2, ക്ലാസ് 1

     സഹനം സമരം ജീവിതം

എന്നിങ്ങനെ തരം തിരിവുണ്ട്. ട്രേഡ് ടെസ്റ്റ് കഴിയുന്നതോടെ പ്ലാറ്റൺ എന്ന നിലയിൽ ചില മാറ്റങ്ങൾ ഉണ്ടാകും. ചില ട്രേഡുകൾ ക്ലാസ് 3 കഴിയുന്നതോടെ അവരെ ഫീൽഡ് കമ്പനികളിലേക്കോ മറ്റ യൂണിറ്റ കളിലേക്കോ പോസ്റ്റ് ചെയ്യും. ചില ട്രേഡുകാർക്ക് ക്ലാസ് 3 കഴിഞ്ഞ ഉടനെ ക്ലാസ് 2 നും കൂടി അവസരം കൊടുക്കും. ചിലർക്ക് സർവ്വീസ് പൂർത്തിയാക്കുന്നത് വരെ ക്ലാസ് 3 ൽ ഇടരേണ്ടതായിട്ടും വന്നേക്കും.

എം.ഇ.ജിയിലെ ട്രെയിനിങ് മൊത്തത്തിൽ ആർട്ടിലറി, ഇൻഫെ ൻട്രി തുടങ്ങിയ ഫൈറ്റിംഗ് വിഭാഗങ്ങളെക്കാൾ കടുത്തതാണ് എന്ന് സർവ്വരും അംഗീകരിച്ചിരുന്നതാണ്. ട്രെയിനിങ് സമയത്ത് കാലത്ത് മുതൽ സമയനിഷ്ഠയുണ്ടായിരുന്നു. 5 മണിക്ക് പ്രാഥമിക കർമ്മങ്ങൾ കഴിഞ്ഞ് ഒരു കാലി ചായ കഴിച്ച് തലേദിവസത്തെ നിർദ്ദേശപ്രകാരം വസ്ത്രം ധരിച്ച് ഗ്രൗണ്ടിൽ ഹാജരാകണം. ചില പ്ലാറ്റൺകാർക്ക് ഡ്രിൽ, ചിലർക്ക് പി.ടി., ചിലർക്ക് WT, ചിലർക്ക് വാട്ടർമെൻഷിപ്പ്, അങ്ങിനെ ഓരോരുത്തർക്കും നിശ്ചയിക്കപ്പെട്ട ട്രെയിനിങിൽ 8.30 വരെ ഇടരും. ഓരോന്നിനും പ്രത്യേകം ഇൻസ്ട്രക്ടർമാർ (അധ്യാപകർ) ഉണ്ടാകും. 8.30 ന് പിരിഞ്ഞാൽ അരമണിക്കൂർകൊണ്ട് പ്രഭാതഭക്ഷണം- വലിയ 2 പൂരി കുറച്ച് പരിപ്പ്, ഉരുളക്കിഴങ്ങ്കറി, ചായ ഇതാണ് സാധാരണ ഗതിയി ല്യണ്ടാക്കുക. ഭക്ഷണത്തിൽ മാറ്റങ്ങൾ ഉണ്ടാക്കുകയും പതിവാണ്. 9.30 മുതൽ 1 മണിവരെ ട്രെയിനിങ് ഇടരും. 1 മുതൽ 2 മണി വരെ ഉച്ചഭക്ഷണം. മിക്കവാറും ചോറും കറികളും തന്നെയാകും. മാസത്തിലൊ രിക്കലെങ്കിലും ബിരിയാണിയും മറ്റും ഉണ്ടാകും. ഭക്ഷണശേഷം 4 മണി വരെ ട്രെയിനിങ് തന്നെ. 4 മണി മുതൽ അര മണിക്കൂർ വൈകുന്നേര ത്തെ ചായ- പരിപ്പവട, ഉഴുന്നവട, പക്കവട തുടങ്ങിയവയിലേതെങ്കിലും ഒരു ലഘുകടിയും ചായയുമാണുണ്ടാകുക. ട്രെയിനിങ് നല്ല വെയിലുള്ള സമയത്താണെങ്കിൽ കഞ്ഞിവെള്ളത്തിൽ വലിയ ഉള്ളി (സവാള) അരി ഞ്ഞിട്ട കൊണ്ടുവന്നതരും. ദാഹവും ക്ഷീണവും ഉണ്ടാകില്ല. നാലുമണി ചായ കഴിഞ്ഞാൽ കുളിയും അലക്കും. അടുത്തനാളത്തേക്കുള്ള ഒരു ക്കങ്ങളും കഴിഞ്ഞ് 6 മണിക്ക് റോൾകോൾ പരേഡുണ്ടാകും. കമ്പനി തലത്തിലായിരിക്കും പരേഡ്, ഓരോ പ്ലാറ്റൺ കമാൻറ്റും പരേഡിൽ പങ്കെടുത്തവരെക്കുറിച്ചും പങ്കെടുക്കാത്തവർ എവിടെയൊക്കെയാണെ ന്നും സംബന്ധിച്ച കണക്ക് കമ്പനി കമാണ്ടറെ ഏൽപ്പിക്കണം. അടുത്ത ദിവസത്തേക്കുള്ള പരിപാടികൾ- ട്രെയിനിങ് സംബന്ധിച്ച കാര്യ ങ്ങൾ- അന്നേ ദിവസം ഡോക്ടറെ കാണാൻ പോയവരെ സംബന്ധിച്ച വിവരം എന്നിവയെല്ലാം കമ്പനി ഹവിൽദാർ മേജർ അവിടെ പറയും. റോൾക്കാൾ പരേഡ് കഴിഞ്ഞ ഉടനെ ഭക്ഷണം. അതു കഴിഞ്ഞാൽ

റക്രിയേഷൻ ക്ലബിൽ പോകാം, അവിടെ പത്രങ്ങളും വീക്കിലികളും വായിക്കാം. കാരംസ് കളി, ചെസ് കളി, ശീട്ടുകളി എല്ലാമുണ്ട്. വീട്ടിലേക്ക് കത്തെഴുതുകയും ഇതോടൊപ്പം. ഈ സമയത്ത് തന്നെ പൊതുവിദ്യാഭ്യാ സവും ആർമി വിദ്യാഭ്യാസവും നേടുന്നതിന് പഠിക്കാനുള്ള നിശാക്ലാസു കളും ഉണ്ടാകും. ആർമി എഡ്യൂക്കേഷൻ കോർപ്സ് (AEC)ആണ് ഇത് സംഘടിപ്പിക്കുന്നത്. ഹിന്ദി III-II-I, ഇംഗ്ലീഷ് III-II-I, മാപ്പ് റീഡിംഗ് III-II-I ഇവയാണ് സാധാരണ ഗതിയിൽ നടത്തിവരുന്ന ക്ലാസ്സുകൾ. 7 മണി മുതൽ 9 - 9.30 മണി വരെ ക്ലാസുണ്ടാകും. ആലപ്പുഴക്കാരൻ ഒരു ഹവിൽദാർ ഭാസ്കരൻനായരായിരുന്ന ഇൻ ചാർജ്ജ്. അക്ഷരാ ഭ്യാസം ഇല്ലാത്തവരെ പേരും വിലാസവും എഴുതി പഠിപ്പിക്കുന്ന പതിവും ഉണ്ടായിരുന്നു.

ഭക്ഷണം കഴിഞ്ഞാൽ ഞാൻ നേരെ ഹിന്ദി III ക്ലാസിനു പോകും അതോടൊപ്പം IIIഇംഗ്ലീഷ്, III മാപ്പ് റീഡിംഗ് എന്നിവക്കും ഓരോ പിരീഡ് അറ്റന്റ് ചെയ്യും. ബേസിക് ട്രെയിനിംഗ് കഴിയുന്നതോടൊപ്പം തന്നെ IIഹിന്ദി II ഇംഗ്ലീഷ് പരീക്ഷകൾ എഴുതികഴിയുകയും അതിന്റെ റിസൾട്ട് വരും മുമ്പെ തന്നെ ഭാസ്കരൻ സാറിന്റെ നിർദ്ദേശപ്രകാരം ഹിന്ദിയുടെയും ഇംഗ്ലീഷിന്റെയും ക്ലാസ്സിൽ ചേരുകയും ചെയ്തിരുന്നു. റിസൾട്ട് വരുന്നതിനുമുമ്പെ ക്ലാസിൽചേരാൻ സാധിക്കുമായിരുന്നെ ങ്കിലും പരീക്ഷക്ക് ഓർഡർവരും മുമ്പെ റിസൽട്ട് വരാതെ പരീക്ഷക്ക് ഇരിക്കാൻ പറ്റമായിരുന്നില്ല. ബറ്റാലിയൻ തലത്തിലാണ് റിസൽട്ട് പബ്ലിഷ് ചെയ്തിരുന്നത്. ട്രെയിനിംഗ് സെന്ററിലുള്ള എന്റെ പൊതു വിദ്യാ ഭ്യാസ പരീക്ഷകളുടെ ഫലം വന്നതോടെ ഹവിൽദാർ AEC ഭാസ്കരൻ സാറിനു സ്ഥലം മാറ്റം വന്നു. അദ്ദേഹം പോകുന്നതുമായി ബന്ധപ്പെട്ട ഓരോ കമ്പനിയിലും യാത്രയയപ്പ് സംഘടിപ്പിച്ചിരുന്നു. പഠനത്തിൽ ജാഗ്രത പുലർത്തിയിരുന്ന 2 പേർക്ക് വീതം അദ്ദേഹം സ്വന്തം നിലക്ക് ഉപഹാരങ്ങൾ നൽകിയിരുന്നു. ഞങ്ങളുടെ കമ്പിനിയിലേക്ക നൽകിയ സമ്മാനം ഒന്നാമത് എനിക്കാണ് ലഭിച്ചത്. ഹിന്ദി, ഇംഗ്ലീഷ്, മലയാളം ഡിക്ഷ്ണറിയായിരുന്നു. മിലിട്ടറിയിൽ നിന്നും വന്നശേഷം എന്റെ മൂത്തപെ ങ്ങളുടെ മകൾ ശ്രീമതിക്ക് ഞാൻ പ്രസ്തുത പുസ്തകം കൈമാറി. അതിൽ പിന്നീട് ഭാസ്കരൻ മാസ്റ്ററെ കാണാൻ കഴിഞ്ഞിട്ടില്ല.

ബേസിക് ട്രെയിനിംഗും, സത്യപ്രരേഡും കഴിഞ്ഞ് ഞങ്ങൾക്ക് 28 ദിവസത്തെ ലീവ് കിട്ടി. രണ്ട ദിവസംകൊണ്ട് വീട്ടിലെത്തി. വന്ന ദിവസം തന്നെ മുണ്ടിക്കൽ താഴത്ത് ചെന്ന് സഖാക്കളെയും പീടികെക്കാ രെയും സഹായിച്ച എല്ലാവരെയും നേരിൽ കണ്ട സംസാരിച്ചു. അടുത്ത ദിവസമാണ് കുടുംബവീടുകളിലേക്ക് കടന്നത്. അച്ഛന്റെ സഹോദരന്മാർ

താമസിക്കുന്ന രണ്ട് വീട്ടുകൾ ഞങ്ങളുടെ പറമ്പിൽ തൊട്ടുതൊട്ടായിരു
ന്നു. തറവാട്ട വീട്ടിൽ താമസിച്ചിരുന്നത് പറങ്ങോടൻ എന്ന വല്യച്ഛനായി
രുന്നു. അദ്ദേഹത്തിന്റെ മകൻ ബാലകൃഷ്ണനും ഞാനും ഒരേ മാസത്തിൽ
ജനിച്ചവരായിരുന്നു. ഞാൻ വീട്ടിൽ ചെല്ലുമ്പോൾ വല്യച്ഛന് തീരെ സുഖമി
ല്ലാതെ കിടപ്പാണ്. തിരുവനന്തപുരം മെഡിക്കൽ കോളേജിൽ കൊണ്ട്
പോകണമെന്ന് കോഴിക്കോട് ബീച്ചാശുപത്രിയിൽ നിന്നും നിർദ്ദേശിച്ചി
രിക്കയാണ്. തിരുവനന്തപുരത്ത് കൊണ്ടുപോകാനും ആശുപത്രിയിൽ
കൂട്ടുനിൽക്കാനും ആരും ഇല്ലാത്തതുകൊണ്ട് പോകാതിരിക്കുകയാണ്
എന്ന വിവരം അറിഞ്ഞു. നമുക്ക് നാളെത്തന്നെ പോകാം ഞാൻ വരും
വല്യച്ഛന്റെ കൂടെ. ഏറെ സന്തോഷമായി. ഞങ്ങൾ മൂന്നുപേരും തിരുവന
ന്തപുരം മെഡിക്കൽകോളേജിൽ പോയി വല്യച്ഛനെ അവിടെ അഡ്മിറ്റ്
ചെയ്തശേഷം ബാലകൃഷ്ണനെ തിരിച്ചയച്ച് ഞാൻ അവിടെ കൂട്ടിനിരുന്നു.
22 ദിവസം തുടർച്ചയായി ഞാൻ ആശുപത്രിയിൽ കൂട്ടുനിന്നു. ലീവ്
കഴിഞ്ഞു തിരിച്ച പോകാൻ 2 ദിവസം മാത്രമുള്ളപ്പോൾ തിരിച്ച വീട്ടിലെ
ത്തി. വരുംവഴിയാണ് പെങ്ങളുടെ കോഴിക്കോട്ടുള്ള വീട്ടിൽ കയറിയത്.
ബന്ധുവീട്ടുകളിലൊന്നും പോകാൻ പറ്റിയില്ലെങ്കിലും വല്യച്ഛന്റെ രോഗം
നന്നേ കുറയും വരെ കൂട്ടുനിൽക്കാൻ സാധിച്ചതില്ലുള്ള ചാരിതാർത്ഥ്യം
ഏറെയായിരുന്നു. വല്യച്ഛന്റെ കൂടെ വീട്ടിൽ താമസിച്ച് സ്വർണ്ണപ്പണി
പഠിച്ചിരുന്ന പെരുവയൽക്കാരൻ പാണക്കാട്ട ഭാസ്കരൻ എന്ന
സഖാവായിരുന്നു എന്നെ പകരം വെക്കാൻ ആശുപത്രിയിലേക്ക
വന്നിരുന്നത്. അസുഖം ഭേദമായി വല്യച്ഛൻ പിന്നീട് 12 വർഷം വരെ
സുഖമായിരുന്ന ശേഷമാണ് മരണപ്പെട്ടത്. ബാലകൃഷ്ണൻ പെൻഷൻ
പറ്റിയശേഷം 3 വർഷം കൊണ്ട് മരണപ്പെട്ടുകയുണ്ടായി. മരിക്കുന്ന
തിനു ഒരാഴ്ച മുമ്പ് ഞാനും ഭാര്യയും ചെന്ന് കണ്ടിരുന്നു. അച്ഛനു വേണ്ടി
തിരുവനന്തപുരത്ത് ലീവ് പൂർണ്ണമായും വിനിയോഗിച്ചത് സംബന്ധിച്ച്
ഞങ്ങളെ സാക്ഷിയാക്കി അവന്റെ ഭാര്യയോട് പറഞ്ഞത് എന്റെ കണ്ണ
നനയിച്ചു. ലീവ് കഴിഞ്ഞ് തിരിച്ചെത്തിയതും ഫീൽഡ് എഞ്ചിനിയറിംഗ്
ആരംഭിച്ചു. പതിവുപോലെ നിശാക്ലാസ്സുകളിൽ പഠനവും തുടർന്നു.
ഫീൽഡ് എഞ്ചിനിയറിംഗ് പൂർത്തിയാക്കിയതോടെ ട്രേഡ് ട്രെയിനിംഗ്
ആരംഭിച്ചു.

ആപ്റ്റിട്യൂഡ് ടെസ്റ്റിൽ എഴുത്ത് പരീക്ഷ കഴിഞ്ഞശേഷം ഒരു
പേഴ്സണൽ ഇന്റർവ്യൂ ഉണ്ടായിരുന്നു. അവിടെ വെച്ചതന്നെ ഓരോ
രുത്തർക്കും അർഹതപ്പെട്ട ട്രേഡ് ഏതെന്നും അറിയിക്കുകയും ചെയ്തു.

ഇലക്ട്രീഷ്യൻ, എഞ്ചിൻ ആർട്ടിഫിഷർ, സർവ്വെയർ, ഡ്രാഫ്റ്റ്സ്മാൻ,
എഞ്ചിൻ ഫിറ്റർ, ബ്രിക്ക്ലെയർ, മേസൺ, ഒഇഎം, എഇഎം,

വെൽഡർ, ടിൻസ്മിത്ത്, ബ്ലാക്ക്സ്മിത്ത്, വയർലെസ് ഓപ്പറേറ്റർ, കാർ പ്പന്റർ, പെയിന്റർ തുടങ്ങിയ ഒട്ടേറെ ട്രേഡുകൾ ഉണ്ടായിരുന്ന. ഇവ A,B,C,D,E ഗ്രേഡുകളായി തിരിച്ചിരുന്ന. സാധാരണഗതിയിൽ 'A' ഗ്രേഡ് ട്രേഡുകൾ നേരിട്ട ലഭിക്കുമായിരുന്നില്ല. 'B'ഗ്രേഡ് ട്രേഡിന്റെ അപ്ഗ്രേഡേഷനാണത്. ഉദാഹരണത്തിന്, AEM. അത് പക്ഷേ നേരിട്ട് ലഭിക്കില്ല. 'C'യിൽപ്പെട്ട OEM III-II-I കഴിഞ്ഞാൽ AEM ആകും. അത് 'A'ഗ്രൂപ്പാണ്. എന്റെ ഇന്റർവ്യൂസമയത്ത് ഓഫീസർ പറഞ്ഞത് ഇങ്ങനെയാണ് : 'മിസ്റ്റർ രാഘവൻ താങ്കൾ വയർലെസ് ഓപ്പറേറ്ററാ യാണ് സെലക്ട് ചെയ്യപ്പെട്ടത്. അത് D ഗ്രൂപ്പാണ്. ടെസ്റ്റിലും എഴുത്തു പരീക്ഷയിലും താങ്കൾക്ക് മുന്തിയ മാർക്കുണ്ട്. ഗ്രൂപ്പിൽ ഏത് ട്രേഡിനും താങ്കൾ അർഹനാണ്, ഏതാണ് വേണ്ടത്?' എനിക്ക് ട്രേഡുകളെ സംബന്ധിച്ച് യാതൊരു വകതിരിവും ഉണ്ടായിരുന്നില്ല. 'സർവ്വെയർ മതി സാർ' എന്ന മറുപടി കൊടുത്തപ്പോൾ അദ്ദേഹം ഓക്കെ എന്ന പറഞ്ഞു. എന്റെ പേരിന്റെ നേർക്ക് അതു രേഖപ്പെടുത്തുകയാണുണ്ടാ യത്. ഫറോക്കുകാരൻ ഒരു അബ്ബബക്കറുണ്ടായിരുന്ന. അദ്ദേഹവും സർവ്വെയറായിരുന്ന. സർവ്വെയർ ട്രേഡ് ഗ്രേഡ് III പാസായതിനെ തുടർന്ന് IInd ഗ്രേഡിനുള്ള അവസരവും എനിക്ക് ലഭിച്ച. ഇതിനിടയ്ക്ക് നിശാക്ലാസ്സിൽ പോയി പഠിച്ച് ഞാൻ III-II-I ഇംഗ്ലീഷ്, II-I ഹിന്ദി, III-II മാപ്പ് റീഡിംഗ് പരീക്ഷകൾ പാസ്സായി. അവയുടെയെല്ലാം സർട്ടിഫിക്ക റ്റുകൾ കരസ്ഥമാക്കിയിരുന്ന. II ഗ്രേഡ് സർവ്വെക്ക പഠിക്കുമ്പോൾ III ഗ്രേഡ് സർവ്വെ ക്ലാസ്സിൽ ക്ലാസെടുക്കാൻ എന്നെ പറഞ്ഞയച്ചിരുന്ന.

ബേസിക് ട്രെയിനിംഗ് സമയത്ത് കടുത്ത രീതികൾ ഉണ്ടായിരുന്ന തുകൊണ്ട് വന്നിരുന്ന മാനസിക സംഘർഷം കുറക്കാൻ രാത്രി 9.30 ന് ഇൻസ്ട്രക്ടർമാരിൽ ഒന്നോ രണ്ടോ പേർ പ്ലാറ്റൂൺ ഹാളിൽ വരും. എല്ലാവരെയും ഒരു ഭാഗത്തേക്ക് വിളിച്ചിരുത്തും. അന്നത്തെ ട്രെയിനിംഗ് അനുഭവങ്ങൾ, കുടുംബത്തിൽ എന്തെങ്കിലും പ്രയാസങ്ങൾ വന്നുപെട്ടി ട്ടുണ്ടോ? ആർക്കെല്ലാം കത്തുകൾ വന്ന? ആരെല്ലാം കത്തുകളയച്ച? തുടങ്ങിയ കാര്യങ്ങളെല്ലാം പങ്കുവെക്കും. പാട്ട പാടാനറിയുന്നവർ പാടണം. ഇൻസ്ട്രക്ടർമാരിൽ പലരും നല്ല പാട്ടുകാരായിരുന്ന. അവരും പാട്ടും. ഒരാളോട് പാടാൻ പറഞ്ഞാൽ അറിയില്ലെങ്കിലും എന്തെങ്കിലും 2 വരി പാടിയേ പറ്റു. അറബിക്കടലൊരു മണവാളൻ, കരയോനല്ലൊരു മണവാട്ടീ... (ഭാർഗ്ഗവീനിലയം).... മാനെന്നും വിളിക്കില്ല, മയിലെന്നും വിളിക്കില്ല... (നീലക്കയിൽ).... പറന്ന പറന്ന പറന്ന ചെല്ലാൻ പറ്റാത്ത കാട്ടുകളിൽ... (വിശറിക്ക കാറ്റുവേണ്ട നാടകം) തുടങ്ങിയ പാട്ടുകളാണ് ഞാൻ ഒത്തൊപ്പിച്ച പാടിയിരുന്നത്. കണ്ണൂർക്കാരൻ

ബീഡിത്തൊഴിലാളിയായിരുന്ന മുകുന്ദൻ 'ബലികുടീരങ്ങളേ' എന്ന വിപ്ലവഗാനം മനോഹരമായി പാട്ടമായിരുന്നു. മുരുകൻ എന്ന തമി ഴ്നാട്ടുകാരൻ മണപ്പാരമാട്ടുകെട്ടി... മായവനൊ ഏരുപ്പട്ടി... എന്ന തമിഴ് ഗാനം അസ്സലായി പാട്ടമായിരുന്നു. തെലുങ്കിൽ തുളസി (തുളസീധരൻ) ആയിരുന്നു നല്ല പാട്ടുകാരൻ. കന്നടക്കാരൻ കൃഷ്ണപ്പ എന്നയാളും നന്നാ യിപ്പാട്ടമായിരുന്നു. ഞങ്ങളുടെ ഡ്രിൽ ഇൻസ്ട്രക്ടർ തെലുങ്കുനാട്ടുകാരൻ വരുന്ന ദിവസം വലിയ സന്തോഷമായിരുന്നു.

ചാഷംഗമേ ഇുചെ... സാഞ്ച് സവേരെ എന്ന പാട്ട് അദ്ദേഹത്തിന്റെ മാസ്റ്റർ പീസായിരുന്നു. തമിഴ്, തെലുങ്ക് പാട്ടുകളും പാട്ടമായിരുന്നു. ട്രെയി നിംഗിൽ അദ്ദേഹം ഏറെ കർക്കശക്കാരനായിരുന്നെങ്കിലും അദ്ദേഹം നിർമ്മല ഹൃദയനായിരുന്നു. ട്രെയിനിംഗിൽ തീരെ പിന്നോക്കം നിൽ ക്കുന്നവരെ മുൻനിരയിലെത്തിക്കത്തക്ക ഉപദേശ നിർദ്ദേശങ്ങൾ, വ്യക്തിത്വവികസനം തുടങ്ങിയ വിഷയങ്ങളിൽ ഇത്തരം സദസ്സുകളിൽ ഇൻസ്ട്രക്ടർമാർ പ്രഭാഷണം നടത്തുമായിരുന്നു. ഞാൻ ട്രെയിനിംഗിന്റെ എല്ലാ കാര്യങ്ങളിലും 3-ാം തരക്കാരനായിരുന്നു. (3rd grade) എന്നാൽ എഴുത്തുകുത്തുകൾ നടത്തുന്നതിനും കാര്യങ്ങൾ മറ്റള്ളവർക്ക് പറഞ്ഞു കൊടുക്കുന്നതിലും കുറച്ചുകൂടി മുൻപന്തിയിലായിരുന്നു.

ട്രെയിനിംഗ് ബറ്റാലിയനിലെ 'P' കമ്പനിയിൽ 12/65 Aയിലെ പി.യു. കുര്യാക്കോസ്- കോട്ടയം തലയോലപറമ്പ് നിവാസി എന്റെ ആത്മമിത്രങ്ങളിലൊരാളായിരുന്നു. 'D'കമ്പനിയിലെ 10/65-C പ്ലാറ്റൂൺ കാരൻ പെയിന്റർ പത്തനംതിട്ട- മലയാലപ്പഴനിവാസി ഡി. പ്രസാദ്, D കമ്പനിയിലെത്തന്നെ പയ്യോളിക്കാരൻ ചെറിയത്ത് ദാമോദരൻ നമ്പ്യാരുടെ മകൻ സി. രാഘവൻ, തുടങ്ങിയവർ പ്രത്യേകപരിഗണന യുള്ള സുഹൃത്തുക്കളായിരുന്നു. ഞങ്ങളുടെ പ്ലാറ്റൂണിലെ എല്ലാവരുമായും അടുത്ത ബന്ധം പുലർത്തിയിരുന്നു.

****

പരിശീലനവും മാറ്റവും

ട്രെയിനിംഗ് കാലത്ത് 32 രൂപയും 6 രൂപയ്ക്കുള്ള കാന്റീൻ കൂപ്പൺ മാണ് പ്രതിമാസം ശമ്പളം എന്ന നിലയ്ക്ക് ലഭിക്കുക. കാന്റീൻ കൂപ്പൺ ഒരു അവശ്യവസ്തുവാണ് പലർക്കും കാരണം കാന്റീനിൽ പണം സ്വീകരിക്കില്ല. എന്നെ സംബന്ധിച്ചിടത്തോളം 32 രൂപ കയ്യിൽ വന്നാ ലുടനെ 30 രൂപ അമ്മയുടെ പേർക്ക് മണിയോഡർ അയയ്ക്കും. ബാക്കി 2 രൂപയും 6 രൂപ കാന്റീൻ കൂപ്പണും അത്യാവശ്യമായതുകൊണ്ട് ഒരു കുളിസോപ്പും, കുറച്ച് എണ്ണ, ഒരു ബൂട്ട് പോളീഷ് എന്നിവ എട്ട് രൂപ കൊണ്ട് സാധിക്കാവുന്നതേയുള്ള. 6 രൂപയ്ക്കുള്ള കാന്റീൻ കൂപ്പൺ 10 രൂപയ്ക്കും അതുക്കും മേലേയും വാങ്ങുന്ന അതിവയറൻമാർ ഉണ്ടായിരുന്നു. എന്നാൽ അപ്രകാരം അധികവിലക്ക് വിൽക്കാൻ ഞാൻ ഒരുക്കമായി രുന്നില്ല. 6 രൂപയ്ക്ക് തന്നെ കൂപ്പൺ വിൽക്കും. എന്റെ ആത്മ സുഹൃത്തു ക്കളിലൊരാൾ പി.യു കുര്യാക്കോസ് എന്റെ കുടുംബപശ്ചാത്തലങ്ങൾ പൂർണ്ണമായും മനസ്സിലാക്കിയിരുന്നു. ശമ്പളം കിട്ടിയാൽ അടുത്ത ദിവസം ഞങ്ങൾ തമ്മിൽ കാണുമ്പോൾ അദ്ദേഹം 5 രൂപയോ 10 രൂപയോ എനിക്ക് തരും 'വെച്ചോടാ... ആവശ്യം വരും' എന്ന ഒരു വാചകവും കൂടെയുണ്ടാകും.

സർവ്വെയർ ഗ്രേഡ് II പാസ്സാകുമ്പോഴേക്കും പ്ലാറ്റൂണിലെ മിക്കവാറ പേരും വടക്കേ ഇന്ത്യയിലേക്ക് പോസ്റ്റിംഗ് ചെയ്യപ്പെട്ട കഴിഞ്ഞിരുന്നു. ഗവ. ഗണപത് ഹൈസ്ക്കൂളിലെ എന്റെ സഹപാഠിയായിരുന്ന കോഴി ക്കോട്ടുകാരൻ ഇബ്രാഹിം എനിക്ക് മുന്നേ എം.ഇ.ജിയിൽ ട്രെയിനിംഗ് ബറ്റാലിയനിൽ നിന്നും ട്രെയിനിംഗ് കഴിഞ്ഞ് ഉത്തരേന്ത്യയിലേക്ക് പോയ വാർത്ത അറിയാനും പിന്നീട് അദ്ദേഹത്തെ കാണാനും എനിക്ക് സാധിച്ചു.

വർക്ക്ഷോപ്പ് ട്രെയിനിംഗിന്റെ പൂർത്തീകരണത്തോടൊപ്പം തന്നെ

ഞാൻ ആർമി ഫസ്റ്റ് ക്ലാസ് ഇംഗ്ലീഷ് പരീക്ഷയും പാസായിരുന്നു. എനിക്ക് 4 എഞ്ചിനീയർ റജിമെന്റ് C/056 APO എന്നതിലേക്കും അതേ ഉത്തരവിൽ തന്നെ കുര്യാക്കോസിന് 44 ഫീൽഡ്സ് പാർക്ക് കമ്പനി C/O 99 APOയിലേക്കും പോസ്റ്റിംഗ് ലഭിച്ചു. മാനസികമായും അത്ര അടുത്ത സുഹൃത്തുക്കളെന്ന നിലയ്ക്കായിരിക്കാം ഞങ്ങൾക്കിരുവർക്കും കൽക്കട്ട വരേക്കും ഒരേ ട്രെയിനിൽ തന്നെ ടിക്കറ്റ് ഒരുക്കപ്പെട്ടിരുന്നത്. മിലിറ്ററി കംപാർട്ട്മെന്റിൽ ഒന്നിച്ച യാത്ര ചെയ്തു. ഒരു ദിവസം ഹൗറയിൽ തങ്ങി പരിസരങ്ങളിലെ പ്രധാന സ്ഥലങ്ങൾ കണ്ടശേഷം അടുത്ത ദിവസം യാത്ര തുടരാമെന്ന് തീരുമാനിച്ചു. ഹൗറാ ബ്രിഡ്ജിനടുത്തുള്ള ഹൗറാ ലോഡ്ജിൽ ഒരു മുറിയെടുത്തു. കുളിയെല്ലാം കഴിഞ്ഞ് യൂണിഫോമിൽ തന്നെ പുറത്തിറങ്ങി ഹൗറാബ്രിഡ്ജിന്റെ പ്രവർത്തനമെല്ലാം കണ്ടു. റൂമിലേക്ക് നടക്കുന്നതിനിടയിൽ 'ഊണ് തയ്യാർ' എന്ന ബോർഡ് ശ്രദ്ധയിൽപെട്ടു. സന്തോഷമായി. ഊണ് 4 രൂപ എന്ന ബോർഡ് ചുമരിൽ തൂക്കിയിട്ടിട്ടുണ്ടായിരുന്നു. ഞങ്ങൾ ഊണിനായി കാത്തിരുന്നു. വിളമ്പുകാരിൽ മലയാളികളെ കണ്ടിരുന്നില്ല. ഒരാൾ ചോറ് വിളമ്പി അടുത്തയാൾ ഒരു വലിയ പ്ലേറ്റിൽ ചെറിയ പാത്രങ്ങളിലായി പരിപ്പ് കറി, തോരൻ, സാമ്പാർ, പപ്പടം തുടങ്ങിയ പലവിധങ്ങളായ ചേരുവ കളുമായി വന്നു. ഓരോന്നും ചൂണ്ടി ഇതുവേണോ ഇതുവേണോ എന്ന ചോദിച്ചു വേണം വേണം എന്ന ഞങ്ങളും 4 രൂപയ്ക്കുള്ള ഊണ് ഗംഭീരമെ ന്ന് മനസ്സിൽ വിലയിരുത്തി ഞങ്ങൾ ക്യാഷ് കൗണ്ടറിൽ എത്തിയതും ഞെട്ടിത്തരിച്ച പോയി. ഒരാൾക്ക് 24 രൂപ വെച്ച് 48 രൂപ ബിൽ. അതായത് ഊണ് 4 രൂപ എന്നത് ഒരു പ്ലേറ്റ് ചോറ് മാത്രമാണെന്നും മറ്റ കറിവിഭാഗങ്ങൾക്കോരോന്നിനും പ്രത്യേകം വിലകൊടുക്കണമെന്നും ന്യായം. അതോടെ രാത്രി ഭക്ഷണം കട്ടൻ കാപ്പിയും ഓരോ കഷ്ണം റൊട്ടിയും മാത്രമാക്കി. അടുത്ത ദിവസം കാലത്ത് കുര്യാക്കോസിനും എനിക്കും വെവ്വേറെ ട്രെയിനുകളിലാണ് പോകേണ്ടിയിരുന്നത് ആദ്യം അദ്ദേഹത്തിന്റെ വണ്ടി വന്നു. ഞാൻ യാത്രയാക്കി. ഒന്നര മണിക്കൂർ കഴിഞ്ഞാണ് എന്റെ വണ്ടി വന്ന് യാത്ര ആരംഭിച്ചത്.

രണ്ടാം ദിവസമാണെന്നാണ് ഓർമ. പകൽ സമയത്ത് രങ്കിയ സ്റ്റേഷനിൽ വണ്ടിയിറങ്ങി. മിലിട്ടറി എൻക്വയറി കൗണ്ടറിൽ ചെന്ന് യാത്രാടിക്കറ്റളും പോസ്റ്റിംഗ് ഓർഡറും കാണിച്ചു. അവർ ഒരു ട്രക്ക് കാണിച്ചു തന്നു. എന്നെയുംകൊണ്ട് അത് വെള്ളവും ചളിയും നിറഞ്ഞ റോഡുകളില്ലൂടെ കുറേ ഓടി 4 ഇ. ആർ (എഞ്ചിനീയർ റജിമെന്റ്) ന്റെ ഗ്രൗണ്ടിലെത്തി. സെക്യൂരിറ്റി ഗാർഡ് എന്നെ റെജിമെന്റ് ഹെഡ്ക്വാ ർട്ടേഴ്സിന്റെ ടെന്റിൽ എത്തിച്ചു. അവിടെ ഒഴിവുള്ള മുളങ്കട്ടിൽ കാണിച്ച

തന്നു. കക്കൂസ്, കളിക്കുന്ന സ്ഥലം എന്നിവയും കാണിച്ച തന്നു. വൈകുന്നേരം റോൾക്കാൾ പരേഡ് നടക്കുന്ന സമയം ഹവിൽദാർ മേജറുടെ കൈവശം പോസ്റ്റിംഗ് ഓർഡർ കൊടുക്കാൻ നിർദ്ദേശിച്ചു. നല്ല മഴയായിരുന്നു. സാധാരണ ഷൂവും ബൂട്ടും ധരിച്ച് നടക്കാൻ പറ്റാത്ത വിധം ചളിപിളിയായിരുന്നു വഴികളത്രയും, മഴയൊഴിഞ്ഞ നേരമില്ലായിരുന്നു. എവിടെ നോക്കിയാലും കാട്ട പ്രദേശങ്ങളും പട്ടാള ക്യാമ്പുകളും മാത്രം. സിവിലിയൻമാർ അത്യപൂർവ്വം. ഇവിടങ്ങളിലെല്ലാം സെമി പെർമനന്റ് ക്യാമ്പുകളാണ്. ഏറെ വണ്ണമുള്ള മഞ്ഞമുളകൾ കാല്യക ളാക്കി അതേതരം മുളകൾ അടിച്ചപത്തി ചുമര് പണിതിരിക്കുകയാണ്. മുകളിൽ താർപ്പായ വിരിച്ച കാണാം. 2 മീറ്റർ നീളമുള്ള മുള കാലായി കഴിച്ചിട്ടുന്നു. അര മീറ്റർ ഉയരത്തിൽ സാധനങ്ങൾ വെയ്ക്കുന്നതിനായി തട്ട് അടിക്കുന്നു. തട്ടിൽ നിന്നും അരമീറ്റർ ഉയരത്തിൽ കിടക്കാനുള്ള മറ്റൊരു തട്ടും പണിയുന്നു. കൊതുകുവലകെട്ടാനും എല്ലാം അതിൽ സംവിധാനങ്ങളുണ്ട്. മുള തച്ചപരത്തി വിരിച്ച വെച്ചാണ് കിടക്കാനും സാധനങ്ങൾ സൂക്ഷിക്കാനും സൗകര്യപ്പെടുത്തുന്നത്. രണ്ട് ഭാഗത്തായി 30 കട്ടിലുകളുണ്ട്. നടുവിൽ വഴിയാണ്.

ഞാൻ ഹാളിൽ കടക്കുമ്പോൾ ആരും ഇല്ല. പലരും പലതരം പ്രവ ർത്തനങ്ങൾക്കായി പോയിരിക്കയാവാം. നല്ല തണുപ്പാണ്. എല്ലാ കട്ടി ലിന്റെയും അടിയിലെ സാധന സൂക്ഷിപ്പ് തട്ടിൽ മറ്റ സാധനങ്ങളുടെ കൂട്ട ത്തിൽ രണ്ടും മൂന്നും കുപ്പി വീതം ഹെർക്കുലിസ് റം സീല് പൊട്ടിക്കാതെ ഇരിക്കുന്നതുകണ്ട് ഞാൻ അള്ളഭതപ്പെട്ടു. അഞ്ചരമണിയോടെ കുറച്ചപേർ അവിടേയ്ക്ക് വന്നു. 'പുതിയ പോസ്റ്റിംഗാണോ?' ഒരു കട്ടി മീശക്കാരൻ ചോദിച്ചു. 'അതേ' ടി.ബി III യിൽ നിന്നാണ്. പേര് പറക്കോട്ട് രാഘവൻ. ഓ.... സർവ്വേ ഗ്രേഡ് 2 കഴിഞ്ഞതാണല്ലേ? അതെ, പോസ്റ്റിംഗ് ഓർഡർ കണ്ടിരുന്നു. റോൾക്കാൾ പരേഡിന് സമയമായി തയ്യാറായി വന്നോളൂ. അദ്ദേഹം എന്നോട പറഞ്ഞു. റോൾക്കാൾ പരേഡിൽ വെച്ച് എന്റെ പോസ്റ്ററിംഗ് പരാമർശിക്കപ്പെട്ടു. എന്നെ 10 മണിക്ക് ഓഫീസർ കമാന്റിന മുന്നിൽ ഇന്റർവ്യൂവിന് ഹാജരാക്കാൻ പ്ലാറ്റൺകമാന്റർ ജി.ആർ. സ്വാമിനാഥന് നിർദ്ദേശം നൽകുന്നത് ഞാനും കേട്ട. പരേഡു കഴിഞ്ഞു ഭക്ഷണത്തിന പോയപ്പോൾ അദ്ദേഹം അടുത്തു വന്ന് ഇന്റർവ്യൂ കാര്യങ്ങൾ സംസാരിച്ചു. ഇന്റർവ്യൂ എന്നാൽ നമ്പർ വൺ ഡ്രസ്സ് ധരിച്ച് ആവശ്യമായ രേഖകൾ എടുത്ത് അദ്ദേഹത്തിന്റെ മുന്നിൽ മാർച്ച് ചെയ്യ പ്പെടുകയാണ്. എന്റെ ഇന്റർവ്യൂ അറ്റന്റ് ചെയ്തിരുന്നത് മേജർ കുമാർ സാഹബായിരുന്ന. പ്രാഥമിക വിവരങ്ങൾ അന്വേഷിച്ചശേഷം അദ്ദേഹം എന്റെ സർട്ടിഫിക്കറ്റുകൾ എല്ലാം പരിശോധിച്ചു. അദ്ദേഹം അടുത്ത

മുറിയിലിരിക്കുന്ന ക്യാപ്റ്റൻ ഡി. ആർ ജോഹർ സാഹബിനെ ഉറക്കെ വിളിച്ചു. 'Johar this chap has been passed his Army First Class English Certificate at the training centre itself ' അദ്ദേഹം സീറ്റിൽ നിന്നെഴുന്നേറ്റ് മേജറുടെ മുറിയിലേക്ക് വന്നു. സർട്ടിഫിക്കറ്റുകൾ ഒന്നെടുത്തു നോക്കി. Oh! he is second grade surveyor.... Then it is better to post him to help 'A' branch clerk call Havaldar C.P.Vasu ഉടനെ അവിടേക്ക് സി.പി. വാസു എന്ന ഹവിൽദാർ ക്ലർക്ക് വന്നു ചേർന്നു. തലേദിവസം എന്നോട് സംസാരിച്ച കട്ടി മീശക്കാരൻ തന്നെ. അദ്ദേഹം എന്നെ കൂട്ടി RHQ (റജിമെന്റൽ ഹെഡ്ക്വാർട്ടേഴ്സ്) ഓഫീസിലേക്ക് നടന്നു. ഓഫീസിൽ അദ്ദേഹത്തിന്റെ സീറ്റിനടുത്ത് ഒരു കസേരയിട്ട് അവിടെ ഇരിക്കാൻ പറഞ്ഞു. ഓഫീസിൽ പ്രധാനപ്പെട്ട സെക്ഷൻ - എ - അഡ്മിനിസ്ട്രേഷൻ കൈകാര്യം ചെയ്യുന്നതാണ്. അവിടെ എത്തുന്ന കത്തുകളെ സംബന്ധിച്ചും അവയുടെ ഫയലിംഗ് സംബന്ധിച്ചും അദ്ദേഹം പറഞ്ഞു മനസ്സിലാക്കി. RHQ ഒരു സ്പെഷ്യൽ പ്ലാറ്റൂണാണ്. ഫസ്റ്റ് ഗ്രേഡ് സർവ്വേയറായ ജി.ആർ. സ്വാമിനാഥ നാണ് പ്ലാറ്റൂൺ കമാന്റർ. അദ്ദേഹം നായക് റാങ്കിലുള്ള ഒരു NCO (നോൺ കമ്മീഷൻഡ് ഓഫീസർ) ആയിരുന്നു. കോയമ്പത്തൂരിലെ രംഗനാഥഅയ്യർ സ്ട്രീറ്റിലാണ് താമസമെന്ന് പറഞ്ഞതായി ഓർക്ക ന്നു. RHQ ഓഫീസിലായയതുകൊണ്ട് ഓഫീസർമാരും JCO മാരും ഉൾപ്പെടെ എല്ലാവരുമായി വേഗത്തിൽ പരിചയപ്പെടാൻ അവസരം ലഭിച്ചിരുന്നു. RHQ വിൽ പോസ്റ്റിംഗ് ആയയതുകൊണ്ട് എനിക്ക് കിടപ്പ് സ്ഥലം മാറേണ്ടി വന്നില്ല. 5 മണിക്ക് ഓഫീസടച്ച് ഞങ്ങളെല്ലാവരും ബരാക്സിൽ തിരിച്ചെത്തി. അലോഷ്യസ് കാർഡോസ് എന്ന ഒരു കോട്ടയത്തുകാരൻ നായക് ക്ലർക്ക് ഉച്ചത്തിൽ എല്ലാവരെയും വിളിച്ചു. 'ദോസ്തോം ആജ് ഹം കോ ഏക് നയാദോസ്ത് ആയാ ഹ്ആ ഹൈ! പൂരാ ഇധർ ആയിയെ'.... എല്ലാവരും അദ്ദേഹത്തിന്റെ അടുത്തേക്ക് വന്നു. 'ഇദ്ദേഹം പറക്കോട്ട് രാഘവൻ സെക്കന്റ് ഗ്രേഡ് സർവ്വേയ റാണ്. TB(ട്രെയിനിംഗ് ബറ്റാലിയൻ) നിൽ നിന്നു തന്നെ ഫസ്റ്റ് ക്ലാസ് ഇംഗ്ലീഷും പാസ്സായി വന്നു എന്ന നിലയ്ക്ക് എ ബ്രാഞ്ചിലാണ് പുള്ളിയെ പോസ്റ്റ് ചെയ്തിരിക്കുന്നത്. എല്ലാവരും കുശലപ്രശ്നങ്ങൾ നടത്തുന്ന തിനിടെ അലോഷ്യയാണ് രണ്ട് കുപ്പി റം പൊട്ടിച്ച് ബക്കറ്റിൽ ഒഴിച്ച് ഒരു മഗ്ഗ് വെള്ളം ഒഴിച്ച് ഒരു മഗ്ഗിൽ പകുതിയോളം റം എടുത്ത് എന്റെ നേർക്ക് നീട്ടി 'കുടിക്കെടാ' 'അയ്യോ എനിക്ക് വേണ്ട സർ. വേണ്ടന്നോ! പിടിച്ച് കിടത്തെടാ ഇവനെ....' അതുകേട്ടപ്പോഴേ 2 പേർ എന്നെ പിടിച്ച് കിടത്താൻ തയ്യാറായി. ഉടനെ എന്റെ സെക്ഷൻ ഹവിൽദാർ സി.പി.

വാസു ഇടപെട്ടു. 'വേണ്ട ഒരാൾക്കാവശ്യമില്ലാത്ത സാധനം കെട്ടിയേ ൽപ്പിക്കേണ്ട.' തൽക്കാലം ആ രംഗം കലാശിച്ചു.

റോൾകാൾ പരേഡ് കഴിഞ്ഞ് ഭക്ഷണത്തിന് പോകുമ്പോൾ അലോഷ്യസ് സർ എന്റെ തൊട്ട പിറകിലായിരുന്നു. രണ്ട് പെഗ്ഗ് റം സൗജന്യമായി ഭക്ഷണത്തോടൊപ്പം വിതരണം ചെയ്യമായിരുന്നു. റം വിതരണക്കാരന്റെ സമീപത്തെത്തിയപ്പോൾ അദ്ദേഹം എന്റെ പങ്കുകൂടി സ്വന്തം പാത്രത്തിൽ വാങ്ങിച്ചു. അത് മിക്കവാറും പതിവായി രുന്നു. അടുത്ത ശനിയാഴ്ച കാലത്ത് പ്ലാറ്റൂണിലെ മറ്റൊരാൾ ഒരു ലിസ്റ്റ് തയ്യാറാക്കുന്നത് കണ്ട എന്റെ പേരും നമ്പറും അതിൽ ചേർത്ത് ഒപ്പിട്ട വിച്ചു. ഞായറാഴ്ച കാലത്ത് ഒരാൾക്ക് 4 പേക്കറ്റ് നേഷണൽ ഗോൾഡ് ഫ്ളാക്ക് സിഗററ്റും 2 തീപ്പെട്ടിയും വിതരണം ചെയ്യും. അതിനുള്ള ലിസ്റ്റാണ് അദ്ദേഹം തയ്യാറാക്കിയത്. ഞായറാഴ്ച 10 മണിയോടെ ലിസ്റ്റ് തയ്യാറാക്കിയിരുന്ന അദ്ദേഹം കുറെ സിഗററ്റ് പെട്ടികളും തീപ്പെട്ടികളുമായി വന്ന് എല്ലാവർക്കും വിതരണം ചെയ്തു. ഞാൻ പുകവലിക്കില്ലെന്ന് പറഞ്ഞപ്പോൾ അദ്ദേഹത്തിനു സന്തോഷമായി. അടുത്ത ആഴ്ച മുതൽ ഒപ്പിട്ട കൊടുക്കുന്ന പണി എനിക്കും പുകവലിച്ച തീർക്കുന്നത് മറ്റള്ളവരും എന്ന നിലയിലായി. അടുത്ത വർഷത്തെ അവധിക്ക പോകുമ്പോൾ രണ്ട മാസത്തേക്ക് 32 പാക്കറ്റ് സിഗററ്റും 16 തീപ്പെട്ടിയും ലഭിച്ചത് ഞാൻ വീട്ടിൽ കൊണ്ടുവന്നു. എന്നെ കാണാൻ വന്ന സുഹൃത്തുക്കൾ ഒന്നും രണ്ടുമായി എടുത്തുകൊണ്ടുപോയി തീർത്തു. രണ്ട മാസം അവധി കഴിഞ്ഞ് തിരിച്ച് റജിമെന്റിൽ എത്തിയപ്പോൾ റജിമെന്റ് ചണ്ഡിഗഡിലെ ചണ്ഡിമന്ദിർ എന്ന സ്ഥലത്തേക്ക് മാറാനൊരു ങുകയായിരുന്നു. ഓഫീസും മറ്റും പാക്കിങ്ങായി കഴിഞ്ഞിരുന്നു. സാധന സമാഗ്രികളുമായി നൂറുകണക്കിന് ട്രക്കുകളിൽ ചണ്ഡിമന്ദിരിലെത്തി. രങ്കിയ്യയെ അപേക്ഷിച്ച് ഏറെ സൗകര്യപ്രദമായ പ്രദേശവും അന്ത രീക്ഷവും ആയിരുന്ന ഇവിടെ. എന്റെ പ്രവൃത്തിയിൽ ചില മാറ്റങ്ങൾ ഉണ്ടായി. RHQവിൽ ഒരു D & P Cell രൂപപ്പെട്ടു. (ഡിസൈൻ ആന്റ് പ്ലാനിംഗ് സെൽ) അതിന്റെ ഇൻ ചാർജ്ജായി എന്നെയും സഹായി കളായി ഒരു ഡ്രാഫ്റ്റ്സ്മാനും, ഒരു സർവ്വേയർ സെക്കന്റ് ഗ്രേഡും നിയ മിക്കപ്പെട്ടു. പഠിച്ച ട്രേഡുമായി ബന്ധപ്പെട്ട തൊഴിലായതുകൊണ്ട് ഏറെ സന്തോഷത്തിന് വഴിയുണ്ടായി. കാലാവസ്ഥ വ്യതിയാനം ഈ അവസരത്തിൽ എന്നെ ബാധിച്ചിരുന്നു. രങ്കിയ്യായിൽ അതിന്റെ ബന്ധ പ്പെട്ട തണുപ്പുണ്ടായിരുന്നുവെങ്കിലും അതൊന്നും ഒരു പ്രശ്നമായി തോന്നിയിരുന്നില്ല. ചണ്ഡിമന്ദിരിൽ കടുത്ത തണുപ്പ് തന്നെയായിരുന്ന. മഴയില്ല. പകൽ കൂടുതൽ ചൂട് അവിചാരിതമായി ഐസ് കട്ടകൾ

പൊഴിയുന്ന മഴ. ഈ കാലാവസ്ഥയിൽ എനിക്ക് കടുത്ത വയറുവേ
ദനയും മറ്റും അനുഭവപ്പെട്ടു. ഒന്നിടവിട്ട് യൂണിറ്റ് ഡോക്ടറെ കാണ്ടാം
മരുന്ന് കഴിക്കാം. പക്ഷെ കുറവൊന്നും കണ്ടില്ല. രണ്ടാഴ്ചകൾ കഴിഞ്ഞ്
ബ്രിഗേഡിൽ നിന്നും ഒരു ഡോക്ടർ വരുന്നുണ്ടെന്ന് മനസ്സിലാക്കി ഞാൻ
അദ്ദേഹത്തെ സന്ദർശിച്ചു. മരുന്നിന്റെ കുറിപ്പെല്ലാം പരിശോധിച്ചശേഷം
അദ്ദേഹം വയറും മറ്റും പരിശോധിച്ചു. 'രെ തും റം പീത്താനഹിഹെ....?'
'നഹി സാബ്...' 'ബ്ലഡി ഇഡിയറ്റ്... ഗറ്റൗട്ട്' ഞാൻ പുറത്തേക്കിറങ്ങി.
മരുന്ന് കൗണ്ടറിലെ ഫാർമസിസ്റ്റ് എന്നോട് മരുന്നിന് എഴുതിയി
ട്ടില്ല എന്നും വൈകുന്നേരം റിപ്പോർട്ട് കമ്പനിയിൽ അറിയും എന്നും
പറഞ്ഞുവിട്ടു. വൈകുന്നേരം സാധാരണപോലെ റോൾകാൾ പരേഡിൽ
ഹാജരായി. കമ്പനി ഹവിൽദാർ മേജർ മറ്റ് കാര്യങ്ങൾ പറഞ്ഞശേഷം
മെഡിക്കൽ റിപ്പോർട്ടിൽ എന്നെ സംബന്ധിച്ച് പറഞ്ഞു. 'ആർ.എച്ച്.ക്യൂ
പ്ലാറ്റൂൺ കമാന്റർ ജി.ആർ സ്വാമിനാഥൻ നോട്ട് പണ്ട്, നമ്പർ. 1343882
പറക്കോട്ട് രാഘവൻ അന്ത ആൾക്ക് ദിനവും രണ്ട് പെഗ്ഗ് റം വായിലെ
ഊത്തിക്കൊട്ടക്കെറുത്ക്കാക ഡോ. അയ്യ കുറിപ്പ് പോട്ടിരിക്കിരാർ.'

ഭക്ഷണത്തിന് പോകുമ്പോൾ നായക്സാറും എന്റെ കൂടെ തന്നെ
വരിയിൽ നിന്നു. എന്റെ മഗ്ഗിൽ റം വാങ്ങിച്ചു. രണ്ടുപേരും ഒരിടത്തിരുന്നു.
'നാൻവായിലെ ഊത്തിക്കൊട്ടക്കണമാ നീയെശാപ്പിടിറിയാ' കുറച്ച്
വെള്ളമൊഴിച്ച് ഞാൻ കഷായം കുടിക്കും പോലെ അത് കുടിച്ചിറക്കി.
കാലത്ത് മുതൽ വയറുവേദനയും മറ്റും നല്ല ആശ്വാസം വന്നു. കാലാവ
സ്ഥയെ നേരിടുന്നതിനാണ് ഒരു നിശ്ചിത അളവിൽ ജവാൻമാർക്ക്
മദ്യം കൊടുക്കുന്നത് എന്ന സത്യം ഞാൻ തിരിച്ചറിഞ്ഞു. പട്ടാളത്തിൽ
നിന്ന് പുറത്തുവന്നശേഷം ആ സ്വഭാവം ഞാൻ സ്വയം നിർത്തലാക്കി.

ഓഫീസിൽ അഡ്മിനിസ്ട്രേറ്റീവ് ബ്രാഞ്ചിലായിരിക്കെ ആർമി ഓർഡ
റുകളും മറ്റും വായിക്കാനും മനസ്സിലാക്കാനും എനിക്ക് സാധിച്ചിരുന്നു.
ആ അവസരത്തിലാണ് സിവിൽ വിദ്യാഭ്യാസത്തിനുള്ള ജവാൻമാരുടെ
ആവശ്യങ്ങൾ സാധിച്ചുകൊടുക്കണം എന്ന ഒരു ഉത്തരവ് മനസ്സിലാ
ക്കാനായത്. പത്താം ക്ലാസ് പാസാകുന്നതിനായി പഞ്ചാബിലെ
മെട്രിക്കുലേഷൻ പരീക്ഷ എഴുതണമെന്ന് ഒരാഗ്രഹം മനസ്സിലങ്കുരി
ച്ചതും അതു സംബന്ധിച്ച് അന്വേഷിക്കാനൊരു ദിവസം ഔട്ട് പാസ്
വാങ്ങി എട്ട് കിലോമീറ്റർ അകലെയുള്ള ചണ്ഡീഗഢ് സിറ്റിയിൽ പോയി.
രാത്രി ക്ലാസ് 6 മണി മുതൽ 9 മണി വരെ, നടത്തിവന്നിരുന്ന പ്രിൻസ്
കോളേജിൽ ചെന്ന് സംസാരിച്ചു.

ക്ലാസ്സുകൾ ഹിന്ദിയിലോ ഇംഗ്ലീഷിലോ ആയിരിക്കും എന്ന വിവരവും

ഫീസിന്റെ വിവരങ്ങളും മനസ്സിലാക്കി അവിടെ നിശാക്ലാസ്സിൽ ചേർന്നു പഠിക്കാൻ അനുവാദം തരണമെന്ന് ആവശ്യപ്പെട്ട് സുബേദാർ എത്തിരാജ് (സുബേദാർ മേജർ കെ.പി. മാധവമേനോൻ സാറിന്റെ അവധി സമയത്ത് ചാർജ്ജിലുണ്ടായിരുന്ന ആൾ) മുഖേന അപേക്ഷ സമർപ്പിച്ചു. എന്നാൽ അദ്ദേഹം അപേക്ഷ മുന്നോട്ട് നീക്കാതെ വെച്ച താമസിപ്പിച്ചു. ക്ലാസ് തുടങ്ങേണ്ട തിയ്യതി അടുത്തുവന്നപ്പോൾ എന്തു ചെയ്യണമെന്ന് അറിയാതെ വിജയേട്ടനെ സമീപിച്ചു.

വിജയേട്ടൻ പാപ്പിനിശ്ശേരിയിലെ ഒരു കള്ളുചെത്തു തൊഴിലാളി യുടെ മകനും കമാന്റിംഗ് ഓഫീസറുടെ പി.എ.യുമായിരുന്നു. വളരെ സ്മാർട്ടായ നല്ല വിവരമുള്ള ക്ലർക്കായിരുന്നു. എന്റെ അടുത്ത സുഹൃ ത്തായിരുന്ന അദ്ദേഹത്തോട് ഇതിന്റെ വിവരങ്ങളെല്ലാം ആരാഞ്ഞു. സാധാരണഗതിയിൽ അപേക്ഷ പരിഗണിക്കാതിരിക്കാൻ മാത്രമേ യൂണിറ്റ് ഓഫീസർ വരെയുള്ളവർ ശ്രമിക്കുകയുള്ളൂ എന്നും ധൈര്യമു ണ്ടെങ്കിൽ സി.ഒ. യെ നേരിട്ട് കണ്ട് കാര്യം ബോധിപ്പിച്ചാൽ കാര്യം സാധിക്കുമെന്നും അദ്ദേഹം വിശദീകരിച്ചു തന്നു. ധൈര്യമുണ്ടെങ്കിൽ എന്നാലെന്താണ്? സാധാരണഗതിയിൽ ഓഫീസർമാരല്ലാതെ ആരും തന്നെ നേരിട്ട് പരാതിയുമായി സി.ഒ മുൻപിൽ പോകാറില്ല. വളരെ കർശനമുള്ള പേരുകേട്ട ഓഫീസർമാരിൽ ഒരാളാണ് ലഫ്റ്റ നന്റ് കേണൽ എം.എൻ. മാഥൂർ സാർ. മിലിറ്ററി എഞ്ചിനീയറിങ്ങിൽ ബിരുദാനന്തര ബിരുദവും ഏറ്റവും കാര്യപ്രാപ്തിയും ഉള്ള വ്യക്തിയാണ്. കാലത്ത് വെളുത്ത കുതിരപ്പുറത്താണ് അദ്ദേഹം അടുത്തതന്നെയുള്ള ക്വാർട്ടേഴ്സിൽ നിന്നും മോണിംഗ് പരേഡിന്റെ സല്യൂട്ട് സ്വീകരിക്കാൻ വരുന്നത്. എന്തുവന്നാലും അപേക്ഷ നീക്കാതിരിക്കുന്നതിനെതിരെ നേരിട്ട് പരാതി പറയാൻ തന്നെ ഞാൻ ഉറച്ചു. നമ്പർ വൺ ഡ്രസ്സും മറ്റും തയ്യാറാക്കി വെച്ചു. അദ്ദേഹം കുതിരപ്പുറത്ത് നിന്നും ഓഫീസിനടുത്ത് ഇറങ്ങി പരേഡ് ഗ്രൗണ്ടിലേക്ക് നടന്നുപോകുമ്പോൾ ഓഫീസിനടുത്ത് വെച്ച് കാണാനായിരുന്നു പ്ലാൻ. പ്ലാറ്റൂൺ കമാന്റർ ജി.ആർ സ്വാമി നാഥൻ സാറിനെ രഹസ്യമായി വിവരങ്ങൾ ധരിപ്പിച്ച്. മോണിംഗ് പരേഡിൽ നിന്നൊഴിവാക്കിപ്പിച്ചിരുന്നു. സാഹബ് ഇറങ്ങിയ ഉടനെ സല്യൂട്ടടിച്ചാൽ ഹിന്ദിയിലോ ഇംഗ്ലീഷിലോ എന്താണ് കാര്യമെന്ന് തിരക്കും അദ്ദേഹം ചോദിക്കുന്ന ഭാഷയിൽ തന്നെ മറുപടി പറയാൻ തക്കവിധത്തിൽ ഇംഗ്ലീഷിലും ഹിന്ദിയിലും സംസാരിക്കാൻ പാകത്തിൽ എഴുതിപഠിച്ചുവെച്ചിരുന്നു. അടുത്ത ദിവസം മനസ്സിൽ കരുതിയപോലെ കാര്യങ്ങൾ നടന്നു. എന്റെ ആവശ്യം ശ്രദ്ധിച്ചുകേട്ട അദ്ദേഹം എന്നോട് 'Call Ethiraj' എന്ന് ആജ്ഞാപിച്ചു. ഞാൻ ഓടിപ്പോയി ഗ്രൗണ്ടിൽ

 സഹനം സമരം ജീവിതം

നിന്നിരുന്ന സാറിനെ വിവരമറിയിച്ചു. അദ്ദേഹം പേടിച്ച വിറച്ചാണ് സി.ഒ യുടെ മുൻപിൽ വന്ന് സല്യൂട്ടടിച്ച നിന്നത്. മിസ്റ്റർ രാഘവൻ വിദ്യാ ഭ്യാസ സൗകര്യത്തിനായി തന്നെ അപേക്ഷ എന്തെ ഫോർവേഡ് ചെയ്തില്ല? ഇന്നു തന്നെ അത് അനുവദിച്ച് റിപ്പോർട്ട് ചെയ്യണം. ഇത്രയും കാര്യങ്ങൾ ഹിന്ദിയിൽ പറഞ്ഞശേഷം അദ്ദേഹം നടന്നുപോയി. ഞാൻ ഓടിപ്പോയി മോണിംഗ് പരേഡിൽ പങ്കെടുക്കുകയും ചെയ്തു. പകൽത ന്നെ എനിക്ക് പ്രിൻസ് കോളേജിൽ ചേർന്ന് പഠിക്കുവാൻ അനുവാദം നൽകികൊണ്ടും പകൽ 4 മണി വരെ മാത്രം സെല്ലിൽ പ്രവർത്തിച്ചാൽ മതിയെന്നും രാത്രി ഡ്യൂട്ടികൾ ഒഴിവാക്കിത്തരുന്നതാണെന്നും ഉള്ള ഉത്തരവ് ഇറങ്ങി. ഉത്തരവ് ഒപ്പിട്ടപ്പോൾ സി.ഒ. എന്നെ വിളിപ്പിച്ചിരുന്നു. പീസ് ഏരീയ ആയതുകൊണ്ട് യാത്രാസൗകര്യം സ്വയം ഏർപ്പാടാക്ക ണമെന്ന് പറയാനായിരുന്നു വിളിച്ചത്. ഞാൻ സൈക്കിളിൽ പോയി വന്നുകൊള്ളാമെന്ന് പറഞ്ഞത് അദ്ദേഹത്തിനിഷ്ടമായി.

ഉത്തരവ് പോലെ എല്ലാം നടപ്പിലായെങ്കിലും സുബേദാർ എത്തിരാജ് ക്യാപ്റ്റൻ ജോഹർ എന്നിവർക്ക് എന്നോട് ഉള്ളിൽ ശത്രുത പൊട്ടിമുളച്ചിരുന്നു. ഒരു സൈക്കിൾ സംഘടിപ്പിച്ച് ഞാൻ വൈകുന്നേരം 5 മണിയോടെ ക്ലാസിൽ പോയിത്തുടങ്ങി. 16 കിലോമീറ്റർ ദൂരം സൈക്കിൾ ചവിട്ടണം. പ്രിൻസ് കോളേജിന്റെ പ്രിൻസിപ്പാൾ ഒരു സർദാർ എസ്.എസ്. പ്രിൻസ് ആയിരുന്നു. പരമയോഗ്യനായിരുന്നു. എന്റെ ക്ലാസിൽ സ്ത്രീകളും പുരുഷന്മാരുമായി 50ലധികം പേരുണ്ടായിരു ന്നു. മിക്കവരും ജീവനക്കാരും തൊഴിലാളികളുമായിരുന്നു. കൂട്ടത്തിൽ ഒരു കമ്പനിയിൽ രാത്രി ഡ്യൂട്ടിക്ക് 12-08 ഷിഫ്റ്റിന് പോകേണ്ട ഒരു സർദാർ രാംസിംഗും ഭാര്യയും ഉണ്ടായിരുന്നു. ഭാര്യയുടെ പേര് ഓർക്കുന്നില്ല. ഒരു ജവാൻ എന്ന നിലയ്ക്ക് എന്നെ അദ്ധ്യാപകർക്കും സഹപാഠികൾക്കും ഏറെ ഇഷ്ടവും സൗഹൃദവുമായിരുന്നു. ഒരു ദിവസം ക്ലാസ്സുവിട്ട പുറത്തു വന്നപ്പോൾ എന്റെ സൈക്കിളിൽ തീരെ കാറ്റില്ലാതെപോയി. ഞാൻ ആകെ വിഷമത്തിലായി. പ്രിൻസിപ്പാൾ സംഭവമറിഞ്ഞു. അദ്ദേഹം ഉടനെ രാംസിങ്ങിനെ വിളിച്ചു എന്നെ ചണ്ടിമന്ദിരിൽ എത്തിക്കാൻ പറഞ്ഞു. സൈക്കിൾ പഞ്ചർമാറ്റി അടുത്ത ദിവസം ക്ലാസ്സിൽ എത്തി ക്കാൻ പൂണിനെ ചുമതലപ്പെടുത്തുകയും ചെയ്തു. എന്നാൽ രാംസിങ്ങിന് ജോലിക്ക് കമ്പനിയിലെത്തേണ്ടിയിരുന്നതുകൊണ്ട് ഭാര്യയെ വിളിച്ചു. അവരുടെ സൈക്കിളിൽ കയറിക്കൊള്ളാൻ പറഞ്ഞു. അവർ എന്നെ പിൻസീറ്റിൽ ഇരുത്തി സൈക്കിൾ ഓടിച്ച റജ്മെന്റ് ഗേറ്റിൽ വിട്ടുതി രിച്ചുപോയി! ആ സംഭവം അത്ഭുതത്തോടെ മാത്രം ഓർക്കാൻ പറ്റുന്ന തായിരുന്നു.

രണ്ടു മാസങ്ങൾ പഠിത്തം മുന്നോട്ടുപോയപ്പോൾ ഭക്രാ അണക്കെ ട്ടിനുസമീപം റജിമെന്റ് ഒരു വാർ പ്രാക്ടീസിനു പദ്ധതിയിട്ടു. അത്തരം ഒരു ട്രെയിനിംഗിന് അഡ്വാൻസ് പാർട്ടി-മെയിൻ പാർട്ടി, -റിയർ പാർട്ടി എന്ന് മൂന്നായി തിരിക്കും. എന്നെപ്പോലെ സ്പെഷ്യൽ ഡ്യൂട്ടിയിലുള്ള വരെ റിയർ പാർട്ടിയിലുൾപ്പെടുത്തുകയാണ് പതിവ്. എന്നാൽ ഉള്ളിൽ വൈരാഗ്യമുള്ളവർ എന്നെ മെയിൻ പാർട്ടിയിലുൾപ്പെടുത്തി. രണ്ടാം ദിവസം സി.ഒ സാഹബ് ഇൻസ്പെക്ഷന് വേണ്ടി അവിടെ വന്നു. ഉച്ച ഭക്ഷണസമയമായിരുന്നു. ഭാഗ്യവശാൽ ഞാൻ ഭക്ഷണം കഴിക്കുന്നത് അദ്ദേഹത്തിന്റെ ശ്രദ്ധയിൽപ്പെട്ടു. എന്നോട് ഒന്നും ചോദിക്കാതെ ക്യാ പ്റ്റൻ ജോഹാറിനെ വിളിച്ചു. വളരെ ദ്വേഷ്യത്തോടെ എന്നെ റിയറിൽ വിട്ട് പഠിക്കാൻ അനുവദിക്കേണ്ടതായിരുന്നില്ലെ എന്നു ചോദിച്ചു. അദ്ദേഹം മുട്ട് വിറച്ച് നിന്നതേയുള്ളൂ. ഇന്നുതന്നെ ഇയാളെ റിയറിലേ ക്കയക്കണം. പഠിത്തം തുടരാൻ അനുവദിക്കണം എന്നു പറഞ്ഞു. അതു പ്രകാരം അന്നുതന്നെ ഒരു ട്രക്കിൽ എന്നെ ചണ്ഡിമന്ദിരിലേക്കയച്ചു.

15 ദിവസത്തെ ട്രെയിനിംഗ് പൂർത്തിയാക്കി റെജിമെന്റ് സാധാരണ പോലെ പ്രവർത്തിച്ചു തുടങ്ങി. കുറച്ച ദിവസങ്ങൾ കൊണ്ട് സുബേദാർ മേജർ കെ.പി. മാധവൻമേനോൻ അവധികഴിഞ്ഞ് തിരിച്ച വന്നു. ചാർജ്ജ് ഏറ്റെടുക്കുന്നതിനൊപ്പം ആ രണ്ടു മാസത്തെ സംഭവവി കാസങ്ങൾ വിശദീകരിക്കുന്ന സന്ദർഭത്തിൽ എന്റെ സിവിൽവിദ്യാ ഭ്യാസ കാര്യത്തെപ്പറ്റിയും സംസാരിച്ചിരുന്നതായി അടുത്ത ദിവസം ബോധ്യമായി. അടുത്ത നാൾ മോണിംഗ് പരേഡ് കഴിഞ്ഞപ്പോൾ സുബേദാർ മേജർ എന്നെ ഓഫീസിലേക്ക് വിളിപ്പിച്ചു. അദ്ദേഹം എന്റെ കുടുംബ ചശ്ചാത്തലങ്ങളും മറ്റും ചോദിച്ചറിഞ്ഞശേഷം ഒരു ഉത്തരവാ ദിത്തം കൂടി ഏൽപ്പിച്ചു.

എന്റെ ഡ്യൂട്ടി ഒരുമണി വരെ ആക്കി ചുരുക്കി. ഉച്ചഭക്ഷണം കഴിച്ച ഉടനെ ചണ്ഡിഗഢ് സിറ്റിയിൽ 17/ബി സെക്ടറിൽ അദ്ദേഹം കുടുംബസ മേതം താമസിക്കുന്ന വീട്ടിൽ എത്തണം. അദ്ദേഹത്തിന്റെ 3 പെൺമക്ക ൾക്കും 2 ആൺമക്കൾക്കും ട്യൂഷനെടുക്കണം. 2 മുതൽ 6 വരെ ക്ലാസ്സിൽ പഠിക്കുന്നവരായിരുന്നു അവർ. ആൺകുട്ടികൾ- രാമചന്ദ്രൻ, വിശ്വനാ ഥൻ, പെൺകുട്ടികൾ- രുഗ്മിണി, മാലിനി, സരസ്വതി. ഏറ്റവും ഇളയവൾ സരസ്വതി, ഭാര്യ- രാധാമാധവമേനോൻ. അവരുടെ വീടിന്റെ എതിർവ ശത്ത് 18/സിയിലായിരുന്നു എന്റെ ക്ലാസ് നടക്കുന്ന സ്ഥലം. രണ്ടു പരി പാടികളും കഴിഞ്ഞ് ടെന്റിൽ തിരിച്ചെത്തുമ്പോൾ ഒമ്പതര മണിയാകും. കുളി, ഭക്ഷണം മറ്റ് ഒരുക്കങ്ങളെല്ലാം കഴിയുമ്പോൾ പത്തരമണി. ഡിസൈൻ സെല്ലിൽ എനിക്ക് കാര്യമായ പ്രവർത്തികൾ ഉണ്ടാകാറില്ല.

സഹനം സമരം ജീവിതം

അതുകൊണ്ട് കുറച്ചൊക്കെ പഠിക്കാനും നോട്ട കുറിക്കാനും അവിടെ സമയം കണ്ടെത്താനായി. രണ്ട് മാസം കൂടി കഴിഞ്ഞപ്പോൾ എന്റെ പരീക്ഷ വന്നു. പരീക്ഷ രണ്ടുമൂന്നു നാൾ പിന്നിട്ടപ്പോൾ നാട്ടിൽ നിന്നും ഞാൻ കമ്മ്യൂണിസ്റ്റ് പാർട്ടി പ്രവർത്തകനാണെന്ന് കാണിച്ച് എം.ഇ.ജി. റെക്കാർഡ്സിലേക്ക് കത്തയച്ചിട്ടുണ്ടെന്നും നിജസ്ഥിതി റിപ്പോർട്ട് ചെയ്യണമെന്നും റിക്കാർഡ്സ് എം.ഇ.ജി. ആവശ്യപ്പെട്ടതായി വിവരം വന്നു. പരീക്ഷയുടെ അവസാന ദിവസം ഇതു സംബന്ധമായ ഇന്റർവ്യൂ നിശ്ചയിക്കപ്പെട്ടു. സി.ഒ. സാഹബ് സ്ഥലം മാറിപ്പോയിരുന്നു. പകരം സി.ഒ. വന്നിട്ടുമില്ല. സുബേദാർ മേജർ ഏതോ ആവശ്യത്തിന് ബ്രിഗേഡ് HQ വിൽപോയതാണ് സർവ്വാധികാരിയായ ക്യാപ്റ്റൻ ജോഹ്വാർ മാത്രം. യാതൊരു ദാക്ഷിണ്യവും പ്രതീക്ഷിക്കുന്നില്ല. മെഡിക്കലേഷൻ പരീക്ഷയും അങ്ങനെ അപൂർണ്ണമായി കലാശിച്ചു.

ഞങ്ങളുടെ റെജിമെന്റിൽ എ.ഇ.സി. സുബേദാർ, ഡി. നമ്പ്യാർ (ദാമോദരൻ നമ്പ്യാർ) സ്ഥലം മാറ്റം വന്നതും നിശാ ക്ലാസ്സുകൾ ആരം ഭിച്ചതും ഇക്കാലത്താണ്. ദാമോദരൻ നമ്പ്യാര് കോഴിക്കോട്ടുകാര നാണെന്ന് അറിഞ്ഞ ഞാൻ അടുത്ത ദിവസം തന്നെ അദ്ദേഹത്തെ ഓഫീസിൽ ചെന്ന് പരിചയപ്പെട്ടു. കോഴിക്കോട് പുതിയറയിലെ പുതിയറ ഓട്ടകമ്പനിയുടെ പഴക്കഴലിന് നേരെ പടിഞ്ഞാറവശത്ത് ഓടിട്ട ഒരു പഴയ വീട്ടിലായിരുന്ന അദ്ദേഹം താമസിച്ചിരുന്നത്. ഒന്ന രണ്ട് തവണ അദ്ദേഹത്തിന്റെ വീട്ടിൽ പോകാനെനിക്ക് അവസരം ലഭി ച്ചിട്ടുണ്ട്. അദ്ദേഹം സർവീസ് അവസാനിച്ച നാട്ടിൽ വിശ്രമിക്കമ്പോൾ മകൻ ബാലകൃഷ്ണൻ കെ.എസ്.ആർ.ടി.സി കോഴിക്കോട് ഡിപ്പോയിൽ ക്ലർക്കായി ജോലിയിൽ പ്രവേശിച്ചിരുന്നതായി ഞാൻ മറ്റൊരാൾ മുഖേന അറിഞ്ഞപ്പോൾ അദ്ദേഹത്തിന്റെ വീട്ടിൽ പോയി അച്ഛനേയും മകനേയും കണ്ട് സ്നേഹം പങ്കുവെച്ചിരുന്നു.ഞാൻ ഓഫീസിൽ പരിച യപ്പെട്ടപ്പോൾ ആർമി ഫസ്റ്റ് ക്ലാസ് സർട്ടിഫിക്കറ്റ് ഓഫ് എഡ്യൂക്കേഷൻ എക്സാമിനേഷൻ (ഫസ്റ്റ് ക്ലാസ് ഹിന്ദി) കോച്ചിംഗിന് നിശാക്ലാസ് ആരംഭിക്കുമെന്നും രാഘവൻ ക്ലാസിൽ ചേർന്നാൽ എളപ്പം പരീക്ഷ പാസ്സാവാൻ കഴിയുമെന്നും ഉപദേശിച്ചു. പത്താംക്ലാസിന്റെ തത്തുല്യ പരീക്ഷയാണിത്. ഇന്ത്യയിലെ ഏതു സംസ്ഥാനത്തും ഈ പരീക്ഷ പാസ്സായശേഷം അവിടത്തെ മാതൃഭാഷാ പരീക്ഷ എഴുതിയാൽ 10 പാസായതിന്റെ സർട്ടിഫിക്കറ്റ് ലഭിക്കും. കേരളത്തിൽ മലയാളം എഴുതിയാൽ മതി.

ഞങ്ങളുടെ റജിമെൻറ് പത്താൻ കോട്ടിൽ നിന്നും അകലെ സത്ലജ് നദിയിലോ മറ്റോ ആയിരുന്നെന്നാണ് ഓർമ. ഏറ്റവും കുറഞ്ഞ സമയം

കൊണ്ട് ഒരു ബെയ്‌ലി ബ്രിഡ്ജ് നിർമ്മിച്ച് ആർട്ടിലറി ഇൻഫൻട്രി എന്നിവയുടെ മുൻനിര വാഹനങ്ങളും ടാങ്കുകളും അക്കരെ കടത്താനും അക്കരെ നിന്നും പാലം പൊളിച്ചുമാറ്റി പായ്ക്ക് ചെയ്ത് കൊണ്ടുപോയി മറ്റൊരു റൂട്ടിൽ റെജിമെന്റിലേക്ക് മടങ്ങാനുമുള്ള ഒരു വൻ പ്രൊജക്ടാ യിരുന്നു നിർവ്വഹിക്കാനുണ്ടായിരുന്നത്. അതിന്റെ റക്കീപാർട്ടിയായി മേജർ കുമാർ സാഹേബിന്റെ നേതൃത്വത്തിൽ ഡിസൈൻസെല്ലും പോകേണ്ടിയിരുന്നു. റെജിമെന്റിൽ നിന്നും യാത്ര ചെയ്യുമ്പോൾ റൂട്ടിന്റെ ഐ സ്കെച്ച് എടുക്കണം. മേജർ സാഹബ്ബും മറ്റ് ഓഫീസർമാരും ഒരു ജോങ്കയിലും ഞാനൊരു ബ്യള്ളറ്റിന് പിറകെയുമായിരുന്നു. റൈഫിൾ, വാട്ടർബോട്ടിൽ, ഭക്ഷണം, സർവ്വ ഇൻസ്ട്രുമെന്റുകൾ എല്ലാം കരുതിയി രുന്നു. അവയെല്ലാം ജോങ്കിയിൽ വച്ചതായിരുന്നു. പത്താൻകോട്ടിന് അടുത്തെത്താറായപ്പോൾ ആൾപ്പാർപ്പില്ലാത്ത ഒരു പ്രദേശത്തു കൂടെ കടന്നുപോകണമായിരുന്നു. വഴി മണൽ നിറഞ്ഞ കച്ചാറോഡായിരു ന്നു. നാഴികകളോളം ബൈക്ക് മണലിലൂടെ ഉന്തിനീക്കി രണ്ട് കിലോ മീറ്റർ ദൂരെ ചെന്നപ്പോൾ ജോങ്ക കണ്ടെത്തി. അവിടെ രണ്ടുമുതൽ മൂന്ന് മീറ്റർ വരെ ഉയരത്തിൽ കരിമ്പിൻ ചെടിപോലുള്ള ഒരു കാട്ട ചെടി ഏതാണ്ട് ഒരു കിലോമീറ്റർ ചുറ്റളവിൽ നിറയെ തിങ്ങി നിറഞ്ഞ് പരന്നുകിടക്കുന്നുണ്ടായിരുന്നു. ആ സ്ഥലമാകെ ചതുപ്പനിലമായിരുന്നു. എന്റെയും സഹപ്രവർത്തകരായ മൂന്ന് പേരുടേയും സാധനങ്ങൾ ഇറക്കി വെച്ച് മേജർ സാഹബ്ബും ഓഫീസർമാരും മറ്റൊരു വഴിക്ക് നീങ്ങിയിരുന്നു. ജനവാസമില്ലാത്ത പ്രദേശത്തിന്റെ ആവശ്യമായ വിവരങ്ങൾ-ഭൂമിയുടെ സ്ഥിതി-വാഹനങ്ങൾ എങ്ങിനെ കടന്നുപോകും തുടങ്ങിയ എല്ലാ വിവരങ്ങളും ആവശ്യമായ സ്കെച്ചുകളും തയ്യാറാക്കി ഞങ്ങൾ 4 പേരും ഒരു വഴിക്കും ഓഫീസർമാർ വേറൊരു വഴിക്കും 3 ദിവസത്തോളം ചെലവഴിച്ച് റക്കി പ്രവർത്തനം പൂർത്തിയാക്കി. ആ പ്രദേശത്തിന്റെ മാപ്പുകൾ കൈവശം ഉണ്ടായിരുന്നത് ഏറെ സഹാ യകരമായിരുന്നു. മൂന്നാം ദിവസം ഞങ്ങൾ രണ്ട് ടീമും കൂട്ടിമുട്ടി. ഒരു ഗ്രാമത്തിലേക്കുള്ള വഴിയിലൂടെ യാത്രയായി സന്ധ്യയടുക്കുന്ന നേരം ഗ്രാമത്തിൽ എത്തി. വിശപ്പും ദാഹവും സഹിക്കവയ്യാതായിരുന്നു. പത്ത് പതിനഞ്ച് കുരകൾ മാത്രമാണ് അവിടെ ഉണ്ടായിരുന്നത്. പശുവളർത്തുന്ന കേന്ദ്രമായിരുന്നെന്നുതോന്നി. ഞങ്ങളുടെ ഒഫീസ രമാരുടെ ശ്രമഫലമായി ഓരോരുത്തർക്കും ചൂടുള്ള പാല്യം കുറച്ച് ഉണക്ക പലഹാരങ്ങളും ഗ്രാമീണർ തന്നതുകൊണ്ട് ആശ്വാസം കിട്ടി. ഈ പ്രോജക്ട് വിജയകരമായി പൂർത്തിയാക്കി എല്ലാവരും റെജിമെ ന്റിൽ തിരിച്ചെത്തിയതോടെ സി.ഓ. മാഥൂർ സാഹേബിന് സ്ഥലമാറ്റം

 സഹനം സമരം ജീവിതം

വന്നു. പകരം ലെഫ്: കേണൽ ഡി.എൻ. ദാസ് എന്ന സൗമ്യനായ ഓഫീസറെയാണ് ഞങ്ങൾക്ക് കിട്ടിയത്. അടുത്ത ദിവസം തന്നെ കമ്പനികളിൽ ദർബാർപരേഡ് നടന്നു. റെജിമെന്റ് ഒട്ടാകെയുള്ള റെജിമെന്റൽ ദർബാർപരേഡ് മുമ്പാകെ അവതരിപ്പിക്കാനുള്ള പരാതികളും അഭിപ്രായങ്ങളും പൊതു ആവശ്യങ്ങളും കമ്പനി ദർബാ റുകളിൽ അവതരിപ്പിക്കാം. അവിടെത്തന്നെ പരിഹരിക്കാൻ പറ്റുന്നവ പരിഹരിക്കാൻ നടപടിയെടുക്കും. ശേഷിക്കുന്നവ മാത്രമേ റെജിമെന്റൽ ദർബാറിൽ കൊണ്ടുപോകുകയുള്ളൂ. ആർ.എച്ച്. ക്യൂ സ്റ്റാഫും എച്ച്. ക്യൂ കമ്പനിയും   ഒന്നിച്ചാണ് ദർബാർ പരേഡ് നടത്തുക. ഞായറാഴ്ച കളിലും പൊതു അവധി ദിവസങ്ങളിലും കുറച്ച് പേർക്ക് പ്രധാനപ്പെട്ട സ്ഥാപനങ്ങളും സ്ഥലങ്ങളും സന്ദർശിക്കാൻ സൗകര്യങ്ങളൊരുക്ക ണമെന്ന ആവശ്യം ഞാൻ എച്ച്.ക്യൂവിൽ ഉന്നയിച്ചു. അത് റെജിമെന്റൽ ദർബറാറിൽ ഉന്നയിക്കാൻ അനുമതി കിട്ടി. റജിമെന്റൽ ദർബാർ പരേഡ് ഗ്രൗണ്ടിൽ നിറയെ ആളുകളായിരിക്കും. സ്റ്റേജിൽ ഓഫീസ രമാരൊക്കെയുണ്ടാകും. ഈ ആവശ്യം ഞാൻ ദർബാറിൽ ഉന്നയിച്ചു. ഒ.സി. ലഫ്റ്റനന്റ് കേണൽ ഡി.എൻ.ദാസ് സാഹബ് 'നാം ഫീൽഡ് ഏരിയയിലല്ല. പീസ് ഏരിയയിലാണ്. ഡീസലും വണ്ടികളും ഉപയോ ഗപ്പെടുത്തുന്നതിന് നിയന്ത്രണങ്ങളുണ്ട് ഏതായാലും ബ്രിഗേഡ് എച്ച്. ക്യൂവിൽ നിന്നും അനുവാദം വാങ്ങാൻ ശ്രമിക്കാം. മിസ്റ്റർ രാഘവൻ ഏതു സ്ഥലമാണ് ആദ്യം കാണേണ്ടത്?' 'ഭക്രാനംഗൽ അണക്കെട്ടും പദ്ധതിപ്രദേശങ്ങളുമാണ് ഒന്നാമതായി പരിഗണിക്കേണ്ടത്': ഞാൻ മറുപടി പറഞ്ഞപ്പോൾ അദ്ദേഹം ഓക്കെ നമുക്ക് നോക്കാം എന്നു പറഞ്ഞു. ദർബാർ അവസാനിച്ചപ്പോൾ ഓഫീസർമാരിലും ജവാന്മാരി ലും പെട്ട പലരും എന്നെ അഭിനന്ദിക്കുകയുണ്ടായി. അടുത്ത ഞായറാഴ്ച രണ്ടു ട്രക്കിൽ അൻപതുപേർ ഭക്രാനംഗൽ പ്രദേശം കാണാൻ പോയി. ഉച്ചഭക്ഷണം, വെള്ളം മുതലായവ ട്രക്കിൽ സൂക്ഷിക്കും. യൂണിഫോമിൽ തന്നെയായിരുന്ന യാത്ര. നാലാമത്തെ ഞായറാഴ്ചയാണ് എന്റെ ഊഴം വന്നത്. യാത്ര ഏറെ ആസ്വാദ്യമായിരുന്നു. ഹിമാചൽ പ്രദേശിന്റെയും പഞ്ചാബിന്റെയും അതിർത്തി ജില്ലയായ ബിലാസ്പുരിലാണ് സ്ഥിതി ചെയ്യുന്നത്. 1948 ൽ നിർമ്മാണം തുടങ്ങി. 1963ൽ ഉദ്ഘാടനം ചെയ്ത വിവരം അവിടെ എഴുതി പ്രദർശിപ്പിച്ചിരിക്കുന്നു. സത്‌ലജ് നദിയിലാണ് ഇത് സ്ഥിതിചെയ്യുന്നത്. ഏഴാം ക്ലാസ്സിൽ പഠിക്കുമ്പോൾ ഭക്രാനംഗൽ അണക്കെട്ട് ലോകത്തിലെ ഏറ്റവും ഉയരം കൂടിയ അണക്കെട്ടാണെന്ന പഠിച്ചിരുന്നുവെങ്കിലും യാത്രയിൽ കണ്ടത് മറ്റൊരു ചിത്രമായിരുന്നു. പഞ്ചാബ് സംസ്ഥാനത്തെ രൂപ്നഗർ ജില്ലയിൽ വടക്കുപടിഞ്ഞാറ

ഭാഗത്ത് ആറു കിലോമീറ്റർ ദൂരം നംഗൽ എന്ന ഒരു അണക്കെട്ടുണ്ട്. അവിടെ നിന്നും പതിനഞ്ച് കിലോമീറ്ററോളം ദൂരെയാണ് ഭക്രാംഡാം സ്ഥിതി ചെയ്യുന്നത്. ഞങ്ങൾ ആദ്യം നംഗൽ ഡാം കാണാനിറങ്ങി. സത്ലജ് നദിയിൽ സ്ഥിതി ചെയ്യുന്ന ഡാമിന്റെ പിന്നിൽ നദിയിൽ തന്നെ ഒരു മനോഹരമായ തടാകം രൂപപ്പെട്ടിട്ടുണ്ട്. ദേശവിദേശ വിനോദ സഞ്ചാരികളുടെ ആകർഷക കേന്ദ്രമാണത്. ഡാമിന്റെ ഉള്ളിൽക്കൂടിയുള്ള തണലിൽ പോകാൻ സാധിച്ചതാണ് വലിയ ഭാഗ്യമായി കണക്കാക്കിയിരുന്നത്. ഡാമിനടുത്ത് പൊതുമേഖലാ വളം നിർമ്മാണ കമ്പനി നാഷണൽ ഫെർട്ടിലൈസേഷൻ ലിമിറ്റഡിന്റെ വിവിധങ്ങളായ പ്ലാന്റുകൾ കാണാനിടയായി. വെള്ളത്തിൽ നിന്ന തന്നെ കാൽസ്യം, അമോണിയം, നൈട്രജൻ എന്നിവ വേർതിരിച്ചെടു ക്കുന്ന CAN എന്ന പ്ലാന്റായിരുന്നു ഏറെ ആകർഷണീയം. പി.ആർ.ഒ. (പബ്ലിക് റിലേഷൻ ഓഫീസർ) ഞങ്ങളെ വളരെ സ്നേഹത്തോടെ ആനയിച്ച് അതിന്റെ പ്രവർത്തനങ്ങളെല്ലാം വിശദീകരിച്ച തന്നു. വെള്ളത്തിൽ നിന്നും കാൽസ്യം, അമോണിയം, നൈട്രജൻ എന്നിവ വേർതിരിച്ച് നാം ഉപയോഗിക്കുന്ന അമോണിയം എന്ന വളം യന്ത്ര സഹായത്തോടെ മാത്രം രൂക്കി പായ്ക്ക് ചെയ്ത് പുറത്തു വന്നുനിൽക്കുന്ന ഗുഡ്സ് വണ്ടിയിൽ നിറയ്ക്കുന്ന സാങ്കേതിക വിദ്യകളെല്ലാം കാണാൻ കഴിഞ്ഞു. ഒരിടത്ത് മാർബിൾ വിരിച്ച വലിയ ഹാളിൽ ഞങ്ങളെ വട്ട ത്തിൽ നിർത്തി പി.ആർ. ഒ ഞങ്ങളോട് പറഞ്ഞു. 'ജവാൻസ് നിലത്ത് സൂക്ഷിച്ചുനോക്കുക. ഞാൻ ഒരു തുള്ളി ജലം നിലത്തേക്ക് വിടുന്നു, എന്തു സംഭവിക്കുന്നു എന്നു നോക്കുക.' അത്ഭുതമെന്നു പറയട്ടെ ആ തുള്ളി ജലം ലക്ഷക്കണക്കായ ഓളങ്ങളായി നിലത്ത് എല്ലാ ഭാഗത്തേക്കും രണ്ട് മിനിട്ടോളം സമയം പോയ്ക്കൊണ്ടേയിരുന്നു. 'ഇത് ബോംബ് നിർമ്മാണത്തിന്റെ ഒരവശ്യഘടകമാണ്. ഇന്ത്യ ഇത് റഷ്യക്ക് കയറ്റി അയക്കുന്നതാണ്' എന്നും അദ്ദേഹം പറഞ്ഞു.

അവിടെ നിന്നും ഞങ്ങൾ ഭക്രാ അണക്കെട്ട കാണാൻപോയി വഴിനീളെ വിവരണാതീതമായ പ്രകൃതി ഭംഗി ആസ്വദിച്ചുകൊണ്ടാണ് നീങ്ങിയത്. ഈ യാത്ര കഴിഞ്ഞ് തിരിച്ചെത്തിയ രാത്രി തന്നെ ഈ വിവരങ്ങളെല്ലാം എഴുതി നാട്ടിലെ സുഹൃത്തുക്കൾക്ക് അയച്ചിരുന്നു.

പത്താൻകോട്ട് എക്സർസൈസ് അവസാനിപ്പിച്ച് തിരിച്ചെത്തിയ ശേഷം ഫസ്റ്റ്ക്ലാസ് ഹിന്ദി പരീക്ഷ എഴുതി. നല്ല മാർക്കിൽ ജയിക്കു മെന്ന് വിശ്വാസമുണ്ടായിരുന്നു. ഈ അവസരത്തിൽ ഇരിങ്ങാലക്കുട ക്കാരനായ രത്നാകരൻ എന്ന നായക്കിനെയും തൃശ്ശൂർക്കാരനായ എന്നെക്കാൾ ജൂനിയറായ കെ.വി. മോഹനൻ, കോഴിക്കോട്ടെ

പന്തീരാങ്കാവ് സ്വദേശി ബാലകൃഷ്ണൻ എന്നവരെയും പരിചയപ്പെട്ടിരു
ന്നു. കെ.വി.മോഹനനെ റിക്രിയേഷൻ റൂമിലെ പത്രപാരായണ മദ്ധ്യേ
യാണ് പരിചയപ്പെട്ടത്. അദ്ദേഹം ഇ.എം.എസ്. -മുണ്ടശ്ശേരി-വി. ആർ.
കൃഷ്ണയ്യർ എന്നിവരെ സംബന്ധിച്ചും മറ്റും ധാരാളം സംസാരിച്ചിരുന്നു.
കുറച്ച് ദിവസങ്ങൾകൊണ്ട് ഞങ്ങൾ രണ്ട സഖാക്കൾ എന്ന നിലയ്ക്കുള്ള
ബന്ധമായി അതു വളർന്നു. രത്നാകരന് കുടുംബബന്ധമാക്കാനാണ്
താല്പര്യമുണ്ടായിരുന്നത്. അദ്ദേഹത്തിന്റെ ഭാര്യയുടെ കത്ത് വരുമ്പോൾ
എന്നെപ്പറ്റി അന്വേഷിക്കുമായിരുന്നു. ഒന്നരരണ്ടമാസമേ അദ്ദേഹം
അവിടെ തങ്ങിയിരുന്നുള്ളൂ. പെട്ടെന്ന് തന്നെ അദ്ദേഹം സിംലയിലെ ഒരു
യൂണിറ്റിലേക്ക് സ്ഥലം മാറി പോവുകയായിരുന്നു. അവിടെ അദ്ദേഹം
കുടുംബസമേതം താമസിച്ചു. ഭാര്യ അവിടെ വെച്ചാണ് ആദ്യകുഞ്ഞിനെ
പ്രസവിച്ചിരുന്നത് എന്നാണ് ഓർക്കുന്നത്. ഏതായാലും മകൾക്ക് ഒരു
പേര് നിർദ്ദേശിക്കാൻ എനിക്ക് കത്തെഴുതി. ഞാൻ പലരോടും ചോദിച്ച്
കുറെ പേരുകൾ എഴുതി അയച്ചു. ഒന്നാമത്തെ പേർ ബിന്ദു എന്നായിരു
ന്നു. അത് തന്നെ അവർ സ്വീകരിച്ചു. ബാലകൃഷ്ണൻ 56 ഫീൽഡ് കമ്പനി
കമ്പനിയിൽ നിന്നും ഇടയ്ക്കിടയ്ക്ക് എന്റെ ടെന്റിൽ വരുമായിരുന്നു. നാട്ടു
വർത്തമാനങ്ങൾ പറഞ്ഞിരിക്കുകയായിരുന്നു പതിവ്.

2 മാസം കഴിഞ്ഞതോടെ എന്റെ പരീക്ഷാഫലം വന്നു. ഗ്രേഡിങ്ങ്
'ഡി'(ഡിസ്റ്റിംഗ്ഷൻ) യോടെ പാസ്സായി. ദർബാർ പരേഡിൽ വെച്ച്
സി.ഒ. സാഹബ് എന്റെ വിജയത്തിൽ പ്രശംസിച്ചുകൊണ്ടാണ് സർട്ടി
ഫിക്കറ്റ് നൽകിയത്. ചണ്ടിമന്ദിർ വളരെ ചെറിയ അങ്ങാടിയായിരുന്നു.
ഞങ്ങളുടെ അതിർത്തിയിൽ കമ്പിവേലിക്കപ്പുറത്ത് ഒരു പ്ലാസ്റ്റിക്
ഷീറ്റുകൊണ്ട് പൊതിഞ്ഞുണ്ടാക്കിയ ഒരു ചായക്കടയുണ്ടായിരുന്നു.
മാവേലിക്കരക്കാരൻ രാമൻ നായരും കുടുംബമാണ് നടത്തിപ്പ് രസക
രമായ നെയ്റോസ്റ്റും ചായയുമായിരുന്നു പ്രധാന കച്ചവടം. കമ്പിവേ
ലിക്കരികിൽ ചെന്നാൽ സാധനങ്ങൾ വാങ്ങി ഗ്രൗണ്ടിൽ ഇരുന്ന്
കഴിക്കാൻ കഴിയുമായിരുന്നു. ചെറിയ അങ്ങാടിയായിരുന്നെങ്കിലും
ഔട്ട്പാസ് ഇല്ലാതെ ഗേറ്റിന് പുറത്തുകടക്കാൻ കഴിയുമായിരുന്നില്ല.
അപൂർവ്വ ഞായറാഴ്ചകളിൽ ഞാനും സുഹൃത്തുക്കളും പാസ്സെടുത്ത്
തൊട്ടടുത്ത പഞ്ചകുള എന്ന അങ്ങാടിവരെ പോകുമായിരുന്നു. ആറ്റ ഗ്രാം
ജിലേബിയും ഓരോ ഗ്ലാസ് 250-300 മില്ലി ലിറ്റർ പാലും (വെണ്ണ ചേർത്ത
പാൽ) കഴിക്കുമായിരുന്നു. ജിലേബി വലിയ ചീനച്ചട്ടിയിൽ ഉണ്ടാക്കി
ക്കൊണ്ടിരിക്കുന്നിടത്ത് നിന്നാണ് ചൂടോടെ എടുത്ത് ഉക്കിത്തരുന്നത്.

മാസങ്ങൾ പിന്നിട്ടതറിഞ്ഞില്ല. ഞങ്ങളുടെ റജിമെന്റ് മൊത്തമായി
രങ്കിയ്യാക്കും മുകലിൽ ബംഗ്ലാദേശ് അതിർത്തിയായ ഷീലഹറില്ലിലേക്ക്

മാറാൻ ഉത്തരവ് വന്നു. ഒരു മാസംകൊണ്ട് പൂർണ്ണമായും ഷീലഹില്ലിൽ നിൽപ്പറപ്പിക്കാനായി. എനിക്ക് ഡിസൈൻ സെല്ലിൽ തന്നെയായി രുന്നു ഉത്തരവാദിത്തം. കാലാവസ്ഥയും മറ്റ് സ്ഥിതിഗതികളുമെല്ലാം പരിതാപകരമായിരുന്നു. ഭക്ഷണം, ആരോഗ്യം തുടങ്ങിയ എല്ലാ കാര്യങ്ങളിലും കടുത്ത അനാസ്ഥ നിലനിന്നിരുന്നു. ചോറ് വിളമ്പിത്ത ന്നാൽ തീപ്പെട്ടിക്കൊള്ളി, കല്ല്, തലമുടി എന്നിവയൊക്കെയുണ്ടാകും. കറികൾ വായിൽ വെയ്ക്കാൻ കൊള്ളില്ല. കക്കൂസുകൾ തുറന്ന് കിടക്കുന്ന കഴികളും രോഗങ്ങൾ പരത്തുന്ന കേന്ദ്രങ്ങളുമായി കഴിഞ്ഞിരിക്കുന്നു. 24 മണിക്കൂറും തിളപ്പിച്ചാറിയ വെള്ളം കുടിക്കണമെന്ന റോൾ കാൾപരേ ഡിൽ പ്രസംഗിക്കുന്ന പതിവുണ്ടെങ്കിലും ഇത് പാലിക്കാൻ കഴിയാറില്ല. ചോറ് തൊണ്ടയിൽ കെട്ടാതിരിക്കാൻ കുളിക്കുന്ന സ്ഥലത്ത് പോയാൽ പോലും വെള്ളത്തിന് പിടിവലിയാണ്. ഡൈനിംഗ് ഹാളിൽ ഇക്കാ ര്യങ്ങൾ എല്ലാ ഭാഷക്കാരും സംസാരിച്ചുകൊണ്ടിരുന്ന ദിവസങ്ങൾ തള്ളിനീക്കി.

ഇതാ ദർബാർപരേഡുകൾ അടുത്തുവരുന്നു. കമ്പനിദർബാറുകൾ തുടർന്ന് റജിമെന്റൽ ദർബാർ. ആരാണിത് പറയുക? എല്ലാവരും പറയാൻ ധൈര്യമുള്ളവരെ തേടിനടന്നു. ചിലരൊക്കെ എന്റെ നേരെ വിരൽ ചൂണ്ടി. ആരും നേരിട്ട് പയാനൊരുമ്പെട്ടില്ല. പക്ഷേ ദർബാറുകൾ ആരംഭിക്കുന്നതിന് മൂന്ന് ദിവസം മുമ്പ് മലയാളികളും ഇതരഭാഷക്കാ രുമായ നാലഞ്ചുപേർ എന്നെ സമീപിച്ചു. ഈ സങ്കടാവസ്ഥയ്ക്ക് പരി ഹാരമുണ്ടാക്കാൻ ദർബാർ പരേഡിനെ ഉപയോഗപ്പെടുത്തണമെന്ന് അഭ്യർത്ഥിച്ചു. സുബേദാർ മേജറുടെ ആഡർലിയും (ഒരു ഓഫീസറുടെ ചെറിയ ചെറിയ കാര്യങ്ങൾ നിർവഹിച്ച കൊടുക്കുന്നയാൾ)അക്കൂട്ട ത്തിലുണ്ടായിരുന്നു. കമ്പനി ദർബാറിൽ പറഞ്ഞതുകൊണ്ട് യാതൊരു പ്രയോജനവും ഇല്ലെന്നും റജിമെന്റൽ ദർബാറിൽ പറഞ്ഞെങ്കിലേ കാര്യമുള്ളൂ എന്ന് ഞാൻ അവരെ പറഞ്ഞ് മനസ്സിലാക്കി. 'താങ്കൾ ഇത് ദർബാറിൽ ഉന്നയിച്ചാൽ ഞങ്ങൾ എല്ലാം പിന്തുണയ്ക്കും' എല്ലാവരും ചേർന്ന് പറഞ്ഞു. ദർബാറിൽ വിഷയം അവതരിപ്പിക്കാമെന്ന് ഞാൻ അവർക്ക് ഉറപ്പുകൊടുത്തു.

കമ്പനി ദർബാറുകളെല്ലാം കഴിഞ്ഞു. ഒരു കമ്പനി ദർബാറിലും ഇക്കാര്യങ്ങൾ ആരും പരാമർശിച്ചതായി കേട്ടില്ല. റജിമെന്റൽ ദർബാറിന്റെ തലേദിവസം ഡയനിംഗ് ഹാളിൽ ചോറുപാത്രത്തിലെ ഉച്ഛിഷ്ടങ്ങൾ പുറത്തേക്കെടുത്തിട്ടുകൊണ്ട് എല്ലാവരും പിറുപിറുക്കുന്നത് കാണുമ്പോൾ ദർബാറിൽ ഉന്നയിക്കാനുള്ള തീരുമാനം ഒന്നുകൂടി ഉറപ്പിച്ചു. ദർബാർ ആരംഭിച്ചു. സി.ഒ. ലെഫ്റ്റനന്റ് കേണൽ ഡി.എൻ. ദാസിന്റെ പ്രസംഗം ക്ഷേമാമ്പേഷണം തുടങ്ങിയവയെല്ലാം കഴിഞ്ഞു

 സഹനം സമരം ജീവിതം

ജവാൻമാർക്കെന്തെങ്കിലും പരാതികൾ ഉണ്ടെങ്കിൽ പറയാൻ ആവശ്യ
പ്പെട്ടു. സുബേദാർമേജർ ഓരോ കമ്പനികളോടും പരാതിയുണ്ടോ
എന്നന്വേഷിച്ചപ്പോൾ 'നഹി സാബ്' എന്ന ഓരോ കമ്പനിയിലേയും
ജവാന്മാർ വിളിച്ചപറഞ്ഞു. എച്ച്. കൃ കമ്പനി.....? എന്ന വിളിച്ചപ്പോൾ
കുറച്ച പേർ നഹിസാബ് എന്ന പറയുന്നതിനിടയിൽ ഞാൻ എഴുന്നേറ്റ
നിന്ന എന്താണ് പരാതി? എന്ന് എസ്.എം. ചോദിച്ചു. 'കുറച്ച കാലമായി
നമ്മുടെ റജിമെന്റിൽ തന്നുകൊണ്ടിരിക്കുന്ന ഭക്ഷണം ഞങ്ങളുടെ
നാട്ടിൽ പട്ടിപോലും കഴിക്കില്ല.' ('ഹമാരാ റജിമെന്റ് മെ ആജ്കൽ
ദേതെഹയേഭോജൻ അപ്പാഗാവ്കാ കുത്തേഭി നഹി ഖവ്ംഗാ സാബ്!')
ഇതുകേട്ട ഉടനെ കേണൽ സാബ് ചാടിയെഴുന്നേറ്റ. 'ക്യാബോലാ?' എന്ത
പറഞ്ഞു? റീക്ക് ബോലോ സാഹബ് തന്നുകൊണ്ടിരിക്കുന്ന ചോറിൽ
കല്ല്, മണ്ണ്, തീപ്പെട്ടിക്കൊള്ളി തുടങ്ങിയ എല്ലാ അഴുക്കുകളും ഉണ്ട്.
ചാക്കിൽ നിന്നും അരി അപ്പാടെ എടുത്ത് അടുപ്പത്തിട്ടുകയാണ്. ഇവി
ടെയുള്ള കക്കൂസുകൾ നിറഞ്ഞ് കവിയുന്നതിനാൽ അങ്ങോട്ട പോകാൻ
വയ്യ. ജവാൻമാർക്കെല്ലാം റിംഗ്വേം (വട്ടച്ചൊറി) ബാധിച്ചിരിക്കയാണ്.
തിളപ്പിച്ചാറിയ വെള്ളം കുടിക്കണമെന്ന് റോൾകാൾ പരേഡിൽ പറയാ
റുണ്ട്. എന്നാൽ തിളപ്പിച്ചാറിയ വെള്ളം മെഡിക്കൽ ഇൻസ്പെക്ഷൻ
പ്രഖ്യാപിക്കുന്ന ദിവസം 2 ചെമ്പ് നിറയെ പ്രദർശനത്തിന് വെച്ചിരിക്കും
എന്നല്ലാതെ ഞങ്ങൾക്ക് കുടിക്കാൻ ലഭിക്കാറില്ല. പരിശോധനയ്ക്ക്
വരുന്ന ഡോക്ടർമാരും മറ്റ് അധികാരികളും ഡൈനിംഗ് ഹാളിന്റെ ഭംഗി
കണ്ട് ചായയും ഉഴുന്നുവടയും കഴിച്ച് തിരിച്ചപോകും. കക്കൂസ്, കുളിക്ക
ന്ന സ്ഥലവുമൊന്നും അവർ പരിശോധിക്കുന്നില്ല. കമ്പനി ദർബാറിൽ
പറഞ്ഞിട്ട് ഒരു കാര്യവുമില്ലെന്ന് മനസ്സിലാക്കിയതുകൊണ്ടാണ് ഇവിടെ
പറയുന്നത്. ഇതിന് പരിഹാരമുണ്ടാക്കണം സാഹബ്.' ഇത്രയും മുൻകൂട്ടി
ഹിന്ദിയിൽ പറയാൻ തയ്യാറെട്ടിരുന്നതുകൊണ്ട് എനിക്ക് ഒരുവിധം
പറയാൻ കഴിഞ്ഞു. ഞാൻ സ്ഥാനത്തിരുന്നശേഷം അക്ഷരാർത്ഥ
ത്തിൽ സ്തംഭിച്ചുപോയ അവസ്ഥ സംജാതമായി. മിസ്റ്റർ രാഘവന്റെ
അഭിപ്രായത്തോട് യോജിക്കുന്നവർ കൈ പൊക്കാൻ ഓരോ കമ്പനി
യോടും പ്രത്യേകമായി ആവശ്യപ്പെട്ടപ്പോൾ ഒരാൾപോലും കൈപൊ
ക്കിയില്ല. എച്ച്.കൃ കമ്പനിയിലാകട്ടെ സുബേദാർ മേജർ സ്വന്തം അധർ
ലിയായ ഒരു ജവാനോടാണ് ചോദിച്ചത്. Mr.രാഘവൻ പറഞ്ഞതി
നോട് യോജിക്കുന്നുണ്ടോ എന്ന ചോദ്യത്തിന് അയാൾ 'ഇല്ല' എന്ന
മറുപടി പറഞ്ഞതോടെ എന്നെ ഓപ്പൺ അറസ്റ്റ് ചെയ്യാൻ ഓർഡർ
കൊടുക്കും എന്ന നിലവന്നു. പെട്ടെന്ന് ഒരു നായക്ക് ക്ലർക്ക് തിമ്മയ്യ
(പേര് കൃത്യമാണോ എന്ന പറയാൻ വയ്യ) എഴുന്നേറ്റ നിന്നു. സല്യൂട്ടടിച്ച
ശേഷം പറഞ്ഞു. 'whatever Mr. Raghavan told is correct sir'

രാഘവൻ പറഞ്ഞതത്രയും ശരിയാണ് സർ (അദ്ദേഹം നായക് റാങ്കിൽ നിന്നും അന്നത്തെ ദർബാർ കഴിഞ്ഞ് ഉടനെ ഹവൽദാർ ആയി സ്ഥാനക്കയറ്റം വാങ്ങേണ്ട വ്യക്തിയാണ്. അത്തരക്കാർക്ക് ഇത്തരം കാര്യങ്ങളിൽ ഏർപ്പെട്ട സംസാരിക്കുന്നത് ഗുണകരമല്ലാത്ത കാര്യമാണ്. അതറിഞ്ഞുകൊണ്ട് തന്നെ എന്നെ പിന്താങ്ങിയതുകൊണ്ട് സി.ഒ.യ്ക്ക് സംഗതി സത്യമാണെന്ന് ബോധ്യപ്പെട്ടു. അദ്ദേഹം എഴുന്നേറ്റ് നിന്ന് മിസ്റ്റർ രാഘവൻ കാര്യങ്ങൾ പരിശോധിച്ച് നടപടിയെടുക്കുന്നതാണ് എന്ന പറഞ്ഞുകൊണ്ട് 'ദർബാർ ക്ലോസ്ഡ്- ഓഫീസേഴ്സ് ഫാളിൻ അറ്റ് ഓഫീസേഴ്സ് ഹാൾ എന്ന് ഉച്ചത്തിൽ പറഞ്ഞു. ഞാൻ ഓപ്പൺ അറസ്റ്റിൽ നിന്നും രക്ഷപ്പെട്ടു.

സി.ഒ. ഓഫീസർമാരെയും കൂട്ടി കക്കൂസുകൾ, കളിക്കുന്ന സ്ഥലം, കുക്ക് ഹൗസ് തുടങ്ങിയ സകലതും നടന്ന പരിശോധിച്ചു. ഓഫീസർമാരേയും ജെ.സി.ഒമാരേയും (ജൂനിയർ കമ്മീഷൻ ഓഫീസർ) കണക്കിന ശകാരിച്ചതായി ഗാർഡ് ഡ്യൂട്ടിയിലുണ്ടായിരുന്നവരിൽ നിന്നും അറിയാൻ കഴിഞ്ഞു. സി.ഒ അപ്രകാരം ഭംഗിയായി കാര്യങ്ങൾ കൈകാര്യം ചെയ്തെങ്കിലും പഠന വിധേയമാക്കേണ്ട ചില കാര്യങ്ങൾ ഈ വിഷയത്തിൽ അന്തർലീനമായിരുന്നു. ഈ ദുരിതങ്ങൾ അനുഭവിച്ചിരുന്നവരായ നൂറു ശതമാനവും അവിടെ ദർബ്ബാറിൽ പങ്കെടുത്തുകൊണ്ടിരിക്കെ അവരിൽ ചിലർ നേരിട്ട് നിർബ്ബന്ധിച്ച പറഞ്ഞതുകൊണ്ട് കൂടിയാണല്ലോ ഞാൻ ഇത്തരമൊരു വയ്യാവേലിക്ക് മുതിർന്നത്. എന്നിട്ടും നൂറു ശതമാനം പേരും നിങ്ങൾക്കൊപ്പം ഉണ്ടാകുമെന്ന് നേരിട്ട പറഞ്ഞ ഒരു മാന്യൻ പോലും സപ്പോർട്ട് ചെയ്യാതിരുന്നത് എന്തുകൊണ്ട്? തെലുങ്കുകാരനായ നായക് ക്ലർക്ക് എന്നെ പിന്തുണച്ചതുകൊണ്ട് മാത്രം എനിക്ക് രക്ഷപ്പെടാനായ കാര്യം താഴെ തലത്തിലുള്ള ഓഫീസർമാർക്കും എൻസിഒ മാർക്കും എന്നോട് കടുത്ത വിരോധം ഉണ്ടായെന്ന പറയേണ്ടതില്ലല്ലോ.

അന്ന വൈകുന്നേരത്തെ റോൾകാൾ പരേഡിൽ തന്നെ അത് സംഭവ്യമായി. എന്നെ ഡിസൈൻ & പ്ലാനിംഗ് സെല്ലിൽ നിന്നും മാറ്റി. ട്രഞ്ചുവെട്ടുന്ന ഒരു ടാസ്ക്കിൽ എന്നെ നിശ്ചയിച്ചു. കാലത്ത് മുതൽ വൈകിട്ട വരെ പിക്കാസെടുത്തു കുഴിവെട്ടണം. അഭിമാനത്തോടെ ആ ഡ്യൂട്ടിയിൽ തുടർന്നു. ഒരാഴ്ച കഴിഞ്ഞപ്പോൾ പ്ലാനിംഗ് സെല്ലിൽ നിന്നും ചില അത്യാവശ്യ രേഖകൾ എടുക്കാൻ അവിടെയുള്ളവർക്ക് സാധ്യമാകാതെ വന്നപ്പോൾ എന്നെ വിളിപ്പിച്ചു. സമയം 3 മണി ആയിരുന്നു. 5 മണിക്ക് ആരംഭിച്ച കുഴി വെട്ടിത്തീർത്തേ എനിക്ക് വരാൻ സാധിക്കൂ എന്ന് ഞാൻ പറഞ്ഞയച്ചു. തുടർന്ന് മേജർ കുമാർ സാഹബ് തൽസമയം തന്നെ എന്നെ ഡിസൈൻ സെല്ലിലേക്ക് പോസ്റ്റ് ചെയ്യുകയും ഞാൻ

സഹനം സമരം ജീവിതം

അവിടേക്ക് മാറ്റുകയും ചെയ്തു.

ഇതിനിടയിൽ കെ.വി. മോഹന്റെ അഭിപ്രായം കണക്കിലെടുത്ത് ക്യാമ്പിനടുത്തുള്ള ഒരു ആസാം കാരന്റെ പേരിൽ ദേശാഭിമാനി പത്രം വരുത്തുന്നതിന് തീരുമാനിച്ചു. വളരെ കരുതലോടെ ഞങ്ങൾ രണ്ടുപേർ മാത്രം അറിഞ്ഞുകൊണ്ടാണ് പത്രം മടക്കുകളായി സൂക്ഷിച്ചുവെച്ചുകൊണ്ടിരുന്നത്. ഒരാഴ്ച മുമ്പത്തെ പത്രമാണ് ഞങ്ങൾക്ക് തപാൽ വഴി വന്നുകൊണ്ടിരുന്നത്. അതിന്റെ ചെലവും മറ്റെഴുത്തുകുത്തുകളും മോഹനൻ തന്നെയായിരുന്നു നിർവ്വഹിച്ചിരുന്നത്. അതിന് പല കാരണങ്ങളാലും രണ്ട് മാസത്തെ ആയുസ്സേ ഉണ്ടായിരുന്നുള്ളൂ.

ഈയിടെ B&R (ബിൽഡിംഗ് & റോഡ് കൺസ്ട്രക്ഷൻ) കോഴ്സിന് യോഗ്യരായവരെ തിരഞ്ഞെടുത്ത് അയയ്ക്കാൻ ഒരു ഓർഡർ റെജിമെന്റിൽ വരികയുണ്ടായി. എസ്.എസ്.എൽ.സി. പാസായവരോ ആർമി ഫസ്റ്റ് ക്ലാസ് പാസ്സായവരോ ആയ ബി ആന്റ് ആർ വിഭാഗം ട്രേഡ്കാരെയാണ് അതിന പരിഗണിച്ചിരുന്നത്. തിരഞ്ഞെടുത്തവരെ പൂനയിലെ മിലിറ്ററി എഞ്ചിനീയറിംഗ് കോളേജിൽ അയച്ച് മൂന്ന് കൊല്ലത്തെ കോഴ്സ് പൂർത്തീകരിച്ച് എഞ്ചിനീയർ ആക്കി തിരിച്ചയക്കും. കോഴ്സ് കഴിഞ്ഞ് പുറത്ത് വരുന്നവർ നൈബ് സുബേദാർ റാങ്കിൽ ആയിരിക്കും നിയമിതരാവുക. റെജിമെന്റിൽ നിന്നും ഒരാൾക്ക് മാത്രമായിരുന്ന അവസരം. എസ്. എസ്. എൽ.സി പാസ്സായ സെക്കന്റ് ഗ്രേഡ് സർവ്വേയർ ഫറോക്കുകാരൻ അബ്ബബക്കർ മാത്രമായിരുന്ന ഉണ്ടായിരുന്നത്. പക്ഷേ അബ്ബബക്കറിന് ഒരു പോരായ്മ ഉണ്ടായിരുന്ന. അദ്ദേഹം രണ്ട് വർഷം മുമ്പ് അവധിയിൽ പോയപ്പോൾ കൃത്യസമയത്ത് തിരിച്ചുവന്നില്ല. പിന്നീട് പോലീസ് അറസ്റ്റ് ചെയ്ത് റജിമെന്റിൽ കൊണ്ടുവരികയും കോർട്ട് മാർഷൽ (പട്ടാള നിയമങ്ങൾ ലംഘിച്ച സൈനികന്റെ മേല്ലുള്ള വിചാരണ) നടത്തി 28 ദിവസം ജയിൽ ശിക്ഷ പട്ടാളത്തിന് അകത്തു തന്നെ അനുഭവിക്കുകയും ചെയ്തിട്ടുണ്ടെന്ന ഗുരുതര പോരായ്മയാണ്. അതിനാൽ ആർമി ഫസ്റ്റ് ക്ലാസ് ഹിന്ദിയും ഇംഗ്ലീഷും പാസ്സായതിനാൽ എന്നെ സെലക്ട് ചെയ്യുകയും ചെയ്തു. കോഴ്സ് ആരംഭിക്കാനിരിക്കെ യാണ് കിഴക്കൻ പാക്കിസ്ഥാനം പടിഞ്ഞാറൻ പാക്കിസ്ഥാനം തമ്മിൽ സംഘർഷം മൂർച്ഛിച്ചതും എല്ലാ അവധിക്കാരെയും തിരിച്ച വിളിക്കാനും ആരംഭിക്കാനിരിക്കുന്ന കോഴ്സുകളെല്ലാം നിർത്തിവെക്കാനും ആർമി ഹെഡ്ക്വാർട്ടറിൽ നിന്നും ഉത്തരവ് വന്നത്. ഏത് സമയത്തും പ്രയാണമാരംഭിക്കാൻ തയ്യാറെടുത്തുകൊണ്ടാണ് ഞങ്ങളുടെ റെജിമെന്റ് നിലകൊണ്ടിരുന്നത്.

****

പട്ടാളത്തിൽനിന്നും പുറത്തേക്ക്

1971 ഡിസംബർ ആദ്യവാരത്തിൽ 4 ഇആർ (ഞങ്ങളുടെ റെജിമെന്റ്) കിഴക്കൻ പാക്കിസ്ഥാനിലേക്ക് (പാക്കി സ്ഥാന്റെ അതിർത്തിക്കകത്തേക്ക്) നീങ്ങാൻ തയ്യാറാകാൻ നിർദ്ദേശം ലഭിച്ചിരുന്നു. ഈ സമയത്ത് സത്യത്തിൽ പാക്കിസ്ഥാന്റെ രണ്ട ഭാഗങ്ങളും തമ്മിൽ സായുധ സമരം ആരംഭിച്ചു കഴിഞ്ഞിരുന്നു.നമ്മുടെ പ്രധാന മന്ത്രി ശ്രീമതി. ഇന്ദിരാഗാന്ധിയുടെ അടവ് പരമായ സമീപനം കാരണം ആ വിവരങ്ങളൊന്നും വെളിച്ചം കണ്ടിരുന്നില്ല എന്നമാത്രം. ഞങ്ങളുടെ റെജിമെന്റാകെ പാക്ക് ചെയ്ത് തയ്യാറായിരിക്കവേ- കേവലം ഭക്ഷണ പാചകത്തിനും അത്യാവശ്യം വിശ്രമത്തിനുമുള്ള സൗകര്യ ങ്ങൾ മാത്രം നിലനിർത്തി ഞങ്ങൾ കാത്തിരിക്കവേ ഒരു അർദ്ധരാ ത്രി ഞാൻ കിടന്നുറങ്ങുന്ന സ്ഥലത്ത് ഒരാൾ വന്ന് എന്നെ പതുക്കെ വിളിച്ചുണർത്തി. അത് ഞങ്ങളുടെ ഓ സി യുടെ പിഎ ആയിരുന്ന വിജയേട്ടനായിരുന്നു. രാഘവൻ എഴുന്നേൽക്ക്.... ഒന്ന് പുറത്തേക്ക് ഒച്ചയുണ്ടാക്കാതെ വരണം. ഒരു കാര്യം പറയാനുണ്ട്. ഞാൻ എഴുന്നേറ്റ് അദ്ദേഹത്തിന്റെ കൂടെ നടന്നു. അദ്ദേഹം റോന്തുചുറ്റിക്കൊണ്ടിരിക്കുന്ന സെക്യൂരിറ്റി ഗാർഡിനോട് സ്വകാര്യം എന്തോ പറഞ്ഞശേഷം എന്നെ കൂട്ടി കുറച്ചകലെ ഒരു മരത്തിനടുത്തെത്തി ഇരുന്നു.

'ഞാൻ ഏറെ പ്രയാസമുള്ള ഒരു കാര്യം പറയാൻ വിളിച്ചതാണ്. നമ്മൾ തമ്മിലുള്ള സ്നേഹബന്ധം കാരണം അത് പറയാതിരുന്നുകൂട.' എന്താണെങ്കിലും വിജയേട്ടൻ പറയൂ അതായിരുന്ന എന്റെ പ്രതിക രണം. 'രാഘവൻ നക്സലൈറ്റ് ആണെന്ന് ആർമി ഹെഡ്ക്വാർട്ടേ ഴ്സിലേക്ക് നാട്ടിൽ നിന്ന് ആരോ കത്തയച്ചതിന്റെ അടിസ്ഥാനത്തിൽ നിങ്ങളെ 24 മണിക്കൂറിനകം പിരിച്ച വിടാൻ ഓർഡർ വന്നിട്ടുണ്ട്. നാളെത്തന്നെ ഇന്റർവ്യൂവിന് വിളിക്കാൻ സാദ്ധ്യതയുണ്ട്.' വിവരം

അറിഞ്ഞിട്ട് ഞാൻ ഒന്നും മിണ്ടിയില്ലെന്ന് കരുതുമല്ലോ എന്നതിനാൽ പറഞ്ഞുവെന്നേയുള്ളൂ. തൽക്കാലം സുഖമായി ഉറങ്ങുക.

കാലത്ത് 9 മണിയോടെ പ്ലാറ്റൂൺ കമാൻ്റർ സ്വാമി നാഥൻ സാർ എന്നെ സമീപിച്ച് കൃത്യം 3 മണിക്ക് നമ്പർ വൺ ഡ്രസ്സ് ധരിച്ച് അഡ്ജു റ്റൻ്റിന്റെ മുമ്പിൽ മാർച്ച് ചെയ്യപ്പെടുന്നതിന് തയ്യാറാകാൻ ആവശ്യപ്പെട്ടു. റജിമന്റിൽ ഒസിയുടെ തൊട്ടതാഴെ പ്രവർത്തിക്കുന്ന ഓഫീസറാണിത്. ക്യാപ്റ്റൻ. ജോഹർ സ്ഥലം മാറി പോയതിനുശേഷം ജോയിന്റ് ചെയ്ത ക്യാപ്റ്റൻ പ്രവീൺ കുമാർ ബംഗാളിയായിരുന്നു.

കൃത്യം 3 മണിക്ക് ഞാൻ ഇന്റർവ്യൂവിന് ഹാജരായി. റെജിമെൻ്റൽ ഹവിൽദാർ മേജർ എന്നെ മാർച്ച് ചെയ്തു. സാധാരണഗതിയിൽ മാർച്ച് ചെയ്യപ്പെടുന്ന ആളും മാർച്ച ചെയ്യുന്ന ആളും ഓഫീസറുടെ മുന്നിൽ അറ്റൻഷനായി. ഏകാഗ്രതയിൽ നിൽക്കേണ്ടതാണ്. എന്നാൽ അല്ല തകരമെന്ന് പറയട്ടെ, ഓഫീസർ പ്രതികരിച്ചത് തികച്ചും അപ്രതീക്ഷി തമായ രീതിയിലായിരുന്നു. 'RHM you may go' (ആർ എച്ച് എം... താങ്കൾക്ക് പോകാം) അദ്ദേഹം സല്യൂട്ടടിച്ച് തിരികെ പോയി 'മിസ്റ്റർ. രാഘവൻ.... ആരാംസെ രഹോ (Stand Easy) പിന്നീട് അദ്ദേഹം എന്നെ സംബന്ധിച്ച് ആർമി ഹെഡ്ക്വാർട്ടേഴ്സിൽ നിന്നും വന്ന കത്ത് സംബന്ധമായി വിശദമായ കാര്യങ്ങൾ അന്വേഷിച്ചു. ഞാൻ പതിനേഴര വയസ്സിൽ ആർമിയിൽ ചേർന്നതാണെന്നും നക്സലൈറ്റുമായി എനിക്കൊരു ബന്ധവുമില്ലെന്നും ഇതുവരെ വോട്ട് ചെയ്യാൻ അവസര മുണ്ടായിട്ടില്ലെന്നും ഞാൻ വിശദമാക്കി. കുടുംബത്തിന്റെ, ഗ്രാമത്തിന്റെ രാഷ്ട്രീയത്തെ സംബന്ധിച്ച അദ്ദേഹത്തിന്റെ ചോദ്യത്തിന് കുടുംബവും ഗ്രാമവും കമ്യൂണിസ്റ്റ് പാർട്ടി ഓഫ് ഇന്ത്യ (മാർക്സിസ്റ്റ്) ണെന്നും ഞാൻ മറുപടി പറഞ്ഞു. ഞാൻ സോവിയറ്റ് നാട് മാസിക വരുത്തി വായിക്ക ന്നതിനെ അദ്ദേഹം ചോദ്യം ചെയ്തപ്പോൾ അതിന്റെ ഇംഗ്ലീഷ് കോപ്പി മേജർകുമാർ സാബ് വരുത്തുന്നുണ്ടായിരുന്നു എന്നായിരുന്നു എന്റെ മറുപടി. എന്റെ പെട്ടിയിൽ ദാസ് ക്യാപിറ്റൽ എന്ന വലിയ പുസ്തകം കണ്ടിട്ടുണ്ടല്ലോ എന്ന് അദ്ദേഹം പറഞ്ഞപ്പോൾ ഞാൻ ചണ്ഡിഗഢ് സിറ്റിയിലെ ഒരു പുസ്തക ശാലയിൽ നിന്നും വാങ്ങിയതാണെന്നും അത് ഇന്ത്യയിലൊരിടത്തും നിരോധിച്ചിട്ടില്ലെന്നും മറുപടി കൊടുത്തു. എന്റെ വിശദീകരണങ്ങളിൽ അദ്ദേഹം സംതൃപ്തി രേഖപ്പെടുത്തി. എന്നിട്ട ചോദിച്ചു: 'താങ്കളുടെ തീരുമാനം എന്താണ്?' സർ നാം ഒരു യുദ്ധത്തി ന്റെ വക്കത്താണ്. യുദ്ധം ജവാൻമാരുടെ ഉത്സവമാണെന്നാണ് ഞാൻ മനസ്സിലാക്കിയിരിക്കുന്നത്. അതുകൊണ്ട് ഞാൻ യുദ്ധം അവസാനിക്കും വരെ സൗജന്യമായി സേവനം ചെയ്യാൻ തീരുമാനിക്കുന്നു.' 'എന്തിന്? ആർക്കുവേണ്ടി?' അദ്ദേഹം ചോദിച്ചു. ഞാൻ ഒന്നും മിണ്ടാതെ നിന്നു.

അദ്ദേഹം തുടർന്നു. നിങ്ങളെ ആവശ്യമില്ലാത്ത പെട്ടാളത്തിന് വേണ്ടി നിങ്ങളെന്തിന് സ്വയം നശിക്കണം? വരാനിരിക്കുന്ന യുദ്ധത്തിൽ നമ്മൾ പല വഴിക്കാകും. സമാധാന അന്തരീക്ഷം വന്നാൽ തന്നെ രാഘവനെ നേരിട്ട് പരിചയമില്ലാത്ത ഓഫീസർമാരുടെ കീഴിലാണ് എത്തിപ്പെ ടുന്നതെങ്കിൽ ഈ ഉത്തരവ് അന്നം നിലവില്ലുണ്ടാവും. അവർ അത് നടപ്പാക്കും. രാഘവൻ ചെറുപ്പമാണ്. നാട്ടിൽ പോയാൽ ഒരു തൊഴിൽ നേടേണ്ടേ? അതുകൊണ്ട് ഇപ്പോൾ തന്നെ പോകാൻ തീരുമാനിച്ചാൽ അതിനു എല്ലാ സഹായവും ഞാൻ ചെയ്തു തരാം. നന്നായി ആലോചിച്ച് ഒരു മണിക്കൂർ കൊണ്ട് വന്ന് പറയണം. ഇപ്പോൾ പോകാം ഞാൻ ടെന്റിൽ എത്തി കുറച്ച് കഴിഞ്ഞപ്പോൾ വിജയേട്ടൻ എന്റെ അടുത്തു വന്നു. എന്തു തീരുമാനിക്കും എന്നതിന് ഒരു എത്തുംപിടിയും കിട്ടുന്നി ല്ലെന്ന് ഞാൻ പറഞ്ഞു.

വീട്ടിൽ അച്ഛൻ മരണപ്പെട്ടതിനാൽ ഇളയ സഹോദരങ്ങളും അമ്മയും തനിച്ചാണെന്ന് കാണിച്ച് നന്നായി ഒരു ഡിസ്ചാർജ് അപേക്ഷ തയ്യാറാക്കി നാളെ കാലത്ത് എന്നെ ഏൽപ്പിക്കണം. അതിൽ തിയ്യതി ഇടരുത്. ഇങ്ങനെ ഒരു നിർദ്ദേശം തന്ന് അദ്ദേഹം ഓഫീസിലേക്ക് പോയി. പ്ലാറ്റൂൺ കമാന്റർ ജി.ആർ സ്വാമിനാഥൻ എന്നെ സമീപിച്ചു. ഇന്റർവ്യൂവിന്റെ കാര്യങ്ങൾ ചോദിച്ചു. അദ്ദേഹത്തോട് പറയാൻ പറ്റിയ വിവരങ്ങൾ പറഞ്ഞു. കാര്യങ്ങൾ തീരുമാനമാകുന്നതു വരെ പരേഡിനൊന്നും വരേണ്ടതില്ല. സുഹൃത്തുക്കളെ കാണാനും മറ്റു കാര്യങ്ങൾക്കും സമയം വിനിയോഗിക്കാം എന്നും പറഞ്ഞ് അദ്ദേഹം പോയി.

രാത്രി തന്നെ വിജയേട്ടൻ പറഞ്ഞ പ്രകാരം അപേക്ഷ എഴുതി ക്കൊടുത്തു. അദ്ദേഹം ഓഫീസിൽ നിന്നും 11 മണിക്ക് തിരിച്ചവന്നു. 4 ദിവസത്തിനകം റെക്കാഡ്സ് എംഇജി സെന്റർ-ബാംഗ്ലൂർക്ക് പോകാൻ തയ്യാറെടുപ്പുകൾ നടത്താൻ ആവശ്യപ്പെടാനായിരുന്നു വന്നത്. 1971 ഡിസംബർ 15 നായിരുന്നു എന്നാണ് ഓർക്കുന്നത്. ബംഗ്ലാദേശിലേക്ക് നീങ്ങാൻ തയ്യാറായി നിൽക്കുന്ന റജിമെന്റിന്റെ അന്തരീക്ഷത്തിൽ മരങ്ങൾക്കിടയിലെ ഒരു കൊച്ച് മൈതാനത്ത് കുറച്ച് കസേരകളിൽ ഓഫീസർമാരും പുൽത്തകിടിയിൽ ജവാൻമാരും ഇരുന്നുകൊണ്ട് എനിക്കുള്ള യാത്രയയപ്പ്. 400 കിലോമീറ്റർ ട്രക്ക് ഓടിയിട്ട് ഗോഹാ ട്ടിയിൽ പോയാണ് എനിക്കുള്ള മാല (ഗിൽട്ട് പേപ്പറിന്റെ മാലയും ഗോൾഡ് & സിൽവർ കളറില്ലുള്ളത്) 6 കപ്പകളും ഒരു ഭംഗിയുള്ള കെറ്റലും അടങ്ങുന്ന ഉപഹാരം) കൊണ്ടുവന്നിരുന്നത്!

3 മണിയോടെ പരിപാടി ആരംഭിച്ച. ഓഫീസർമാരുടെ വിശദീക
രണവും ഹാരാർപ്പണവും ഉപഹാര സമർപ്പണവും കഴിഞ്ഞ ശേഷം
എന്റെ മറുപടി പ്രസംഗം. ഇംഗ്ലീഷിൽ എഴുതി രാത്രിയിലിരുന്ന പഠി
ച്ചിരുന്നതുകൊണ്ട് ബുദ്ധിമുട്ടൊന്നും ഉണ്ടായിരുന്നില്ല. 5 മിനിട്ട് മാത്രമേ
സംസാരിച്ചിരുന്നുള്ളവെങ്കിലും പ്രസംഗം കഴിഞ് ഉടനെ കണ്ണൂരിലെ
മലയാളികൾ നീ മലയാളികളുടെ മാനം കാത്തവനാണ് എന്നും പറഞ്ഞു
എന്നെ കെട്ടിപ്പിടിച്ച. ട്രക്കിൽ കയറും മുമ്പേ വിജയേട്ടൻ എന്നെയും
കൂട്ടി അഡ്ജ്യൂട്ടൻറ് ക്യാപ്റ്റൻ പ്രവീൺ കുമാർ സാബിന്റെ അടുത്തേക്ക്
പോയി. അദ്ദേഹം റക്കാഡ് ഓഫീസർക്ക് കൊടുക്കുന്നതിനായി ഒരു
കവർ എന്നെ എൽപ്പിച്ച. കവർ മറ്റാരുടെ കയ്യിലും കൊടുക്കരുതെന്നും
റക്കാഡ്ഓഫീസറുടെ കൈവശം തന്നെ കൊടുക്കണമെന്നും പ്രത്യേകം
പറയുകയും നാട്ടിൽ പോയി തൊഴിൽ കിട്ടാനൊന്നും പ്രയാസമുണ്ടാവി
ല്ലെന്നും പറഞ്ഞ് യാത്രയാക്കി. ട്രക്കിൽ എന്നെ ഗോഹട്ടി റെയിൽവേ
സ്റ്റേഷനിൽ ഇറക്കിതന്ന. അടുത്ത ദിവസം ബറോണി ജംഗ്ഷനിൽ
ഇറങ്ങിയപ്പോൾ ദൽഹിക്കുള്ള ഒരു ട്രെയിൻ കാണാനിടയായി. എന്റെ
ബാംഗ്ലൂർക്കുള്ള വാറണ്ടും യൂണിഫോമുമായി മിലിട്ടറി കംപാർട്ട്മെന്റിൽ
കയറി. ഒരു ദിവസം യാത്ര കഴിഞ്ഞപ്പോൾ കംപാർട്ട്മെന്റിൽ വളരെ
കുറച്ച് ആളുകൾ മാത്രമുണ്ടായിരുന്ന സമയത്ത് ഒരു സർദാർജി ടിക്കറ്റ്
എക്സാമിനർ അതിൽ കയറിപ്പറ്റി. ഞാൻ ഉടനെ ബാത്ത്റൂമിൽ
കയറി എന്ത ചെയ്യണമെന്ന് ആലോചിച്ച. അഞ്ച് മിനിട്ടോളം നിന്ന്
ആലോചിച്ച ശേഷം പുറത്തിറങ്ങി ബാഗിൽ നിന്നും വാറണ്ടും ഒരു
അഞ്ചു രൂപ നോട്ടുമെടുത്ത് അദ്ദേഹത്തിന്റെ കയ്യിൽകൊടുത്തു കൊണ്ട്
വാറണ്ട് ബാംഗ്ലൂർക്കാണ്; ഡൽഹി കാണാനാണ് ഇതുവഴി പോകുന്നത്
എന്ന് പറഞ്ഞു. അദ്ദേഹം 5 രൂപ നോട്ട് മടക്കി കീശയിലിട്ട. 'റിക്ക് ഹൈ
ജവാൻ മജാകരൊ' എന്നും പറഞ്ഞ് ചുമലിൽ തട്ടി അടുത്ത കംപാർട്ടി
മെന്റിലേക്ക് പോയി.

ഡൽഹിയിൽ എത്തിയശേഷം സാധനങ്ങളെല്ലാം റെയിൽവെ
ക്ലോക്ക് റൂമിൽ സൂക്ഷിച്ച് അങ്ങാടിക്കിറങ്ങി. മാർക്കറ്റിൽ നിന്നും 12 രൂപ
കൊടുത്ത് ഒരു ടെറികോട്ടൺ പാന്റ്സ് വാങ്ങി. കയ്യിൽ കരുതിയിരുന്ന
ഒരു വെള്ളഷർട്ടും വാങ്ങിയ പാന്റ്സും ധരിച്ച് യാത്ര ആരംഭിച്ച. ആഗ്ര-
താജ്മഹൽ, കുത്തബ്മീനാർ, പാർലമെന്റ് മന്ദിരം, അശോകാഹോ
ട്ടൽ, റേഡിയോസ്റ്റേഷൻ, രാഷ്ട്രപതി ഭവൻ തുടങ്ങിയ സ്ഥാപനങ്ങൾ
ബസ്സിലും മറ്റ് വാഹനങ്ങളിലുമായി ഒന്നൊന്നര ദിവസം കൊണ്ട്
കണ്ടു തീർത്ത. കുത്തബ് മീനാറിൽ ഏറ്റവും മുകളിലേക്ക് പ്രവേശനം
നിഷേധിച്ചിരുന്ന. ജ്ഥമാമസ്ജിദിൽ പകൽ ബാങ്കുവിളി സമയത്താണ്

എത്തിച്ചേർന്നത്. എല്ലാവരും മുട്ടുകുത്തി ഇരിക്കുന്നത് കണ്ട് ഞാനും ഇരുന്നത് നല്ല അനുഭവമായിരുന്നു. യാത്രയെല്ലാം കഴിഞ്ഞ് റെയിൽവെ സ്റ്റേഷനിൽ വന്ന് ഒരു കുളി പാസ്സാക്കി ഡ്രസ് യൂണിഫോമിലേക്ക് മാറ്റി കുറച്ച് നേരം വിശ്രമിച്ചശേഷം ബാംഗ്ലൂർ സിറ്റിക്കുള്ള ട്രെയിൻ വഴി യാത്ര തുടർന്നു. ബാംഗ്ലൂരിൽ ട്രെയിനിംഗ് ബറ്റാലിയൻ 2-വിലേക്കായിരുന്നു എന്റെ റിലീവിംഗ് ഓർഡർ. അവിടെ ചെന്ന് റിപ്പോർട്ട് ചെയ്തു. സാധ നങ്ങൾ അവിടെ വെച്ച ശേഷം റക്കാഡ് ഓഫീസറെ നേരിൽ കണ്ടു. റജിമെന്റ് അഡ്ജുറ്റന്റിന്റെ കത്ത് ഏൽപ്പിച്ചു. എന്നെ ഒരാഴ്ച അവിടെ താമസിപ്പിക്കാനും അദ്ദേഹത്തിന്റെ നിർദ്ദേശപ്രകാരമേ ഇന്റർവ്യൂ നടത്തേണ്ടതുള്ളൂ എന്നും ബന്ധപ്പെട്ടവരെ അറിയിച്ചു. ടി.ബി 2 വിൽ എനിക്ക് ഭക്ഷണം കഴിക്കുക, വിശ്രമിക്കുക എന്ന തൊഴിൽ മാത്രമേ ഉണ്ടായിരുന്നുള്ളൂ. വൈകുന്നേരങ്ങളിൽ അടുത്തടുത്തുള്ള ഗ്രാമകേന്ദ്രങ്ങ ളിലൂടെ അലഞ്ഞു നടക്കാനും ഗ്രാമകാഴ്ചകൾ കാണാനും കഴിഞ്ഞിരുന്നു.

ഒരാഴ്ചകൊണ്ട് എന്റെ സാമ്പത്തിക ഇടപാടുകളും മറ്റും ശരിപ്പെ ടുത്തി 1972 ജനുവരി 21 മുതൽ സർവ്വീസിൽ നിന്നും ഡിസ്ചാർജ് അനുവദിക്കും പ്രകാരമുള്ള ഉത്തരവ് റക്കാഡ്സിൽ നിന്നുമുണ്ടായി. എന്റെ കൈവശമുണ്ടായിരുന്ന മിലിറ്ററി സാധനങ്ങളെല്ലാം തന്നെ ട്രെയിനിംഗ് ബറ്റാലിയൻ 2 വിൽ തിരിച്ച നൽകി. സർട്ടിഫിക്കറ്റുകൾ മുതലായവ എനിക്ക് തിരിച്ച തന്നു. എനിക്ക് സർവ്വീസ് കാലയളവിൽ അനുഭവവേദ്യമാകുമായിരുന്ന അവധി ദിനങ്ങൾ അനുഭവിക്കാൻ അവസരം തന്നുകൊണ്ടാണ് സർട്ടിഫിക്കറ്റിൽ ഡിസ്ചാർജ് തിയ്യതി രേഖപ്പെടുത്തിയിരുന്നത്. അടുത്ത ദിവസം എന്നെ റെയിൽവേ സ്റ്റേ ഷനിൽ ഒരു ട്രക്കിൽ കൊണ്ടുപോയി ഇറക്കി. ഞാൻ നാട്ടിലേക്ക് തിരിച്ചു. പട്ടാളത്തിന്റെ റിക്രൂട്ടിംഗ് സെന്ററിൽ നിന്നും 28 പേരെ കൂടെ കൂട്ടി ചെന്നിറങ്ങിയ ബാംഗ്ലൂർ കണ്ടോൺമെന്റ് റെയിൽവേ സ്റ്റേഷനിൽ നിന്നു കൂണക്കാരാരുമില്ലാതെ ഞാൻ ഏകനായി കോഴിക്കോട്ടു വന്നി റങ്ങി.

വീട്ടിലെത്തിയപ്പോൾ അത്ഭുതകരമായ ഒരനുഭവമുണ്ടായി. ഞാൻ പടികയറി മുറ്റത്തേക്കിറങ്ങിയപ്പോൾ അയൽവാസികളും ബന്ധുക്ക ളുമായ കുറച്ച് ആളുകൾ വീട്ടിൽ ഇരിക്കുന്നു. ചിലർ പിറുപിറുക്കുന്നു. അമ്മയും സഹോദരങ്ങളും ഏറെ ദുഃഖത്തോടെയിരിക്കുന്നു. എന്താണെ ന്നൊരു എത്തും പിടിയുമില്ല. പത്തുമിനിട്ട് ഇരുന്നപ്പോഴാണ് സംഗതി പിടികിട്ടിയത്. ചണ്ടിമന്ദിരിൽ നിന്നും ചണ്ടിഗഡ് സിററിയിൽ മെഡിക്ക ലേഷൻ പഠിക്കാൻ പോയിക്കൊണ്ടിരുന്നപ്പോൾ താഴെക്കിട ഉദ്യോഗ സ്ഥന്മാർ എന്നെ ഒരു സ്കീമിൽ പങ്കെടുപ്പിക്കാൻ കൊണ്ടുപോയതും

അവിടെ വെച്ച് OC ലെഫ്റ്റനന്റ് കേണൽ എം.എൻ മാത്തൂർ സാഹെബ് എന്നെ റിയർപാർട്ടിയിലേക്ക് തിരിച്ചയച്ചതും മുൻപ് സൂചിപ്പിച്ചിരുന്നു. അവിടെ കോഴിക്കോട്, കക്കോടി സ്വദേശിയായ ഒരു ഡ്രൈവർ ജവാൻ പലർക്കും ഇരുമ്പുപെട്ടി ഉണ്ടാക്കിക്കൊണ്ട് വന്നു കൊടുക്കുന്നത് കണ്ട പ്പോൾ ഒരു പെട്ടി ഞാനും വാങ്ങിച്ചിരുന്നു. നല്ല കനമുള്ള തകിട്ടുകൊ ണ്ട് പണിത പെട്ടി സാമാന്യം വലിപ്പമുള്ളതും ഭാരമുള്ളതുമായിരുന്നു. ബാംഗ്ലൂർക്ക് പോകുന്നതിനു 4 നാൾ മുമ്പെ പെട്ടി ഗോഹാട്ടി റെയിൽവേ സ്റ്റേഷനിൽ നിന്നും എന്റെ മേൽവിലാസത്തിൽ തന്നെ ബുക്ക് ചെയ്ത് കയറ്റി അയച്ചിരുന്നു. റെജിമെന്റിൽ നിന്നും ശുപാർശ കത്തോടെ ആയിരുന്നു അത് ചെയ്തിരുന്നത്. സാധാരണ ഗതിയിൽ റിക്കാഡ്സിൽ എത്തിയാൽ ഒരു ദിവസം കൊണ്ട് തന്നെ വീട്ടിലേക്ക് അയക്കാവുന്ന കാര്യമാണ്. ഡിസ്ചാർജ്ജും ഡിസ്മിസലും എന്നാൽ എന്റെ കാര്യത്തിൽ നടപടിക്രമങ്ങൾ അസ്വാഭാവികതയാർന്നതും 8 ദിവസം അവിടെ തങ്ങാൻ ഇടയാക്കിയതുമായിരുന്നു. ഞാൻ വീട്ടിലെത്തുന്നതിന്റെ 13 ദിവസങ്ങൾക്ക് മുമ്പ് തന്നെ പെട്ടി വീട്ടിൽ എത്തിക്കഴിഞ്ഞിരുന്നു. ഈ വിവരം അറിഞ്ഞതും കാര്യമായ വിവരങ്ങൾ ഒന്നും അറിയാൻ കഴിയാതിരുന്നതിലും ഉള്ള വിഭ്രാന്തിയാൽ ആണ് ആളുകൾ വീട്ടിൽ വന്നും പോയുമിരുന്നത് എന്ന് മനസ്സിലായപ്പോൾ എന്ത പറയേണ്ട എന്നറിയാതെ ഞാൻ അന്ധാളിച്ച നിന്നു.അക്കാലത്ത് നാട്ടുനടപ്പ് പട്ടാളക്കാർ മരണപ്പെട്ടാൽ പെട്ടിയും അദ്ദേഹത്തിന്റെ കൈമുതലുകളും വീട്ടിലേക്ക് വരുന്നതാണ് പതിവ്. ഇതുമായി ബന്ധപ്പെട്ട അറിയിപ്പുകൾ വൈകും. വാർത്താവിനിമയം അത്രമേൽ ദുർബലമായിരുന്നു. രണ്ടാം മരണം അങ്ങിനെ കഴിഞ്ഞു.

അടുത്ത ദിവസം കാലത്ത് തന്നെ മുണ്ടിക്കൽത്താഴം അങ്ങാ ടിയിൽചെന്ന് എല്ലാവരെയും കണ്ടു. പാർട്ടി ബ്രാഞ്ച് സെക്രട്ടറിയെ ഓഫീസിൽ ചെന്നു കണ്ടു. വന്ന സാഹചര്യങ്ങളെല്ലാം അദ്ദേഹത്തോട് പറഞ്ഞു. 'ഇന്നാപിന്നൊരു കാര്യം ചെയ്യ്. കർഷക സംഘത്തിന്റെ ഉത്തരവാദിത്തം എടുക്ക്.' ഇപ്പം കുടികിടപ്പ് കേസുകൾ നോക്കാനാ ളില്ലാത്ത അവസ്ഥയാണ്. സഖാവ് കെ. ചാത്തുണ്ണിമാസ്റ്റർ കുടികിടപ്പ് കേസുകൾക്ക് ഹാജരാകുന്ന പ്രവർത്തകർക്ക് സംഗതികൾ മനസ്സി ലാക്കുവാൻ വേണ്ടി എഴുതി കേരള കർഷക സംഘം പ്രസിദ്ധീകരിച്ച ഒരു കൈപ്പുസ്തകം എനിക്ക് സഖാവ് കോയ തന്നു. അഡ്വ. പി.എസ്. ഗിരീഷായിരുന്ന കേസുകൾ കൈകാര്യം ചെയ്തിരുന്നത്. നാലോ അഞ്ചോ കേസുകൾ ഉണ്ടായിരുന്നു. അവർക്കെല്ലാം 10 സെന്റ് വീതം ഭൂമി അളന്നു കൊടുപ്പിക്കാൻ ഞങ്ങൾക്ക് സാധിച്ചു.

****

മരണം പലതവണ

എന്റെ 8,9,10 ക്ലാസുകളിൽ കോഴിക്കോട് ചാലപ്പുറം ഗവ. ഗണപത് ഹൈസ്ക്കൂളിലെ പഠനം ഫ്രാൻസിസ് റോഡിനടുത്ത തോട്ടോളിപ്പാടം പറമ്പിലെ അമ്മാവന്റെ വീട്ടിൽ താമസിച്ചായിരുന്നു. ഒൻപതാം ക്ലാസിൽ പഠിക്കുമ്പോൾ എന്റെ ഒന്നാമത്തെ മരണം കഴിഞ്ഞിരുന്നു. വീട്ടിൽ എന്റെ അമ്മയുടെ മച്ചനനായിരുന്ന വെള്ളർക്കാരൻ രാഘവൻ എന്ന പേരുകാരൻ ഒരു അർബ്ബുദരോഗി കുറച്ച് ദിവസം താമസിച്ചിരുന്നു. കോലായിലെ ചാരുപടിയിലായിരുന്ന അദ്ദേഹം രാത്രി കഴിച്ചുകൂട്ടിയിരുന്നത്. അദ്ദേഹത്തിന്റെ കാലിന്റെ രണ്ട് വിരലുകൾ മുറിച്ച് മാറ്റിയിരുന്നു. രാത്രി ഉറക്കമില്ലാതിരുന്നതിനാൽ പുലരും വരെ കോലായിലൂടെ നടക്കുമായിരുന്ന അദ്ദേഹത്തിന് അഞ്ച് മണിക്ക് എഴുന്നേറ്റ് ഞാൻ ഒരു കുപ്പിയിൽ റോഡിൽ ചെന്ന് ചായ വാങ്ങികൊണ്ടു വന്ന് കൊടുക്കുമായിരുന്നു. ഒരു ദിവസം അർദ്ധരാത്രിയിൽ കാറ്റും മഴയുമുണ്ടായി. പുലർച്ചെ ഞാൻ പതിവ് പോലെ ചായക്ക് പോകുകയായിരുന്നു. രാത്രിയിലെ കാറ്റിൽ ഒരു തെങ്ങ് വലിച്ചുകെട്ടിയിരുന്ന കമ്പി വൈദ്യുതിലൈനിലൂടെ രുങ്ങിക്കിടന്നിരുന്നത് എന്റെ ദേഹത്തിൽ തട്ടിയതും ഒരാർപ്പോടെ ഞാൻ താഴെ വീണു. നേരം പുലർന്നിട്ടില്ലാത്തതിനാൽ ആരും ശ്രദ്ധിച്ചിരുന്നില്ല. ആയുസ്സിന്റെ ദൈർഘ്യം കൊണ്ടാവാം സാധാരണ ഗതിയിൽ 8 മണി വരെ കിടന്നുറങ്ങുമായിരുന്ന തൊട്ടടുത്ത വീട്ടിലെ കൃഷ്ണൻകുട്ടി എന്നയാൾ വളരെ നേരത്തെ എഴുന്നേറ്റ് പ്രഭാതകർമ്മങ്ങൾ കഴിഞ്ഞ് പുറത്തുള്ള കോണിയിൽ കൂടെ വീടിന്റെ മുകളിലത്തെ മുറിയിലേക്ക് പോകുമ്പോൾ ഞാൻ കിടന്ന് പിടയ്ക്കുന്നത് കണ്ട് ഓടി വന്ന് എന്നെ ചുറ്റിപ്പോയിരുന്ന വൈദ്യുതി കമ്പി ഉലക്കകൊണ്ട് അടിച്ച് തെറുപ്പിച്ചു. ബഹളം വെച്ച് ആളുകളെ കൂട്ടി അപ്പോഴേക്കും എന്റെ വായിൽ നിന്നും കുടാകുടാ രക്തം പോയി കഴിഞ്ഞശേഷം നരവന്നു തുടങ്ങിയിരുന്നത്രെ. ശരീരം രക്തം കട്ടപിടിക്കാതിരിക്കുന്നതിനുള്ള പ്രാഥമിക

ചികിത്സകൾക്ക് ശേഷം മാങ്കാവ് റോഡിലെ ഡോക്ടർ രാമമൂർത്തിയുടെ ആശുപത്രിയിലെത്തിച്ചു. ഞാൻ മരിച്ചു എന്ന വിവരമാണ് എന്റെ കുടും ബത്തിൽ എത്തിയത്. അത് എന്റെ ഒന്നാം മരണമായിരുന്നു എന്ന് ചുരുക്കം.

പട്ടാളത്തിൽനിന്നും എന്നെന്നേക്കുമായി നാട്ടിലെത്തുമ്പോൾ അന്നത്തെ സ്ഥിതിയിൽ പെട്ടി ദിവസങ്ങൾക്കു മുമ്പെ വീട്ടിൽ എത്തിയത് എന്റെ മരണം സംഭവിച്ചു എന്ന നാട്ടുകാരും വീട്ടുകാരും വിലയിരുത്തിയത് നേരത്തെ സൂചിപ്പിച്ചു.

മറ്റൊരിക്കൽക്കൂടി എന്റെ മരണം സംഭവിച്ചതിന് എനിക്ക് സാക്ഷ്യം വഹിക്കേണ്ടിവന്നു. അതിങ്ങിനെയാണ്- ഞാൻ അറപ്പീടികയിലെ ഒതയോത്തുംപടിക്കൽ താമസിച്ചവരുന്ന സമയം. ഒരു ദിവസം എന്റെ ഒരകന്നബന്ധുവായിരുന്ന വാകയാട്ടുകാരൻ രാഘവൻ. അദ്ദേഹം അറപ്പീടികക്കടുത്തായിരുന്നു താമസം. നിർമ്മല്ലൂർ അയ്യപ്പമഠത്തിൽ അയ്യപ്പൻവിളക്കുകഴിഞ്ഞു കാൽനടയായി അറപ്പീടികക്ക് വരുമ്പോൾ ബാല്യശ്ശേരി പോലീസ് സ്റ്റേഷന് സമീപം അദ്ദേഹത്തിന്റെതായുള്ള ഒരു പീടികയുടെ വരാന്തയിൽ കയറി ഇരുന്നു. കാലത്ത് അദ്ദേഹം മരിച്ചു കിടക്കുന്നതായാണ് നാട്ടുകാർ കണ്ടത്. എന്റെ അനിയൻ അശോകനാണ് ഫോണിൽ വിവരം അറിയിച്ചത്. ഞാൻ അദ്ദേഹ ത്തിന്റെ വീട്ടിലെത്തി ആവശ്യമായ ക്രമീകരണങ്ങൾക്ക് നേതൃത്വം കൊടുത്തു. എന്റെ ഭാര്യാസഹോദരി പുഷ്പയുടെ ഭർത്താവ് പുന്നശ്ശേരി രാമചന്ദ്രൻ, മരണപ്പെട്ട രാഘവൻ എന്നയാളുടെ ഏറെ അടുത്ത സുഹൃ ത്തായിരുന്നതിനാൽ വിവരം അറിയിക്കാൻ എന്തുവഴി എന്നും ഞാൻ അനിയോടാരാഞ്ഞു. 'അതു ഞാൻ അറിയിച്ചോളാം!' എന്ന മറുപടിയും കിട്ടി. അനിയൻ പുന്നശ്ശേരിയിൽ രാമചന്ദ്രന്റെ അയൽവാസിയായ ഒരാളെ വിളിച്ച് അറപ്പീടികയിലെ രാഘവൻ മരിച്ചിട്ടുണ്ടെന്നുള്ള വിവരം പെട്ടെന്നുതന്നെ അറിയിക്കണമെന്നാവശ്യപ്പെട്ടു. അദ്ദേഹം മകനെ ഈ വിവരം അറിയിക്കാൻ രാമചന്ദ്രന്റെ വീട്ടിലേക്കയച്ചു. അവൻ വീട്ടിൽ ചെന്ന് അറപ്പീടികയിലെ രാഘവൻ മരിച്ചിട്ടുണ്ടെന്ന് ഫോൺ വന്നതായി അച്ഛൻ പറഞ്ഞയച്ചതാണെന്നു പറയുമ്പോഴേക്കും അനിയ ത്തിയും മക്കളും കരച്ചിലും ബഹളവുമായി ഒരു ജീപ്പിൽ കുടുംബസമേതം എന്റെ വീട്ടിലേക്ക് വന്നു. അറപ്പീടികയിലെത്തിയപ്പോൾ അശോകന്റെ വർക്ക്ഷോപ്പ് തുറന്ന് പ്രവർത്തിക്കുന്നത് കണ്ട സംശയം തോന്നി വണ്ടി വർക്ക്ഷോപ്പിലേക്ക കയറ്റി. കൂട്ടക്കരച്ചിലോടെയുള്ള അവരുടെ വരവ് കണ്ട് ആളമാറി വിവരം ധരിച്ചിരിക്കുന്നു എന്നുറപ്പിച്ച ശരിയായ വിവരം ധരിപ്പിച്ചു. അത് എന്റെ മൂന്നാം മരണായിരുന്നു!

****

മിച്ചഭൂമി സമരം - ജയിൽവാസം

ണ്ടുമൂന്ന് മാസക്കാലം പൊതു പ്രവർത്തനങ്ങളിലും പാർട്ടിയുടെ മറ്റ കാര്യങ്ങളിലും ഇടപെട്ടുകൊണ്ടിരിക്കെയാണ് കേരളത്തിലെ ഐതിഹാസികമായ 1972 ലെ മിച്ചഭൂമി സമരം ആരംഭിച്ചത്. സ്റ്റേഡിയം ഗ്രൗണ്ടിനടുത്ത് പുതിയറ റോഡിൽ ആയിരുന്നു സമര സമിതി ഓഫീസ്. സമര വളണ്ടിയർമാർ ഓരോ പ്രദേശത്തു നിന്നും തൊട്ട മുൻപത്തെ ദിവസം അവിടെ എത്തിച്ചേരും. ഭക്ഷണം വിശ്രമം സമരരീതികൾ അച്ച ടക്കം തുടങ്ങിയവ സംബന്ധിച്ച് ബോധവൽക്കരണം എന്നിവയെല്ലാം അവിടെ വെച്ചായിരുന്നു. നഗരത്തിലെ ക്യാമ്പിലെത്തിയവർ ദിവസവും ആർഡി ഒ ഓഫീസ് പിക്കറ്റ് ചെയ്ത് അറസ്റ്റ് വരിച്ച് ജയിലിൽ പോകുക യായിരുന്നു. ജാമ്യം എടുക്കാറില്ല. സഖാക്കൾ കെ.സി. നായർ, സി.പി. ബാലൻ വാദ്യർ എന്നിവരെ അടുത്തു പരിചയപ്പെടാൻ ഈ ക്യാമ്പിലെ സമ്പർക്കത്തിനിടെ സാധിച്ചു. ക്യാമ്പിൽ ഭക്ഷണം കൊടുക്കുന്നതിന് ഭക്ഷ്യധാന്യങ്ങളും മറ്റ് ഉൽപ്പന്നങ്ങളും ഓരോ പ്രദേശങ്ങളിൽ നിന്നും പ്രവർത്തകർ സംഘടിപ്പിച്ച് കൊണ്ടുവരികയായിരുന്ന പതിവ്. സംഘ ടിതമേഖലയിലെ തൊഴിലാളികൾ അരി, പഞ്ചസാര, പാൽ തുടങ്ങിയവ എത്തിക്കുകയും ക്യാമ്പ് നടത്തിപ്പിന്- ഭക്ഷണം പാചകം മറ്റ സൗകര്യ ങ്ങളേർപ്പെടുത്തൽ എന്നിവക്ക് -ഏറെ സഹായിക്കുകയും ചെയ്തിരുന്നു. മുണ്ടിക്കൽത്താഴത്ത് നിന്നും ഞങ്ങൾ ചക്ക, നാളികേരം, നേന്ത്ക്കല, പപ്പായ, മത്തൻ തുടങ്ങിയ വിഭവങ്ങൾ സമ്പാദിച്ച് ഒരു ട്രാളിയിൽ നിറച്ച് ഞാനും പാർട്ടി ബ്രാഞ്ച് സെക്രട്ടറി കുറ്റേടത്ത് കോയയും മറ്റ് രണ്ട് സഖാക്കളും ചെങ്കൊടിയും പിടിച്ച് ട്രാളി വലിച്ചും ഉന്തിയും ക്യാമ്പിൽ എത്തിച്ചു. പല കേന്ദ്രങ്ങളിൽ നിന്നും ഇത്തരം ട്രാളികൾ വഴി ചരക്കുകളെത്തിയിരുന്നു. ഒരു ദിവസം ആർ ഡി ഒ ഓഫീസിന് മുമ്പിലെ സമരത്തിൽ പങ്കെടുക്കുവെ ഞാനുൾപ്പെട്ട ടീമിനെ അറസ്റ്റ് ചെയ്തു. പത്തു ദിവസം ജയിലിൽ കിടക്കാൻ അവസരം ലഭിച്ചു. ജയിലിൽ

നിറയെ സഖാക്കളായിരുന്നു. രാഷ്ട്രീയ തടവായതിനാൽ മറ്റ പ്രയാസ ങ്ങളൊന്നും ഉണ്ടായിരുന്നില്ല. മീറ്റിങ്ങുകളും പ്രസംഗങ്ങളും ഇടക്കിടെ യുണ്ടായിരുന്നു. ചായ കിട്ടാത്തതിനാൽ ഉള്ള സ്വാഭവിക പ്രയാസം എല്ലാവർക്കും ഉണ്ടായിരുന്നു. ജീരക വെള്ളത്തോടൊപ്പം ചപ്പാത്തിയും ഉരുട്ടിയ ചമ്മന്തിയുമായിരുന്നു പ്രാതൽ. 10 ദിവസത്തെ ശിക്ഷ കഴി ഞ്ഞപ്പോൾ ജയിലിന് പുറത്ത് മാലയിട്ട് സ്വീകരിച്ച് ജാഥയായി നഗരം ചുറ്റി ക്യാമ്പിലേക്ക് പോകുകയായിരുന്നു പതിവ്. മിച്ചഭൂമി സമരത്തിന്റെ പ്രചരണാർത്ഥം ഫാദർ വടക്കൻ അഴീക്കോടൻ രാഘവൻ എന്നവർ നയിച്ച കേരള പര്യടന ജാഥ മുതലക്കുളത്തെത്തിയതും പെരുമഴയത്ത് ആയിരക്കണക്കിനാളുകൾ കുടപിടിച്ച നനഞ്ഞൊലിച്ചും പങ്കെടുത്തതും മറക്കാനാവാത്ത ചിത്രമാണ്.

****

സ.കെ.എം. കുട്ടിക്കൃഷ്ണൻ

പാർട്ടി മെമ്പറായ ശേഷം സഖാവ് കെ.എം. കുട്ടിക്കൃഷ്ണനുമായി ഏറെ അടുത്ത് ഇടപഴകാനും പ്രവർത്തിക്കാനും എനിക്ക് സാധിച്ചിട്ടുണ്ട്. കോർപ്പറേഷൻ കൗൺസിലറായി അദ്ദേഹത്തി ന്റെ ആദ്യ മത്സരത്തിലും രണ്ടാം മത്സരത്തിലും നിശ്ചയിക്കപ്പെട്ട മേഖലയിൽ നന്നായി പ്രവർത്തിക്കാൻ എനിക്ക് സാധിച്ചു. അദ്ദേഹം ആദ്യത്തെ മത്സരത്തിൽ വിജയിക്കുകയും ചെയ്തു. കൗൺസിലറായി രിക്കെ 8000 രൂപ ഒരു വികസന പ്രവർത്തനത്തിനുപയോഗിക്കാൻ നിർദ്ദേശത്തിനായി പാർട്ടി ബ്രാഞ്ച് യോഗത്തിൽ ആവശ്യപ്പെട്ടു. ഇടവ ഴികൾ യാത്രായോഗ്യമാക്കാൻ തീരുമാനിക്കുകയും മായനാട്ടെ പഴയ മുസ്ലീം പള്ളിയിലേക്കുള്ള വൈശ്യം പുറത്ത് താഴെ നിന്നും തുടങ്ങുന്ന ഇടവഴിയും പറക്കോട്ട് വടക്ക് ഭാഗത്തെ ഇടവഴി സ്റ്റെപ്പ് കെട്ടി സംര ക്ഷിക്കാനാണ് തീരുമാനമെടുത്തത്. മഴക്കാലത്ത് പള്ളിപ്പറമ്പിലേക്ക് മയ്യത്തുകൾ കൊണ്ടുപോകാനുള്ള പ്രയാസം ചൂണ്ടിക്കാട്ടിയാണ് ഈ രണ്ട വഴികൾ തിരഞ്ഞെടുത്തിരുന്നത്. കാവുങ്ങൽത്താഴത്ത് നിന്നും ആരംഭിക്കുന്ന ഇടവഴി എന്റെ വീടിന്റെ പരിസരത്ത് നിന്നാണ് ആരം ഭിച്ചിരുന്നത്. കരാറുകാരെയും തൊഴിലാളികളെയും പ്രീതിപ്പെടുത്തി പണിതീരും വരെ ഞാൻ കൂടെ നിന്നിരുന്നതിനാൽ 40 കൊല്ലത്തിന ശേഷം അവിടെ റോഡാക്കും വരെ ഒരു സ്റ്റെപ്പും അടർന്ന പോയിട്ടില്ല എന്ന കാര്യം നാട്ടുകാർ സാക്ഷ്യപ്പെടുത്തിയിട്ടുണ്ട്.

സഖാവ് കെ.എം. കുട്ടിക്കൃഷ്ണൻ മോട്ടോർ & എഞ്ചിനീയറിംഗ് വർക്കേ ഴ്സ് യൂണിയൻ - സിഐടിയു- കോഴിക്കോട് ജില്ലാ സെക്രട്ടറിയായിര ന്നു. കിഴക്കെ നടക്കാവ് പെട്രോൾ പമ്പിന് മുമ്പിലായിരുന്ന ഓഫീസ്. കോഴിക്കോട് പോകുമ്പോൾ ഞാൻ അവിടെ പോകുമായിരുന്നു. ട്രേഡ് യൂണിയൻ പ്രവർത്തനത്തിന്റെ എബിസിഡി അദ്ദേഹം എന്നെ പഠിപ്പിച്ചു.

കുറച്ച് കാലത്തിനുശേഷം എക്സ് സർവ്വീസ്മെൻ ട്രാൻസ്പോർട്ടിൽ കണ്ടക്ടർ ജോലിയിൽ പ്രവേശിച്ച ശേഷം അവിട്ടത്തെ നാല്യ സ്വതന്ത്ര ട്രേഡി യൂണിയനുകൾ പിരിച്ചവിട്ടവിക്കാനും തൊഴിലാളികൾക്കാകെ ഒരു സംഘടന എന്ന നിലയ്ക്ക സിഐടിയു സംഘടന രൂപീകരിക്കാനും എന്നെ പ്രാപ്തനാക്കിയതും ആ ഉദ്യമത്തിൽ വിജയിക്കാനായതും അദ്ദേ ഹത്തിന്റെ ശിക്ഷണവും ഉപദേശനിർദ്ദേശങ്ങളും തന്നെയായിരുന്നു.

****

പോലീസിലേക്കും പുറത്തേക്കും

പട്ടാളത്തിൽ നിന്നും വന്ന് മാസങ്ങൾ കഴിഞ്ഞതോടെ കയ്യിൽ പൈസ ഒന്നും ഇല്ലാതായി. ഞാൻ പട്ടാളത്തിൽ ചേർന്നതോടെ തന്നെ തൊട്ടതാഴെയുള്ള അനിയൻ അശോകൻ പുതിയപാലത്ത് പ്രവർത്തിച്ചിരുന്ന ന്യൂ ഇന്ത്യ ഓട്ടോമൊബൈൽസിൽ സ്പ്രേ പെയിന്റിംഗ് പഠിക്കാൻ പോയിരുന്നു. ഞാൻ നാട്ടിലെത്തിയപ്പോഴേക്കും അവന് അത്യാവശ്യം വരുമാനം ഉണ്ടായികഴിഞ്ഞിരുന്നതിനാൽ എന്റെ കീശ കാലിയായതിന്റെ പ്രയാസം ഞാൻ അനുഭവിച്ചിട്ടില്ല. അനിയൻ വീട്ടിലെ ആവശ്യങ്ങൾ നിർവ്വഹിച്ചിരുന്നു. ഒരു പരാതിയും പരിഭവവും ഇല്ലാത്ത പ്രകൃതമാണ് അന്നും ഇന്നും അനിയനുള്ളത്. അനിയന്റെ വർക്ക്ഷോപ്പിൽ അടുത്ത ബന്ധമുണ്ടായിരുന്ന സർക്കിൾ ഇൻസ്പെക്ടർ ശ്രീധരൻ പഴയ കാറുകൾ വാങ്ങി റിപ്പയർ ചെയ്യിച്ച് മൊഞ്ചാക്കി വിൽപ്പന നടത്തുന്ന ഒരു സൈഡ് ബിസിനസ്സ് ഉള്ള വ്യക്തിയായിരുന്നു. കാറിന്റെ പാച്ച് വർക്ക് കഴിഞ്ഞാൽ പെയിന്റിംഗ് വർക്ക് അദ്ദേഹത്തിന്റെ വീട്ടിൽ വെച്ച് ചെയ്യുകൊടുക്കുന്ന പതിവുണ്ടായിരുന്നു. അധികപക്ഷവും അനിയൻ തന്നെയാവും വീട്ടിൽപോയി പണിതുകൊടുക്കുക. സി.ഐ ശ്രീധരൻ സാർ കുടുംബകാര്യങ്ങൾ ചോദിച്ചറിയുമ്പോൾ എന്റെ കാര്യങ്ങൾ മനസ്സിലാക്കാൻ ഇടയായി. അദ്ദേഹത്തിന്റെ നിർദ്ദേശപ്രകാരം ഞാൻ അദ്ദേഹത്തെ വീട്ടിൽപോയി കണ്ടു. ആർമി ഡിസ്ചാർജ് സർട്ടിഫിക്കറ്റ് കയ്യിൽ കരുതിയിരുന്നു. സർട്ടിഫിക്കറ്റ് പരിശോധിച്ചശേഷം അദ്ദേഹത്തിന്റെ ഒരു ഫിയറ്റ് കാറിൽ എന്നെയും കയറ്റി പോലീസ് സൂപ്രണ്ടിന്റെ ഓഫീസിൽ ചെന്നു. അക്കാലത്ത് പോലീസ് നിയമനം പി.എസ്.സി. ക്ക് വിട്ടിരുന്നില്ല. വിമുക്തഭടന്മാരെ സംബന്ധിച്ചിടത്തോളം പിരിഞ്ഞ് വന്ന് ഒരു വർഷം തികയാത്തവരെ എസ്.പിക്ക് നേരിട്ട് നിയമിക്കാനും ട്രെയിനിംഗ് ഇല്ലാതെ ഡ്യൂട്ടിൽ പ്രവേശിപ്പിക്കാനും അധികാരം ഉണ്ടായിരുന്നു. അതുപ്രകാരം എനിക്ക് നിയമനം കിട്ടി. എന്നാൽ പല

 സഹനം സമരം ജീവിതം

കാരണങ്ങളാല്യം എനിക്ക് ആ തൊഴിലിനോട് ഇണങ്ങാൻ കഴിഞ്ഞില്ല. രണ്ടു മാസത്തോളം തൊഴില്യുണ്ടെന്നും ഇല്ലെന്നും ഉള്ള നിലയ്ക്ക് തള്ളി നീക്കി പിന്നീട് സ്ഥിരമായി അങ്ങോട്ട് പോകാതെയായി. സി.ഐ. ശ്രീധരൻ സാർ അനിയനോട് പറഞ്ഞത് ഇപ്രകാരമായിരുന്നു: 'ഏട്ടൻ മൂപ്പർക്ക് പറ്റിയ പണിയല്ല പോലീസ്. അയാളുടെ മനസ്സിൽ വിപ്ലവ മാണ്.'

****

എൻ.ജി.ഒ.അദ്ധ്യാപക സമരവും ജയിൽ വാസവും

1973 ലെ എൻ.ജി.ഒ. അദ്ധ്യാപക സമരം എല്ലാ അർത്ഥത്തിലും പ്രസിദ്ധമായിരുന്നു. മാസങ്ങൾ നീണ്ടു നിന്ന സമരത്തിൽ ഒരവസരത്തിൽ സമരം ഒരു തീർപ്പിലെത്തിക്കാൻ സർക്കാരിൽ സമ്മർദ്ദം ചെലുത്തുന്നതിനായി പാർട്ടി ഒരു ദിവസത്തെ ബന്ദ് പ്രഖ്യാ പിച്ചു. ബന്ദിന്റെ ഒരുക്കങ്ങൾ- വിശദീകരണയോഗങ്ങൾ, പോസ്റ്റർ എഴുത്ത് തുടങ്ങിയവ-നടന്നു വരികയായിരുന്നു. ഞാൻ കാലത്തു തന്നെ ചെലവൂർക്ക് പോയിരുന്നു. അവിടെ നിന്നും പാർടി ജില്ലാകമ്മിറ്റി ഓഫീ സിലേക്കും തിരിച്ച് മെഡിക്കൽ കോളേജ് വഴി വീട്ടിലേക്കും എത്തും എന്ന് അമ്മയോട് പറഞ്ഞാണ് വീട്ടിൽ നിന്നിറങ്ങിയത്.

10 മണിയോടെ വീട്ടുപടിക്കൽ രണ്ടുപേർ വന്ന് 'സഖാവില്ലേ' എന്നു ചോദിച്ചു.

"ഓൻ ചെലവൂര്- മൂയിക്കൽ കൂടെ കോയിക്കോട്ട് ഒക്കെ പോയി. മെഡിക്കൽ കോളേജിക്കൂടെ വൈന്നേരം വരുന്നും പറഞ്ഞ് പോയി"- അമ്മയുടെ മറുപടി.

ഞാൻ മേൽ പറഞ്ഞ സ്ഥലങ്ങളിലെ ആവശ്യങ്ങൾ എല്ലാം നിറവേറ്റി ദേവഗിരി ജംഗ്ഷനിലെത്തി. ദേവഗിരി ബിൽഡിംഗ്സിലെ അച്ചുതൻ നായരുടെ ബാർബർ ഷാപ്പിൽ സാധാരണ ഇരിക്കാ റുള്ളത് പോലെ ഇരുന്നു. ഏതായാലും ഒരു ഷേവ് ചെയ്യാമെന്ന കരുതി കസേരയിൽ ഇരുന്ന് സോപ്പ് പതപ്പിച്ചു. കത്തിവെക്കും മുമ്പെ "പുള്ളി ഇവിടെയുണ്ട്" എന്ന പറഞ്ഞുകൊണ്ട് 2 മഫ്തി പോലീസുകാർ അകത്തേക്ക് കടന്നു. എനിക്ക് പരിചയമുള്ളവരായിരുന്നു. "ഞങ്ങൾ

വീട്ടിൽ പോയിരുന്നു.യാത്രാ റൂട്ടെല്ലാം അമ്മ പറഞ്ഞതുകൊണ്ട് എള
പ്പമായി- ഒരു കോൺസ്റ്റബിൾ പറഞ്ഞു. ''ഷേവ് ചെയ്യുന്നോ അതോ
മുഖം കഴുകി പോരുന്നോ'' മറ്റേയാൾ ചോദിച്ചു.

കഴുകിക്കളയാം എന്ന പറഞ്ഞ് കസേര വിട്ട് ഞാൻ മുഖം കഴുകി
അവർക്കൊപ്പം പോയി. മെഡിക്കൽ കോളേജിന്റെ വടക്കേ അറ്റത്ത്
വൈദ്യുതി സബ് സ്റ്റേഷനടുത്തായിരുന്ന അന്ന പോലീസ് സ്റ്റേഷൻ.
സ്റ്റേഷനിലെത്തിയപ്പോൾ അവിടെ കറ്റേടത്ത് കോയ- ഭാസ്കരൻ
വൈദ്യർ-എൽ.ജി.ഒ.മാരായ ഉദ്ദണ്ഡൻ-കാർത്തികേയൻ- കുഞ്ഞിരാമ
ൻനായർ എന്നിവരെയൊക്കെ നേരത്തെ കൊണ്ടുവന്നിരുത്തിയതായി
മനസ്സിലാക്കി. ഞങ്ങളെല്ലാവരും കൂടി ഒരിടത്തിരുന്നു. ഉച്ചഭക്ഷണം
ഇല്ല. പകരം ഒരു ചായയും പഴംപൊരിച്ചതും കൊണ്ടുവന്ന തന്നു.
വൈകുന്നേരം ഞങ്ങളെ സബ് ജയിലിൽ കൊണ്ടുപോയി. കരുതൽ
തടങ്കൽ എന്ന നിയപ്രകാരമായിരുന്നുവത്രെ! 5 ദിവസം അവിടെ കഴി
ച്ചുകൂട്ടി.ബന്ദിന്റെ അടുത്ത ദിവസം വിട്ടയച്ചു. സബ്ജയിലിനു മുന്നിൽ NGO
മാരും പാർടി സഖാക്കളും കാത്തിരുന്നു. അവർ ഞങ്ങളെ മാലയിട്ടു
സ്വീകരിച്ച പ്രകടനമായി നഗരം ചുറ്റി.

****

എക്സ് സർവ്വീസ്മെൻ
ട്രാൻസ്പോർട്ടിൽ

അതിനിടെയാണ് എക്സ്-സർവ്വീസ്മെൻ ട്രാൻസ്പോർട്ടിൽ കണ്ടക്ടർ ട്രെയിനിംഗിന് അവസരമുണ്ടെന്ന വിവരം അറിയാനിട വന്നത്. പെട്ടെന്ന് ഒരു കണ്ടക്ടർ ലൈസൻസും പാസ്സും കരസ്ഥമാക്കി എക്സ്-സർവ്വീസ്മെന്നിൽ കണ്ടക്ടർ ട്രെയിനിംഗ് കഴിഞ്ഞ സർട്ടിഫിക്കറ്റും എംപ്ലോയ്മെന്റ് എക്സ്ചേഞ്ചിൽ രജിസ്റ്റർ ചെയ്തു.

ഈ അവസരത്തിലാണ് കോഴിക്കോട് മുൻസിപ്പാലിറ്റിയുടെ രണ്ട് ബസ് സർവ്വീസുകൾ കാരന്തൂർ വരെ സർവ്വീസ് നടത്താൻ തുടങ്ങിയത്. അതോടൊപ്പം മുക്കത്തെ മുഹമ്മദ്മോൻ ഹാജി എന്ന ഒരാളുടെ വി.എം. സി. മോട്ടോഴ്സ് എന്ന ബസ് മെഡിക്കൽകോളേജ് വഴി മുക്കം-കോഴി ക്കോട് റൂട്ടിലും ഓടാൻ തുടങ്ങി. ആ ബസ്സിലെ ഡ്രൈവർ ജോയിയുടെ ശുപാർശ പ്രകാരം 750 രൂപ ക്യാഷ് സെക്യൂരിറ്റി കെട്ടി ഞാൻ കണ്ടക്ടർ പണിക്ക് ചേർന്നു. ഒരു മാസം 5 ഡ്യൂട്ടിക്ക് മാത്രമേ അവസരമുണ്ടാ യിരുന്നുള്ളൂ. അതുകൊണ്ട് ഒരു പ്രയോജനവും ഉണ്ടായിരുന്നില്ല. ആ ജോലിയും വേണ്ടെന്നു വെച്ചു. സെക്യൂരിറ്റി തുക തിരികെ ലഭിക്കാൻ മുണ്ടി ക്കൽത്താഴ്ത്തുകാരടെ ഇടപെടൽ വേണ്ടിവന്നു. തൊഴിലില്ല, ജീവിതം വളരെ പ്രയാസകരമാണെന്നിരിക്കിലും ഏറ്റെടുക്കുന്ന സംഘടനാ ഉത്തരവാദിത്വങ്ങൾ നിറവേറ്റാൻ ഞാൻ പരിശ്രമിച്ചുകൊണ്ടേയിരുന്നു.

ഒന്നു രണ്ടു മാസത്തിനിടെ ഒരു വൈകുന്നേരം ഒഴുക്കര അങ്ങാടി ക്കടുത്ത തെക്കെപ്പെയ്യടി അച്ചുതൻനായർ എന്ന എന്റെ സുഹൃത്തായ വിമുക്തഭടൻ എന്റെ വീട്ടിൽ വന്നു. 'എടാ രാഘവാ നിനക്ക് എംപ്ലോ യ്മെന്റ് എക്സ്ചേഞ്ചിൽ നിന്നും കാർഡ് കിട്ടിയോ?' എന്നായിരുന്ന വന്നയുടനെയുള്ള ചോദ്യം. എന്തു കാർഡ്? എക്സ് സർവ്വീസിലേക്ക്

 സഹനം സമരം ജീവിതം

കണ്ടക്ടർമാരെ എടുക്കുന്നുണ്ട്. എനിക്ക് കാർഡ് കിട്ടി നാളെതന്നെ ഓഫീസിൽ ചെന്ന് കാർഡ് വാങ്ങിക്കോ. അടുത്ത ദിവസം എംപ്ലോ യ്മെന്റ് എക്സ്ചേഞ്ചിൽ ചെന്ന് വിവരം പറഞ്ഞപ്പോൾ എനിക്ക് കാർഡ് തന്നു. ആറ് കണ്ടക്ടർമാരെയും 6 ഡ്രൈവർമാരെയുമാണ് കമ്പനി എടുത്തത്.

ഇന്റർവ്യുകാർഡിന്റെ ക്രമപ്രകാരം ഞാൻ ഒന്നാമനായിരുന്നു. സെലക്ഷൻ കഴിഞ്ഞ ഉടനെ ഓരോരുത്തരും 250 രൂപ സെക്യൂരിറ്റി അടയ്ക്കണമെന്ന് പറഞ്ഞു. ഒരു നിവൃത്തിയുമില്ല. തിരിച്ചുപോകാനുള്ള ബസ് കൂലിയല്ലാതൊന്നും കയ്യിലില്ല. കാഷ്യർ ഗോപിനാഥൻസാർ ആശ്വസിപ്പിച്ചു. ഇന്റർവ്യു ലിസ്റ്റിലെ ക്രമമനുസരിച്ച് നിങ്ങളുടെ പേര് ഒന്നാമനായി റസീറ്റ് ഞാൻ എഴുതിയിട്ടുണ്ട്. എവിടെയെങ്കിലും പോയി 250 രൂപ സംഘടിപ്പിച്ചു വരൂ. ഞാൻ 4 മണി വരെ കാത്തിരിക്കും. 2 മണിക്ക് ക്യാഷ് ക്ലോസ് ചെയ്യേണ്ടതാണ്. പെട്ടെന്ന് മനസ്സിൽ അനിയന്റെ വർക്ക്ഷോപ്പ് ഓർമ്മ വന്നു. പുതിയപാലം അങ്ങാടിക്ക ടുത്ത വർക്ക്ഷോപ്പിൽ ചെന്ന് അനിയനോട് വിവരം പറഞ്ഞു. മുതലാളി സ്ഥലത്തിലില്ല്ലോ. ആരെങ്കിലും വരുമോന്ന് നോക്കാം. ങ്ങള് ഇരിക്ക്. പെട്ടെന്ന് ഒരു ഓട്ടോറിക്ഷ കടന്നുവന്നു. അശോകേട്ടാ... എന്നു നീട്ടി വിളിച്ചാണ് ഡ്രൈവർ ഇറങ്ങിയത്. 'എന്താങ്ങക്കൊരു വല്ലായ്മ? ഒന്നല്ല. ഇത് ഏട്ടനാണ്. എക്സ് സർവ്വീസിൽ കണ്ടക്ടറുടെ പണി ശരിയായിട്ടു ണ്ട്. 3 മണിക്കകം 250 രൂപ അവിടെ സെക്യൂരിറ്റി കെട്ടണം. ഇവിടാണെ ങ്കിൽ മൊതലാളിയില്ല താനും.' കേട്ട ഉടനെ ഡ്രൈവർ തന്റെ കഴുത്തിലെ സ്വർണ്ണമാല ഊരി അനിയനു കൊടുത്തു. 'അശോകേട്ടാ, അടുത്ത സ്റ്റേഷനറി കടയിൽ ഇതുകൊടുത്ത് 250 രൂപ തരാൻ പറ. മൊതലാളി വന്നാൽ തിരിച്ചുകൊടുക്കാമെന്ന് പറഞ്ഞാൽ തരും.' അനിയൻ മാല വാങ്ങി സ്റ്റേഷനറി കടയിൽ നിന്നും അതു കൊടുത്ത് 250 രൂപ വാങ്ങി ത്തന്നു. ബസ് കൂലിക്ക് ചില്ലറ പൈസ വേറെയും തന്നു. അതുകൊണ്ട് പെട്ടെന്ന് തന്നെ കമ്പനിയിൽ ചെന്ന് 3.10 ന് പണമടച്ചു. മാനേജരെ കണ്ട് പണമടച്ച കാര്യം ബോധ്യപ്പെടുത്തി. 'രാഘവന് നാളെത്തന്നെ ഡ്യൂട്ടിക്ക് കയറാൻ പറ്റ്യോ?' 'കയറാം സാർ.' എന്നാൽ കൗണ്ടറിൽ രാരിച്ചനോട് പറയുക. കൗണ്ടറിൽ ചെന്ന് രാരിച്ചൻ എന്നയാളെ കണ്ട് വിവരം പറഞ്ഞു. അദ്ദേഹം രജിസ്റ്ററിൽ പേരെഴുതി. നമ്പർ 12 തിരുവ ണ്ണൂർ മെഡിക്കൽ കോളേജ് സർവ്വീസിലേക്ക് എന്നെ നിയമിച്ചു. ടിക്കറ്റ് റാക്ക് ക്യാഷ് ബാഗ് എന്നിവ അനുവദിച്ചു. മറ്റ വിവരങ്ങൾ പറഞ്ഞുതന്നു. കാലത്ത് അഞ്ചരമണിക്കാരംഭിക്കുന്ന സർവ്വീസാണ്. കമ്പനിയിൽ തന്നെ കിടന്നുറങ്ങി. എക്സ് സർവ്വീസ് എന്ന് നാട്ടുകാർ വിളിക്കുന്ന

മലബാർ മോട്ടോർ ട്രാൻസ്‌പോർട്ട് കോ- ഓപ്പ് സൊസൈറ്റി ഫോർ എക്‌സ് സർവ്വീസ്‌മെൻ എന്ന സ്ഥാപനം അക്കാലത്ത് കോഴിക്കോ ട്ടെ ബസ് കമ്പനികളിൽ മുന്തിയനിലവാരം പുലർത്തിയിരുന്നു. ജില്ലാ കലക്ടർക്ക് അതിന് മേൽനോട്ടാധികാരം ഉണ്ടായിരുന്നു. റൂട്ട് പെർമി റ്റിന് മുൻഗണനയും ടാക്‌സ് ഇളവും ഉണ്ടായിരുന്നു. പന്നിയങ്കരയിൽ സ്വന്തം വർക്ക്‌ഷോപ്പ് ഗ്യാരേജ്, പെട്രോൾപമ്പ്, ഡോർമെട്രി എന്നിവ യോടെയുള്ള സ്ഥാപനത്തിൽ 400ഓളം തൊഴിലാളികളും 47 സർവ്വീസും ഉണ്ടായിരുന്നതായാണ് ഓർമ്മ. പാലക്കാട് ബ്രാഞ്ചിന് കൽമണ്ഡപം എന്ന സ്ഥലത്ത് ഇതേപോലെ സൗകര്യങ്ങൾ ഉണ്ടായിരുന്നു. നിലമ്പൂർ ബ്രാഞ്ചിൽ ഇത്രതന്നെ സൗകര്യമുണ്ടായിരുന്നില്ല. എങ്കിലും സ്ഥലം കൂടുതലുണ്ടായിരുന്നു.

കോഴിക്കോട് നിന്നും പാലക്കാട്, ആനക്കട്ടി, വഴിക്കടവ്, കരുളായി തോട്ടത്തിൽ കടവ്, എടത്തനാട്ടുകര, ബാലുശ്ശേരി വഴി താമരശ്ശേരി മാവൂർ ഇടങ്ങിയ ദീർഘദൂര സർവ്വീസുകൾക്കൊപ്പം കുറേ സിറ്റി സർവ്വീ സുകളും ഉണ്ടായിരുന്നു. പാലക്കാട്ട് നിന്നും മണ്ണാർക്കാട്, ആനക്കട്ടി, കാഞ്ഞിരപ്പുഴ, ഷൊർണ്ണൂർ, പെരിന്തൽമണ്ണ ഇടങ്ങിയ ദീർഘദൂര സർവ്വീ സുകളും കുറച്ച് സിറ്റി സർവ്വീസുകളും നിലമ്പൂരിൽ നിന്നും വഴിക്കടവ്, മഞ്ചേരി, കരുളായി, മഞ്ചേരി, പാലക്കാട്, കോഴിക്കോട് ഇടങ്ങിയ സർവ്വീസുകളും ഓപ്പറേറ്റ് ചെയ്തിരുന്നു. ഏറ്റവും പ്രായം കുറഞ്ഞ കണ്ടക്ടർ എന്ന നിലയ്ക്ക് ഏത് സർവ്വീസ് പോകാനും ഞാൻ സദാ സന്നദ്ധനായി രുന്നു. മാറിമാറി കൂടെ വരുന്ന ഡ്രൈവർമാരുമായി കമ്പനിയിലെ സ്ഥി തിഗതികൾ ചോദിച്ച മനസ്സിലാക്കാൻ ഞാൻ പരിശ്രമിച്ചിരുന്നു. 240 ദിവസം പൂർത്തിയായ മുറയ്ക്ക് ഞങ്ങൾ 6 കണ്ടക്ടർമാരും 6 ഡ്രൈവർമാ രും സ്ഥിരപ്പെടുത്തപ്പെട്ടു. ഇ.വി. വേലായുധൻ എന്ന സി.പി.ഐ നേതാ വായിരുന്നു കമ്പനിയുടെ ചെയർമാൻ. അവിടെ പ്രവർത്തിച്ചിരുന്ന നാല സംഘടനകളിൽ ഭരണസമിതിയിൽ മെമ്പർമാരുള്ള സംഘടനയെ പരോക്ഷമായി നിയന്ത്രിച്ചിരുന്നതും അദ്ദേഹമായിരുന്നു. ഇതിനിടെ അനിയൻ അശോകൻ മെഡിക്കൽകോളേജിൽ അറ്റൻഡറായിരുന്ന രാമസ്വാമി എന്നയാളുടെ മകൾ ജയലക്ഷ്മിയുമായി അടുപ്പത്തിലാണെ ന്നും വിവാഹം കഴിക്കാൻ കുടുംബത്തിലെ കാരണവൻമാരുടെ സമ്മതം വാങ്ങിത്തരണമെന്നും അവന്റെ ക്ലാസ്‌മേറ്റായിരുന്ന ഒഴക്കരയിലെ ശ്രീനിവാസൻ മുഖേന എന്നോട് ആവശ്യപ്പെട്ടു. അച്ഛന്റെ മൂത്ത സഹോ ദരന്മാരോടെല്ലാം ഞാൻ നേരിട്ട പോയി വിവരം പറഞ്ഞു. അവരെല്ലാ വരും സമ്മതിച്ചു. ജയലക്ഷ്മിയുടെ മാതാപിതാക്കളമായി സംസാരിച്ച കാര്യങ്ങളെല്ലാം തീരുമാനിച്ചപ്പോൾ അവർ ഒരു ആവശ്യം മുന്നോട്ടുവച്ചു.

 സഹനം സമരം ജീവിതം

വിവാഹത്തെപ്പറ്റി യാതൊരു തീരുമാനവും എടുത്തിട്ടില്ലെങ്കിലും എന്റെ വിവാഹശേഷം അല്ലെങ്കിൽ രണ്ടുപേരുടെയും ഒന്നിച്ച് ഉള്ള വിവാഹ ത്തിന് മാത്രമേ അവർ അനുക്കലിക്കുകയുള്ള എന്നായിരുന്ന ആവശ്യം. കുടുംബത്തിന്റെ കാര്യങ്ങൾ എല്ലാം നീക്കിയിരുന്ന അനിയന്റെ അവസ്ഥ എനിക്കറിയാവുന്നത് കൊണ്ട് ഞാൻ അവരുടെ ആവശ്യത്തിന് വഴങ്ങി എന്റെ അച്ഛമ്മയുടെ തറവാട്ടിൽ നിന്ന് കുഞ്ഞിക്കേള എന്നവരുടെ മകൾ പത്മാവതിയെ പെണ്ണ് കാണുകയും വളരെ ലളിതമായി രണ്ടു പേരുടെയും വിവാഹം ഒരേ ദിവസം നടത്തുകയും ചെയ്തു.

ഞങ്ങൾ കണ്ടക്ടർമാരും 6 ഡ്രൈവർമാരും സ്ഥിരമാക്കപ്പെട്ട് ഒരു മാസം തികയുന്നതിന് മുമ്പ് തന്നെ കമ്പനിയുടെ ഒരു ജനറൽബോഡി യോഗം ചേരുകയുണ്ടായി. രണ്ടുമൂന്ന് വർഷം മുമ്പെ കൊടുത്തുപോയ ഒരു ബോണസ് നഷ്ടത്തിന്റെ പേരിൽ തിരിച്ചപിടിക്കണമെന്ന് സഹകരണസംഘം രജിസ്ട്രാർ ഉത്തരവിട്ട സാഹചര്യത്തിലായിരുന്ന ജനറൽബോഡി. വലിയ വാദപ്രതിവാദങ്ങൾ അരങ്ങേറിയ ജനറ ൽബോഡിയിൽ സഹകരണനിയമത്തിന്റെ 80-ാം വകുപ്പ് പ്രകാരമുള്ള സേവന-വേതന വ്യവസ്ഥകൾ ഈ സ്ഥാപനത്തിൽ നടപ്പാക്കുന്നതി ന്റെ ഔചിത്യത്തെ സംബന്ധിച്ചും മോട്ടോർ ട്രാൻസ്പോർട്ട് വർക്കേ ഴ്സ് പെയ്മെന്റ് ഓഫ് ഫെയർവേജസ് ആക്ട് പ്രകാരം കോഴിക്കോട് ജില്ലയിലെ തൊഴിലാളികൾക്ക് സേവന-വേതന വ്യവസ്ഥകൾ പരിഷ്ക്കരിച്ച സാഹചര്യത്തിൽ ഇവിടെ വേതനം മൂന്നിൽ രണ്ടായി ചുരുങ്ങിയത് സംബന്ധിച്ചും എനിക്ക് സംസാരിക്കേണ്ടിവന്നു. പ്രസി ഡണ്ടിന്റെ മറുപടി പ്രസംഗത്തിൽ പെർമനന്റ് ആയി മാസം തികയും മുമ്പേ ഇത്രയും കാര്യങ്ങൾ സംസാരിച്ചതിന് എന്നെ ഏറെ അധിക്ഷേ പിച്ച് സംസാരിക്കുകയുണ്ടായി. അതിനെതിരെ മിക്ക തൊഴിലാളികളും ഒച്ചപ്പാടുണ്ടാക്കുകയും ചെയ്തു. പാലക്കാട് യൂണിറ്റിൽ നിന്നും വന്ന തൊഴി ലാളികളാണ് ഇക്കാര്യത്തിൽ ശക്തയായി പ്രതിഷേധിച്ചിരുന്നത്.

അടുത്ത ദിവസം മുതൽ കമ്പനിയിൽ തൊഴിലാളികളിൽ വലിയ പ്രതിഷേധം പുകയുന്നതായി അനുഭവപ്പെട്ടു. ഒരാഴ്ചക്കകം എന്നെ പാലക്കാട് യൂണിറ്റിലേക്ക് സ്ഥലം മാറ്റുകയുണ്ടായി. പാലക്കാട്ടെ യൂണിയന്റെ പ്രധാന പ്രവർത്തകൻ ഇലക്ട്രീഷൻ കുഞ്ഞിശങ്കരൻനായ രായിരുന്നു. പാലക്കാട്ട് യൂണിയനിലെ ഓരോ തൊഴിലാളികളുമായി സംസാരിച്ചപ്പോൾ തൊഴിലാളികൾക്ക് യാതൊരു ഉപകാരവുമില്ലാ ത്ത തൊഴിലാളി സംഘടനകൾ ഉപേക്ഷിച്ച് ഇതര തൊഴിലാളികളും ജനങ്ങളമായി ഐക്യദാർഡ്യം പ്രഖ്യാപിക്കുന്ന ഒരഖിലേന്ത്യാ ട്രേഡ് യൂണിയന്റെ ഭാഗമായി ഒരു സംഘടന രൂപീകരിക്കാനും അന്തരീക്ഷം

ഒരുങ്ങിവന്നു.

ഞാൻ സി.ഐ.ടി.യു ജില്ലാ കമ്മറ്റിയുമായി ബന്ധപ്പെട്ട് കൂടിയാ ലോചനകൾ നടത്തിക്കൊണ്ടിരുന്നു. അങ്ങനെ സി.ഐ.ടിയുവിന്റെ നേതൃത്വത്തിലുള്ള മോട്ടോർ തൊഴിലാലി യൂണിയന്റെ സംസ്ഥാന ജനറൽ സെക്രട്ടറിയായിരുന്ന പാലക്കാട് എം.എൽ.എ വി. കൃഷ്ണദാസ് പങ്കെടുത്തുകൊണ്ട് പാലക്കാട് യൂണിറ്റിലെ ഹാളിൽ വെച്ച് ഒരു ജനറ ൽബോധിയോഗം ചേരുകയും മലബാർ എക്സ് സർവ്വീസ്മെൻ മോട്ടോർ ട്രാൻസ്പോർട്ട് വർക്കേഴ്സ് യൂണിയൻ (സി.ഐ.ടി.യു) എന്ന സംഘടനയ്ക്ക് രൂപം കൊടുക്കുകയും വി. കൃഷ്ണദാസ് എം.എ ൽ.എ പ്രസിഡണ്ടും ക്ലർക്ക് വിജയൻ സെക്രട്ടറിയുമായിട്ടാണ് കമ്മറ്റി രൂപീകരിച്ചത്. കോഴിക്കോട്ടും നിലമ്പൂരും സംഘടിപ്പിക്കുന്നതിനുള്ള ഉത്തരവാദിത്വം ഞാൻ ഏറ്റെടുത്തു.

കമ്പനിയിലെ തൊഴിലാളികളുടെ ശോചനീയാവസ്ഥകൾ വിശദീ കരിച്ചും മോട്ടോർ തൊഴിലാളികളുടെ മിനമം വേജസ് ആക്ട് നടപ്പാ ക്കുക, വിതരണം ചെയ്യപോയ ബോണസ് തിരികെ പിടിക്കാനുള്ള നടപടികൾ ഉപേക്ഷിക്കുക തുടങ്ങിയ ആവശ്യങ്ങൾ മുന്നോട്ടവെച്ചും ഒരു നിവേദനം തയ്യാറാക്കി കോഴിക്കോട് ലേബർ ഓഫീസർക്ക് നൽകു ന്നതിനായി എം.എൽ.എയും ഞാനും സെക്രട്ടറിയും കുഞ്ഞിശങ്കരൻ നായരും ഒരു വണ്ടിയിൽ കോഴിക്കോട്ടേക്ക് യാത്ര ചെയ്യവേ പന്നിയ ങ്കരയിൽ നാലഞ്ചുപേർ കമ്പനിയിലെ ഭൂരിപക്ഷ യൂണിയന്റെ പ്രവ ർത്തകർ ഞങ്ങളുടെ വണ്ടി തടഞ്ഞുവെച്ചു. എം.എൽ.എ പുറത്തിറങ്ങി അവരുമായി സംസാരിച്ചു. ഞങ്ങൾ പുതിയ യൂണിയനുണ്ടാക്കി ലേബർ ഓഫീസറുമായി സംസാരിക്കാൻ പോകുന്നത് യൂണിൻ മെമ്പർമാർക്ക് മാത്രം ഗുണം കിട്ടാൻ വേണ്ടിയല്ല. മിനിമം വേതനം ലഭിച്ചാൽ എല്ലാവ ർക്കും മെച്ചമുണ്ടാകും എന്ന അദ്ദേഹത്തിന്റെ വാക്കുകൾ കേട്ടതോടെ അവർ ശാന്തരായി തിരിച്ചപോയി. രാത്രിയിൽ സിവിൽസ്റ്റേഷനടുത്ത് ഞങ്ങൾ താമസിച്ചിരുന്ന മുറിയിൽ അവർ വന്നു. എം.എൽ.എയോട് മാപ്പപറഞ്ഞു. ആ സംഭവം ഒരു വഴിത്തിരിവായിരുന്നു. ബോണസ് തിരികെ പിടിക്കാൻ രജിസ്റ്റാർ നടപടി ശക്തമാക്കുന്നു എന്ന് അറി ഞ്ഞപ്പോൾ തൊഴിലാളികൾക്ക് ഒന്നിച്ച് നിൽക്കണമെന്ന മോഹം ഉണ്ടായി. ഈ അവസരത്തിൽ നാല സംഘടനകളും പിരിച്ചവിടുകയും എല്ലാവരും സി.ഐ.ടി.യുവിൽ ചേരുകയും ചെയ്തു. സജീവ കോൺഗ്രസ് പ്രവർത്തകരായ 10 പേർ കാക്കൂർ 11 ൽ താമസിച്ചിരുന്ന മൊയ്തീൻ കോയയുടെ നേതൃത്വത്തിൽ മാറി നിൽക്കുകയും അഡ്വ. എ.ശങ്കരൻ പ്രസിഡണ്ടും മൊയ്തീൻകോയ സെക്രട്ടറിയായും ആയുള്ള ഐ.എൻ.

ടി.യു.സി ഘടകം രൂപീകരിക്കുകയും ചെയ്തു.

കമ്പനിയിലെ സ്ഥിതിഗതികൾ രൂക്ഷമായ അവസരത്തിൽ രാത്രി ജോലി കഴിഞ്ഞശേഷം ജനറൽബോഡി ചേരുകയും രണ്ട് സംഘടനക ളും യോജിച്ച് ഒരു സമരസമിതി രൂപീകരിക്കുകയും ചെയ്തു. സമിതിയുടെ ജനറൽ കൺവീനറായി എന്നെ തെരഞ്ഞെടുത്തു. ഈ ജനറൽബോഡി യോഗത്തിലും, നിരവധിയായ യോഗങ്ങളിലും സഖാവ് കെ.എം. കുട്ടിക്യ ഷ്ണന്റെ സാന്നിദ്ധ്യവും ഉപദേശനിർദ്ദേശങ്ങളും ഉണ്ടായിരുന്നു. ഐ.എൻ. ടി.യു.സിയുടെ പ്രസിഡണ്ട് ശങ്കരൻ വക്കീലുമായി വളരെ അടുപ്പം സ്ഥാ പിക്കാനും ഈ ഘട്ടത്തിൽ എനിക്ക് സാധിച്ചു.

പണിമുടക്ക് നോട്ടീസ് കൊടുത്തശേഷം ബന്ധപ്പെട്ട ഉദ്യോഗസ്ഥ ന്മാർ ചർച്ചയ്ക്ക് വിളിച്ചെങ്കിലും ഗവൺമെന്റ് സഹായിക്കാതെ ബോണസ് തിരിച്ചപിടിക്കൽ ഒഴിവാക്കാനാവില്ലെന്ന നിലപാട് ആവർത്തിക്കുക മാത്രമാണ് അവർ ചെയ്തത്. പണിമുടക്ക് ഉറപ്പായ സാഹചര്യത്തിൽ പാലക്കാട്ട് സമരം നയിക്കുന്നതിനായി ഒരു സബ് കമ്മറ്റിയെ കൂടി ചുമതലപ്പെടുത്തി. പണിമുടക്ക് ആരംഭിച്ചപ്പോൾ മാനേജർ ബാലഗോ പാലൻനായരൊഴികെ ബാക്കി എല്ലാവരും പണിമുടക്കി. പണിമുടക്കം ആരംഭിച്ച് 5 ദിവസം കഴിഞ്ഞപ്പോൾ ഞാൻ പാലക്കാട് സന്ദർശിച്ചു. അവിടെ നൂറുശതമാനവും പണിമുടക്കിലായിരുന്നു. പ്രസിഡണ്ട് വി. കൃഷ്ണദാസ് എം.എൽ.എ യുടെ ഇടപെടൽ അവിടെ ഉണ്ടായിരുന്നു. എന്നാൽ എന്നെ ഭയപ്പെടുത്തിയ ഒരു അരുതാത്ത കാര്യം അവിടെ നടന്നു. അവിട്ടത്തെ സബ്കമ്മിറ്റി പ്രത്യേകം റസീറ്റ് അടുപ്പിച്ച് പണപ്പി രിവ് നടത്തി. സംയുക്ത സമരസമിതിയാണ് സമരം നയിക്കുന്നത്. ആ സമിതി അറിയാതെ പ്രത്യേക റസീറ്റിൽ പണം പിരിക്കുന്നത് ട്രേഡ് യൂണിയൻ മര്യാദയ്ക്ക് ചേർന്നതല്ലല്ലോ. ഞാൻ ഉടൻതന്നെ കോഴി ക്കോട്ടേക്ക് തിരിച്ചപോയി സമരസമിതി യോഗത്തിൽ രാത്രിതന്നെ ഇക്കാര്യം അറിയിച്ചു. എന്റെ അശ്രദ്ധയാണ് ഇതിന് കാരണമെന്നും പരിഹാരം ഞാൻ തന്നെ ഉണ്ടാക്കണമെന്നും കമ്മിറ്റിയിൽ അഭിപ്രായം ഉണ്ടായി. നല്ല തീരുമാനം എടുക്കാമെന്ന് ഉറപ്പുനൽകി ഞാൻ വീണ്ടും പാലക്കാട്ടേയ്ക്ക് പോയി. പ്രസിഡണ്ടുമായി കൂടിയാലോചിച്ച് എല്ലാ റസീ റ്റുകളും പണം ചേർത്തിയ കുറ്റികളും അവരുടെ ചെലവ് കണക്കുകളും എടുത്തുകൊണ്ട് സി.ഐ.ടി.യു ഓഫീസിൽ പോയി. അവിടെ സി.ഐ.ടി. യു ജില്ലാ കമ്മിറ്റി അംഗമായിരുന്ന സഖാവ് കെ.കെ. ദിവാകരനും പ്ര സിഡണ്ടിനൊപ്പം എത്തിയിരുന്നു. സഖാവ് കെ.കെ. ദിവാകരനാണ് റസീറ്റിൽ എഴുതിയ പണം പൂർണ്ണമായും സമരസമിതി റസീറ്റിലേക്ക് പകർത്തി എഴുതി കണക്കുകൾ നോട്ടുബുക്കിലാക്കി തന്നത്. 27 ദിവസം

നീണ്ടു നിന്ന പണിമുടക്ക് സമരം തിരുവനന്തപുരത്ത് ധനമന്ത്രി എസ്.
വരദരാജൻ നായർ ഇടപെട്ടശേഷം ഞങ്ങളെ സെക്രട്ടറിയേറ്റിലേക്ക്
വിളിപ്പിച്ച ചർച്ച നടത്തി മൊയ്തീൻകോയ, രാഘവൻനായർ- ഖജാൻജി-
എന്നിവർക്കൊപ്പം ഞാനും തിരുവനന്തപുരത്തെ ചർച്ചയിൽ സംബന്ധി
ച്ചു. ആവശ്യങ്ങൾ അംഗീകരിച്ച് സമരം അവസാനിപ്പിക്കാൻ സാധിച്ചു.

****

     സഹനം സമരം ജീവിതം

മുണ്ടിക്കൽ താഴത്തു നിന്നും കക്കോടിയിലേക്ക്

പല കുടുംബപ്രശ്നങ്ങളും നേരിട്ട സന്ദർഭത്തിൽ 1973 ലെ ഒരു സുപ്രഭാതത്തിൽ മുണ്ടിക്കൽ താഴത്തുളള വീടും സ്ഥലവും വിറ്റ പണവുമായി കക്കോടിയിലെത്തി. അങ്ങാടിയിൽ സ്വർണ്ണപ്പണി എടുത്തിരുന്ന കുണ്ടൂർ ഭാസ്കരേട്ടന്റെ കടിയൽചെന്നു. ഭാസ്കരേട്ടൻ എന്റെ വലിയമ്മാവന്റെ രണ്ടാമത്തെ മകൾ പത്മാവതി ഏച്ചിയുടെ ഭർത്താവായിരുന്നു. ഞാനുമായി ഏറെ അടുപ്പത്തിലായിരുന്നു. അവിടെ ഒരു ചെറിയ സ്ഥലം കിട്ടിയാൽ തരക്കേടില്ല എന്നറിയിച്ചു. അവിചാരി തമായി അവിടേക്ക് മോരിക്കരയിലെ താമസക്കാരൻ കെ.എസ്. ഇ.ബി ജീവനക്കാരൻ മൊയ്തീൻ എന്നയാൾ കയറി വന്നു.

"മൊയ്തീൻക്കാ.... ങ്ങളെ കയ്യിൽ മോരിക്കര വയനാളിക്കാവിന ടുത്തുള്ള സ്ഥലം ഉണ്ടല്ലോ അത് കൊട്ടക്കന്നോ? ഈ ഇരിക്കുന്ന ആൾക്കാണ്. ഇയാളെ അറിയോ?" ഭാസ്കരേട്ടൻ ചോദിച്ചു.

"ഇയാളെ എവിടെയോ കണ്ടിട്ടുണ്ടല്ലോ"-മൊയ്തീൻ

"എക്സ്-സർവ്വീസിലെ കണ്ടക്ടർ"

"ഓ.... ശരിയാണ്- ബസിൽ ധാരാളം സംസാരിക്കുന്ന കണ്ടക്ടർ... ഞാനോർക്കുന്നു".

"ഇയാൾക്ക് സ്ഥലം കൊടുത്തുക്കൂടെ?"

'ഒരു വിരോധവും ഇല്ല'

എന്നാൽ നിങ്ങളുടെ സൈക്കിൾ കൊട്ടക്കൂ'' പീടികയിലെ ഒരു പണിക്കാരനോട്എന്നെ സൈക്കിളിൽ കയറ്റി സ്ഥലം കാണിക്കുവാൻ ചട്ടം കെട്ടി. സ്ഥലം കണ്ടു.... അപ്പോൾ തന്നെ കച്ചവടം ചെയ്തു. ഉടനെ

കുറച്ച് കരിങ്കല്ലിറക്കി ഒരു തറ കെട്ടി. അതോടെ കയ്യിലെ കാശും തീർന്നു. ഉടനെ ഒരു ഷെഡ് കെട്ടി താമസിക്കാൻ തീരുമാനിച്ചു. ഇതിനിടയിൽ തന്നെ മുണ്ടിക്കൽ താഴ്ത്തു നിന്നും പാർട്ടി അംഗത്വം കക്കോടിയിലേക്ക് മാറ്റൽ നടന്നിരുന്നു. കക്കോടി ഏരിയാ സിക്രട്ടറി എം.വി. ബാലകൃഷ്ണ നായിരുന്ന അംഗത്വം മാറ്റിയതിന്റെ കത്ത് സ്വീകരിച്ചിരുന്നത്. മുമ്പേ പരിചിതനായിരുന്ന സഖാവ് സി.പി. ബാലൻ വൈദ്യരും സ്ഥലത്തുണ്ടാ യിരുന്നു. മോരിക്കര ബ്രാഞ്ച് രൂപീകരിക്കാനുള്ള നിർദ്ദേശം വൈദ്യർ എം.വിയോട് പറയുകയും അത് 2 ആഴ്ചക്കുള്ളിൽ നടപ്പിലാക്കുകയും ചെയ്തു. മോരീക്കര ബ്രാഞ്ച് സെക്രട്ടറിയായി ലോക്കൽ കമ്മിറ്റി മെമ്പർ പത്മനാഭൻ മാസ്റ്റർ തെരഞ്ഞെടുക്കപ്പെട്ടു. സഖാക്കളുടെ അകമഴിഞ്ഞ സഹായത്തോടെ ഒരാഴ്ച കൊണ്ട് ഷെഡ് ഉയരുകയും ഞങ്ങൾ- അമ്മ മൂന്ന്   സഹോദരങ്ങൾ-അശോകൻ-സുകുമാരൻ-ബാബു(സുരേഷ് ബാബു) എന്റെ ഭാര്യ പത്മാവതി-അനിയൻ അശോകന്റെ ഭാര്യ ജയല ക്ഷ്മി-എന്റെ മകൾ രോഷ്ണി, അശോകന്റെ മകൾ അനീജ (അനീജയാണ് രോഷ്ണിയെക്കാൾ മൂത്തവൾ) ഇത്രയും പേരടങ്ങുന്ന കുടുംബം അങ്ങോട്ട താമസം മാറ്റി.

ഷെഡിന്റെ പണി നടന്നുകൊണ്ടിരിക്കെ വീട്ടുമുറ്റത്തേക്ക് ഒരു അറുപത് വയസ്സിനുമേൽ പ്രായം തോന്നിക്കുന്ന സ്ത്രീ കയറി വന്നു. പറക്കോട്ടു രാഘവൻ എന്നാളുണ്ടോ ഇവിടെ''എന്നു ചോദിച്ചുകൊണ്ടാ യിരുന്നു അവർ വന്നത്.

"വരു ഞാൻ തന്നെയാണ് ആ പറഞ്ഞ ആൾ, എന്താണ് വേണ്ടത്?'' എന്റെ ചോദ്യം

"ങ്ള് പട്ടാളക്കാരെ ആരോ ആണെന്നുപറയുന്നത് കേട്ടു. എന്റെ മൂപ്പര് പട്ടാളത്തി പോയിട്ടുണ്ട്. ജർമനീലൊക്കെ പോയാളാ....

എന്നിട്ടിപ്പോ സുഖല്ലാതെ കെടക്വാ ഒരു സഹായോം സർക്കാരീ ന്ന് കിട്ടിയിട്ടില്ല. പെൻഷനുമല്ല. എന്തെങ്കിലും ചെയ്തുതരണം'' - അവർ പറഞ്ഞു നിർത്തി.

മിലിറ്റിക്കാരനാണെന്നതിന് എന്തെങ്കിലും സർട്ടിഫിക്കറ്റ് ഉണ്ടോ വീട്ടിൽ? "ഒരു കാർഡുണ്ട്. അത് ഞാങ്കൊണ്ടോരാ. ഇവടെ അടുത്താ പൊര'' ഇത്രയും പറഞ്ഞ് അവർ ഇറങ്ങിപ്പോയി. അരമണി ക്കൂറിനകം അവർ വന്നത് ഒരു പോസ്റ്റ് കാർഡുമായിട്ടാണ്. അതു തന്നെ ചിതൽ പാതി തിന്നു പോയിരുന്നു. ഭാഗ്യത്തിന് പട്ടാളക്കാരന്റെ പേരും നമ്പറും അതില്ുണ്ടായിരുന്നു.

"ശരി നോക്കട്ടെ എന്നും പറഞ്ഞു അവരെ തിരിച്ചയച്ചു. അടുത്ത

ദിവസം കേരള സ്റ്റേറ്റ് എക്സ് സർവ്വീസസ് ലീഗിന്റെ കോഴിക്കോട് ജില്ലാ സെക്രട്ടറിയായ ഞാൻ നേരെ ജില്ലാ സൈനിക ബോർഡാപ്പീസിൽ ചെന്നു. സെക്രട്ടറിയെക്കണ്ട് ഈ കാർഡയച്ചതിന്റെ തുടർപ്രവർത്തനം 3 കൊല്ലമായി നടക്കാത്തതിനെക്കുറിച്ച് സംസാരിച്ചു. മിനിമം തുക ഇന്നു തന്നെ അയക്കാമെന്നും പിന്നീട് മറ്റ കാര്യങ്ങൾ ആലോചിക്കാമെന്നും അദ്ദേഹം ഉറപ്പ തന്നു. ഒരാഴ്ച കഴിഞ്ഞ് അവർ ഏറെ സന്തോഷത്തോടെ വീട്ടിൽ വന്നു. 500 ഉറുപ്പ്യ മണി ഓഡറ് വന്നിക്ക്ന്ന് എന്നു പറഞ്ഞു. പ്പം മരുന്ന് വാങ്ങിക്കോളി തുടർന്ന് മ്മക്ക് നോക്കാന്ന് പറഞ്ഞുവിട്ടു.

ഷെഡ്ഡിന്റെ   പ്രവർത്തിയുടെ തിരക്കിനിടയിൽ എക്സ്-സർവ്വീസ് മെൻട്രാൻസ്പോർട്ടിലെ ഇൻസ്പെക്ടറും ഐഎൻടിയുസി യൂണിറ്റ് പ്രസിഡണ്ടുമായിരുന്ന വാസു ഏട്ടൻ അവിടെ വന്നു. അദ്ദേഹം മാളിക്കടവ് ഐടിഐക്ക് സമീപമാണ് താമസിച്ചിരുന്നത്. ഐഎൻടി യുസിക്കാരനായിരുന്നെങ്കിലും വാസു ഏട്ടൻ എല്ലാവരുമായും ഏറെ സ്നേഹത്തിലായിരുന്നു. കമ്പനിയിലെ ഏത് പർശനവും ഞങ്ങൾ കൂടിയാലോചിക്കുമായിരുന്നു. പോലീസ്, കലക്ടറേറ്റ് എന്നിവിടങ്ങളിലും രാഷ്ട്രീയ നേതാക്കളിലും വാസു ഏട്ടന് നല്ല സ്വാധീനമായിരുന്നു.

"സഖാവെ ങ്ങള് എന്റെ അടുത്തേക്ക് താമസം മാറ്റുന്നത് ഇന്നലെയാണറിഞ്ഞത്. ഇത് മേയാൻ ഓല കിട്ടിയോ? എന്നായിരുന്ന അദ്ദേഹത്തിന്റെ കുശലാന്വേഷണങ്ങളിൽ പ്രധാനം.

ഓലയൊന്നും കിട്ടീട്ടില്ല വാസുഏട്ടാ.... 'ന്നാ ങ്ങള് ന്റെ വീട്ട് പോയി അവിടെ മടഞ്ഞ ഓലയുണ്ട്. ഏതാണ്ട് ഇത് മേയാൻ മാത്രമു ണ്ടാവും. അതൊക്കെ എടുത്ത് ഒരു ട്രാളിയ്ൽ കൊണ്ടോന്നോളീ. അത് ന്റെ വകയായിക്കോട്ടെ .

ഓ ശരി വാസു ഏട്ടാ; വല്യ ഉപകാരം.

വാസു ഏട്ടൻ പോയ ശേഷം ഞാൻ ട്രോളിയുമായി അദ്ദേഹത്തിന്റെ വീട്ടിലുണ്ടായിരുന്ന മടഞ്ഞുവെച്ച ഓലകൊണ്ട് വന്നാണ് വീട് മേഞ്ഞത് അന്നത്തെ സാഹചര്യത്തിൽ ഏറെ സഹായകരമായിരുന്നു അത്.

മോരീക്കര താമസം തുടങ്ങി ഏതാണ്ട് 6 മാസം കൊണ്ട് പഞ്ചായത്ത് തെരഞ്ഞെടുപ്പ് വന്നു. മോരീക്കരയിൽ പാർടി ബ്രാഞ്ച് പ്രവർത്തനം ആരംഭിച്ച ശേഷം ചരിത്രത്തിൽ ആദ്യമായി 'ചെറുകാ ട്ദിനാചരണം' ഉണ്ടായി. ദിനാചരണങ്ങളോ പൊതുപരിപാടികളോ ഒന്നും അതിനു മുൻകാലങ്ങളിൽ നടന്നിട്ടില്ലായെന്നാണ് മനസ്സിലാ ക്കാനായത്. ചെറുകാട് ദിനാചരണ മീറ്റിംഗിൽ കുന്ദമംഗലത്തിനടുത്ത് പൈങ്ങോട്ട പുറത്തെ കെ.നാരാണൻ നമ്പൂതിരി മാസ്റ്റർ ആയിരുന്ന

പ്രഭാഷകൻ. നല്ല പരിപാടിയായിരുന്നു. അതിന്റെ തുടർച്ചയാണ് ചെറുകാട് കലാസമിതിയും മറ്റും രൂപം കൊണ്ടത്.

പഞ്ചായത്ത് തെരഞ്ഞെടുപ്പിൽ പെൻഷനർ ആയ ചെക്കായി മാസ്റ്റർ ആയിരുന്ന വാർഡിലെ സ്ഥാനാർത്ഥി. എതിരാളി കോൺഗ്രസ്സിലെ ദാമോദരൻ നായർ. അദ്ദേഹം സിപിഐ(എം) ലോക്കൽ സെക്രട്ടറിയായിരിക്കെ നടപടിക്ക് വിധേയനായി പാർട്ടിയിൽ നിന്നും പുറത്ത് പോയ വ്യക്തിയും ഈ വാർഡിൽ നല്ല കുടുംബ ബന്ധമുള്ള യാളും ആയിരുന്നു. തെരഞ്ഞെടുപ്പിന് 15 ദിവസം ലീവെടുക്കണമെന്ന പാർട്ടി നിർദ്ദേശിച്ചു. ഞാൻ 16 ദിവസത്തെ ലീവ് മെഡിക്കൽ സർട്ടിഫി ക്കറ്റ് സഹിതം ഹാജരാക്കി അനുമതി വാങ്ങിയിരുന്നു.

രണ്ടുമൂന്നു ദിവസം കൊണ്ടു പ്രചാരണ പ്രവർത്തനങ്ങളൊക്കെ പൂർത്തിയാക്കി വീടുകയറ്റം ആരംഭിച്ചു. എന്റെ സ്ക്വാഡിൽ പച്ചക്കറി ക്കടക്കാരൻ കറപ്പേട്ടൻ തുടങ്ങി ഒൻപത് പേരുണ്ടായിരുന്നു. ഏതാണ്ട് പന്ത്രണ്ട് മണിയോടെ ഞങ്ങൾ സാമാന്യം വലിയ ഓല വീട് പൊളിച്ച് കെട്ടുന്ന തിരക്ക പിടിച്ച ഒരു പറമ്പിന്റെ പടിക്കൽ എത്തി. വീടിന്റെ മുകളിൽ ഒരുഭാഗത്ത് പൊളിച്ച് താഴെ ഇടുന്നവരും പൊളിച്ച വൃത്തി യാക്കിയ ഭാഗം പുത്തൻ ഓലയും പനയോലയും കൊണ്ട് മേയുന്നവരും താഴെ കരിയോലയും പഴയ പനയോലയും കെട്ടാക്കുന്നവരും ഒരുഭാ ഗത്ത് മുകളിലേക്ക് ഓല എറിഞ്ഞു കൊടുക്കുന്നവരും ബഹളം തന്നെ. മുറ്റത്ത് ഒരു മൂലയിൽ ഒരു വൃദ്ധൻ വെള്ള ഷർട്ട് ധരിച്ച് തലയിൽ ഒരു തോർത്ത് കെട്ടി കുനിയിരിക്കുന്നു. മുമ്പിൽ ഞാനായിരുന്നത് കൊണ്ട് ഞാൻ ഗേറ്റ് തള്ളി അങ്ങോട്ട കടന്നു. അപ്പോൾ പുറകിൽ നിന്നും ഒരു പ്രവർത്തകൻ വിളിച്ചു. 'ഏയ് അങ്ങോട്ട പോകേണ്ട'......

ഞാൻ പിറകോട്ടുതന്നെ നീങ്ങി നിന്നു.

എന്താ അങ്ങോട്ടുപോണ്ടാന്ന്? ഞാൻ ചോദിച്ചു. അവിടെ കോൺഗ്രസ്സിന്റെ മണ്ഡലം ലവലിൽ പ്രവർത്തിക്കുന്ന പ്രവർത്തകരുള്ള വീടാണ്. നമുക്ക് ഒരു വോട്ടും കിട്ടുകയില്ല- മുൻപത്തെയാളുടെ അഭിപ്രായം വന്നു. ഞാൻ ഇടത് വശത്തെ വീട് ചൂണ്ടി ചോദിച്ചു ആ വീട് ആരുടെതാണ്.? 'അത് നമ്മുടെ അനുഭാവികളുടെതാണ്' അദ്ദേഹത്തിന്റെ മറുപടി. 'ശരി നമുക്ക് വോട്ടുകിട്ടുമെന്ന് ഉറപ്പാണെങ്കിൽ അവിടെ പോകേണ്ടതില്ല ല്ലോ'. എല്ലാവരും നിശബ്ദരായി

ചുരുക്കത്തിൽ പുര കെട്ടുന്ന അന്തരീക്ഷത്തിൽ അവിടെ ചെല്ലുന്നത് നന്നായിരിക്കുമെന്ന എന്റെ അഭിപ്രായം മാനിച്ച് മനമില്ലാ മനസ്സോടെ എല്ലാവരും കൂടി ആ മുറ്റത്തേക്ക് കാൽവച്ചു. മുറ്റത്ത് കുനിയിരുന്ന ആ

സാധു മനുഷ്യൻ എഴുന്നേറ്റ് അൽഭുതത്തോടെ നീട്ടി വിളിച്ചു.

"നാരായണ്യേ.... നാരായണ്യേ... വേഗംങ്ങോട്ടുവാ.... ആരാവന്നി ക്കുന്നത് നോക്ക്.

അദ്ദേഹം ആവതില്ലാതെ തന്നെ ഇരുന്ന ബെഞ്ചിലെ പൊടിതട്ടി എടുത്ത് മാറ്റിയിട്ടു. ഇരിക്ക് രാഘവേട്ടാ എല്ലാരും ഇരിക്ക് എന്നു പറഞ്ഞു പടിഞ്ഞാറുഭാഗത്തു നിന്നും നാരായണി ഏടത്തിയും വേഗത്തിലെത്തി. കഞ്ഞീം ചക്കേംഒക്ക്യായോ നാരായണോടത്ത്യേ......?" എന്റെ ചോദ്യം.

കഞ്ഞ്യാന്ന്യല്ല രാഘവേട്ടാ... ചോറും ചക്കംതന്ന്യാ. 'അരി ഊറ്റി കഴിഞ്ഞൊ' ഞാൻ വീണ്ടും ചോദിച്ചു.

ഓ..... കഴിഞ്ഞു രാഘവേട്ട....

നാ കൊറച്ച് കഞ്ഞിവെള്ളം കുണ്ടേ്യാരീ... എന്നു പറഞ്ഞുകൊണ്ട് ഞാൻ എഴുന്നേറ്റ് കണ്ടത്തിലെ അടുപ്പിനടുത്തുപോയി അരി ഊറ്റി വച്ചതും കഞ്ഞിവെള്ള പാത്രവും എല്ലാംനോക്കി പാചകക്കാരികളായ സ്ത്രീകളോടെല്ലാം കുശലം പറഞ്ഞു. നിങ്ങളെല്ലാം ഇതേ വാർഡിലല്ലെ എന്നും ചെക്കായി മാസ്റ്ററെ ജയിപ്പിക്കില്ലെ എന്നും ചോദിച്ചതിന് ഞങ്ങളൊക്കെ അരിവാളാണെന്നവർ മറുപടി പറഞ്ഞു. ഇതിനിടെ നാരായണ്യേടത്തി കഞ്ഞിവെള്ളവുമായെത്തി.ഞാൻ ഒരുഗ്ലാസ്സ് വാങ്ങിക്കുടിച്ചു. കറപ്പേട്ടനും എന്നാൽ ഞങ്ങളിറങ്ങട്ടെ ഗോപാലേട്ടാ ഗോപാലേട്ടനോട് അസുഖ വിവരം മുമ്പെ ചോദിച്ചിരുന്നു.

ഇറങ്ങ്യാണോ....? വന്ന കാര്യ്യാന്നും.......

വന്നകാര്യം എന്ത് പറയാനാ......

ചെക്കായി മാഷ് ഇലക്ഷനിൽ നിൽക്കുന്നു. മാഷ് ജയിച്ചാൽ പഞ്ചാ യത്ത്പ്രസിഡണ്ടാവും. മ്മളെ അയൽവാസിപ്രസിഡണ്ടാകുന്നത്മ്മക്ക് നല്ലതല്ലെ... അത് കൊണ്ട് മ്മക്ക് വോട്ട് തരണം ന്ന് പറയാനാണ് ഞങ്ങള് വന്നത്.

ഇവടെ 7വോട്ടുണ്ട്.രണ്ടാമത്തെ മോന്റെ ഭാര്യന്റെം മൂന്നാമത്തെ മോന്റെ വോട്ടൊന്ന്യോണ്ടും കിട്ടുല. ബാക്കി നാലെണ്ണം ണ്ട്. അത് ചെക്കായി മാഷ്ക്ക് ചെയ്യാം. അത് നാല്യും ഓപ്പം വോട്ട് ആക്കാനും മടീല്ല. രാഘവേട്ടൻ ഇത് വരെ വന്നു പറഞ്ഞതല്ലെ ഓ.. ശരി ഗോപാലേട്ടാ.. ഞങ്ങളിറങ്ങട്ടെ എന്നും പറഞ്ഞു. ഈ സംഗതിയുടെ വിവിധ വശങ്ങൾ അന്നു രാത്രി അവലോകനയോഗത്തിൽ ചർച്ച ചെയ്തു. വീട്ടുകളില്ലുണ്ടാ കേണ്ട ബന്ധം സംബന്ധിച്ച് എന്റെ അറിവിനും പരിമിതിക്കുകള്ളും

ഞാനും പറഞ്ഞിരിന്നു. തുടർന്നങ്ങോട്ടുള്ള വീട്ടുകയറ്റത്തിൽ സമഗ്ര
മായ മാറ്റം വരുത്തി പ്രവർത്തിച്ചു. ചെക്കായി മാസ്റ്റർ 16 വോട്ടുകൾക്ക്
വിജയിച്ച പഞ്ചായത്ത് പ്രസിദ്ധണ്ടായി.

****

കെ.എസ്.ആർ.ടി.സി.യിൽ

എക്സ് സർവ്വീസ് മെൻ ട്രാൻസ്പോർട്ടിലെ സമരം വിജയക രമായി പര്യവസാനിച്ച് ഏതാനം മാസങ്ങൾ പിന്നിട്ടപ്പോൾ 1978 നവംബർ 18 ന് പിഎസ് സി മുഖേന കെ.എസ്.ആർ.ടി.സി. യിൽ സെക്യൂരിറ്റി ഗാർഡായി നിയമനം ലഭിച്ച. പൊന്നാനി ഡിപ്പോയിലായി രുന്നു. അവിടെ ജോയിന്റ് ചെയ്യുന്നതിനുമുമ്പേ ഡിപ്പോക്ക് മുമ്പിലായി രുന്ന സഖാവ് ഇമ്പിച്ചി ബാവയുടെ വീട്ടിൽ ചെന്ന് അദ്ദേഹത്തെ കണ്ടു. അവിടെ ജോലി കിട്ടിയവിവരം പറഞ്ഞു സന്തോഷം പങ്കുവച്ച. ഞാൻ കെ.എസ്.വൈ.എഫ് നെല്ലിക്കോട് ബ്ലോക്ക് സെക്രട്ടറിയായിരുന്ന ഘട്ടത്തിൽ സംഘടനാ ആവശ്യാർത്ഥം 2-3 തവണ അദ്ദേഹത്തെ വീട്ടിൽ ചെന്നു കണ്ട പരിചയം ഉണ്ടായിരുന്നു.

സർവീസ് ആരംഭിച്ച് 2 ആഴ്ചക്കകം അസോസിയേഷന്റെ ജനറ ൽബോഡി യോഗത്തിൽ പങ്കെടുക്കുന്നതിന് അവിടെ എത്തിയ സംസ്ഥാന സെക്രട്ടറി സഖാവ് കെ.കെ. ദിവാകരനെ വീണ്ടും കാണാനി ടയായയി. സെക്യൂരിറ്റി ഗാർഡ് തസ്തിക സംഘടനാപ്രവർത്തനത്തിന് അത്ര പറ്റിയതല്ല എന്നും അടുത്താഴ്ച തന്നെ നടക്കാനിരിക്കുന്ന ടിക്കറ്റ് ഇഷ്യൂവർ ടെസ്റ്റ് എഴുതണമെന്നും അദ്ദേഹം നിർദ്ദേശിക്കുകയും ചെയ്തു. ടെസ്റ്റ് നന്നായി തന്നെ എഴുതാൻ സാധിച്ച.

ഈ അവസരത്തിലാണ് കോഴിക്കോട്ടെ എൻ.വി. മോട്ടോഴ്സ് കമ്പനി വക വർക്ക്ഷോപ്പും ഗ്യാരേജ്ജും കെ.എസ്.ആർ.ടി.സി ഏറ്റെ ടുക്കാൻ ഇടവന്നത്. ആ സ്ഥാപനം കാത്തു സൂക്ഷിക്കുന്നതിനുവേണ്ടി എന്നെയും മായനാട്ടെ അച്ചുതൻനായർ, മൊകവ്ൂർകാരൻ വാസുനായർ എന്നിവരെയും അങ്ങോട്ട് പോസ്റ്റ് ചെയ്തു. മൂന്ന് മാസത്തോളം അവിടെ കഴിഞ്ഞു കൂടിയപ്പോൾ ടിക്കറ്റ് ഇഷ്യൂവർ തസ്തികയിൽ എന്നെ പൊന്നാ നിയിലേക്ക് തന്നെ നിയമിച്ചത്തരവായി. അവിടെ നിന്നും ആറ്

മാസത്തിനകം സുൽത്താൻ ബത്തേരിക്ക് സ്ഥലം മാറ്റി.

സുൽത്താൻ ബത്തേരിയിലേക്ക് സ്ഥലം മാറിയ വിവരം അറിഞ്ഞ് എന്റെ ഒരു ബന്ധുവും സഖാവുമായിരുന്ന വെരമ്പിൽ കൃഷ്ണൻ (രാമനാ ട്ടുകര) കുടുംബസമേതം അങ്ങോട്ടുമാറാൻ നിർദ്ദേശിക്കയും മൂലങ്കാവിൽ ഓടപ്പള്ളം റോഡ് ജംഗ്ഷനിൽ ഒരു വാടക വീട് തരപ്പെടുത്തുകയും വീട്ടിലേക്കാവശ്യമായ പാത്രങ്ങളും മറ്റും ഒരുക്കിത്തരുകയും ചെയ്തു. രണ്ടു മക്കളും ഭാര്യയും ഞാനും അങ്ങോട്ട് താമസം മാറുകയും ചെയ്തു.

സുൽത്താൻബത്തേരിയിൽ എത്തുമ്പോൾ കെ.എസ്.ആർ.ടി.എം പ്ലോയീസ് അസോസിയേഷൻ (സി.ഐ.ടി.യു) സെക്രട്ടറി കണ്ണൂർക്കാ രൻ വിജയേട്ടനായിരുന്നു. കെ.എം.ഹസ്സൻകോയ, മുട്ടാഞ്ചേരി മുഹമ്മദ്, എ.പി. ഭാസ്കരൻ എന്നിവരുൾപ്പെടുന്ന ടീമായിരുന്ന നേതൃത്വനിര യിൽ. ഞാനും സംഘടനാ പ്രവർത്തനങ്ങളിൽ സജീവമായിരുന്നു.

ഒരു ദിവസം യൂണിറ്റ് സെക്രട്ടറി സഖാവ് വിജയേട്ടൻ എന്നെ സ്വകാര്യമായി വിളിച്ച് കുറെ സംഘടനാ കാര്യങ്ങൾ സംസാരിച്ചു. സംസാരമധ്യേ എന്നോട് പാർട്ടി മെമ്പർഷിപ്പില്ലുണ്ടോ എന്ന് ചോദിച്ചു. ഉണ്ടെന്ന മറുപടി കേട്ടപ്പോൾ അത് കെ.എസ്.ആർ.ടി.ഇ.എ (സി.ഐ.ടി.യു) സുൽത്താൻബത്തേരി യൂണിറ്റിലേക്ക് മാറ്റിത്തരുവാൻ ജില്ലാ കമ്മിറ്റിക്ക് കത്ത് കൊടുക്കണമെന്ന് നിർദ്ദേശിച്ചു. ഞാൻ സമ്മതം മൂളുകയും ചെയ്തു. കെ.എസ്.ആർ.ടി.സിയിൽ ജോലി ലഭിക്ക ന്നതിന് സുമാർ ആറു മാസം മുമ്പ് ഞങ്ങൾ കുടുംബവീടും സ്ഥലവും വിറ്റ് കക്കോടിയിലെ മോരിക്കര എന്ന സ്ഥലത്ത് കെ.എസ്.ഇ.ബി ജീവനക്കാരൻ സഖാവ് മൊയ്തീൻ എന്നാളിൽ നിന്നും കുറച്ച് സ്ഥലം വാങ്ങി ഒരു നല്ല ഷെഡ് പണിത് താമസം അങ്ങോട്ട് മാറിയിരുന്നു. മുണ്ടിക്കൽത്താഴത്ത് നിന്നും എന്റെ പാർട്ടിമെമ്പർഷിപ്പ് കക്കോടി ലോക്കലിലേക്ക് മാറുകയും സഖാവ് സി.പി. ബാലൻ വൈദ്യരുടെ നിർദ്ദേശപ്രകാരം ലോക്കൽകമ്മറ്റി മെമ്പർ സഖാവ് പത്മനാഭൻ മാസ്റ്റർ സെക്രട്ടറിയും സി.സി. ട്രാൻസ്പോർട്ട് കണ്ടക്ടർ കൃഷ്ണൻകുട്ടി നായർ, കുനിയിൽ സോമൻ, പച്ചക്കറിക്കടക്കാരൻ കറപ്പൻ, ഈർച്ച മിൽ തൊഴിലാളിയായ വിജയൻ, മസാലക്കടക്കാരൻ അബ്ദുള്ള എന്നിവർ അംഗങ്ങളായുള്ള മോരിക്കര ബ്രാഞ്ച് നിലവിൽ വരികയും ചെയ്തു. വരുമാനത്തിന്റെ ഒരു ലഘുവിഹിതം പാർട്ടിലെവി അടക്കണം. അതുമാസത്തിലൊരിക്കൽ അടയ്ക്കുന്ന വരും വർഷത്തിൽ മെമ്പർഷിപ്പ് സ്ക്കൂട്ടണി സമയത്ത് ഒന്നിച്ചു കൊടുക്കുന്ന സമ്പ്രദായവും ഉണ്ട്. ഞാൻ പ്രതിമാസ ലെവി കൊടുക്കുന്ന സമ്പ്രദായക്കാരനാണ്. കെ.എസ്.ആർ.

ടി.സി യിലെ ആദ്യ നിയമനം പൊന്നാനി ആയിരുന്നു. പാർട്ടി മെമ്പ
ർഷിപ്പ് സ്ക്രൂട്ടണി സമയത്ത് ഞാൻ കക്കോടി ചെന്ന് അന്നു സെക്രട്ട
റിയായിരുന്ന വിജയൻ പണിയെടുത്തിരുന്ന മരമില്ലിൽ ആവശ്യമായ
പണം അദ്ദേഹത്തെക്കണ്ട് ഏൽപ്പിച്ച് മെമ്പർഷിപ്പ് നിലനിർത്താൻ
ആവശ്യമായതെല്ലാം ചെയ്തിരുന്നു. ബത്തേരിയിൽ യൂണിയൻ സെക്രട്ടറി
വിജയൻ ആവശ്യപ്പെട്ടതനുസരിച്ച് ഞാൻ കക്കോടി ലോക്കൽ കമ്മിറ്റി
മുഖേന ജില്ലാ കമ്മറ്റിക്ക് മെമ്പർഷിപ്പ് മാറ്റുന്നതിന് വേണ്ടി അപേക്ഷ
നൽകി. ഒരു മാസത്തോളം കഴിഞ്ഞശേഷം സഖാവ് എം.കെ.കേളു
വേട്ടൻ എഴുതിയ ഒരു കത്ത് തപാൽവഴി എനിക്ക ലഭിച്ചു. സഖാവ്
പറക്കോട്ട് രാഘവന്റെ മെമ്പർഷിപ്പ് ഇക്കഴിഞ്ഞ തവണ പുതുക്കിയി
ട്ടില്ല എന്നും അതിനാൽ ട്രാൻസ്പോർട്ട് യൂണിയനിലേക്ക് മാറ്റാൻ
സാധിക്കുകയില്ല എന്ന വിവരം അറിയിക്കുന്ന ഇത്രയുമായിരുന്നു
കത്ത്. എനിക്കുണ്ടായിരുന്ന മനഃപ്രയാസത്തിനതിരില്ലായിരുന്നു.
ഞാൻ ഉടനെതന്നെ ലെവിയും മെമ്പർഷിപ്പും മില്ലിൽകൊണ്ടുപോയി
ഏൽപ്പിച്ച കാര്യം ജില്ലാ സെക്രട്ടറിക്ക് അറിയിച്ച കത്തെഴുതി. മൂന്ന്
മാസം വരെ കാത്തിരുന്നിട്ടും യാതൊരു മറുപടിയും കിട്ടിയില്ല. രണ്ട
മൂന്ന് കത്തുകളയച്ചിട്ടും മറുപടിയില്ല. അന്ന് ഇടതുപക്ഷ ജനാധിപത്യ
മുന്നണിയുടെ ഭരണമായിരുന്നു. ജില്ലാകമ്മറ്റി ഓഫീസിൽ ഘടക കക്ഷി
നേതാക്കളടക്കം പലരും വന്നുപോയുമിരിക്കുന്ന കാലമാണ്.

വയനാട്ടിലെ താമസം ഭാര്യയും രണ്ട കുഞ്ഞുമക്കളും ഞാനും മാത്ര
മായിരുന്നു. ഒരു ദിവസം എന്റെ അളിയനെ വിളിച്ചവരുത്തി വീട്ടിൽ
രണ്ടുമൂന്ന് ദിവസം താമസിക്കാൻ ആവശ്യപ്പെട്ടുകയും അവൻ വരികയും
ചെയ്തു. ഒരു ബെഡ്ഷീറ്റും പായ്ക്ക് ചെയ്ത് ഞാൻ കോഴിക്കോട് ജില്ലാ
കമ്മറ്റി ഓഫീസിലേക്ക് തിരിച്ചു. കോഴിക്കോട് കെ.എസ്.ആർ.ടി.സി.
സ്റ്റാന്റിൽ ഇറങ്ങിയപ്പോൾ ആദ്യം കണ്ടത് കണ്ടക്ടർ യു.സി. മോഹൻദാ
സിനെയാണ്. അദ്ദേഹം അറിയപ്പെടുന്ന അസോസിയേഷൻ നേതാവും
കരിക്കുള്ളെരിലെ മുൻനിര പാർട്ടി പ്രവർത്തകനും എനിക്ക് ചെറുപ്പം
മുതൽ പരിചയക്കാരനുമായിരുന്നു. ഞങ്ങൾ കാന്റീനിലേക്ക് പോയി
ഒരു മൂലയ്ക്ക് മറ്റാരുമില്ലാത്തിടത്ത് ഇരുന്നു. ഞാൻ എന്റെ പാർട്ടി മെമ്പ
ർഷിപ്പ് പുനസ്ഥാപിച്ച് കിട്ടുന്നതുവരെ ജില്ലാ കമ്മറ്റി ഓഫീസിന് മുന്നിൽ
നിരാഹാര സമരം നടത്താൻ തീരുമാനിച്ചവന്നതാണെന്നുള്ള കാര്യം
അദ്ദേഹത്തോട പറഞ്ഞു. അദ്ദേഹം അമ്പരന്നുപോയി. 'അതുമാത്രം
ചെയ്യരുത്- നിങ്ങൾ തിരിച്ചുപോണം. ഒരിക്കലും പാർട്ടിക്ക് ചീത്ത
പ്പേര് ഉണ്ടാക്കരുത്. ജില്ലാ കമ്മറ്റിക്ക് മേലെ വേറെ കമ്മറ്റിയുണ്ടല്ലോ.
അങ്ങോട്ടെഴുതുക. പരിഹാരമുണ്ടാക്കാം' അദ്ദേഹം എന്നെ കയ്യോടെ

പിടിച്ച് സുൽത്താൻ ബത്തേരി ബസ്സിൽ കയറ്റി ബസ് പുറപ്പെട്ടും വരെ അവിടെ തന്നെനിന്നു.

അതുവരെ ഏരിയാകമ്മറ്റിക്കും ജില്ലാ കമ്മറ്റിക്കും എഴുതിയ കത്തുകളെല്ലാം കാർബൺ പേപ്പർ വെച്ചെഴുതി ഓരോ കോപ്പി കയ്യിൽ സൂക്ഷിച്ചിരുന്നതിനാൽ അത്തരം കോപ്പികൾ ചേർത്തുവച്ച് സംസ്ഥാന കമ്മറ്റിക്ക് എഴുതി. അന്ന് സംസ്ഥാന സെക്രട്ടറി സഖാവ് വി.എസ്. അച്യുതാനന്ദനായിരുന്നു. രണ്ടുമൂന്ന് കത്തുകൾ അയച്ചു. പക്ഷേ മറു പടിയൊന്നും ലഭിച്ചില്ല. അതുവരെ അയച്ച കത്തുകളുടെ കോപ്പികൾ ഉൾപ്പെടെ ജനറൽസെക്രട്ടറി മഹാനായ സഖാവ് ഇഎംഎസിന് രജിസ്ട്രേഡ് പോസ്റ്ററായി അയച്ച് മടക്ക രശീതി തിരികെ കൈപ്പറ്റി. ഒരാഴ്ച കഴിഞ്ഞപ്പോൾ ഒരു ഇൻലൻറിൽ കേന്ദ്രകമ്മിറ്റിയുടെ സീൽ പതിച്ച കത്തു കിട്ടി. എന്റെ കത്തു കിട്ടിയെന്നും പരിശോധിച്ച് നടപ ടിയെടുക്കാമെന്നും അതിൽ പറഞ്ഞിരുന്നു. കഷ്ടി ഒരു മാസത്തിന കമാണ് പാർട്ടിയുടെ തിരുവനന്തപുരം പ്ലീനം അരങ്ങേറിയത്. സംഘ ടനാകാര്യങ്ങൾ തന്നെയായിരുന്നു അവിടെ പ്രധാന ചർച്ചാവിഷയം. എന്റെ കത്തുകൾ അവിടെ ഇഎംഎസ്സിന്റെ ബാഗിൽ തന്നെ ഉണ്ടാ യിരുന്നതായും സഖാവ് പുത്തലത്ത് നാരായണനെ അന്വേഷിക്കാൻ ചുമതലപ്പെടുത്തിയതായും ഞാൻ മനസ്സിലാക്കി. കുറച്ച് ദിവസത്തിനകം സഖാവ് പുത്തലത്ത് നാരായണൻ കക്കോടി എത്തുകയും മിനട്സുകളും ബന്ധപ്പെട്ട റിപ്പോർട്ടുകളും പരിശോധിച്ചപ്പോൾ ലവിയും മെമ്പർഷി പ്പും അടയ്ക്കാത്തവർ ഒന്നോ രണ്ടോ പേരെ ഉണ്ടായിരുന്നു ള്ള വെന്നും അവരുടെ പേരുകൾ രേഖപ്പെടുത്തിയ ഇടത്ത് എന്റെ പേര് ഇല്ലയെന്നും ഏരിയാകമ്മറ്റിക്കയച്ച ലിസ്റ്റിൽ നിന്നും എന്റെ പേര് വിട്ടുപോയതാണെ ന്നും കണ്ടെത്തുകയും എന്റെ മെമ്പർഷിപ്പ് പുനഃസ്ഥാപിക്കാൻ ശുപാർശ നൽകിയെന്നും അറിയാൻ കഴിഞ്ഞു. അശ്രദ്ധമായി കാര്യം കൈകാര്യം ചെയ്തതിന് ലോക്കൽ കമ്മറ്റി സെക്രട്ടറിയുടെ പേരിൽ അച്ചടക്ക നടപടി സ്വീകരിച്ചതായും മനസ്സിലാക്കി. രണ്ടാഴ്ചക്കകം സഖാവ് എം.കെ. കേള വേട്ടന്റെ ഒരു കത്ത് എനിക്ക് വന്നു. 'സഖാവിന്റെ പാർട്ടി മെമ്പർഷിപ്പ് നഷ്ടപ്പെട്ടിട്ടില്ല. രണ്ടു വർഷത്തെ ലെവിയും മെമ്പർഷിപ്പും അടച്ച് ട്രേഡ് യൂണിയനിലേക്ക് മാറ്റാവുന്നതാണ്' ഇതായിരുന്ന കത്ത്. ഞാൻ ഉടനെ അതിനു മറുപടി എഴുതി. 'ഞാൻ പ്രതിമാസ ലെവി കൃത്യമായി അടച്ച കൊണ്ടിരുന്നതാണ്. രണ്ടു വർഷമായി എന്റെ ലെവിയും മെമ്പർഷിപ്പും എന്റേതല്ലാത്ത കാരണത്താൽ അടയ്ക്കാനായിട്ടില്ല. അതുകൊണ്ട് കുടി ശ്ശികയായ ലെവിയും മെമ്പർഷിപ്പും ജില്ലാ കമ്മറ്റിതന്നെ അടച്ച് മെമ്പ ര്ഷിപ്പ് മാറ്റിത്തരണമെന്ന് അഭ്യർത്ഥിക്കുന്നു.' എന്നായിരുന്ന മറുപടി.

     സഹനം സമരം ജീവിതം

പത്തുനാൾക്കകം കേളുവേട്ടന്റെ കത്ത് വീണ്ടും വന്നു. 'സഖാവിന്റെ കുടിശ്ശിക ലെവിയും മെമ്പർഷിപ്പും ജില്ലാകമ്മറ്റി അടയ്ക്കും. മെമ്പർഷിപ്പ് ടി.യുവിലേക്ക് മാറ്റുന്നതാണ്.' അങ്ങനെ മെമ്പർഷിപ്പ് ടിയുവിലേക്ക് മാറ്റപ്പെടുകയും ചെയ്തു. പിന്നീട് ഞാൻ ഏറെക്കാലം ടി.യുവിൽ ബ്രാഞ്ച് സെക്രട്ടറിയുമായിരുന്നു.

സഖാവ് ഇ.കെ. ഇമ്പിച്ചി ബാവയായിരുന്നു സാധാരണയായി മെമ്പർമാരുടെ യോഗത്തിൽ പങ്കെടുത്തിരുന്നത്. സുൽത്താൻ ബത്തേ രിയിലെ ജയ ഹോട്ടലിലായിരുന്നു ഇത്തരം യോഗങ്ങൾ എല്ലാം നടന്നി രുന്നത്. അവിടെ സഖാക്കൾക്ക് പ്രത്യേക പരിഗണന ഉണ്ടായിരുന്നു. ഒരു യോഗം കഴിഞ്ഞ് സഖാക്കളെല്ലാം പിരിഞ്ഞ് പോയശേഷം സഖാവ് കെ.എം.ഹസ്സൻ കോയയും ഞാനും ഇമ്പിച്ചിബാവയുടെ കൂടെ അതേ മുറിയൽ തന്നെ അന്തിയുറങ്ങി. കളിയും ഭക്ഷണവും കഴിഞ്ഞ് ഉറങ്ങാൻ കിടന്നപ്പോൾ ഞാൻ അദ്ദേഹത്തോട് ഒരു സംശയം ചോദിച്ചു. 1957 ൽ കമ്മ്യൂണിസ്റ്റ് പാർട്ടി കേരളത്തിൽ അധികാരമേറ്റ ഉടനെ ആദ്യം ഒപ്പവെ ച്ച പ്രഖ്യാപനം ഒഴിപ്പിക്കൽ നിരോധിച്ചുകൊണ്ടുള്ളതായിരുന്നുവല്ലോ? എന്തുകൊണ്ട് ആ പ്രഖ്യാപനം തന്നെ തിരഞ്ഞെടുത്തു? ഇതായിരുന്നു എന്റെ സംശയം.

ഞാനുൾപ്പെടെയുള്ള നിരവധി സഖാക്കൾ ഒളിവുജീവിതം നയിച്ചിരു ന്നത് മനസ്സിലാക്കിയിട്ടുണ്ടാവുമല്ലോ? മിക്കവരും ഒളിവിൽ കഴിഞ്ഞത് പട്ടിണി പാവങ്ങളായ അടിമതുല്യ ജീവിതം നയിച്ചിരുന്ന കർഷക തൊഴിലാളികളും പട്ടികജാതി പട്ടികവർഗ്ഗക്കാരുമായ സഖാക്കളുടെ കുരകളിലായിരുന്നു. കണ്ണുകളിൽ നിന്നും കണ്ണീരല്ല, ചോരപൊടിയുന്ന അനുഭവങ്ങളാണ് പലർക്കും ഉണ്ടായിരുന്നത്. അതെല്ലാം തന്നെ ഞങ്ങൾ പരസ്പരം പങ്കുവെച്ചിരുന്നതുമാണ്. എന്റെ ഒരനുഭവം പറയാം. പാലക്കാട്ട് അഞ്ചെക്കറോളം വരുന്ന വിശാലമായ തെങ്ങിൻതോപ്പി ന്റെ ഒരു മൂലയില്ുണ്ടായിരുന്ന ഒരു പനയോലക്കുരയിൽ ഒളിവിൽ കഴിഞ്ഞിരുന്നു. കൈകൊണ്ട് തെങ്ങിൽ കയറാതെ തേങ്ങ പറിക്ക വാൻ കഴിയുമായിരുന്ന ഒരേ വലിപ്പത്തില്ുള്ള തെങ്ങുകളായിരുന്നു. കുരയിൽ നിന്നും നോക്കിയാൽ ദൂരെ നിന്നും വരുന്നവരെ തിരിച്ചറി യാമായിരുന്നു. അഥവാ അപകടം മണത്തെങ്കിൽ പിന്നിൽ കൂടെ അടുത്ത കാട്ടപ്രദേശത്ത് ഒളിക്കാനും സൗകര്യമുണ്ടായിരുന്നു. കുരയിൽ ഭാര്യയും ഭർത്താവും മാത്രമോണുണ്ടായിരുന്നത്. പനയോലകൊണ്ടുള്ള ചുമരുകളാണ് മുറികൾ വേതിരിച്ചിരുന്നത്. പകൽ ഞാൻ അകത്തു തന്നെയായിരിക്കും. പ്രഭാതകർമ്മങ്ങൾ പാതിരാക്കു നിർവ്വഹിക്കും. ഒരാഴ്ചയോളം തുടർച്ചയായി മുളക് മാത്രം ചേർത്ത് പരിപ്പ് ചാറ് കൂട്ടി

ഭക്ഷണം കഴിച്ചുകൊണ്ടിരിക്കെ ഒരു ദിവസം വീട്ടമ്മ ഭർത്താവിനോട് സ്വകാര്യമായി പറഞ്ഞു. ഒരു തെങ്ങിൽ നിന്നും രണ്ടു തേങ്ങാ പറിച്ചാൽ ഒന്ന് കൊടുത്ത് രണ്ട് അയല വാങ്ങി മറ്റേ തേങ്ങ അരച്ച് സഖാവിന് കറി വെച്ചുകൊടുക്കാം. ഭർത്താവ് അപ്രകാരം ചെയ്തു. രാത്രിയിൽ മണ്ണെണ്ണ വെളിച്ചത്തിൽ ഞാൻ അയലക്കറിയും ചേർത്ത് ആദ്യ ചോറ്റുരുള വിഴുങ്ങിയതും മുറ്റത്ത് കുറച്ച് ആളുകൾ വന്ന് ഗൃനാഥനെ പിടിച്ചുവലിച്ച് തേങ്ങയിട്ട തെങ്ങിൽ കെട്ടി പൊതിരെ തല്ലി. ഞാൻ എന്തു ചെയ്യും? പുറത്തിറങ്ങാനോ ഒച്ചയെടുക്കാനോ പറ്റുമോ? ഭക്ഷണം ഇറക്കാൻ കഴിയുമോ? ഇറക്കാതിരിക്കാൻ കഴിയുമോ? കരളുരുകുന്ന നിലയിൽ ചിന്തിച്ചത്, എന്നാണ് ഈ പാവങ്ങൾക്ക് കുറച്ച് മണ്ണ് സ്വന്തമാവുക എന്ന കാര്യമായിരുന്നു. ഒളിവിൽ താമസിച്ചിരുന്ന മിക്ക സഖാക്കളി ല്ലും ഈ ചിന്ത ഉടലെടുത്തിരുന്നതായി പിന്നീട് വ്യക്തമായി. ആദ്യ പൊതുതിരഞ്ഞെടുപ്പിന് മുമ്പ് തന്നെ പാർട്ടി തെരഞ്ഞെടുപ്പാനന്തരം സർക്കാർ രൂപീകരിക്കാനായാൽ എന്തൊക്കെ ചെയ്യണമെന്ന് ചർച്ച ചെയ്യപ്പോൾ മണ്ണില്ലാത്തവർക്ക് മണ്ണുണ്ടാക്കുന്നതിന്റെ പ്രാഥമിക നടപ ടിയായ ഒഴിപ്പിക്കൽ വിരുദ്ധ ഉത്തരവ് തന്നെ ആദ്യം എടുത്തതാണ്. ഇത് വിശദീകരിക്കവെ അദ്ദേഹത്തിന്റെ കണ്ണുകൾ ഈറനണിഞ്ഞിരു ന്നത് ഞങ്ങൾ കണ്ടു.

1982 തുടക്കത്തിൽ ആദിവാസി വിഭാഗത്തിൽ നിന്ന് ഒരു കണ്ടക്ടർ വന്ന് കോഴിക്കോട് ഡിപ്പോയിലെ കുറച്ച് മാസങ്ങളുടെ സേവനത്തി നശേഷം സുൽത്താൻ ബത്തേരിക്ക് സ്ഥലംമാറ്റം വരുന്നുണ്ടെന്ന അറിവായി. ഏതുവിധേനയും അദ്ദേഹത്തേയും അസോസിയേഷൻ അംഗമാക്കണമെന്ന് മനസ്സിലുറപ്പിച്ച ഞാൻ അദ്ദേഹം ബത്തേരിയിൽ ജോയിന്റ് ചെയ്യുന്നതിന് രണ്ട ദിവസം മുമ്പേ അദ്ദേഹത്തിന്റെ വീട്ടി ൽപോയി. ആൽപുഴ പാലത്തിനടുത്ത് മൂക്കത്തിക്കുന്ന് എന്ന സ്ഥലത്താ യിരുന്ന അവർ താമസിച്ചിരുന്നത്. അവിടെ താമസിച്ചിരുന്ന കുടുംബാം ഗങ്ങളെയെല്ലാം നേരിട്ട കണ്ടു. വേലായുധന്റെ മാതാപിതാക്കളേയും സഹോദരങ്ങളേയും കണ്ടു. വേലായുധൻ സ്ഥലത്തില്ലാതിരുന്നതിനാൽ ബത്തേരി എത്തുമ്പോൾ തമ്മിൽ കാണാനുള്ള അടയാളങ്ങൾ പറഞ്ഞു കൊടുത്തു തിരിച്ചുപോന്നു. അടുത്ത ദിവസം അദ്ദേഹം ബത്തേരി ഗ്യാരേജിൽ എത്തിയപ്പോഴേക്കും കയ്യോടെ പിടിക്കൂടി അസോസിയേ ഷൻ ഓഫീസിലും താമസസ്ഥലത്തും കണ്ടുപോയി പരിചയപ്പെട്ടുത്തി അന്നുതന്നെ അസോസിയേഷൻ അംഗമായി ചേർത്തു. ഞാൻ കുടും ബസമേതം കോട്ടക്കുന്നിൽ കെ.എസ്.ആർ.ടി.സി ഡിപ്പോയ്ക്ക് തൊട്ടട ത്തുള്ള ഒരു ഓലമേഞ്ഞ വീട്ടിൽ താമസിക്കുന്ന അവസരമായിരുന്നു.

അടുത്ത ദിവസം തന്നെ അദ്ദേഹം എന്റെ വീട്ടിൽ വരികയും ഭാര്യയേയും മക്കളേയും പരിചയപ്പെടുകയും ചെയ്തു. അന്നുമുതലുള്ള കുടുംബബന്ധം ഇന്നും തുടരുന്നു. ഉന്നതവിദ്യാഭ്യാസം നേടിയ വേലായുധന്റെ ഭാര്യ യശോദ ഗ്രാമീൺ ബേങ്ക് മാനേജരാണ്. അവർക്ക് മൂന്ന് പെൺകുട്ടി കളാണ്, കാവ്യ, നവ്യ, നവീന. രണ്ടുപേർ വിവാഹിതരായി. ഞാൻ താമരശ്ശേരിക്ക് സ്ഥലംമാറ്റം വന്നശേഷം ഒരിക്കൽ നേരിട്ട കാണാൻ വേലായുധൻ വന്നിരുന്നു. ഞാൻ ബത്തേരിയില്ലും കൽപ്പറ്റയില്ലും ജോലി ചെയ്തിരുന്ന അവസരത്തിൽ താമസിച്ചിരുന്ന കരിമലയിലാണ് അദ്ദേഹം വന്നിറങ്ങിയത്. അതിനിടെ ഞാൻ അറപ്പീടിക എന്ന സ്ഥ ലത്തേക്ക് താമസം മാറിയിരുന്നു. അദ്ദേഹം എന്റെ വീട് അന്വേഷിച്ച പ്പോൾ വീട് കാണിച്ചുകൊടുക്കുന്നതിനായി കരിമലനിന്നും ഒരു പയ്യനെ പറഞ്ഞയച്ചിരുന്നു. ആ കുട്ടി വേലായുധന്റെ കൂടെ ബസ്സിൽ കയറി അറപ്പീടികയിൽ ഇറങ്ങി വീട്ടവരെ നടന്നു വീട്ട കാണിച്ച കൊടുത്തത് അദ്ദേഹത്തെ അത്ഭുതപ്പെടുത്തി എന്ന് എന്നോട പറഞ്ഞിരുന്നു. ആ വരവ് എന്നെക്കുറിച്ച് ഒരു കഥയെഴുതാൻ അദ്ദേഹത്തെ പ്രേരിപ്പിച്ചു. 'രാഘവേട്ടന്റെ വീട്', അത് എംപ്ലോയീസ് അസോസിയേഷന്റെ മുഖമാസികയായ 'ട്രാൻസ്പോർട്ട് എംപ്ലോയി'യിൽ പ്രസിദ്ധീകരിക്ക പ്പെട്ടപ്പോൾ കുറേ ദിവസത്തേക്ക് ട്രാൻസ്പോർട്ടിലെ സഖാക്കളേയും സുഹൃത്തുക്കളേയും ഫോൺ വിളികളുടെ തിരക്കായിരുന്നു. പിന്നീട് ആ കഥ വേലായുധന്റെ ചണ്ട എന്ന പുസ്തകത്തിലും ഉൾപ്പെടുത്തിയിട്ടുണ്ട്. വേലായുധൻ നല്ല സാഹിത്യകാരനാണ്. ചെറുകഥകൾ, ലഘുകവി തകൾ തുടങ്ങിയ വിവിധ മേഖലകളിൽ അദ്ദേഹത്തിന്റെ കയ്യൊപ്പ് ചാർത്തപ്പെട്ടിട്ടുണ്ട്.

ബത്തേരിയിലെ സേവനകാലത്ത് പ്രൈവറ്റ് ബസ്സ്റ്റാന്റിനടുത്ത മാനിക്കുനി വയൽ എന്ന സ്ഥലക്കാരനായ സഖാവ്വാസു കണ്ടക്ടറായി ജോയിൻ ചെയ്തു. അദ്ദേഹത്തെ ഉടനെ തന്നെ അസോസിയേഷനിൽ അംഗത്വമെടുപ്പിക്കുകയും സജീവ പ്രവർത്തകനായി തീരുകയും ചെയ്തു. ഒരു ദരിത്ര കർഷകതൊഴിലാളി കുടുംബമായിരുന്ന വാസുവിന്റേത്. അടിസ്ഥാന വർഗ്ഗത്തിൽപ്പെട്ട കുടുംബം എന്ന നിലയ്ക്ക് വാസുവിന്റെ കുടുംബാംഗങ്ങളുമായി ഞാൻ ഏറെ അടുപ്പത്തിലായിരുന്നു. തിരുവന ന്തപുരത്ത് യൂണിയൻ മീറ്റിങ്ങുകൾക്കോ ചീഫ് ഓഫീസിൽ ഏതെങ്കിലും കാര്യങ്ങൾക്ക് നേരിട്ട് ഇടപെട്ട് കടലാസുകൾ നീക്കുന്നതിനോ എനിക്ക് പോകേണ്ടിവരുമ്പോൾ വാസുവിന്റെ അമ്മ കാളിയമ്മ എന്റെ വീട്ടിൽ ഭാര്യക്കും മക്കൾക്കും കൂട്ടിരിക്കാൻ വരുമായിരുന്നു. ഞാൻ യാത്ര കഴിഞ്ഞ് തിരിച്ചുവന്ന ശേഷം മാത്രമേ അവർ സ്വന്തം വീട്ടിലേക്ക്

പോകുമായിരുന്നുള്ളൂ. നേരിട്ട കണ്ടുമുട്ടമ്പോഴൊക്കെ വാസുവിന്റെ വിവാഹം നടത്തേണ്ടകാര്യം എന്നോട് സംസാരിച്ചുകൊണ്ടേയിരുന്നു. കുറച്ച കാലങ്ങൾക്കകം തിരൂർ ഭാഗത്ത് നിന്നും ഒരാലോചന ഉണ്ടെന്നും അത് ഒത്താൽ നടത്തിത്തരുവാൻ എല്ലാ പ്രകാരത്തിലും സഹായിക്കണമെന്നും അവർ ആവശ്യപ്പെട്ടു. കുടുംബാംഗങ്ങൾ തമ്മിൽ ചില അസ്വാരസ്യങ്ങൾ ഉണ്ടായിരുന്നതിൽ ഇടപെട്ട് എല്ലാവരേയും സഹകരിപ്പിച്ച് വിവാഹം മംഗളമായി നടത്തുവാൻ സാധിച്ചു. വിവാ ഹത്തിന്റെ എല്ലാ ഘട്ടങ്ങളിലും എന്റെ സാന്നിധ്യവും ഇടപെടലും ഉണ്ടായി. ഈ അവസരത്തിൽ ഞാൻ ഏറെ സാമ്പത്തിക പ്രതിസ ന്ധിയിലായിരുന്നു. ശമ്പളം കിട്ടുമ്പോൾ ആദ്യം ഇനം കടം വീട്ടൽ, അടുത്ത ഇനം തന്മാസത്തെ ചെലവിന് കടംവാങ്ങൽ. ഒരു അവസര ത്തിൽ കുറച്ചധികം തുക ഒരാളിൽ നിന്നും വാങ്ങിയത് കൃത്യസമയത്ത് തിരിച്ചുകൊടുക്കാൻ പറ്റാതെ വരുമെന്ന് കണ്ടപ്പോൾ വാസുവിനോട് അക്കാര്യം പറഞ്ഞു. 'ഡ്യൂട്ടി കഴിഞ്ഞ് രാഘവേട്ടൻ വീട്ടിലേക്ക് വരി. നമുക്ക് മാർഗമുണ്ടാക്കാം.' വാസുവിന്റെ മറുപടി. വൈകുന്നേരം ഞാൻ വീട്ടിൽ ചെന്നപ്പോൾ വാസു അമ്മയേയും ഭാര്യയേയും വിളിച്ച വരുത്തി. രാഘവേട്ടന് കുറച്ച പൈസയുടെ അത്യാവശ്യമുണ്ട്. ഒരാഴ്ചക്കാല ത്തേക്ക് രാഘവേട്ടനെ സഹായിക്കണം. കേട്ട ഉടനെ ഭാര്യ ലക്ഷ്മി തന്റെ കഴുത്തിൽ നിന്നും ഒരു ചെയിൻ അഴിച്ച് വാസുവിന്റെ കയ്യിൽ കൊടുത്തു. ഇതാ ഇതു രാഘവേട്ടന് കൊടുക്കൂ. പണയം വെക്കട്ടെ. സുഹൃത്തുക്കളായാൽ ഇതൊക്കെ വേണ്ടേ? അമ്മയ്ക്കും സമ്മതക്കുറവ് ഉണ്ടായിരുന്നില്ല. നിറകണ്ണുകളോടെയാണ് ഞാൻ ചെയ്ൻ വാങ്ങിയത്. ഒരാഴ്ച കഴിയും മുമ്പേ കനറാ ബാങ്കിൽ നിന്നും ഒരു വായ്പ തരപ്പെടുത്തി പണയപ്പണ്ടം എടുത്തുകൊടുത്തു. അക്കാലത്ത് അഖിലേന്ത്യാ ട്രേഡ് യൂണിയൻ ക്യാമ്പയിൻ കമ്മിറ്റിയുടെ ജില്ലാ സെക്രട്ടറി എന്ന നിലയ്ക്ക് പ്ര വർത്തിച്ചിരുന്നതിനാൽ ബാങ്ക് ജീവനക്കാർ, എൻജിഒ, അദ്ധ്യാപകർ എല്ലാവരുമായും നല്ല അടുപ്പവും സ്നേഹബന്ധവും ഉണ്ടായിരുന്നു. ആ ബന്ധമാണ് ഒരാഴ്ചകൊണ്ട് ഒരു പേഴ്സണൽ ലോൺ തരപ്പെടുത്താ നായത്. വാസു-ലക്ഷ്മി ദമ്പതികൾക്ക് 2 പെൺകുട്ടികളാണ്. ധന്യ, രമ്യ. രണ്ടുപേരെയും എറണാകുളത്തേക്കാണ് കെട്ടിച്ചയച്ചത്. വളരെ നല്ല വ്യക്തിത്വത്തിനുടമയായ വാസു ഏറെക്കാലം ജീവിത നൗക തുഴയാൻ നിൽക്കാതെ കാൻസർ രോഗബാധിതനായി കാലത്തിന്റെ യവനിക ക്കുള്ളിൽ മറഞ്ഞു. ഭാര്യ ലക്ഷ്മിക്ക് കെ.എസ്.ആർ.ടി.സിയിൽ തുടർന്ന് ജോലി ലഭിച്ചതിനാൽ കുടുംബം അല്ലലില്ലാതെ പോകുന്നു.

കെ.എം.ഹസ്സൻ കോയ സെക്രട്ടറി ആയിരുന്നപ്പോൾ ഞാനും

 സഹനം സമരം ജീവിതം

ഇലക്ഷ്യൻ വി.രവീന്ദ്രനം ജോയിന്റ് സെക്രട്ടറിമാരായിരുന്നു. സെക്രട്ടറി അക്കാലത്ത് ചില അസുഖങ്ങൾ കാരണം മിക്ക ദിവസങ്ങ ളിലും അവധിയായിരുന്നു. ഞങ്ങൾ ജോയിന്റ് സെക്രട്ടറിമാർ എല്ലാ സംഘടനാ കാര്യങ്ങളിലും ഇടപെട്ടിരുന്നു. ധാരാളം കണ്ടക്ടർമാരെയും ഡ്രൈവർമാരെയും ബത്തേരിയിലേക്ക് നിയമിച്ചിരുന്ന അവസരമായിരു ന്നു. ഞങ്ങൾ പ്രധാന പ്രവർത്തകർ അഞ്ച് പത്ത് പേർ വൈകുന്നേരം 5 മണിയോടെ വൈത്തിരി ബസ്സ് സ്റ്റോപ്പിൽ ചെന്ന് നിൽക്കും. ജോയിൻ ചെയ്യാൻ വരുന്നവരെ സംബന്ധിക്കുന്ന വിവരങ്ങൾ അസോസിയേഷൻ എച്ച്.ഒവിൽ നിന്നും അറിയിച്ചിരുന്നത് കൊണ്ട് തെക്കൻ ഭാഗങ്ങളിൽ നിന്നും വരുന്ന ഓരോ ബസ്സിലും രണ്ടുപേർ വീതം കയറും. കെ.എസ്. ആർ.ടി.സിയിൽ നിയമിതരായി വന്നവരെ ബസ്സിൽ കണ്ടെത്തി ബത്തേരി ചുങ്കത്ത് ഇറക്കി നേരെ യൂണിയന്റെ വിശ്രമ മന്ദിരത്തിലേക്ക് കൊണ്ടുപോകും. രാത്രിയിലെ എല്ലാ സൗകര്യങ്ങളും ചെയ്തു കൊടുക്കും. കാലത്ത് ഇന്റർവ്യൂ കഴിഞ്ഞാൽ ട്രെയിനിങ്ങിനയ ക്കാനും കൂടെ പ്രവർത്തകരുണ്ടാകും. അങ്ങനെ ബഹുഭൂരിപക്ഷം പേരും യൂണിയൻ അംഗങ്ങളായി രാത്രി അപ്രകാരം കൊണ്ടുവരുന്നവരിൽ വ്യത്യസ്ത രാഷ്ട്രീയക്കാരുണ്ടായിരുന്നെങ്കിലും മിക്കവാറും സി.ഐ.ടി. യുവിൽ തന്നെ അംഗത്വമെടുത്തു. കെ.പി.സി.സി. അംഗമാണെന്നും ആ കാരണം കൊണ്ട് മാത്രം സി.ഐ.ടി.യുവിൽ ചേരുവാൻ പ്രയാസമാ ണെന്നും പറഞ്ഞുകൊണ്ട് ഒഴിവായിപ്പോയ ഒരാൾ കണ്ടക്ടർ ജോസ ഫായിരുന്നു. കോട്ടയം മേഖലയിൽ നിന്നെത്തിയ അദ്ദേഹം മൂന്ന് മാസം തികയും മുമ്പേ സ്ഥലം മാറിപ്പോയി. മന്ത്രി എ.സി. ഷൺമുഖദാസിന്റെ പേഴ്സണൽ സ്റ്റാഫിൽ നിന്നും വന്നിരുന്ന കണ്ടക്ടർ സി. ദാമോദരൻ നായർ ബാലുശ്ശേരി പുത്തൂർ വട്ടം സ്വദേശിയായിരുന്നു. അദ്ദേഹവും അന്തിയുറക്കം കഴിഞ്ഞ് ഐ.എൻ.ടിയു.സിയിൽ പോയി.

പുതിയ ധാരാളം അംഗങ്ങൾ ചേർന്നതോടെ അക്കൊല്ലത്തെ യൂണിറ്റ് സമ്മേളനം ആർഭാടമായിത്തന്നെ നടത്തണമെന്ന് തീരുമാ നിക്കുകയും ബത്തേരി ചുങ്കത്ത് സഖാവ് ഇ.കെ. ഇമ്പിച്ചി ബാവയെ പങ്കെടുപ്പിച്ച് പൊതുസമ്മേളനം ഉൾപ്പെടെ നടത്തുകയും ചെയ്തു. താമരശ്ശേരിയിലെ സഖാവ് ചോയിക്കുട്ടി പ്രസിഡണ്ടും ഞാൻ സെക്ര ട്ടറിയുമായിട്ടായിരുന്ന പുതിയ വർഷത്തേക്കുള്ള കമ്മിറ്റി. കെ.എം. ഹസ്സൻ കോയയും വാമദേവൻ കലാലയവും സംസ്ഥാന കമ്മിറ്റിയിലും പ്രവർത്തിക്കാൻ ഇടങ്ങി.

സംഘടനയുടെ ജോയിന്റ് സെക്രട്ടറി വി.രവീന്ദ്രൻ മിടുക്കനായ പ്ര വർത്തകനായിരുന്നു. ഇലക്ഷ്യനായിരുന്ന അദ്ദേഹം പെരിന്തൽമണ്ണ

സ്വദേശിയായിരുന്നു. അദ്ദേഹത്തിന്റെ സഹോദരൻ മാനന്തവാടി
യിൽ വൈദ്യുതിബോർഡിൽ ജീവനക്കാരനായിരുന്നു. നാഷണൽ
ട്രേഡ് യൂണിയൻ കമ്മറ്റിയുമായി ബന്ധപ്പെട്ട് പ്രവർത്തിക്കവെയാണ്
അദ്ദേഹവുമായി അടുത്ത് പരിചയപ്പെടാനായത്. ഒരിക്കൽ രവീന്ദ്രൻ
അവധിയിൽ പോയി നിർദ്ദിഷ്ട ദിവസം കഴിഞ്ഞും തിരിച്ചവരാതിരിക്ക
കയും വിവരങ്ങൾ ഒന്നും ലഭിക്കാതിരിക്കകയും ചെയ്യപ്പോൾ ഞാൻ
മാനന്തവാടിയിൽ പോയി രവീന്ദ്രന്റെ സഹോദരനെ കണ്ടു. അദ്ദേ
ഹത്തിൽ നിന്നും അത്ഭുതകരമായ വിവരമാണ് കിട്ടിയത്. രവീന്ദ്രൻ
വീട്ടിലുണ്ടായിരുന്ന ദിവസങ്ങളിൽ ഒരു ദിവസം വീടിന ചുറ്റപാടും കുറെ
ആളകളേയും വീട്ടമൃഗങ്ങളേയും ഒരു ഭ്രാന്തൻ നായ കടിച്ചു. നായ ഓടുന്ന
ഓട്ടത്തിൽ ഇവരുടെ പശ്ശു മേഞ്ഞിരുന്ന സ്ഥലത്തുകൂടി പോയിരുന്ന
തായി വിവരം വന്നു. പശ്ശുവിന് വെള്ളം കൊടുക്കാൻ പോയ രവീന്ദ്രൻ
പശ്ശുവിന്റെ മൂക്ക് തൊട്ടത് അദ്ദേഹത്തിൽ ഭയം ജനിപ്പിച്ചു. 'എന്താണ്
ഇത്ര ഭയപ്പെടുവാനുള്ളത്?' എന്റെ ചോദ്യം.

ഞങ്ങൾ സഹോദരങ്ങളെല്ലാം കൂടി വീട്ട വരാന്തയിലിരുന്ന്
നായയുടെ ആക്രമണ വിവരങ്ങൾ കണ്ടതും കേട്ടതും പങ്കുവെക്കുക
യായിരുന്നു. അതിനിടയിലാണ് മൂക്ക തൊട്ട വിവരം രവി പറഞ്ഞത്.
ഞങ്ങളെല്ലാവരും പശ്ശുവിന്റെ മൂക്കിൻ മേൽ സദാ വിയർപ്പണ്ടാകും
അതിലൂടെ വിഷം പകരും. അവനെ പേടിപ്പെടുത്താൻ ഞങ്ങളിങ്ങനെ
ഓരോ കാര്യങ്ങൾ പറഞ്ഞ് അവനെ ഭയപ്പെടുത്തിയതാണ്. തമാശ
യ്ക്ക് ചെയ്ത സംഗതികൾ അവന്റെ മാനസിക നിലയിൽ തകരാറുകൾ
വരുത്തി. ഇപ്പോൾ അവൻ 'കൂന്നൂരിൽ പോയി പേപ്പട്ടി വിഷത്തിനെ
തിരെ കുത്തിവെയ്പ്പ് നടത്തണമെന്ന ആവശ്യം മനസ്സിൽ ഉറപ്പിച്ച
മട്ടാണ്' അദ്ദേഹം പറഞ്ഞു. നിങ്ങൾ ഉടനെ രവിയെ ബത്തേരിയി
ലേക്ക് അയക്കുക. ബാക്കി കാര്യങ്ങൾ ഞങ്ങൾ നോക്കികൊള്ളാം
എന്ന എന്റെ വാക്കുകൾ അദ്ദേഹത്തെ ആശ്വസിപ്പിച്ചു. ഉടനെ രവിയെ
ബത്തേരിക്കയക്കാം എന്ന സോഹദരന്റെ ഉറപ്പിൻമേൽ ഞാൻ ബത്തേ
രിക്ക് മടങ്ങി.

അടുത്ത ദിവസം തന്നെ രവീന്ദ്രൻ ബത്തേരിയിലെത്തി. യാതൊരു
സന്തോഷവുമില്ലാത്ത അവസ്ഥയിലായിരുന്നു. ഞാൻ യൂണിയൻ
ഓഫീസിൽ അദ്ദേഹത്തെ കൂട്ടികൊണ്ടുപോയി വിവരങ്ങൾ ചോദി
ച്ചറിഞ്ഞു. അദ്ദേഹം പേപ്പട്ടി വിഷം ഉണ്ടാകാം എന്ന ഉറച്ച അഭി
പ്രായത്തിലായിരുന്നു. അക്കാലത്ത് പേപ്പട്ടിവിഷചികിത്സക്കേറ്റവും
പ്രധാനപ്പെട്ട സ്ഥലം കൂന്നൂർ തന്നെയായിരുന്ന. കൂന്നൂർ പോകണ
മെങ്കിൽ ഡോക്ടർമാർ ആരുടെയെങ്കിലും കത്തുവേണമെന്നും

അതു സംഘടിപ്പിക്കാമെന്നും ഞാൻ ഉറപ്പ് കൊടുത്തപ്പോൾ തന്നെ അദ്ദേഹത്തിന് അൽപം സമാധാനമായി. ഞാൻ സി.പി. ഐ.(എം) കോഴിക്കോട് ജില്ലാ കമ്മിറ്റിയിൽ നിന്നും കുതിരവട്ടം മാനസിക രോഗാശുപത്രിയിലെ ഡോക്ടറും കേരള ഗസറ്റഡ് ഓഫീസേഴ്സ് അസോസിയേഷൻ ജനറൽ സെക്രട്ടറിയുമായിരുന്ന ഡോ. എൻ.എം. മുഹമ്മദാലിക്ക് എന്നെ പരിചയപ്പെടുത്തുന്ന ഒരു കത്തു വാങ്ങി നേരെ ആശുപത്രിക്കടുത്തായിരുന്ന അദ്ദേഹത്തിന്റെ വീട്ടിൽ ചെന്നു കണ്ടു. മുണ്ടും ബനിയനുമായിരുന്ന അദ്ദേഹത്തിന്റെ വേഷം. അദ്ദേഹത്തിന്റെ മുറിയിൽ സഖാവ് പി. കൃഷ്ണപ്പിള്ളയുടെ ഒരു ചെറിയ ഫോട്ടോയും ഒരു ദേശാഭിമാനി കലണ്ടറും മാത്രമാണുണ്ടായിരുന്നത്. എന്റെ കയ്യിൽ നിന്നും കത്ത് വാങ്ങി വായിച്ചശേഷം രണ്ടുപേർക്കും മരുന്നുണ്ടോ? എന്നു ചോദിച്ചപ്പോൾ ഉണ്ടെന്ന് ഞാൻ പറഞ്ഞത് അദ്ദേഹത്തെ നന്നായൊ ന്ന് ചിരിപ്പിച്ചു. പാർട്ടി അംഗങ്ങളാണോ രണ്ടുപേരും എന്നായിരുന്ന അദ്ദേഹത്തിന്റെ ചോദ്യം എന്ന കാര്യം ഞാൻ ഗ്രഹിച്ചതായിരുന്ന അദ്ദേഹത്തിന്റെ ചിരിയുടെ അർത്ഥം. വിവരങ്ങൾ പൂർണ്ണമായും അദ്ദേ ഹത്തെ ധരിപ്പിച്ചു. പേപ്പട്ടിയുടെ കടിയേൽക്കാത്ത ആൾക്ക് ഇൻജ ക്ഷൻ കൊടുത്താൽ കാൽമുട്ടുകൾ കഴഞ്ഞ് പോകാനിടയുണ്ടെന്നും നാളത്തന്നെ അദ്ദേഹത്തെ കൊണ്ടുവരൂ കുഴപ്പമില്ലാതെ പരിഹാരമു ണ്ടാക്കാം എന്നും അദ്ദേഹം പറഞ്ഞു എന്നെ യാത്രയാക്കി. അടുത്ത ദിവസം ഞാനും രവിയും കൂടി കുതിരവട്ടത്തുപോയി ഡോക്ടറെ കണ്ടു. ഡോക്ടർ അരമണിക്കൂറോളം രവിയുമായി സംസാരിച്ചു. കന്നൂര് പോയി ഇൻജക്ഷൻ എടുക്കാൻ നിർദ്ദേശിച്ച് ഒരു കത്തെഴുതി കവറിലാക്കി ഒട്ടിച്ച് തന്നാണ് വിട്ടത്. അടുത്തദിവസം രണ്ടുപേരും കൂടി ബത്തേരി ഊട്ടി ബസ്സിൽ യാത്രയായി. കേരളാ അതിർത്തി വരെ സൗജന്യമായും അതിർത്തിയിൽ നിന്നും ടിക്കറ്റെടുത്തുമായിരുന്ന യാത്ര. കന്നൂരെത്തി ആശുപത്രിയിൽ ചെന്നപ്പോൾ ആർമി മെഡിക്കൽ കോറിൽ (AMC) നിന്നും പിരിഞ്ഞ പാലക്കാട്ടുകാരനായ ഒരു രാഘവനെ പരിചയപ്പെ ട്ടു. അദ്ദേഹം ഫാർമസിസ്റ്റായിരുന്ന. ഡോക്ടർ മലയാളം അറിയുന്ന ആളായിരുന്നില്ല. ഡോ. എൻ.എം. മുഹമ്മദലിയെ കുറിച്ച് കേട്ടിട്ടുള്ള വിവരങ്ങൾ തമിഴിൽ പങ്കുവെച്ച ശേഷം രവിയെ കൺസൽട്ട് ചെയ്ത. ഫാർമസിസ്റ്റുമായി സ്വകാര്യം സംസാരിച്ചു. പിന്നീട് ഒരു ഇൻജക്ഷൻ കൊടുത്തു. പേപ്പട്ടി വിഷബാധയുള്ളതായിരുന്നില്ല അതെന്ന് എനിക്ക് വ്യക്തമായി. രവീന്ദ്രൻ ഏറെ സന്തോഷവാനായി കാണപ്പെട്ടു. രാഘവൻ സാറിനോടും ഡോക്ടറോടും നന്ദി പ്രകാശിപ്പിച്ച ഞങ്ങൾ തിരി ച്ചപോന്നു. രവീന്ദ്രൻ പിന്നീട് സിവിൽ വിങ്ങിലേക്ക് മാറി. കുറെക്കാലം

തിരുവനന്തപുരത്ത് താമസിച്ചിരുന്നു. കുടുംബസമേതം ഞാൻ ഒരിക്കൽ തിരുവനന്തപുരത്ത് ചെന്നപ്പോൾ രവിയേയും കുടുംബത്തേയും സന്ദർശി ച്ചിരുന്നു.

****

പാംഓയിൽ പിട്ടുത്തവും ആലാമാലകളും

ബത്തേരിയിൽ കുടുംബസമേതം വാടകക്ക് താമസിക്കുമ്പോൾ ആയിരം രൂപക്ക് താഴെ ശമ്പളമുണ്ടായിരുന്ന അവസരത്തിൽ 450 രൂപ വാടക കൊടുത്താൽ പിന്നെ കുടുംബ ചെലവിന് കഷ്ടിയെ കയ്യിൽ കാശുണ്ടാവുകയുള്ളൂ. യൂണിയൻ പ്രവർത്തനത്തോടൊപ്പം പാർട്ടിയുമായിബന്ധപ്പെട്ട കാര്യങ്ങളിൽ എന്റെ ഒഴിവു സമയങ്ങളിൽ ഞാൻ സഹകരിക്കുമായിരുന്നു. ആദിവാസി ഊരുകളിലെ സാക്ഷരതാ പ്രവർത്തനം മുതൽ എല്ലാ പ്രവർത്തനങ്ങളിലും ഞാൻ പങ്കെടുത്തുവ ന്നിരുന്നു. പാചക എണ്ണ എന്ന നിലയ്ക്ക് പാംഓയിൽ ഉപയോഗിച്ചിരുന്ന അവസരമായിരുന്നു. പാംഓയിൽ വാങ്ങുന്നതിന് റേഷൻ ഷാപ്പുകളിൽ നീണ്ട ക്യൂ ഉണ്ടായിരുന്നു. പാംഓയിൽ പൂഴി വെയ്ക്കുന്നത് കുറ്റകരവുമാ യിരുന്നു. ഒരു ദിവസം വൈകുന്നേരം നാലുമണിയോടെ ഒരു സഖാവ് എന്റെ വീട്ടിൽ വന്നു. 'ബത്തേരി ചങ്കത്ത് ഒരു സൈക്കിൾ ഷാപ്പിൽ രണ്ടു ടിന്നുകളിൽ പാംഓയിൽ നിറച്ച് അതിന്റെ അടപ്പ് സോൽഡർ ചെയ്യുന്നുണ്ട്. അത് ഡി.വൈ.എഫ്.ഐ സഖാക്കൾ തടഞ്ഞു വെച്ചി രിക്കുന്നു. സഖാവ് ഒന്നവിടം വരെ വരണം.' ഞാൻ അവരുടെ കൂടെ ചെന്നു. രണ്ടു ടിൻ പാംഓയിൽ അടച്ച് സോൾഡറിംഗ് ചെയ്യുവാനാണ് സൈക്കിൾ ഷാപ്പിൽ എത്തിച്ചത്. ഒരു ലിറ്ററിൽ അധികം പാംഓയിൽ ഒരിടത്ത് സൂക്ഷിച്ചാൽ പോലീസിനെ വിവരം അറിയിക്കണമെന്നായി രുന്ന സർക്കാർ നിർദ്ദേശം. ഞാൻ ഉടനെ പാർട്ടി ഓഫീസിൽ ചെന്നു. നേതാക്കന്മാരാരും സ്ഥലത്തില്ല. എല്ലാവരും ഏതോ മീററിങ്ങിലാണ്. പാംഓയിൽ പിടിച്ചതറിഞ്ഞ് അവിടെ ആളു കൂടി. സാധനം അവിടെ വിട്ടേച്ച് പോകാൻ നിവൃത്തിയില്ല. ഏതായാലും നാണക്കേട് വരുത്തര തെന്ന് മനസ്സിൽ കരുതി. ഒരു വെള്ളക്കടലാസിൽ വിവരങ്ങൾകാണിച്ച്

സുൽത്താൻ ബത്തേരി പോലീസ് സബ് ഇൻസ്പെക്ടർക്ക് ഒരു പരാതി എഴുതി രണ്ട് ടിന്നുകളും ഒരു ഓട്ടോയിൽ കയറ്റി പോലീസ് സ്റ്റേഷനിൽ കൊണ്ടുപോയി. 'എസ്.ഐ സ്ഥലത്തിലില്ല. അരമണിക്കൂറിനകം വരും.' പിന്നെ എന്തു ചെയ്യും? കാത്തിരിക്കുക തന്നെ. അരമണിക്കൂറി നകം എസ്.ഐ. വന്നു. പുതുതായി ചാർജ്ജെടുത്ത എസ്.ഐ. ജോസ്! വന്ന് ഒരാഴ്ച ആയപ്പോഴേക്കും മിന്നൽ ജോസ് എന്ന പേര് വീണ ദേഹം! അദ്ദേഹം വന്നപാടെ ഞാൻ ഒരു സല്യൂട്ടടിച്ചു. അദ്ദേഹത്തെ പോലെ സാമാന്യം തെറ്റില്ലാത്ത മീശ എനിക്കും ഉണ്ടായിരുന്നതിനാലോ എന്തോ ഏറെ മര്യാദയോടെയുള്ള സമീപനമായിരുന്നു എസ്.ഐ യുടേത്. അപേക്ഷ വായിച്ചുനോക്കിയ അദ്ദേഹം എന്നോട് ചോദിച്ചു. 'മിസ്റ്റർ നിങ്ങൾക്ക് പാംഓയിൽ സംബന്ധിച്ച നിയമങ്ങൾ എന്തെങ്കി ലും അറിയുമോ?' 'എനിക്കൊന്നും അറിയില്ല സാർ.' എന്നാൽ റേഷൻ ഷാപ്പിന്റെ മുന്നിൽ 500 മില്ലിലിറ്റർ ഓയിൽ ലഭിക്കാൻ ജനങ്ങൾ മണി ക്കൂറുകൾ ക്യൂ നിൽക്കുമ്പോൾ അതേ റേഷൻ ഷാപ്പിൽ നിന്നും രണ്ട് ടിന്ന് ഭദ്രമായി അടച്ചുകൊണ്ടുപോകുന്നു. മാത്രമല്ല ഇന്നലത്തെ പത്രത്തിൽ മുഖ്യമന്ത്രിയുടെ പ്രസ്താവനയുണ്ട്. അതിൽ പറയുന്നത് ഒരു കിലോവി ലധികം പാംഓയിൽ അനധികൃതമായി സൂക്ഷിച്ചാൽ പോലീസിനെ അറിയിക്കണമെന്ന്. നേരിൽ കണ്ടുപോയതുകൊണ്ട് മുഖം തിരിക്കാൻ പറ്റിയില്ല. അതുകൊണ്ടാണ് താങ്കളുടെ അടുത്തേക്ക് വന്നത്. എന്റെ മറു പടിയിൽ അദ്ദേഹം ഒന്നു പരുങ്ങി. എന്നിട്ട് പറഞ്ഞു എനിക്കും ഇതിന്റെ നിയമങ്ങൾ അറിയില്ല. തൽക്കാലം ഞാൻ സാധനം ഏറ്റെടുക്കാം. രാത്രിയായില്ലേ. നേരം വെളുത്തശേഷം ഇതു സംബന്ധിച്ച ഉത്തരവുകൾ പരിശോധിക്കട്ടെ. എന്നിട്ട് വേണ്ടത് ചെയ്യാം.

അദ്ദേഹത്തിന്റെ അഭിപ്രായം ശരിവെച്ച് ഞാനും ഇറങ്ങാൻ ഭാവിച്ചു. അദ്ദേഹം വീണ്ടും പറഞ്ഞു: 'മിസ്റ്റർ രാഘവൻ നിയമപരമായും ധാർമിക മായും ഇത് കക്ഷികൾക്ക് വിട്ടുകൊടുക്കാവുന്നതാണെങ്കിൽ വിട്ടുകൊട ക്കുന്നതിൽ താങ്കൾക്ക് വിരോധമാകുമോ?' 'ഒരു വിരോധവുമുണ്ടാകില്ല സാർ. പിടിക്കപ്പെട്ടപ്പോൾ പത്രവാർത്ത മാനിച്ച് ഞാൻ സാധനം ഇവിടെ ഏൽപ്പിച്ചു. ഇനി ബാക്കിയെല്ലാം സാറിന്റെ നിശ്ചയം പോലെ' ഇത്രയും പറഞ്ഞ് ഞാനും കൂടെ ഉണ്ടായിരുന്ന സഖാക്കളും ഇറങ്ങി. അന്നുമുതൽ മാന്യനായ ആ പോലീസുദ്യോഗസ്ഥനെ എനിക്ക് നല്ല ബഹുമാനമായിരുന്നു. അദ്ദേഹവും ഞാനുമായി നല്ല അടുപ്പത്തിലുമാ യിരുന്നു. ഒന്നു രണ്ടു തവണ എനിക്ക് അദ്ദേഹത്തിന്റെ ക്വാർട്ടേഴ്സിൽ പോകേണ്ടി വന്നിട്ടുണ്ട്.

****

ഓലപ്പുരയും കൊച്ചുകൊച്ച കാര്യങ്ങളും

ബത്തേരിയിലെ സേവനകാലത്ത് മൂലങ്കാവ്-കോട്ടക്കുന്ന് എന്നീ പ്രദേശങ്ങളിൽ മാറിമാറി വാടകയ്ക്ക് താമസിക്കുകയായിരുന്നു. വീട്ടുവാടക താങ്ങാവുന്നതിലും അധികമായിരുന്നു. ദൂരദേശങ്ങളിൽ നിന്നും ചേക്കേറിയവരായിരുന്നു അദ്ധ്യാപകരും ജീവനക്കാരും അധികവും. കെട്ടിടങ്ങളാവട്ടെ ഇല്ലോം കുറവും ആയിരുന്നു. മൂലങ്കാവിൽ നിന്നും ബസ്സിൽ കയറി വേണം ഓഫീസിൽ എത്താൻ. ഉറങ്ങിപ്പിടിച്ച ബസ്സ് യാത്ര ഒഴിവാക്കാൻ കെ.എസ്.ആർ.ടി.സി. ഡിപ്പോയിൽ നിന്നും വിളിപ്പാടകലെ കോട്ടക്കുന്നിൽ ഒരു ഓലമേഞ്ഞ വീട് വാടകക്കെടുത്ത് താമസം മാറ്റി. ആയിരം രൂപ തികയാത്ത ശമ്പളം, 400 രൂപ വാടക!എ ന്നിരുന്നാലും നല്ല അയൽവാസികൾ. പ്രകൃതി എല്ലാ മനസമാധാനവും തന്നിരുന്നു. കാട്ടിൽ നിന്നും ഒഴുകി വന്ന ഒരു നീർച്ചാലിൽ നിന്നായിരു ന്നു കുടിക്കാനും ഭക്ഷണത്തിനും ആവശ്യമായ വെള്ളം എടുക്കേണ്ടത്. അതിനടുത്ത് അലക്കാനും കുളിക്കാനും പ്രത്യേക സൗകര്യവും ഉണ്ടാ യിരുന്നു. എന്റെ മകൾ രോഷ്നിക്ക് അഞ്ച് വയസ്സും മകൻ രഘീഷിന് 3 വയസ്സും ആയിരുന്നു. മോൾ തിരുനെല്ലി പാലത്തിനടുത്ത ഒരു വീട്ടിൽ നിലത്തെഴുത്ത് പഠിക്കാൻ പോകുമായിരുന്നു. സ്കൂളടയ്ക്കുന്ന സമയത്ത് ഭാര്യാസഹോദരി- അവളും കൊച്ച കുട്ടിയായിരുന്നു. വന്നു കുറച്ചനാൾ താമസിക്കുമായിരുന്നു. അവൾ വന്നാൽ ചെറിയ പാത്രവുമായി മോളമൊത്ത് വെള്ളമെടുക്കാൻ പോകുക പതിവ്വുണ്ട്. ഒരു ദിവസം ഉച്ചഭക്ഷണത്തിന് ഞാൻ വീട്ടിൽ വന്നപ്പോൾ മോള് 5 പവൻ ഇടക്കം വരുന്ന ഒരു പുത്തൻ സ്വർണ്ണത്താലിമാല എടുത്തുകൊണ്ടുവന്നു. 'അച്ഛാ വെള്ളം എടുക്കുന്നിടത്ത് നിന്നും കിട്ട്യേതാണ്.' ഞാൻ മാല നന്നായി നോക്കി 'ആരെങ്കിലും അന്വേഷിച്ച് വന്നിരുന്നോ?' 'ഇല്ല.' വെള്ളം എടുക്കുന്ന സ്ഥലത്ത് നിന്നും 10 മീറ്റർ അകലെ കോട്ടക്കുന്നിലെ പഴയ കച്ചവടക്കാർ മത്തായി ചേട്ടന്റെ വീട്ടിൽ രണ്ട് മാസം മുമ്പ് ഒരു

കല്യാണം നടന്നിരുന്നു. അദ്ദേഹത്തിന്റെ മകനും സജീവ കോൺഗ്രസ്സ് പ്രവർത്തകനുമായിരുന്ന വർഗീസിന്റെ കല്യാണം- സാധനം അവിടെയുള്ളതായിരിക്കുമെന്ന് എനിക്കുറപ്പുണ്ടായിരുന്നു. ഞാൻ മാലയും കൊണ്ടു മത്തായി ചേട്ടന്റെ വീട്ടിൽ ചെന്നു. അവിടെ മുക്കും മൂലയും അരിച്ചപറുക്കി തിരയുന്നുണ്ടായിരുന്നു. എന്താണൊരു തെരച്ചിൽ? എന്റെ ചോദ്യം. എന്നാ പറയാനാ സാറെ മരുമോടെ താലിചെയിൻ എങ്ങാണ്ടോ വെച്ചേച്ചു കാണാനില്ല. 5 പവന്റെ മാലയായിരുന്ന സാറെ. എരിതീയൽ എണ്ണ ഒഴിക്കാൻ നില്ലാതെ ഞാൻ വർഗീസിന്റെ അമ്മയെ അടുത്തേക്ക് വിളിച്ച് മാല കയ്യിൽ കൊടുത്തു. അവർക്ക് സന്തോഷം എത്രമാത്രമുണ്ടായിരുന്നെന്ന് പറയേണ്ടതില്ലല്ലോ. രാത്രി വർഗീസ് വീട്ടിലെത്തി വിവരങ്ങൾ അറിഞ്ഞയുടനെ എന്റെ വീട്ടിൽ വന്ന് നന്ദി രേഖപ്പെടുത്തി.

അവിടെ ഞങ്ങളുടെ അയൽവാസിയായിരുന്ന മൊയ്തീൻക്കാ മരമില്ലിലെ തൊഴിലാളിയായിരുന്നു. എസ്.ടി.യു വിന്റെയും മുസ്ലീം ലീഗിന്റെയും സജീവ പ്രവർത്തകൻ. ഞങ്ങൾ ഏറെ അടുപ്പത്തിലായിരുന്നു. അദ്ദേഹത്തിന് രണ്ട് ആൺമക്കളും ഒരു മകളും. മൂത്ത മകൻ നാസർ ഏഴാം തരം കഴിഞ്ഞതോടെ പഠിത്തം നിർത്തി എന്തെങ്കിലും പണിക്കുവപോകാൻ തയ്യാറായി ഇരിക്കുകയായിരുന്നു. പടനിലത്തു കാരൻ എന്റെ സഹപ്രവർത്തകൻ എന്നെ കാണേണ്ട ആവശ്യത്തിന് വീട്ടിൽ വന്നപ്പോൾ നാസറിനെ കാണുകയും അവന്റെ വിവരങ്ങൾ ആരായുകയും ചെയ്തു. കുറച്ച ദിവസം കഴിഞ്ഞപ്പോൾ അദ്ദേഹം എന്റെ വീട്ടിൽ വന്നു. കോഴിക്കോട് കണ്ണഞ്ചേരിക്കടുത്ത് ഒരു ഉയർന്ന ഉദ്യോഗസ്ഥന്റെ വീട്ടിൽ താമസിച്ച് കൊണ്ട് കുട്ടികളെ സ്കൂളിലാക്കാനും ചില്ലറ സാധനങ്ങൾ വാങ്ങിക്കൊണ്ടുവരാനും മറ്റുമായി നാസറിനെ പറഞ്ഞയക്കുമോ എന്ന് എന്നോട് ചോദിച്ചു. 'ആലോചിച്ച് പറയാം.' ഞാൻ പറഞ്ഞു. അടുത്ത ദിവസം ഞാൻ കോഴിക്കോട് കണ്ണഞ്ചേരി പോയി കെ.എസ്.ആർ.ടി.സി. ഡ്രൈവർ, സി.ഐ.ടിയു പ്രവർത്തകൻ, എക്സ് സർവീസ്മെൻ ട്രാൻസ്പോർട്ടിൽ എന്റെ സഹ പ്രവർത്ത കൻ എന്നീ നിലകളിൽ സുപരിചിതനായ സഖാവ് പി. ഉണ്ണിയേട്ടന്റെ വീട്ടിൽ ചെന്ന് മേൽപറഞ്ഞ ഉദ്യോഗസ്ഥനെ സംബന്ധിച്ചും അദ്ദേ ഹത്തിന്റെ കുടുംബത്തെ സംബന്ധിച്ചും പയ്യനെ പറഞ്ഞയച്ചാൽ പ്ര യാസപ്പെടുമോ എന്നും അന്വേഷിച്ചു. ഉണ്ണിയേട്ടന്റെ അഭിപ്രായത്തിൽ പയ്യനെ പറഞ്ഞയച്ചാൽ അവന്റെ ഭാവി സുരക്ഷിതമാകും എന്ന് ഉറപ്പിച്ച പറഞ്ഞു. അന്നു തന്നെ മൊയ്തീൻക്കായെയും ഭാര്യയേയും കണ്ട സംഗതികൾ സംസാരിച്ചു. 'രാഘവേട്ടന്റെ അഭിപ്രായം ഞങ്ങളുടെ

 സഹനം സമരം ജീവിതം

അഭിപ്രായം' എന്നായിരുന്ന അവരുടെ മറുപടി. അടുത്ത ദിവസം നാസറിനെ കോഴിക്കോട്ടേക്കയച്ചു. മാസത്തിലൊരിക്കൽ അവനെ വീട്ടിലേക്കയക്കും, കുറച്ച് പൈസയും കൊടുത്തയക്കും. നാസർ സത്യ സന്ധനും വളരെ ജാഗ്രതയോടെ കാര്യങ്ങൾ നടത്തുന്നവനുമായിരുന്നു. പടനിലത്തുകാരൻ ഡ്രൈവറാണ് അവനെ കണ്ണഞ്ചേരിയിലേക്ക് കൊണ്ടുപോയിരുന്നതെങ്കിലും c/o പറക്കോട്ട് രാഘവൻ കെ.എസ്. ആർ.ടി.സി സുൽത്താൻ ബത്തേരി എന്നാണ് ആ വീട്ടിൽ പറഞ്ഞു കൊടുത്തിരുന്നത്. അദ്ദേഹം എന്നെ കാണാൻ താൽപ്പര്യപ്പെടുകയും ഞങ്ങൾ അദ്ദേഹത്തിന്റെ വീട്ടിൽ വെച്ച് പരിചയപ്പെടുകയും ചെയ്തു. ഉദ്യോഗസ്ഥനായിരിക്കെ തന്നെ അദ്ദേഹത്തിന് ചില ബിസിനസ് പങ്കാളിത്തവും ഉണ്ടായിരുന്നു. നാസറിന് അവിടെ പരമസുഖമായിരു ന്നു എന്ന് മാതാപിതാക്കൾ എന്നോട് പലവട്ടം പറയുകയുണ്ടായി. 18 വയസ്സായപ്പോൾ അവന് ലൈസൻസ് കിട്ടി എന്നമാത്രമല്ല അത്യാ വശ്യത്തിന് അവിട്ടത്തെ കാറെടുത്ത് ഉപയോഗിക്കാൻ അനുവാദവു മുണ്ടായിരുന്നു. ഒഴിവുള്ളപ്പോൾ അവന് അദ്ദേഹത്തിന്റെ പങ്കാളിത്ത സ്ഥാപനങ്ങളിൽ പോകാനും സ്ഥാപനത്തിന്റെ നടത്തിപ്പ് സംബന്ധി ച്ച് മനസ്സിലാക്കാനും സാധിച്ചിരുന്നു. 24-25 വയസ്സായപ്പോൾ അവന്റെ മുതലാളി തന്നെ ഒരു പെണ്ണ് കണ്ടെത്തി മാതാപിതാക്കളേയും മറ്റ് കുടുംബാംഗങ്ങളേയും ബന്ധുക്കളേയും കണ്ണഞ്ചേരിയിലെ വീട്ടിലേക്ക് വിളിച്ചുവരുത്തി ഒരു പൈസപോലും അവർക്ക് ചിലവില്ലാതെ നല്ല നിലയിൽ കല്യാണം നടത്തി. ഞാനും ഭാര്യയും ചടങ്ങിൽ പങ്കെടുത്തി രുന്നു. പിന്നീട് അവനെ കർട്ടൺ ഠുണികൾ മൊത്തക്കച്ചവടം നടത്തുന്ന കടയുടെ മേൽനോട്ടവും മറ്റുമായി നിശ്ചയിച്ചു. കോട്ടക്കുന്നിൽ പുതിയ വീട് പണിത് കുടുംബമൊത്ത് അവിടെ താമസിക്കുന്നു.

****

ബത്തേരിയിൽ 5 സെന്റും വീടും

ബത്തേരിയിലെ ട്രാൻസ്പോർട്ട് ജീവിതത്തിനിടയിൽ ഞാൻ പാർട്ടിയുടെ പ്രവർത്തനങ്ങളിൽ സജീവമായി പങ്കെടുത്തിരുന്നു. ഏരിയാ സെക്രട്ടറിയായിരുന്ന ബാലകൃഷ്ണേട്ടൻ (കണ്ണൂർ) സി.ഐ.ടിയു നേതാവ് സി. ഭാസ്കരൻ (അത്തോളി), തൊട്ടവെട്ടി ശ്രീധരൻ നായർ, ആദിവാസി ക്ഷേമസമിതി നേതാവ് വേലായുധൻ, ഡി.വൈഎഫ്.ഐ. നേതാവ് ബേബി, SFI നേതാവ് സി.കെ. ശശീന്ദ്രൻ തുടങ്ങിയ നേതാക്കളമായി എനിക്ക് അടുത്ത ബന്ധമുണ്ടായിരുന്നു. പാർട്ടി ഓഫീസിൽ ഉണ്ടായിരിക്കമ്പോൾ ഈ സഖാക്കളെല്ലാം കുടുംബ കാര്യങ്ങളും സാമ്പത്തിക കാര്യങ്ങളും സംസാരിക്കുകയും പ്രയാസങ്ങൾ തരണം ചെയ്യാനുള്ള മാർഗ്ഗങ്ങൾ നിർദ്ദേശിച്ച തരികയും ചെയ്യുമായിരുന്നു. ആയിരം രൂപയിൽ താഴെ ശമ്പളം ലഭിക്കമ്പോൾ 400 രൂപ വാടക കൊടുത്തു കഴിഞ്ഞാൽ ബാക്കികൊണ്ട് കുടുംബം ജീവിക്കണം എന്ന കാര്യം മനസ്സിലാക്കി ബാലകൃഷ്ണേട്ടൻ ഒരു ദിവസം എന്നെ ഓഫീസിലിത്തി കുറേ നേരം സംസാരിച്ചു. അവസാനം അദ്ദേഹം ഒരു നിർദ്ദേശവും മുന്നോട്ടവച്ചു. 'അഞ്ചു സെന്റ് സ്ഥലം അടുത്ത പ്രദേശത്ത് കിട്ടുമോന്ന് നോക്ക്. അവിടെ ഒരു ഷെഡ് കെട്ടി താമസിച്ചാൽ വാടക ഒഴിവാക്കി കിട്ടും'. ശരി നോക്കാം എന്നു പറഞ്ഞാണ് ഞാൻ വീട്ടിലേക്ക് തിരിച്ചത്.

ആഗോളവൽക്കരണ സാമ്പത്തിക നയത്തിനെതിരെ അഖിലേന്ത്യാതലത്തിൽ ജീവനക്കാരും അദ്ധ്യാപകരും പൊതുമേഖലാ തൊഴിലാളികളും ചേർന്ന് രൂപം കൊടുത്ത നാഷണൽ ട്രേഡ് യൂണിയൻ ക്യാമ്പയിൻ കമ്മറ്റിയുടെ നേതൃത്വത്തിൽ ബഹുമുഖങ്ങളായ സമരങ്ങൾ നടന്നുവരുന്ന സമയമായിരുന്നു. ക്യാമ്പയിൻ കമ്മിറ്റിയുടെ ജില്ലാ സെക്രട്ടറിയായി ഞാൻ പ്രവർത്തിച്ച വരികയായിരുന്നു. എല്ലാ

മേഖലയിലുമുള്ള ജീവനക്കാർ, തൊഴിലാളികൾ, സി.ഐ.ടി.യു പ്രവ ർത്തകർ എന്നിവരുമായി അടുത്ത ബന്ധം സ്ഥാപിക്കാൻ എനിക്ക് സാധിച്ചിരുന്നു. ബത്തേരിയിൽ വില്ലേജ് ഓഫീസർ ആയിരുന്ന നന്മണ്ട സ്വദേശി ബാലകൃഷ്ണൻ നമ്പ്യാർ എൻ.ജി.ഒ യൂണിയന്റെ സജീവ പ്രവ ർത്തകനും എന്റെ അടുത്ത സുഹൃത്തുമായിരുന്നു.

ഒരു ദിവസം ഞാൻ ടിക്കറ്റ് കൗണ്ടറിൽ ഡ്യൂട്ടിയിലായിരിക്കെ ബത്തേരി വില്ലേജ് ഓഫീസിലെ വില്ലേജ്മാൻ- അദ്ദേഹം ഒരു ആദി വാസിയായിരുന്നു - ഗോവിന്ദേട്ടൻ ഓഫീസിനടുത്ത് വന്ന് എന്നെ ഒരു നിമിഷം പുറത്തേക്ക് വിളിച്ചു. ഞാൻ പുറത്തു വന്നു. 'സർ ഇങ്ങക്ക് ഒരഞ്ച് സെന്റ് സ്ഥലം തരണമെന്ന് നമ്പ്യാർ സാർ എന്നോട് പറഞ്ഞിരുന്നു. സ്ഥലമെല്ലാം ഞാൻ വിറ്റുപോയി. ഇനി നാലരസെന്റ് സ്ഥലം ബാക്കി യുണ്ട്. സാറിനൊരു ചെറിയ വീടിനതുമതി. അത് സാറെടുത്തോളൂ.' 'നമ്പ്യാർ സാറിന് പറയാൻ എളുപ്പാ. സ്ഥലം കിട്ടിയാൽ തരക്കേടില്ലാ ന്ന് എനിക്കും ആഗ്രഹമുണ്ട്. പക്ഷേ പൈസ വേണ്ടേ?' എന്റെ ചോദ്യം.

പൈസേന്റെ കാര്യാടനിക്കട്ടേ. സാറിന് സ്ഥലം ഇഷ്ടപ്പെട്ടോന്ന് നോക്കാ. ഞാൻ കുറെ കൊല്ലം മുമ്പെ അതിന്റെ ബാക്കി സ്ഥലം പലർക്കായി കൊടുത്തതിന്റെ ഒന്നും രജിസ്റ്റർ നടന്നിട്ടില്ല. സാറിന് പറ്റേങ്കി സാറ് പേരും വിലാസവും, അച്ഛന്റെ പേരും എഴുതി തര്വാ. ഞാൻ രജിസ്റ്റർ ചെയ്തു തരാം.

'എവിട്യാ സ്ഥലം?'

'ഐ.എൻ.ടി.യു.സി. ഓഫീസിന് തൊട്ട താഴെ'

'എത്തവില വരും?'

'സെന്റിന് 350 ഉറുപ്യായിട്ടാ ഞാൻ ബാക്കി കൊടുത്തത്. അതിപ്പം രണ്ട് കൊല്ലായി. നമ്പ്യാർസാർ പറഞ്ഞതല്ലെ? സാറ് അതേ വിലമതി. പൈസങ്ങള് കുറേശ്ശേ തന്നാമതി.'

ഇത്രയും കേട്ടതോടെ ഞാൻ പേരും വിലാസവും എഴുതിക്കൊടുത്തു. രണ്ട് ദിവസം കഴിഞ്ഞ് അദ്ദേഹം സ്ഥലം രജിസ്റ്റർ ചെയ്തിട്ടുണ്ടെന്ന് പറഞ്ഞ് ആധാരം വാങ്ങുന്നതിനുള്ള റസീപ്റ്റ് എന്നെ ഏൽപ്പിച്ചു.

'ആധാരം ഞാൻ വാങ്ങിക്കാം. മൊത്തം എത്ര രൂപ വേണ്ടിവരും?

'മൊത്തം 1725 ഉറുപ്യ ഉണ്ടാവും. സാറ് 1500 ഉറുപ്യ ഇങ്ങ് തന്നാമതി. അത് അൻപതും ആറുമായിട്ട് മതി.'

'ങ്ആ... ഞാൻ മൂന്ന് ദിവസം കൊണ്ട് കാണാം!'

'ശരി.' അദ്ദേഹം നടന്നകന്നു. ഉച്ചയ്ക്ക് വീട്ടിൽ ചെന്ന് ഭാര്യയുടെ

കഴുത്തിലുണ്ടായിരുന്ന ഏക മാല-താലിമാല-അഴിച്ച് വാങ്ങി പകരം ഒരു മുക്കുമാല അവൾക്ക് നൽകി. അത് പേരാമ്പ്ര കൊണ്ടുപോയി അവളുടെ അമ്മാവന്മാരുടെ സ്വർണ്ണപ്പണയ ബാങ്കിൽ കൊടുത്ത് ആയിരം രൂപ വാങ്ങി അടുത്ത ദിവസം കാലത്ത് ഗോവിന്ദേട്ടന്റെ വീട്ടിൽ ചെന്ന് കൊടുത്തു. ബാക്കി അൻപതും ആറുമായി അദ്ദേഹം വന്ന സമയങ്ങളിൽ കൊടുത്തു തീർത്തു.

വീടുകളും മറ്റ കെട്ടിടങ്ങളും പണിയുന്നിടത്ത് ഒഴിവുസമയങ്ങളിൽ പോവുകയും തൊഴിലാളികളുമായി സംസാരിക്കുകയും ചെയ്യുന്ന പതിവ് എനിക്കുണ്ടായിരുന്നു. നിർമ്മാണ തൊഴിലാളി ക്ഷേമനിധി സംബന്ധിച്ച് ബോധവൽക്കരിക്കാനും സംഘടനയിൽ ചേരുന്നതിന് പ്രേരിപ്പിക്കാനും വേണ്ടിയാണ് അപ്രകാരം പ്രവൃത്തികേന്ദ്രങ്ങൾ സന്ദർശിച്ചിരുന്നത്. ഇപ്രകാരമുള്ള യാത്രയ്ക്കിടയിൽ മൂലങ്കാവിലെ പാർട്ടി മെമ്പർ മത്തായി ചേട്ടനേയും മൂന്ന് പുരുഷൻമാരും മൂന്ന് സ്ത്രീകളും (ഒരു ക്രിസ്ത്യൻ, ഒരു മുസ്ലീം, ഒരു ഹിന്ദു) അടങ്ങുന്ന ഒരു നിർമ്മാണ തൊഴിലാളി ടീമിനെ പരിചയപ്പെടാൻ ഇടയായി. അവർ എവിടെ കെട്ടിട പണി ആരംഭിച്ചാ ലും ഞാൻ അവിടെയെത്തുന്ന സ്ഥിതിയുണ്ടായി. ഒരാളൊഴിച്ച് 6 പേരും പാർട്ടി മെമ്പർമാരായിരുന്നു. ഞാൻ സ്ഥലം വാങ്ങിയ വിവരവും വീട് വെക്കേണ്ട ആവശ്യത്തേയും എല്ലാം അവരുമായി പങ്കുവെയ്ക്കുകയുണ്ടായി. പിന്നീട് മത്തായി ചേട്ടനെ കാണുമ്പോളെല്ലാം ഞാൻ 'മത്തായി ചേട്ടാ, എനിക്കും ഒരു വീട് വേണ്ടേ' എന്നു പറയുമായിരുന്നു. അദ്ദേഹമൊന്നു മൂളുകമാത്രം ചെയ്യും. അതിനിടെ ഭാര്യാപിതാവ് കുറിക്കല്യാണം കഴിച്ച് പേരാമ്പ്രയിൽ നിന്നും ഭാര്യയുടെ ചെയിൻ തിരിച്ച വാങ്ങി അവൾക്ക് കൊടുക്കുകയും അത് വിറ്റിട്ട് വീടുപണി ആരംഭിക്കാമെന്ന് അവൾ അഭി പ്രായപ്പെടുകയും ചെയ്തു.

ഒരു ദിവസം ഒരു ചെറിയ വീടിന്റെ പണിയിലേർപ്പെട്ടിരുന്ന മത്തായി ചേട്ടനേയും സംഘത്തേയും കാണാൻ പോയി. വീടിന്റെ ആവശ്യം അന്നും മുന്നോട്ട വച്ചു. മൂളലിന് പകരം അന്ന് അദ്ദേഹം മനസ്സ് ഇറന്നു. 'എടോ സഖാവെ, താൻ വീട വേണം വീടുവേണം എന്നു പറഞ്ഞാൽ വീടാകുമോ? താൻ ഒരു നാല് ലോഡ് കരിങ്കല്ല് ഇറക്ക്, എന്നിട്ട് പറ ഞങ്ങൾ അങ്ങോട്ട വരാം. കുറ്റിയടിയും തറയിടലും നടത്തി യശേഷം ബാക്കി ആലോചിക്കാം.' അടുത്ത ദിവസം തന്നെ ചെയിൻ വിറ്റ് രണ്ടായിരം രൂപയോളം കയ്യിൽ വന്നു. നേരെ അമ്പലവയൽ അടുത്തുള്ള കരിങ്കൽ ക്വാറിയിൽ ചെന്ന പരിചയമുള്ള സഖാക്കളെ കല്ലിറക്കാൻ ഏൽപ്പിച്ചു. കല്ലിറക്കിയതിന്റെ നാലാം ദിവസം മത്തായി ചേട്ടനും സംഘവും എത്തി ഒരു ദിവസം കൊണ്ട് വീടിന് തറയായി 6000

 സഹനം സമരം ജീവിതം

ഇഷ്ടിക 4 വാതിൽകട്ടില, 3 ജനാലകൾ എന്നിവയും സിമന്റ്, മണൽ മുതലായവയും തയ്യാറാക്കി വിവരമറിയിക്കാൻ നിർദ്ദേശിച്ച് പണിക്കാർ സ്ഥലം വിട്ടു. പണം എവിടെനിന്നും കിട്ടും എന്ന് വിഷമിച്ചിരിക്കുന്ന എന്നെ കണ്ട ബാലകൃഷ്ണേട്ടൻ അടുത്തുവന്ന് സമാധാനിപ്പിച്ചു. മടി ച്ചിരുന്നാൽ വീടാവില്ല. അതങ്ങനെ കിടക്കും നിങ്ങളുടെ സുഹൃത്തുക്ക ളോട് ചോദിക്കണം അവർ സഹായിക്കും. വായ്പ ആയിട്ട് ചോദിക്കുക. പിന്നീട് നമുക്ക് തിരിച്ചുകൊടുക്കാം. കണ്ണൂരിൽ നിന്നുള്ള സഖാക്കൾ-കണ്ടക്ടർമാർ 16 പേർ ആയിരവും രണ്ടായിരവുമായി സഹായിച്ചു. വിവ രണാതീതമായ കഷ്ടപ്പാടുകൾ സഹിച്ച് വീട് പൂർത്തിയാക്കി. സഖാവ് ഹസ്സൻകോയ അവസാന സമയത്ത് പെയിന്റിംഗിനും പാലുകാച്ച ലിനും ആവശ്യമായതൊക്കെ കടകളിൽ നിന്നും തൽക്കാലം പണം കൊടുക്കാതെ വാങ്ങിതന്നു സഹായിച്ചു. നേരിട്ടു കാണാൻ കഴിഞ്ഞ കുറച്ച പേരോട് പറഞ്ഞും യൂണിയന്റെ നോട്ടീസ് ബോർഡിൽ വിവരം എഴുതി പതിച്ചും അറിയിച്ചുകൊണ്ട് വീടുകൂടൽ നടത്തി. 15000/- രൂപ പാരിതോഷികമായി കിട്ടി. അതുകൊണ്ട് കടകളിലേയും മറ്റും ബാധ്യ തകൾ തീർത്തു. കണ്ണൂർ സഖാക്കൾ ഓരോരുത്തരും നേരിൽ കണ്ട് പണം, സ്ഥലം മാറ്റം പോകുമ്പോഴേക്കും തന്നാൽ മതി എന്നു പറഞ്ഞു സമാധാനം തന്നു. കുടിവെള്ളത്തിന് കിണർ കുഴിക്കാൻ ഞങ്ങൾക്കായി ല്ല. അയൽവാസിയായ വർക്കിച്ചേട്ടന്റെ പുരയിടത്തു നിന്നും വെള്ളമെ ടുക്കുവാൻ സമ്മതം ലഭിച്ചു. പക്ഷേ അവിടെ അലക്കാനും കുളിക്കാനും സൗകര്യമുണ്ടായിരുന്നില്ല. ബത്തേരി പ്രദേശത്ത് കാവു വെള്ളത്തിന് രണ്ട് രൂപ കൊടുക്കണം. രണ്ട് ബിസ്ക്കറ്റ് ടിന്നുകളുടെ വായ്ഭാഗം പൂർണ്ണമായി പൊളിച്ചെടുത്ത് ഉറപ്പുള്ള മരക്കഷ്ണം ആണി അടിച്ച് ഉറപ്പി ച്ച് അതിൽ കയർ കെട്ടി മുളന്തണ്ടിൽ രണ്ട ഭാഗത്ത് ൂക്കി മനുഷ്യൻ ചുമലിൽ ൂക്കി വരുന്നതിനാണ് കാവുവെള്ളം എന്നു പറയുന്നത്. അപ്രകാരം വീടുകളിലും കടകളിലും എത്തിക്കുന്ന ധാരാളം പേർ ഉണ്ട്. പക്ഷേ അലക്ക് ഉൾപ്പെടെ പത്ത് കാവ് വെള്ളമെങ്കിലും വേണ്ടതിന് ഇരുപത് രൂപ കൊടുത്താൽ എങ്ങിനെ മറ്റ് കാര്യങ്ങൾ നടക്കും? കാവ് വെള്ളത്തൊഴിലാളികൾക്ക് ഒരു സംഘടന ഉണ്ടായിരുന്നു. അതിന്റെ നേതാവ് സഖാവ് കണ്ണേട്ടനായിരുന്നു. കൈപ്പഞ്ചേരി താമസിച്ചിരുന്ന അദ്ദേഹത്തെ കണ്ട ഞാൻ ഈ പ്രയാസങ്ങൾ പറഞ്ഞു. വെള്ളം ചുമന്ന് കൊണ്ടുവരാൻ ഒരു കാവ് എനിക്ക് സംഘടിപ്പിച്ച് തരണമെന്നും എങ്ങി നെയാണ് വെള്ളം ചുമക്കുന്നത് എന്നും പറഞ്ഞ് തരണമെന്ന് ആവശ്യ പ്പെട്ടു. അടുത്ത ദിവസം കൈപ്പഞ്ചേരി പാർട്ടി ഓഫീസിലേക്ക് വരുവാൻ അദ്ദേഹം നിർദ്ദേശിച്ചു. ഞാൻ ഓഫീസിൽ എത്തിയപ്പോൾ പത്ത്

പതിനഞ്ച് സഖാക്കൾ ഉണ്ടായിരുന്നു. കണ്ണേട്ടൻ എന്നെ സ്വാഗതം ചെയ്തു. എന്റെ ആഗമനോദ്ദേശം വിശദീകരിച്ചു. കാവു വെള്ളം എടുക്കുന്ന രീതി, എടുക്കുമ്പോൾ ശ്രദ്ധിക്കേണ്ട കാര്യങ്ങൾ എന്നിവ വിശദമാക്കി തന്നു. എനിക്ക് ഒരു പുതിയ കാവ് അദ്ദേഹം തരികയും ചെയ്തു. ദിവസവും കാലത്ത് ആവശ്യത്തിനുള്ള വെള്ളം അത്രയും കാവുകെട്ടി ശേഖരിച്ചു വന്നു. ആരോഗ്യധനാദി ലാഭം കൈവന്നുവെന്ന ചുരുക്കം.

ഏറെ കഷ്ടപ്പാടുകൾ സഹിച്ച് വീട്ടുപണിത് താമസിച്ചെങ്കിലും ഏറെനാൾ ആ സന്തോഷം നിലനിന്നില്ല. ഇറസായ സ്ഥലത്തെ വീടായിരുന്നതുകൊണ്ട് എപ്പോഴും വയനാടൻ കാറ്റ് അടിച്ചുകൊണ്ടേ യിരുന്നു. ആ കാറ്റ് ഭാര്യക്ക് തീരെ പിടിക്കില്ല. അവൾക്ക് ശ്വാസംമുട്ട് അനുഭവപ്പെട്ടും. കോട്ടക്കുന്നിലെ പ്രിയ ആശ്രമപത്രിയിലെ ഡോക്ടർ മൊയ്തീൻ സ്ഥിരമായി ചികിത്സിച്ചു വന്നു. നാട്ടിലേക്ക് വന്നാൽ അവൾക്ക് യാതൊരു കുഴപ്പവും കാണുന്നില്ല. വയനാട്ടിലേക്ക് ചുരം കയറാൻ ആരം ഭിക്കുമ്പോൾ ശ്വാസംമുട്ട് തുടങ്ങും. ബത്തേരി വീട്ടിലെത്തുമ്പോഴേക്കും വളരെ കൂടും. ആശ്രമപത്രി തന്നെ ശരണം. പലപ്പോഴും അഡ്മിറ്റ് ചെയ്യപ്പെ ടുമ്പോൾ കുട്ടികളും ഞാനും അവിടെ ആയിരിക്കും. മൊയ്തീൻ ഡോക്ടർ എന്നോട പറഞ്ഞു. നിങ്ങൾ അടിയന്തിരമായും നാട്ടിലേക്ക് താമസം മാറണം. അല്ലെങ്കിൽ ഭാര്യയുടെ കാര്യം കഷ്ടത്തിലാകും. ആ നിർദ്ദേശം അംഗീകരിക്കാൻ ഞാൻ നിർബന്ധിതനായി. താൽക്കാലികമായി കുട്ടികളേയും ഭാര്യയേയും തൃക്കറിശ്ശേരിയിലെ അവളുടെ വീട്ടിലേക്ക് മാറ്റി. ഞാൻ സംഘടനാ പ്രവർത്തനവും ഡ്യൂട്ടിയും എല്ലാം കഴിഞ്ഞ് ആഴ്ചയിലോ മാസത്തിലൊരിക്കലോ അവിടെ എത്തുന്ന സ്ഥിതിയായി.

കോട്ടക്കുന്നിലായിരുന്നപ്പോൾ മകൾ നിലത്തെഴുത്തിന് പോയി രുന്നത് പറഞ്ഞുവല്ലോ. എൽ.പി. സ്കൂളിലെ പരീക്ഷ നടക്കുമ്പോൾ ഞാൻ ബത്തേരിയിലെ അസംപ്ഷൻ സ്കൂളിൽ ചെന്നു. ഒന്നാം ക്ലാസ് പരീക്ഷയ്ക്ക് മകളെ ഇരുത്തണമെന്ന് ആവശ്യപ്പെട്ടു. പ്രധാന അദ്ധ്യാപി കയെ കാണാൻ നിർദ്ദേശിക്കപ്പെട്ടു. പ്രധാന അദ്ധ്യാപികയെ കണ്ട പ്പോൾ 'സാറെ പരീക്ഷയ്ക്ക് ഇരുത്തുന്നത് കൊള്ളാം, മാർക്കുണ്ടെങ്കിലേ പ്രമോഷൻ ചെയ്യത്തുള്ളൂ.' എന്നായിരുന്ന പ്രതികരണം. ഓ, പ്രമോഷൻ തന്നെ ആവശ്യമില്ല ടീച്ചറെ, അവൾക്ക് ഒരു സ്കൂൾ പരിചയം വരിക എന്നേ ഉദ്ദേശിച്ചിട്ടുള്ളൂ എന്നായിരുന്ന എന്റെ മറുപടി. കുറച്ച് ദിവസം കഴിഞ്ഞപ്പോൾ കെ.എസ്. ആർ.ടി.സിയിൽ അസംപ്ഷൻ സ്കൂളിന്റെ ഒരു വണ്ടി വന്നത് ഞാൻ ഞാൻ കൗണ്ടറിൽ നിന്നും കണ്ടു. നാല് കന്യാ സ്ത്രീകൾ സ്റ്റേഷൻ മാസ്റ്റർ ഓഫീസിലേക്ക് പോകുന്നത് കണ്ടു. നിമിഷ ങ്ങൾക്കകം എന്നെ സ്റ്റേഷൻ മാസ്റ്റർ ഓഫീസിലേക്ക് വിളിച്ചു. പ്രധാന

അദ്ധ്യാപികയും സഹ അദ്ധ്യാപികമാരും അവിടെ ഇരുപ്പുണ്ടായിരുന്നു.

'സാറെ കൊച്ചിനെ എവിടെയാ പഠിപ്പിച്ചിരുന്നത്?' അവരുടെ ചോദ്യം

'വീട്ടിൽ തന്നെയായിരുന്നു ടീച്ചറെ' 'ക്ഷമിക്കണം സാർ, അവൾക്ക് ഫുൾമാർക്കുണ്ട്. രണ്ടാം ക്ലാസ്സിൽ അവളെ ചേർത്തുന്നതിന് സാറ് സൗകര്യം പോലെ സ്ക്കൂളിലോട്ട് വരണം. അങ്ങനെ രണ്ടാം തരം അവൾ അവിടെ പൂർത്തിയാക്കിയിരിക്കെ ആയിരുന്ന തൃക്കറിശ്ശേരിക്ക് മാറ്റം. തൃക്കറിശ്ശേരി സ്ക്കൂളിൽ മകളെ മൂന്നാം ക്ലാസ്സിൽ ചേർത്തി. ആ ഒരു വർഷം അവിടെ തന്നെ പഠിച്ചു.

****

തേനാക്കുഴിയിലേക്ക്

പലവിധങ്ങളായ പ്രയാസങ്ങൾ കാരണം ഭാര്യവീട്ടിലെ താമസം നീണ്ടുപോയി. അഞ്ചാം ക്ലാസിലേക്ക് മകൾ കടക്കുമ്പോൾ മൂന്നാം ക്ലാസിലേക്ക് മകനും. സ്കൂളും താമസവും മാറണമെന്ന് ഞങ്ങൾ തീരുമാനിച്ചു. ഭാര്യവീട്ടുകാർക്ക് വരാനും പോകാനും എനിക്ക് ജോലിക്ക് പോയി വരാനും കുട്ടികൾക്ക് സ്കൂളിൽ പോകാനും പറ്റിയ ഒരിടം കണ്ടുപിടിക്കണമെന്നായി. അങ്ങനെയാണ് ഉണ്ണികളും പഞ്ചായത്ത് തേനാക്കുഴി എന്ന സ്ഥലം കണ്ടെത്തിയത്. ശങ്കരൻ മാസ്റ്റർ മെമ്മോ റിയൽ എ. യു. പി. സ്കൂളിനടുത്ത് കുണ്ടോംമലയിൽ എന്ന പറമ്പിലെ ഒരു ചെറിയ ഓടിട്ട വീട്. വൈദ്യുതിയും വെള്ളവുമില്ല. 100 രൂപ വാടക തേനാക്കുഴിക്ക് താമസം മാറണമെന്ന് മനസ്സിൽ കണ്ടപ്പോൾ തന്നെ ബാല്യശ്ശേരിയിലെ പാർട്ടി നേതാവും സ്വർണ്ണത്തൊഴിലാളി യൂണിയൻ ജില്ലാ പ്രസിഡണ്ടുമായിരുന്ന സഖാവ് വേലുക്കുട്ടിയേട്ടനോട് വിവരം ധരിപ്പിച്ചിരുന്നു. അവിടെ ചെന്നാൽ എന്തു സഹായത്തിനും വെട്ട്യാടി ഭാസ്കരനെ കണ്ടാൽ മതിയെന്ന് അദ്ദേഹം പറഞ്ഞത് മനസ്സിൽ വെച്ചാണ് ഞാൻ വീട് തെരഞ്ഞത്. ഞാനും ഭാര്യയും കൂടി ഒരു ദിവസം 10 മണിയോട്ടുകൂടി തേനാക്കുഴിയിൽ എത്തി വീട കണ്ടു. അതിന്റെ വിവരങ്ങൾ അറിയാൻ താഴെ റോഡിൽ വന്ന് ബസ് സ്റ്റോപ്പിൽ ഇരിക്ക യായിരുന്ന ഒരു മുതിർന്ന ആളോട് വെട്ട്യാടി ഭാസ്കരൻ എന്നയാളെ എവിടെ കാണും എന്ന ചോദിച്ചു. 'നിങ്ങളുടെ അടുത്ത് നിന്ന ഇപ്പോൾ ഇറങ്ങിപ്പോയ ആളാണ് വെട്ട്യാടി ഭാസ്കരൻ. (വെട്ടിമാറിക്കുന്നമ്മൽ ഭാസ്കരൻ അഥവാ വി.കെ. ഭാസ്കരൻ) ഈ ഇടവഴിക്കങ്ങ് ചെന്നാൽ വീട് കാണാം. അവിടെ വീട് പൊളിച്ച പണിയുകയാണ്. ആള് പോയി വരി. വരുമ്പം കാണ' ഇത്രയും വിശദമായി പറഞ്ഞുതന്ന ആൾ തേനാ പറമ്പത്ത് മാധവൻ എന്ന പഴയ സഖാവാണെന്ന് ഞങ്ങൾക്ക് പിന്നീട് മനസ്സിലായി. ഞങ്ങൾ ഭാസ്കരേട്ടനെ വീട്ടിൽ ചെന്നു കണ്ടു. കാര്യങ്ങൾ

ബോധിപ്പിച്ചു. പണിക്കാർക്ക് ചായകൊടുക്കുന്ന തിരക്കായിരുന്നു. ഞങ്ങ
ൾക്കും പുളക്കറിയും (കപ്പയും ചെറുപയറും ചേർത്ത് കുഴമ്പ് രൂപത്തിൽ
പാകം ചെയ്തത്) മത്തി മുളകിട്ടതും ചായയും സല്ക്കരിച്ചു. തേനാക്കഴി
യിലെ ആദ്യ സൽക്കാരം. വീട്ടടമസ്ഥന്റെ വീട് പന്തീരാങ്കാവിലാണ്.
ങ്ങള് പോയാൽ മതി. ഞാൻ പറഞ്ഞതാണെന്ന് പറയ്. താക്കോൽ
തരും (100 രൂപ പ്രതിമാസ വാടക വേണ്ടിവരും) സംഗതി ശരിവെച്ച്
ഞങ്ങൾ ഇറങ്ങിത്തിരിച്ചു. അടുത്ത ദിവസം തന്നെ താക്കോൽ വാങ്ങി
താമസമാക്കുകയും ചെയ്തു.

താമസം മാറ്റി അടുത്ത ദിവസം ബസ് സ്റ്റോപ്പിന് മുൻപിൽ പെട്ടിക്കട
നടത്തിയിരുന്ന സുകുമാരേട്ടനെ സമീപിച്ചു. 'സുകുമാരേട്ടാ ദേശാഭിമാനി
പത്രം ഇവിടെ ആരാണ് ഇടുന്നത്?' 'ഇവിടെ ദേശാഭിമാനി ആരും
കൊണ്ടുവരുന്നില്ല. ങ്ങക്ക് വേണമെങ്കിൽ മാതൃഭൂമിക്കാരനോട് ഒന്നു
കൊണ്ടുവരാൻ പറയാം.'

ശരി എനിക്കൊരു പത്രം നാളെ മുതൽ തന്നെ ഇടാൻ പറയണ
മെന്ന് പറഞ്ഞുറപ്പിച്ചു. പത്ത് മണിയോടെയാണ് ഞാൻ പത്രമെട
ക്കാൻ റോഡിലേക്ക് പോയത്. അപ്പോഴും വായനക്കാർ മാറിമാറി
ദേശാഭിമാനി നോക്കുകയാണ്. പഴയ കുറെ സഖാക്കൾ അവിടെ
കൂടിയിരുന്നു. എന്നെ കണ്ടതും അവർ ചുറ്റും കൂടി. പുതിയ താമസ
ക്കാരന്റെ ക്ഷേമാന്വേഷണം തകൃതിയായിരുന്നു. പത്രം പതിനൊന്ന്
മണിക്ക് മാത്രമേ എടുത്തുകൊണ്ടുപോകുകയുള്ളൂ എന്നും അതുവരെ
എല്ലാവർക്കും വായിക്കാമെന്നും ഞാനവരോട് പറഞ്ഞു. അപ്രകാരം
ആറ് മാസത്തോളം തുടർന്നു. വായനക്കാരിൽ പലരും മറ്റ പത്രങ്ങൾ
വീട്ടിൽ വാങ്ങുന്നവരായിരുന്നു. ദേശാഭിമാനി വായിച്ച് പ്രചോദനം
കൊണ്ട് അവർ ഏതാണ്ട് എല്ലാവരും തന്നെ ദേശാഭിമാനി വരുത്താൻ
തുടങ്ങിയതോടെ മക്കൾ സ്കൂളിൽ പോകും മുമ്പേ പത്രം വീട്ടിൽ
എത്താൻ തുടങ്ങി.

കക്ഷി രാഷ്ട്രീയ ഭേദമില്ലാതെ വളരെ ഐക്യത്തോടെ ജീവിക്കുന്ന പ്ര
ദേശമാണ് കരുമല. തേനാക്കഴി-വിശിഷ്യ തേനാക്കഴി എന്ന് എനിക്ക്
ആഴ്ചകൾക്കള്ളിൽ ബോധ്യപ്പെട്ടു. കുടിവെള്ളം, വൈദ്യുതി, ഉൾഭാഗങ്ങളി
ലേക്കുള്ള നടപ്പാതകൾ, ക്ഷുരകളിലെ താമസം തുടങ്ങിയ പ്രയാസങ്ങൾ
ഉണ്ടെന്നും അവയ്ക്ക് പരിഹാരം തേടുന്ന പ്രക്രിയ ആരംഭിച്ച് അതിവേഗം
വർഗ്ഗബഹുജനപ്രസ്ഥാനങ്ങളുടെ പ്രവർത്തനവും ഉണ്ടായാൽ പാർട്ടിക്ക്
ഏറെ മുന്നേറാൻ മണ്ണ് പാകപ്പെട്ട പ്രദേശമാണ് ഇതെന്നതിരിച്ചറിവ്
പാർട്ടി പ്രവർത്തനം ട്രേഡ് യൂണിയനകത്ത് നിന്നും പ്രാദേശികമായി

കൂടി നടത്തണമെന്നും എന്റെ മനസ്സ് പറഞ്ഞു. ഈ വിവരങ്ങൾ വച്ച കൊണ്ട് കെ.എസ്.ആർ.ടി എംപ്ലോയീസ് അസോസിയേഷനിലെ പാർട്ടി ബ്രാഞ്ച് സെക്രട്ടറി ആയിരിക്കെ തന്നെ പ്രദേശത്ത് പാർട്ടിയിൽ പ്രവർത്തിക്കാൻ അവസരമുണ്ടാക്കണമെന്ന് ആവശ്യപ്പെട്ട് ഞാൻ സഖാവ് എസ്. രാമചന്ദ്രൻ പിള്ളയ്ക്ക് കത്തെഴുതി. എന്നെ കരുമല ബ്രാഞ്ചിൽ അസോസിയേറ്റ് മെമ്പറാക്കാവുന്നതാണെന്ന് എസ്.ആർ. പി. ഉണ്ണികുളം ലോക്കൽ കമ്മിറ്റി സെക്രട്ടറിക്ക് നേരിട്ട് കത്തെഴുതി. അടുത്ത ദിവസം തന്നെ കത്തുമായി സഖാവ് എം.സി. അബ്ബബകർ എന്നെ വന്ന് കാണുകയും കരുമല ബ്രാഞ്ച് മെമ്പറായി പ്രവർത്തിക്കാൻ നിർദ്ദേശിക്കുകയും ചെയ്തു. അടുത്ത ദിവസം ചേർന്ന കരുമല ബ്രാഞ്ച് യോഗം രണ്ട് ബ്രാഞ്ചുകളായി- തേനാക്കുഴി, കരുമല - പ്രവർത്തിക്കാനും എന്നെ തേനാക്കുഴി ബ്രാഞ്ചിൽ ഉൾപ്പെടുത്താനും തീരുമാനിച്ചു.

തേനാക്കുഴി ബ്രാഞ്ച് സെക്രട്ടറിയായി സഖാവ് കരുണൻ നമ്പ്യാർ തെരഞ്ഞെടുക്കപ്പെടുകയുണ്ടായി. ക്യാഷ് കൗണ്ടറിൽ കാലത്ത് 9 മണി മുതൽ അടുത്ത ദിവസം 9 മണി വരെ ഡ്യൂട്ടി ചെയ്താൽ അന്നും അടുത്ത ദിവസവും ഒഴിവായിരിക്കും . ബത്തേരിയിലെ വീടുപണിയുടെ ഒരു ഘട്ടത്തിൽ ബീനാച്ചി അങ്ങാടിയിലെ പടക്കം രാമചന്ദ്രൻ സാറിനെ കാണാൻ എനിക്ക് പോകേണ്ടി വന്നു. ബത്തേരി താലൂക്കിൽ പടക്ക കച്ചവടത്തിന് ലൈസൻസ് ഉണ്ടായിരുന്ന ഏക വ്യക്തി അദ്ദേഹമാ യിരുന്നു. വിമുക്ത ഭടനായ അദ്ദേഹം എക്സ് സർവ്വീസസ് ലീഗിന്റെ കോഴിക്കോട് ജില്ലാ വൈസ് പ്രസിഡണ്ടും (വയനാട് ഉൾപ്പെടുന്ന ജില്ല) വിമുക്ത ഭടന്മാരുടെ റീ സെറ്റിൽമെന്റ് കോളനി കമ്മറ്റി അംഗവുമായി രുന്നു. സ്ഥലം വാങ്ങിയ വിവരവും വീട് നിർമ്മാണത്തിനായി തറയിട്ട കാര്യവും അദ്ദേഹത്തോട് പങ്കുവെച്ചു.

'മിസ്റ്റർ രാഘവൻ, പഴമക്കാർ തലയിലെഴുത്തെന്നും മറ്റും പറയു ന്നത് തന്നെ പോലുള്ളവരുടെ അനുഭവം വിലയിരുത്തിയാണ്. ആറേഴ് വർഷം മുമ്പ് ഈ ഹൈവേയുടെ ഓരത്ത് അഞ്ച് ഏക്കർ കാപ്പിത്തോട്ടവും താഴെ രണ്ടേക്കർ വയലും തന്റെ പേരിൽ എഴ തിത്തരാൻ സമ്മതത്തിനായി ഞാൻ മുണ്ടിക്കൽ താഴത്ത് വീട്ടിൽ വന്നിരുന്നത് ഓർക്കുന്നുണ്ടോ? ഞാൻ പലതവണ ആവശ്യപ്പെട്ടിട്ടും താൻ വയനാട്ടിലേക്കില്ലെന്ന് പറഞ്ഞു. ആ ഭൂമിയെല്ലാം എന്റെ കയ്യിൽ നിന്നും പിടിവിട്ടുപോയി. അതെല്ലാം പതിച്ച നൽകി കഴിഞ്ഞു. ഇപ്പോൾ താൻ അഞ്ച സെന്റ് സ്ഥലം തികച്ചും കൈവശപ്പെടുത്താൻ കഷ്ടപ്പെ ടുന്നു. വിധിവൈപരീത്യം എന്നല്ലാതെന്തെപറയാൻ.....' നെടുവീർപ്പോടെ അദ്ദേഹം പറഞ്ഞു.

ഏതായാലും നിർമ്മിക്കുന്ന വീടിന്റെ ആവശ്യത്തിലേക്ക് തേക്കിന്റെ ഒരു വാതിൽകട്ടിലയും രണ്ട് ചാക്ക് സിമന്റും എന്റെ വകയായി തരാം അത് ഞാൻ ഒരു വണ്ടിയിൽ ആ സ്ഥലത്തെത്തിക്കാം എന്നാശ്വാസ വചനവും അദ്ദേഹത്തിൽ നിന്നുമുണ്ടായി. അത് പിന്നീട് പ്രാവർത്തിക മാക്കുകയും ചെയ്തു.

വീടിന്റെ പ്രവൃത്തി നടന്നുകൊണ്ടിരിക്കെ ഞാനും കുടുംബവും തൃക്കുറി ശ്ശേരിയിലെ ഭാര്യ വീട്ടിൽ പോകാൻ ഇടയുണ്ടായി. തൃക്കുറ്റിശ്ശേരിയിൽ നിന്നും ബാല്യശ്ശേരിക്ക് ജീപ്പ് യാത്ര മാത്രമേ ഉണ്ടായിരുന്നുള്ളൂ. ഞങ്ങൾ 8 മണിയോടെ ബാല്യശ്ശേരി എത്തി. വടകര-സുൽത്താൻ ബത്തേരി കെ.എസ്.ആർ.ടി.സി ബസ്സിൽ യാത്ര തിരിക്കുന്നതിന് കണക്കാക്കി യായിരുന്നു വന്നിരുന്നത്. ജീപ്പിൽ വെച്ച് തൃക്കുറ്റിശ്ശേരിയിലെ പുളിയോട്ട് ദാമോദരൻ മാസ്റ്ററെ കാണാൻ ഇടയായി അദ്ദേഹം സർവ്വീസിൽ നിന്നും അട്ടുത്തുണ്ണ് പറ്റിയിട്ട് ഏതാനും മാസങ്ങളേ ആയിരുന്നുള്ളൂ. അട്ടുത്തുണ്ണ് പറ്റിയ സ്ഥിതിക്ക് എഴുത്തും വായനയും പൊതുകാര്യങ്ങളിൽ ഇടപെ ടുന്നതുമെല്ലാം സൗകര്യപ്രദമായല്ലോ എന്ന് ഞാൻ പറഞ്ഞപ്പോൾ അദ്ദേഹത്തിന്റെ പ്രതികരണം കുറച്ച് വിഷാദത്തോടെ ആയിരുന്നു. പെൻഷൻ പറ്റിയിട്ട് ആറു മാസം ആയിട്ടും കിട്ടേണ്ടുന്ന ആനുകൂല്യങ്ങൾ ഒന്നും തന്നെ കിട്ടിയിട്ടില്ല. ഫയൽ എജീസ് ഓഫീസിൽ കിടക്കുകയാണ് ഒരു വർഷം കഴിഞ്ഞവരുടേയും ധാരാളം കിടക്കുന്നു. ദക്ഷിണാമൂർത്തി മാഷോടോ മറ്റോ പറഞ്ഞെങ്കിൽ ശരിയായി കിട്ടുമായിരിക്കും. 'മാഷെ ആ ഫയൽ നമ്പർ ഒരു കടലാസിൽ എഴുതി പറക്കോട്ട് രാഘവൻ എന്ന് എഴുതിയ കവറിലിട്ട് വടകര-ബത്തേരി ബസ്സിൽ കൊടുത്തയക്ക. ആരോടെങ്കിലും പറഞ്ഞ് പരിഹരിക്കാൻ ശ്രമിക്കാം' അതും പറഞ്ഞ് ഞങ്ങൾ പിരിഞ്ഞു.

അടുത്ത ദിവസം തന്നെ മാഷുടെ ഫയൽ സംബന്ധമായ വിവരങ്ങൾ ബസ് കണ്ടക്ടർ രാജൻ മൂരാട്എന്റെ കൈവശം തന്നു. രണ്ട ദിവസം കഴി ഞ്ഞപ്പോൾ എനിക്ക് യൂണിയന്റെ ആവശ്യാർത്ഥം തിരുവനന്തപുരത്ത് പോകേണ്ടിയിരുന്നു. ഏജീസ് ഓഫീസിൽ നിന്നും സമരം ചെയ്തതിന്റെ പേരിൽ പിരിച്ചുവിട്ട സഖാവ് എൻ.ബി. ത്രിവിക്രമൻ പിള്ളയായിരുന്ന കെ.എസ്.ആർ.ടി. എംപ്ലോയീസ് അസോസിയേഷൻ ജനറൽ സെക്രു ട്ടറി. ഏജീസ് ഓഫീസിൽ ഞങ്ങളുടെ ഓഫീസിൽ നിന്ന് ആരെങ്കിലും ചെന്നാൽ കാര്യമായി സഹായം ലഭിക്കുമായിരുന്നു. എനിക്കാകട്ടെ വ്യക്തിപരമായി തന്നെ ആഡിറ്ററായിരുന്ന പയ്യന്നൂർകാരൻ എം.വി. ബാലകൃഷ്ണൻ എന്ന അടുത്ത സുഹൃത്ത് ഉണ്ടായിരുന്നു. കോഴിക്കോട് കോർപ്പറേഷനിലേക്ക് സഖാവ് കെ.എം. കുട്ടികൃഷ്ണൻ രണ്ടാം തവണ

മത്സരിച്ചപ്പോൾ ദേവഗിരി കോളേജിൽ നിന്നും എസ്.എഫ്.ഐ യുടെ ഒരു സംഘം എന്റെ സ്ക്വാഡിൽ പ്രവർത്തനത്തിന് വന്നിരുന്നു. എല്ലാം മുതിർന്ന വിദ്യാർത്ഥികളായിരുന്നു. അവരുടെ ലീഡറായിരുന്ന പയ്യന്നൂ രകാരൻ എം.വി. ബാലകൃഷ്ണൻ. തെരഞ്ഞെടുപ്പ് കഴിഞ്ഞശേഷം ദേവഗി രിയിലെ അവരുടെ ഹോസ്റ്റലിൽ ചെന്ന് സൗഹൃദം പുതുക്കാൻ ഞാൻ സമയം കണ്ടെത്തിയിരുന്നു. ഒരു ദിവസം വൈകീട്ട് ബാലകൃഷ്ണന്റെ മുറിയിൽ ചെന്നപ്പോൾ വളരെ അധികം കൊതുകുകൾ മുറി നിറയെ പറന്ന കളിക്കുന്നു. കൂടുതൽ സംസാരിക്കാതെ ഞാൻ തിരിച്ചപോന്നു. വീട്ടിൽ പട്ടാളത്തിൽ നിന്നും വരുമ്പോൾ കാന്റീനിൽ നിന്നും വാങ്ങി യിരുന്ന ഒരു നമ്പർ വൺ കൊതുക് വല പെട്ടിയിൽ സൂക്ഷിച്ചിരുന്നു. അന്ന് നാട്ടിൻപുറത്തായിരുന്ന എന്റെ വീട്ടിൽ കൊതുകുശല്യം ഒട്ടും ഇല്ലായിരുന്നു. ഞാൻ ആ കൊതുക് വല അടുത്ത ദിവസം വൈകുന്നേരം ബാലകൃഷ്ണന് കൈമാറി. അന്ന് മുതൽ ഞങ്ങൾ അടുത്ത സുഹൃത്തുക്കളും സഖാക്കളുമായി. പരീക്ഷ എഴുതി കഴിഞ്ഞ ഉടൻ ബാലകൃഷ്ണന് ഏജീസ് ഓഫീസിൽ എക്കൗണ്ടന്റായി നിയമനം ലഭിച്ചു. ജോലിയിൽ പ്രവേശി ക്കുവാൻ തിരുവനന്തപുരത്തേക്ക് യാത്ര തിരിക്കുന്ന ദിവസം കാലത്ത് എന്നെ അന്വേഷിച്ച് കമ്പനിയിൽ വന്നപ്പോൾ ഞാൻ എലത്തൂർ റൂട്ടിൽ ഡ്യൂട്ടിയിലാണെന്നറിഞ്ഞ് എലത്തൂർ ബസ് തിരിച്ച നിർത്തുന്ന സ്ഥലത്ത് വന്ന് കാത്തുനിന്നു എന്നെ കണ്ട സംഗതികൾ സംസാരിച്ചാണ് യാത്ര യായത്. അത്തരം ബന്ധങ്ങൾ ഉള്ളതുകൊണ്ടാണ് ഞാൻ ദാമോദര ൻമാസ്റ്ററോട് അദ്ദേഹത്തിന്റെ ഫയൽ നമ്പർ ആവശ്യപ്പെട്ടതും.

യൂണിയന്റെ ആവശ്യാർത്ഥം തിരുവനന്തപുരത്ത് വന്നു. യൂണിയൻ ഓഫീസിൽ ബാഗും മറ്റും വെച്ച ശേഷം ഏജീസ് ഓഫീസിൽ ചെന്നു. ബാലകൃഷ്ണനെ അന്വേഷിച്ചു. അടുത്ത സീറ്റിൽ ഇരുന്ന ക്ലാർക്ക് ആരാ? എവിടുന്നാ? വന്ന കാര്യമെന്ത്? എന്നെല്ലാം ചോദിച്ചു. ഞാൻ വിവരങ്ങൾ എല്ലാം പറഞ്ഞു. ആ നമ്പറിങ്ങ് തരൂ... ബാലകൃഷ്ണൻ മലപ്പുറത്ത് ഓഡിറ്റിങ്ങിന് പോയിരിക്കുവാണ്. ഞാൻ കൊട്ടക്കാം പുള്ളി കാലത്ത് വരും, പറ്റുമെങ്കിൽ നാളെ ഉച്ചയ്ക്ക് ഒന്നിവിടം വരെ വരൂ. നേരിൽ കാണാം. അടുത്ത ദിവസം മൂന്ന് മണിയോടെ ഞാൻ വീണ്ടും ഏജീസ് ഓഫീസിൽ ബാലകൃഷ്ണനെ കണ്ടു. ഫയൽ എടുത്തി ട്ടുണ്ട്. ഒരാഴ്ചക്കകം മാഷ്ക്ക് പെൻഷൻ ഓർഡറാകും. ഇല്ലെങ്കിൽ ഈ നമ്പറിൽ ഒന്നു വിളിച്ച പറയണം. ഓഫീസിലെ നമ്പറും എന്നെ ഏൽപിച്ചു. ഞാൻ തിരുവനന്തപുരത്ത് നിന്നതന്നെ ഒരു കാർഡെഴുതി മാഷ്ക്ക് വിട്ടു. 'മാഷേ... ഏജീസോഫീസിൽ ബന്ധപ്പെട്ടിട്ടുണ്ട്. ഒരാഴ്ച ക്കകം പെൻഷൻ ഓർഡർ വന്നില്ലെങ്കിൽ എന്നെ ഓഫീസ് നമ്പറിൽ

വിളിക്കണം...' എന്ന മാത്രമേ എഴുതിയിരുന്നുള്ളൂ. ഒരാഴ്ച കിഞ്ഞു. ഒരു വിവരവും മാഷിൽ നിന്നും അറിവായില്ല. 11-ാം ദിവസം ഒരു ഇൻലന്റ് ലെറ്റർ വന്നു. മാസ്റ്ററുടെ സാമാന്യം ദീർഘമായൊരു കത്ത്. ചള്ളിലാണ് ചാറ് എന്നു പറഞ്ഞു കേട്ടിട്ടുണ്ട്. അത് വളരെ ശരിയാണെന്ന് ബോധ്യ പ്പെടുന്ന സംഭവമാണിത്. എന്റെ സുഹൃത്തുക്കൾ അറിഞ്ഞവരൊക്കെ അത്ഭുതപ്പെട്ടു. മാത്രമല്ല, മാഷും ഞാനും ഒന്നാമതായി പരിചയപ്പെട്ട സന്ദർഭവും കത്തിൽ എഴുതിയിരുന്നു. അതിങ്ങനെയാണ്. അത്തോളി റൂട്ടിൽ കുറ്റ്യാടിക്ക് ബസ്സോടിത്തുടങ്ങിയ കാലം. ഞാൻ എക്സ് സർവ്വീ സ്മെൻ ട്രാൻപോർട്ടിലെ കണ്ടക്ടർ ജോലിയിൽ ഇരുന്ന അവസരം വൈകുന്നേരത്തെ കായക്കൊടിക്കുള്ള ബസ്സിൽ സ്റ്റാന്റിൽ നിന്നും കയറി പിന്നിലെ സൈഡ് സീറ്റിൽ ഇരിപ്പുറച്ചിരുന്നു. ഒരു ഖദർധാരി യായ നല്ല ഉയരമുള്ള 50 വയസ്സോളം പ്രായം തോന്നിക്കുന്ന ഒരാൾ അടുത്തിരുന്നു. ബസ്സ് പുറപ്പെടുമ്പോൾ തന്നെ നല്ല തിരക്കായിരുന്നു. എരഞ്ഞിക്കൽ അങ്ങാടിയിൽ എത്തി ബസ്സ് നിന്നു കണ്ടക്ടർ ഇറങ്ങി പ്പോയി മുന്നിൽ ഒരു ബസ്സ് നിൽക്കുന്നു. എന്തോ സമയപ്രശ്നമാണ്. മുന്നിലെ ബസ് കണ്ടക്ടറും വന്നു. വഴക്കായി അഞ്ചുമിനിട്ടായിട്ടും ബഹളം തീരുന്നില്ല. കുഞ്ഞുങ്ങൾ നിലവിളിക്കുന്നു. അമ്മമാർ പിറുപിറുക്കുന്നു. ഞാൻ അടുത്തിരിക്കുന്ന ആളോട്'ഞാൻ ഒന്ന് പോയി നോക്കട്ടെ, സാറ് ഒന്നു നീങ്ങിയിരിക്ക്' എന്നു പറഞ്ഞു. ങ്ങള് പോയിട്ടെന്തു ചെയ്യാനാ. ഇതൊക്കെ ഇവരുടെ നിത്യതൊഴിലല്ലേ? എന്ന് അദ്ദേഹം പ്രതികരി ച്ചു. ഞാനതിനൊന്നും പറയാതെ പുറത്തിറങ്ങി. രണ്ട് കണ്ടക്ടർമാരും എന്നെ അറിയും. രണ്ടുപേരും ഓരേ സംഘടനക്കാരാണ്. എന്നാൽ പരസ്പരം അറിയില്ല. ഞാനവരോട് പറഞ്ഞു. തൽക്കാലം നിങ്ങൾ രണ്ടുപേരും ഇനി ഒന്നും പറയാതെ കൈകൊട്ടത്ത് ബസ്സിൽ കയറൂ. അതാണ് നല്ലത്. ഉടനെ രണ്ടുപേരും കൈകൊട്ടത്ത് ബസ്സിൽ കയറി. ബസ് മുന്നോട്ട് നീങ്ങവേ ഞാൻ സീറ്റിൽ വന്നു. അടുത്തിരുന്ന ആളോട് സൈഡ് സീറ്റിലേക്ക് നീങ്ങിയിരിക്കാൻ പറഞ്ഞു. ഞാൻ അറ്റത്തിരുന്നു. നിങ്ങൾ എന്ത് വിദ്യയാണ് പ്രയോഗിച്ചത്, അദ്ദേഹം ചോദിച്ചു. പരസ്പരം കൈകൊട്ടത്ത് ബസിൽ കയറാൻ പറഞ്ഞു അത്രതന്നെ. അവർക്ക് എന്നെ അറിയാവുന്നതുകൊണ്ട് അതെളുപ്പമായി. നിങ്ങളെവിടക്കാ ഞങ്ങൾ പരിചയപ്പെട്ടപ്പോൾ എന്റെ ഭാര്യയേയും കുടുംബത്തേയും മാത്ര മല്ല പേരാമ്പ്രയിലെ ആഭരണ കച്ചവടക്കാരനായ വി.വി. ബ്രദേഴ്സ് എന്ന സ്ഥാപനവുമായും ഏറെ അടുപ്പമുള്ള ആളാണെന്നും യാത്ര പേരാമ്പ്രക്കാരണെന്നും അദ്ദേഹം പറഞ്ഞു. വി.വി. ബ്രദേഴ്സിന്റെ മൂന്ന് സഹോദരിമാരിൽ ഒരാളാണ് എന്റെ ഭാര്യയുടെ അമ്മ.

ഒന്നുരണ്ട് മാസം കഴിഞ്ഞപ്പോൾ ഞാൻ കുടുംബസമേതം ഭാര്യ വീട്ടിൽ രണ്ട് ദിവസം ഉണ്ടായിരുന്നു. എനിക്ക് എന്തോ ചില അസുഖങ്ങൾ ഉണ്ടായി. "നമ്മുടെ മുത്തു വൈദ്യർ ഇന്ന് ഇവിടെ ഉണ്ടാകും. തൃക്കറ്റിശ്ശേരി അങ്ങാടിക്കിപ്പുറം പീടികയുടെ മുകളിലാണ് പരിശോധന. ഒന്നവിടം വരെ പോയാൽ മതി. ഭാര്യാപിതാവിന്റെ ഉപദേശം. ഞാൻ മുത്തുവൈദ്യർ എന്ന മാധവൻ ഡോക്ടർ (ആയുർവേദം) മുമ്പാകെ ഹാജരായി. പരിശോധന കഴിഞ്ഞു. 'എന്താ പേര്?' പറക്കോട്ട് രാഘവൻ, 'യ്യ' 'കുഞ്ഞിക്കേളവിന്റെ മരുമകനാണോ?'

'അതെ.'

ഏജീസ് ഓഫീസിലും മറ്റും നല്ല പിടിപാടാണല്ലേ? അത്തരം പിടി പാടൊന്നും ഇല്ല.

'ചെറിയച്ചൻ പറഞ്ഞല്ലോ' അദ്ദേഹത്തിന്റെ പെൻഷൻ പേപ്പർ ഒരാഴ്ചകൊണ്ട് പുറത്തിറക്കിയത് കുഞ്ഞിക്കേളവിന്റെ മരുമകനാണെ ന്ന്. അത് ശരിയാ. എന്റെ ഒരു സഖാവുണ്ടവിടെ. അദ്ദേഹത്തെ കണ്ട പറഞ്ഞു. ഡോക്ടർ മേശവലിപ്പിൽ നിന്ന് പരിശോധന കഴിഞ്ഞപ്പോൾ വാങ്ങിവെച്ച 10 രൂപ എന്റെ കയ്യിൽ വെച്ച് തന്നു. ഇന്നുമുതൽ നാം സുഹൃത്തുക്കളാണ്. ചെറിയച്ചൻ എല്ലാ കാര്യവും എന്നോട് പറഞ്ഞിട്ടു ണ്ട്. ഞാൻ മീനങ്ങാടിയാണ് താമസിക്കുന്നത്. മീനങ്ങാടി വരുമ്പോൾ വീട്ടിൽ വരണം. ചികിത്സ സംബന്ധമായ ആവശ്യത്തിന് ഭാര്യയേയും കുട്ടികളേയും മാത്രമല്ല ആവശ്യപ്പെടുന്ന ആരെയും വീട്ടിലേക്കയക്കാം. നാം തമ്മിൽ ഇനി സാമ്പത്തിക ഇടപാടുകളില്ല. ഞാനും സി.പി.ഐ .എം.കാരനാണ്. ഇവിടത്തെ ബ്രാഞ്ച് സെക്രട്ടറിയായിരിക്കെയാണ് എനിക്ക് സർക്കാർ സർവ്വീസിൽ കിട്ടിയത്. ഇത്രയും പറഞ്ഞ് ഞങ്ങൾ അന്നു പിരിഞ്ഞു. പിന്നീടതൊരു സുദൃഢമായ സൗഹൃദബന്ധമായി മാറി. ബാല്യശ്ശേരിക്കടുത്ത് വാകയാട്ടുകാരൻ ഇ മാധവൻ എന്നയാൾ കണ്ട ക്ലറായി ബത്തേരിയിൽ ജോയിന്റ് ചെയ്തു. അസോസിയേഷൻ അംഗമാ യിരുന്ന മാധവൻ ഡ്യൂട്ടിക്ക് ഒട്ടും താൽപര്യം കാണിച്ചിരുന്നില്ല. ബസ്സിൽ കയറി രണ്ടാൾക്ക് ടിക്കറ്റ് കൊടുക്കുമ്പോഴേക്കും അദ്ദേഹത്തിന് ഛർദ്ദി വരും. ചുരുക്കി പറഞ്ഞാൽ പലതവണ ഡ്യൂട്ടി പാതിയാക്കി നിർത്തേ ണ്ടി വന്നപ്പോൾ അദ്ദേഹം ജോലി രാജിവെച്ചകൊണ്ട് ഒരു കത്ത് ഓഫീസിൽ ഏൽപ്പിച്ചു. അന്ന് യൂണിയൻ സെക്രട്ടറി എന്ന നിലയ്ക്ക് ഓഫീസിൽ എല്ലാവരുമായും ഞാൻ നല്ല അടുപ്പം പുലർത്തിയിരുന്നു. കത്തിൻമേൽ മറുപടി കൊടുക്കാതെ വിവരം ബന്ധപ്പെട്ട ക്ലർക്ക് എന്നെ അറിയിച്ച. ഞാൻ കത്ത് തിരികെ വാങ്ങി. അന്ന് തന്നെ ഡോക്ടർ

മാധവൻ താമസിക്കുന്ന മീനങ്ങാടിയിലെ വീട്ടിൽ ചെന്ന് ഈ വിവരം പറഞ്ഞു. 'എന്നോട് വിവരം പറഞ്ഞ കാര്യം ആ കണ്ടക്ടർ അറിയേണ്ട. നാളെ കൂട്ടി വരൂ!' എന്നായിരുന്ന ഡോക്ടറുടെ മറുപടി. ഞാൻ അടുത്ത ദിവസം മാധവനെ കൂട്ടി ഡോക്ടറെ കണ്ടു. അദ്ദേഹം മാധവനെ പരിശോ ധിക്കുകയും ഒരാഴ്ച കഴിക്കാൻ അരിഷ്ടവും ഗുളികയും കൊടുത്തു. ഒരാഴ്ച മരുന്ന കഴിച്ച് വിശ്രമിക്കട്ടെ. അത് കഴിഞ്ഞാൽ ഡ്യൂട്ടിക്ക് പോകാം. കുഴപ്പമുണ്ടാവില്ല. അതുപോലെ സംഭവിച്ചു. ഒരാഴ്ച മരുന്ന കഴിച്ച. ശേഷം ജോലിക്ക് പോയി. അസുഖം പാടെ മാറി. പിന്നീട് മാധവന് ഛർദ്ദി ഉണ്ടായിട്ടില്ല. അദ്ദേഹം സ്റ്റേഷൻ മാസ്റ്ററായ ശേഷം അടുത്തുണ്ട് പറ്റി. മാധവൻ പൊതുവെ പിശുക്കനായിരുന്ന. യൂണിയന്റെ വരിസംഖ്യയും മറ്റും കയ്യിൽ നിന്ന് വീണുകിട്ടാൻ കുറച്ച് പ്രയാസമായിരുന്ന. എന്നിട്ട നാലും എന്നോട് വളരെ നല്ല സമീപനമായിരുന്ന. പെൻഷണേഴ്സ് ഓർഗനൈസേഷനിൽ അംഗത്വമെടുക്കണമെന്നാവശ്യപ്പെട്ട് പലരും സമീപിച്ചവെങ്കിലും പിന്നീടാവാമെന്ന പല്ലവിയാണത്രെ ഉണ്ടായത്. പെൻഷൻ ലഭിക്കുന്നതിന് മാസങ്ങളുടെ കാലവിളംബം ഉണ്ടായപ്പോൾ തുടർച്ചയായ സമരം നടത്തിയിരുന്നസമയം യൂണിയന്റെ സാമ്പത്തിക കുറവിന് പരിഹാരത്തിനായി എന്തെങ്കിലും ഒന്നോ രണ്ടോ മെമ്പർമാരെ കണ്ട് പണം പിരിക്കാനായി പെൻഷൻകാരുടെ വീട്ടിൽ പോകുന്നത് എന്റെ പതിവായിരുന്ന. അപ്രകാരം ഇ. മാധവന്റെ വീട്ടിൽ ചെന്ന പ്പോൾ വലിയ സ്വീകരണമായിരുന്ന. മെമ്പർഷിപ്പ് എടുക്കുക മാത്രമല്ല, സമര ഫണ്ടിലേക്ക് പ്രതീക്ഷിച്ചതിലും വലിയ സംഖ്യ സംഭാവനയാ യിത്തരുകയും ചെയ്ത. ഡോക്ടർ മാധവൻ സാറിന്റെ അകാല മരണം അത്യന്തം ദാരുണമായ ഒരു വാഹന അപകട മരണമായിരുന്ന. പിന്നീട് ഇളയമകന് ആരോഗ്യവകുപ്പിൽ ആശ്രിത നിയമനം ലഭിച്ച. മൂത്തമകൻ ആയുർവേദ ഡോക്ടർ ആണ്. മധുരയിലാണ് സേവനം അനുഷ്ഠിക്കുന്നത്. നല്ല മിടുക്കൻമാരാണ്. അവരുടെ അമ്മ പഞ്ചായത്ത് ഡിപ്പാർട്ട്മെന്റിലെ ഉയർന്ന ഉദ്യോഗസ്ഥനും മന്ത്രി എ.സി. ഷൺമു ഖദാസിന്റെ പേഴ്സണൽ അസിസ്റ്റന്റുമായിരുന്ന കോക്കല്ലൂരിലെ തൊക്കോത്ത് ഉണ്ണികൃഷ്ണൻ നായരുടെ ഭാര്യാസഹോദരിയും ഭ്രപണയ ബാങ്ക് സെക്രട്ടറിയായിരുന്ന വിജയൻ സാറിന്റെ ഇളയ സഹോദരിയു മായിരുന്ന.

****

സംഘടനാ പ്രവർത്തനത്തിലെ സുപ്രധാന ഏട്

1984ലായിരുന്നെന്നാണ് ഓർമ. കെ.എസ്.ആർ.ടി.സിയെ നശിപ്പിക്കുന്നതിനായി 3 ലിമിറ്റഡ് കമ്പനികൾ, വയനാടൻ കമ്പനി, വെമ്പനാടൻ കമ്പനി, വേണാടൻ കമ്പനി രൂപീകരിക്കുമെന്ന നിർദ്ദേശം ധനകാര്യ വകുപ്പ് മന്ത്രി കെ.എം. മാണി ബജറ്റ് അവതരണവേളയിൽ പ്രഖ്യാപിക്കുകയും 50 കോടി രൂപ ടോക്കൺ മണിയായ് നീക്കിവെക്കുകയും ചെയ്തു. കമ്പനി രൂപീകരണ നിർദ്ദേശ ത്തെ പ്രതിപക്ഷം ശക്തിയായി എതിർത്തു എന്ന് മാത്രമല്ല നിർദ്ദേശം എന്തുവിലകൊട്ടുത്തും പരാജയപ്പെടുത്തുമെന്ന് പ്രഖ്യാപിക്കുകയും ചെയ്തു. ഐ.എൻ.ടി.യു.സി ഒഴികെ എല്ലാ സംഘടനകളും കമ്പനി നിർദ്ദേശത്തെ പരാജയപ്പെടുത്താൻ രംഗത്തു വന്നു. ഐ.എൻ.യു.ടി. സി തന്നെ യൂണിറ്റ് കമ്മിറ്റികൾ പലതും സമരത്തിനൊപ്പമായിരുന്ന താനും. വയനാട് ജില്ലയിൽ ഏതോ കോടതിവിധിയുടെ ബലത്തിൽ നിലനിന്നുപോന്ന ഒരു മൈസൂർ സർവ്വീസ് ഒഴികെ ഒരൊറ്റ സ്വകാര്യ ബസും ഉണ്ടായിരുന്നില്ല. എംപ്ലോയീസ് അസോസിയേഷന്റെ നേതൃത്വ ത്തിൽ സംസ്ഥാനതലത്തിലും യൂണിറ്റ തലങ്ങളിലും സംയുക്തസമരസ മതികളും സമരസഹായ സമിതികളും രൂപീകരിച്ചു. അനിശ്ചിതകാല പണിമുടക്കിന് തയാറെടുപ്പ് നടത്തി. വയനാട്ടിലെ അനിശ്ചിതകാല പണിമുടക്കം വലിയ പ്രയാസങ്ങൾ ഉണ്ടാക്കുമെന്ന തിരിച്ചറിവ് കാരണം സമരസഹായസമിതിയുടെയും മറ്റും പ്രവർത്തനങ്ങൾ ഏറെ ഉൽസാഹത്തോടെയും പങ്കാളിത്തത്തോടെയും മുന്നേറി. പണിമുടക്കിന് മുന്നോടിയായി എല്ലാ ജില്ലകളിലും പ്രചരണജാഥകളും മറ്റും തീരുമാനി ച്ചു. ഏകദേശവൽകൃത ജില്ല എന്ന നിലയിൽ വയനാടിന്റെ മുക്കിലും മൂലയിലും പ്രചരണം എത്തേണ്ടതുണ്ടായിരുന്നു. സുൽത്താൻ ബത്തേരി,

കൽപ്പറ്റ, മാനന്തവാടി യൂണിറ്റുകളിൽ വ്യാപകമായി കാൽനട പ്രചര ണജാഥകൾ ആസൂത്രണം ചെയ്തു.

കൽപ്പറ്റയിൽ സമരസമിതിയുടെ ചെയർമാൻ ഡ്രൈവേഴ്സ് യൂണിയൻ പ്രതിനിധിയും ജനറൽ കൺവീനർ അസോസിയേഷൻ സെക്രട്ടറിയായ ഞാനമായിരുന്നു. കൽപ്പറ്റ കേന്ദ്രീകരിച്ച് 4 പ്രചരണജാ ഥകൾ തീരുമാനിച്ചു. മൂന്ന് യൂണിറ്റുകളും സംയുക്തമായി ജാഥാറൂട്ടുകളും മറ്റും തയ്യാറാക്കി. ജാഥാസ്വീകരണകേന്ദ്രങ്ങൾ മുൻകൂട്ടി സന്ദർശിച്ച് അതാതിടങ്ങളിലെ വ്യത്യസ്ത സംഘടനാ നേതാക്കന്മാരുമായി ആശയ വിനിമയം നടത്താനും ജാഥാസമയം ക്രമപ്പെടുത്താനും കൽപ്പറ്റയിൽ സമാപനപരിപാടി മികവ്വുറ്റതാക്കാനും എല്ലാ ഏർപ്പാടുകളും നടത്തി. സി.പി.ഐ.(എം) ഉൾപ്പെടെ എല്ലാ രാഷ്ട്രീയപാർട്ടികളുടെയും ട്രേഡ് യൂണിയനകളുടെയും നേതാക്കന്മാരെ നേരിൽ കണ്ട സംസാരിച്ചതിൻ ഫലമായി അവർ താഴെ തലങ്ങളിലേക്ക് പരിപാടിയുടെ വിജയത്തിന് സഹകരിക്കാൻ നിർദ്ദേശം നൽകിയതും ഏറെ സഹായകരമായി.

ജാഥ ഉദ്ഘാടനവും അട്ടിമറിയും

പ്രചരണജാഥയുടെ തലേദിവസം വൈകിട്ട് 6 മണിക്ക് ചുണ്ടയിൽ വച്ചായിരുന്ന ജാഥാ ഉദ്ഘാടനം. സി.ഐ.ടി.യു സംസ്ഥാനകമ്മിറ്റി മെമ്പറും സി.പി.ഐ.(എം) ജില്ലാ സെക്രട്ടറിയുമായിരുന്ന സഖാവ് പി.എ. മുഹമ്മദ് ആയിരുന്ന ഉദ്ഘാടകൻ. തോട്ടം തൊഴിലാളികൾ, എൻ.ജി.ഒ അദ്ധ്യാപക രംഗത്തെ പ്രവർത്തകർ തുടങ്ങി നല്ല ജനപ ങ്കാളിത്തത്തോടെ ഉദ്ഘാടനം അരങ്ങേറി. ഉദ്ഘാടനവേദിയിൽ എത്തേണ്ടിയിരുന്ന സമരസമിതി ചെയർമാനും പ്രതിനിധികളുമൊന്നും എത്തിയിരുന്നില്ല.

ഉദ്ഘാടനം കഴിഞ്ഞയുടൻ അസോസിയേഷൻ പ്രവർത്തകർ ഡ്രൈവേഴ്സ് യൂണിയന്റെ അസാന്നിധ്യത്തിന്റെ രഹസ്യം എന്നെ അറിയിച്ചു. ഞങ്ങൾ സംസാരിച്ച കൊണ്ടിരിക്കുന്നിടത്തേക്ക് സമര സമിതി ചെയർമാൻ കയറിവന്നു. ക്ഷമിക്കണം, എനിക്ക് എത്താൻ കഴിഞ്ഞില്ല. ഞങ്ങൾ ഒരു കുടുക്കിൽപ്പെട്ടു. അതിൽനിന്നും തടിയൂരാൻ പറക്കോട് സഹായിക്കണം. എന്താണ് കാര്യം? ഞാൻ സംഗതി അറി യാത്തതുപോലെ ചോദിച്ചു. ഞങ്ങളുടെ ഒരു പ്രവർത്തകൻ അൽപം കഴിച്ചിരുന്നപ്പോൾ സൽക്കാരഹോട്ടലിൽ എന്തോ വാക്കു തർക്കമു ണ്ടായി. ഹോട്ടലിന്റെ മുൻവശത്തെ ഗ്ലാസ് ജനലുകൾ തകർന്നുപോയി. പോലീസ് കക്ഷിയെ കസ്റ്റഡിയിലെടുത്തിട്ടുണ്ട്. ഞങ്ങൾ ഇതുവരെയും സ്റ്റേഷനിലായിരുന്നു. അയാൾ - സബ് ഇൻസ്പെക്ടർ- കൂട്ടാക്കുന്നില്ല.

പറക്കോട്പറഞ്ഞാൽ കേൾക്കും. നിങ്ങൾ ഒന്ന് പറയണം. അതിനാണ് ഞങ്ങൾ വന്നത്.

പറ്റില്ല. ഇക്കാര്യം പറയാൻ എനിക്ക് സ്റ്റേഷനിൽ പോകാൻ പറ്റില്ല. മദ്യപിച്ച് ഹോട്ടലിൽ ബഹളം വച്ച് ചില്ലുകൾ തകർത്ത സമയം നമ്മുടെ ജീവിതത്തെ ബാധിക്കുന്ന ഈ വയനാടൻ കമ്പനിക്കെതിരായ സമരം വിജയിപ്പിക്കാനായിരുന്ന അയാൾ ശ്രദ്ധിക്കേണ്ടിയിരുന്നത്. അസോ സിയേഷന്റെ പ്രവർത്തകനാണെന്നിരിക്കട്ടെ. ഞാൻ സ്റ്റേഷനിൽ പോകില്ല. അയാൾക്ക് മറ്റേത് സംഘടനയിലും പോകാം. ഇക്കാര്യ ത്തിൽ എന്റേത് ഉറച്ച തീരുമാനമാണ്. ഓഹോ അങ്ങിനെയാണോ നമുക്ക് കാണാം എന്നുപറഞ്ഞുകൊണ്ട് വന്നവർ സ്ഥലം വിട്ടു. പി.എം. അശോകൻ, കെ.ജി. മുരളീധരൻ തുടങ്ങി എതാനും പ്രധാന പ്രവർത്ത കരൊഴികെ ബാക്കി പേർ സ്ഥലം വിട്ടിരുന്നു. നാളെ ജാഥയ്ക്ക് ആളു കുറയുമെന്ന് ഞങ്ങൾ ആത്മഗതം ചെയ്തു. നാളെയുണ്ടാവുന്ന കാര്യം നാളെ നോക്കാം. പോയി ഭക്ഷണം കഴിച്ചറങ്ങാം എന്ന ഞാനും പറഞ്ഞു; ഞങ്ങൾ കൽപ്പറ്റ ഗ്യാരേജിലേക്ക് പോയി.

അടുത്ത പ്രഭാതത്തിൽ 7 മണിയോടെ തന്നെ ജാഥയിൽ നടക്കാൻ പ്രവർത്തകർ എത്തിയുടങ്ങി. ഏറ്റവും ചുരങ്ങിയത് 15 പേർ ജാഥയിൽ നടക്കണമെന്നായിരുന്ന തീരുമാനം 4 ദിവസം നീണ്ടുനിൽക്കുന്ന പരി പാടിയാണ്. ആദ്യദിവസം നടന്നവർ അടുത്ത ദിവസം വിശ്രമിക്കണമെ ന്നും സർവ്വീസിന കോട്ടം തട്ടരുതെന്നും കണക്കുകൂട്ടിയാണ് പരിപാടി ചിട്ടപ്പെടുത്തിയിരുന്നത്. ഒരു ദിവസം ചുരങ്ങിയത് 60 പേർ നടക്കണം. സാമാന്യം അംഗബലമുള്ള ഡ്രൈവേഴ്സ് യൂണിയൻ പിൻമാറിയാലു ണ്ടാകുന്ന അവസ്ഥ ഊഹിക്കാവുന്നതേയുള്ളൂ.

ലീഡർമാരിൽ ആദ്യം എത്തിച്ചേർന്നത് കെ.ജി. മുരളീധരനായിരുന്ന. 15 പേരെ അദ്ദേഹത്തിനൊപ്പം അയച്ചു. സെക്കിലിൽ മൈക്ക് സെറ്റും മറ്റും കയറ്റി വഴി നീളെ അനൗൺസ്മെന്റുമായി അവർ നീങ്ങി. രണ്ടാമ തായി പി.എം. അശോകൻ ലീഡറായ ജാഥയും 15 പേരുമായി നീങ്ങി. 3-ാമത്തെ ലീഡർ ഡ്രൈവേഴ്സ് യൂണിയൻ പ്രതിനിധി വരാതിരുന്നതി നാൽ അസോസിയേഷന്റെ ഒരു പ്രതിനിധിയെ -പി.വാസുവിനെ- ശട്ടം കെട്ടിയിരുന്ന. അദ്ദേഹത്തിനും 15 പേരെ കൊടുത്തു. അടുത്ത ജാഥ നയിക്കേണ്ടത് ഞാൻ തന്നെയായിരുന്ന. എന്റെ കൂടെ വരാൻ ഒരാളും ഉണ്ടായിരുന്നില്ല. അപ്പോഴേക്കും സമയം 9 മണിയോടടുത്തു. കാലത്ത് ഡ്യൂട്ടി കഴിഞ്ഞ് ആരെങ്കിലും കോഴിക്കോട് ഭാഗത്തേക്ക പോകുന്നുണ്ടോ എന്ന് നോക്കാൻ ചുണ്ടയിൽ സ്റ്റോപ്പിൽ ഓരോ ബസും നിർത്തിച്ച്

    സഹനം സമരം ജീവിതം

കയറി പരിശോധിച്ചു. 15 മിനിട്ടിനകം നിർത്തിയ നാലാമത്തെ ബസ്സിൽ ഒരസ്സോസിയേഷൻ മെമ്പർ ഫറോക്കാരൻ കണ്ടക്ടർ സത്യനാഥൻ! അദ്ദേഹത്തെ ഇറക്കി. സാമാന്യം 25 വയസ്സുള്ള ഒരു ചെറുപ്പക്കാരനെ സമീപിച്ചു. നിനക്ക് ഇന്ന് പണിയില്ലേ? ഇല്ല സാർ! നീ ഞങ്ങളുടെ സൈക്കിൾ ഉന്തി ജാഥയിൽ പോരുമോ? അവസാനം വരെ നടക്കണം. 100 രൂപ തരാം. എന്താ പറ്റോ?

ഓ.... പറ്റും അവൻ സമ്മതിച്ചു. എല്ലാ ജാഥയിലും മൈക്കിന്റെ ഒരു കുട മുമ്പിലും ഒരു കുട പിറകിലും നടുവിൽ അനൗൺസ്മെന്റിനുള്ള മൈക്കും പിടിച്ചാണ് യാത്ര. എന്നാൽ എനിക്ക് അതിനുവേണ്ടത്ര ആളുകൾ ഇല്ല! എന്തുചെയ്യും? ഒരു കുടമുന്നിൽ പിടിക്കാം തൊട്ടുപി റകെ സൈക്കിൾ, പിന്നിൽ മൈക്ക് അനൗൺസ്മെന്റുമായി ഞാനും. ഇത്രയും തയ്യാറാക്കി വരുമ്പോഴേക്കും സമയം 10 മണിയായി. 10 മണിക്ക് 2 കിലോമീറ്ററിൽ അധികം ദൂരമുള്ള ഒരു എസ്റ്റേറ്റിനുമുമ്പിൽ സ്വീകരണമാണ്. നടന്നെത്താൻ സമയമില്ല. ഉടനെ ഒരു ജീപ്പ് വിളിച്ചു. സൈക്കിൾ സെറ്റ് പിറകിൽ കയറ്റി. സത്യനാഥനും ചെറുപ്പക്കാരനും സൈക്കിളും പിടിച്ച ഇരുന്നു. ഞാൻ അനൗൺസ്മെന്റുമായി മുന്നിലും ഇരുന്നു. 10 മിനിട്ടുകൊണ്ട് സ്വീകരണ സ്ഥലത്തെത്തി. സ്വീകരണം കഴിഞ്ഞ് അടുത്ത സ്ഥലത്തേക്ക് കാൽനടയാത്ര. 3 പേർ മാത്രം ജാഥ കാണുന്നവർ അള്ളതത്തോടെ നോക്കി. അടുത്ത സ്വീകരണ സ്ഥലം 1 മണിക്ക് മേപ്പാടി അങ്ങാടിയിലായിരുന്നു. ഒരു മണിക്ക് തന്നെ മേപ്പാടിയിലെത്തി. കണ്ണഞ്ചിക്കുന്ന കാഴ്ചയായിരുന്ന അവിടെ. ചന്ത ദിവസം പൊതുവെ തിരക്ക്. കെ.പി.സി.സി. പ്രസിഡണ്ട്. ശ്രീ. എ.കെ. ആന്റണിയെ 2 മണിക്ക് അവിടെ സ്വീകരിക്കാൻ ഇരിക്കുന്നു! നല്ല ജനം. ആന്റണി എത്തിച്ചേർന്നിട്ടില്ല. ഞങ്ങളുടെ ജാഥ സ്വീകരിക്കാൻ കുറച്ച് തൊഴിലാളികൾ കാത്തിരുന്നു. അതിലൊരാൾ സ്വാഗതം പറഞ്ഞു. അടുത്തയാൾ എന്നെ ഹാരമണിയിച്ചു. ഒരു മണിക്കൂർ ആ ജനക്കൂട്ടത്തെ ഉപയോഗപ്പെടുത്തി എനിക്ക് സംസാരിക്കാൻ സാധിച്ചു. അടുത്തതായി ഞങ്ങൾ ചൂരൽ മല എത്തിയപ്പോൾ കെ.എസ്.ഇ.ബി വർക്കേഴ്സ് അസോസിയേഷന്റെ 3 സഖാക്കൾ ജാഥക്കുടത്തെത്തി. ഞങ്ങളെ സഖാവ് പി.എ. മുഹമ്മദ് അയച്ചതാണ്, നിങ്ങൾ ഒറ്റയ്ക്ക് ജാഥ നടത്തുന്ന വിവരം ഏതോ പാർട്ടി സഖാക്കൾ സി.ഐ.ടി.യു സെന്റർ തിരുവനന്ത പുരത്ത് വിളിച്ചറിയിച്ചു. അവിടെ നിന്നും പി.എ യെ വിളിച്ച വിവരങ്ങൾ അന്വേഷിച്ചു. നിങ്ങളുടെ കൂടെ നടക്കാൻ ഞങ്ങളെ ഇങ്ങോട്ടയച്ചതാണ്. അവർ പറഞ്ഞു. അവരെക്കൂടി ജാഥാംഗങ്ങളാക്കി. സ്വീകരണകേന്ദ്രം ഇനി ഒന്നേ ഉള്ളൂ. അന്നത്തെ സമാപനം.

മുണ്ടക്കൈ സമാപനം ഒരോർമ.

മുണ്ടക്കൈ എന്ന സ്ഥലം എസ്റ്റേറ്റ് മേഖലയാണ്. അവിടേക്ക് കൽപ്പറ്റയിൽ നിന്നും ഒരു സർവ്വീസ് കൃത്യമായി ഓടുന്നുണ്ട്. മൂന്ന നാലു കടകൾ മാത്രമുള്ള ഒരു തെരുവ്. കടകൾ ഒരു വരിയിൽ. കടകൾക്ക് മുന്നിൽ ഒരു ചെറിയ പള്ളി. വിളക്കോടുത്ത സമയമാണ്. ഒരുപത്തിരു പത്തഞ്ച് പേർ അവിടെയുണ്ടായിരുന്ന ഞാൻ മൈക്ക് ഓപ്പറേറ്ററോട് പള്ളിയുടെ ഓരത്ത് നിലയുറപ്പിക്കാൻ പറഞ്ഞു ഒരു ചായ കുടിക്കാൻ ഞങ്ങളെല്ലാവരും കടയിലേക്ക് പോയി. ചായ കുടിച്ചുകൊണ്ടിരിക്കെ മൈക്ക് ഓപ്പറേറ്റ് എന്ന സൈക്കിൾ ഉന്തൽകാരൻ ഓടിവന്ന് എന്നോടുപറഞ്ഞു. അവിടെ നിന്ന് സംസാരിക്കരുത് എതിർഭാഗത്ത് കടകളുടെ ഭാഗത്തേക്ക് മാറിനിന്ന് സംസാരിക്കണം എന്ന പറഞ്ഞു. ആരാ പറഞ്ഞത്? പള്ളിയിലെ മുസ്ലിയാർ. ശരി നിങ്ങൾ അവിടെത്ത ന്നെ നിൽക്ക് ഞാൻ ചായ കഴിച്ചവരട്ടെ. ചായ കുടിച്ചുകൊണ്ടിരിക്കെ കെ.എസ്.ഇ.ബി.യിലെ ഒരു സഖാവ് എന്നോട ചോദിച്ചും അല്ല രാഘവേട്ടാ മുണ്ടക്കൈ ബസ് നിങ്ങൾ വിചാരിച്ചാൽ നിർത്തലാക്കാൻ കഴിയില്ലേ? ഓ.... അതിവിടത്തുകാർക്കറിയാലോ ചൂരൽമല സർവ്വീസ് ഇങ്ങോട്ടേക്ക് നീട്ടാൻ ഞങ്ങൾ മാസങ്ങളുടെ പാടുപെട്ടിട്ടുണ്ട്. അതു പഴയപടി ആക്കാൻ പ്രയാസമില്ല. എന്റെ മറുപടി കേട്ടളും ചായ കുടി ച്ചുകൊണ്ടിരുന്ന ഒരാൾ ചായയുമെടുത്ത് പുറത്തേക്കിറങ്ങി പോകുന്നത് കണ്ടു. ഞങ്ങൾ ചായ കുടിച്ച് പുറത്തിറങ്ങിയയും പള്ളിയിലെ ഒരു മുസ്ല്യാർ എന്നെ സമീപിച്ചു. നിങ്ങൾ ഉദ്ദേശിച്ച സ്ഥലത്ത് നിന്നുതന്നെ സംസാരിച്ചോളീ, ഞമ്മക്ക് ഒരു പ്രയാസവും ഇല്ല. ചെര്യോൻ കാര്യം മനസ്സിലാക്കാതെ പറഞ്ഞതാണ്. ശരി, ആയിക്കോട്ടെ എന്ന് പറഞ്ഞ് ഞാൻ 10 മിനിറ്റ് സംസാരിച്ച അന്നത്തെ ജാഥ അവിടെ സമാപിച്ചു.

8 മണിയോടെ എത്തിയ മുണ്ടക്കൈ ട്രിപ്പ് തിരിച്ച പോകുമ്പോൾ കാലിയായാണ് കൽപ്പറ്റക്ക് പോവുക. അതിൽ മൈക്ക് സെറ്റും സൈക്കിളും കയറ്റി ഞങ്ങൾ കൽപ്പറ്റക്ക് തിരിച്ചു.

ജാഥ 2-ാം ദിവസം കാരാപ്പഴ സൈറ്റിലേക്ക്

2-ാം ദിവസം ജാഥകൾ വ്യത്യസ്ത സ്ഥലങ്ങളിൽ നിന്നും ആരംഭിക്കേ ണ്ടിയിരുന്നതുകൊണ്ടും സമ്പർക്ക സൗകര്യങ്ങൾ അപര്യാപ്തമായിരു ന്നതിനാലും വിശദാംശങ്ങൾ പരസ്പരം അറിയാനായില്ല. സൈക്കിൾ ഉന്താൻ വിളിച്ചയാളെ പിടിവിടാതെയിരുന്നതിനാൽ 2-ാം ദിവസവും ഉടക്കത്തിൽ 3 പേർ മാത്രമായിരുന്ന.

   സഹനം സമരം ജീവിതം

പുരുഷോത്തമന്റെ കൂടിച്ചേരൽ

അസോസിയേഷൻ അംഗം ഡ്രൈവർ പുരുഷോത്തമൻ ജാഥ പിന്നിട്ട് കുറച്ച് സമയത്തിനകം ഞങ്ങളോടൊപ്പം ചേർന്നു. അദ്ദേഹം വലിയ ശസ്ത്രക്രിയക്ക് വിധേയനായി ദീർഘകാല ചികിത്സ കഴിഞ്ഞുവന്നതായിരുന്നു; ആലുവാക്കാരൻ! ജാഥയിൽ നടക്കരുതെന്ന് നിർദ്ദേശം കൊടുത്തിരുന്നതാണ്. 'എനിക്ക് നടക്കാനായിട്ടല്ല രാഘവേട്ടാ ഈയൊരു രീതിയിൽ നിങ്ങൾ പോകുന്നതറിഞ്ഞു വന്നതാണ്; എത്ര നേടം വരെ നടക്കാം.' എന്നപറഞ്ഞ് അദ്ദേഹം കൂടെ നടന്നു. ജാഥയിൽ ഔദ്യോഗികമായി പങ്കെടുക്കാതിരുന്ന ഐ.എൻ.ടി.യു.സി പ്രവർത്ത കരും ഈ പ്രവർത്തനത്തെ തളർത്താൻ ശ്രമിച്ച ഡ്രൈവേഴ്‌സ് യൂണിയൻ പ്രവർത്തകരും ഏറെ മാനസികസംഘർഷത്തിലാണെന്ന് പുരുഷോത്തമൻ എന്നോട് പറയുകയുണ്ടായി.

മൂന്നിന് പകരം 4 പേരായി ജാഥ മുന്നോട്ട നീങ്ങിക്കൊണ്ടിരിക്കെ കാരാപ്പുഴ സർവ്വീസ് ബസ് ഞങ്ങളടെ അരികിൽ നിർത്തി ഡ്രൈവർ സി.പി.മാമു എന്നെ വിളിച്ചും 'ആള കുറവാല്ലേ...'എന്ന ചോദിച്ച ഒന്ന പുഞ്ചിരിച്ചു. അത സാരമില്ല എന്ന ഞാനും പറഞ്ഞു മാമു സർവ്വീസ് കാരാപ്പുഴയിൽ നിന്നും കൽപ്പറ്റ തിരിച്ചെത്തിയശേഷം വയറിളക്കം ബാധിച്ചിട്ടുണ്ടെന്നും സർവ്വീസ് തുടരാൻ പ്രയാസമാണെന്നും കാണിച്ച് ആശുപത്രി പോകുന്നതിന് ലീവെടുത്തു. മറ്റൊരു ഡ്രൈവറെ പോസ്റ്റ് ചെയ്ത് സർവ്വീസ് തുടരാനുള്ള ഏർപ്പാട് ചെയ്തശേഷമാണ് മാമു സ്ഥലം വിട്ടത്. ഉച്ചയോടെ അദ്ദേഹം എന്റെ ജാഥയിൽ അംഗമായി. ഞങ്ങൾ കാരാപ്പുഴ നിന്ന് മറ്റൊരു റൂട്ടിലൂടെ തിരിയുമ്പോൾ അതിലെ കടന്ന പോയ ബത്തേരി യൂണിറ്റിലെ ജാഥ കാണാനിടയായി. 30ൽ പരം ആളകളുണ്ടായിരുന്നു. പി.പി.വാമദേവനായിരുന്ന ജാഥാലീഡറെന്നാ ണോർമ. അടുത്തദിവസം ഐ.എൻ.ടി.യു.സി. യൂണിറ്റ് സെക്രട്ടറി ടി.ടി. കണ്ണൻ കുട്ടിയും എന്റെ ജാഥയിൽ പങ്കെടുത്തു. ജാഥാസമാപനവും തുട രന്നുള്ള പണിമുടക്കവും കഴിഞ്ഞതോടെ സി.പി.മാമു (ഡ്രൈവേഴ്‌സ് യൂണിയൻ പ്രസിഡണ്ട്) നിരവധി പ്രവർത്തകരും ഐ.എൻ.ടി.യു.സി ഉൾപ്പെടെയുള്ള മറ്റ സംഘടനകളിൽ നിന്നും രാജിവെച്ച് അസോസി യേഷനിൽ ചേർന്നു. കമ്പനി നിർദ്ദേശം സർക്കാർ പിൻവലിക്കുകയും ചെയ്തു.

****

രോഗവിവരത്തിനൊരു യാത്ര

കൽപ്പറ്റയിൽ അസോസിയേഷൻ സെക്രട്ടറിയായിരിക്കെയാണ് എന്നും ഓർമിക്കാവുന്ന അനുഭവങ്ങൾ ഉണ്ടായത്. ടിക്കറ്റ് & ക്യാഷ് കൗണ്ടറിൽ ഡ്യൂട്ടിയായത് കൊണ്ട് ഓഫീസ്സ് സ്റ്റാഫ്-റണ്ണിംങ്ങ് സ്റ്റാഫ് (ഡ്രൈവർ-കണ്ടക്ടർ) എന്നിവരെ എപ്പോഴും ശ്രദ്ധിക്കാൻ സാധി ച്ചിരുന്നു. സെക്ഷനിൽ ഒഴിവുള്ള സന്ദർഭങ്ങളിലെല്ലാം വർക്ക്ഷാപ്പിൽ ചെന്ന് അവിടെ പ്രവർത്തിക്കുന്നവരുടെ സ്ഥിഗതികളറിയുമായിരുന്നു.

ഒരു ദിവസം പന്തളത്തുകാരൻ, വിമുക്ത ഭടൻ കൂടിയായിരുന്ന കണ്ടക്ടർ വാസുദേവൻ നമ്പൂതിരി (പേരിൽ ഒർമ്മപ്പിശകുണ്ടോ എന്ന് സംശയിക്കുന്നു) എന്നെ സമീപിച്ചു പറഞ്ഞു.''സഖാവെ കാലിൽ നീരിറങ്ങി വല്ലാത്ത അസ്വാസ്ഥ്യം. ഒരാഴ്ചത്തെ അവധിക്ക് പോകുവാ... വൈകിയാൽ ലീവ് എക്സറ്റന്റ് ചെയ്യാൻ കടലാസുകൊടുക്കണം.''

ഓ......... ശരി.........

മൊബൈൽ ഇല്ലാത്ത കാലം........ അഥവാ അത് കൽപ്പറ്റയായിലൊ ന്നും.......എന്റെ പരിധിക്കകത്ത് എത്തിയിട്ടില്ലായിരുന്നു എന്നർത്ഥം. അദ്ദേഹം പോയി. ഓരോ രണ്ടു ദിവസം കൂടുമ്പോഴും ലീവ് നീട്ടിക്കൊ ണ്ടുള്ള കടലാസ് ഞാൻ കൊടുത്തു. ഒരാഴ്ച കഴിഞ്ഞപ്പോൾ വിവരം അറിയാതെ ഏറെ പ്രയാസമുണ്ടായി.ഞായറാഴ്ച രാത്രി ടിക്കറ്റ് & ക്യാഷ് കൗണ്ടർ ഡ്യൂട്ടി കഴിഞ്ഞ് തിങ്കൾ കാലത്ത് ഡിപ്പൊയിൽ നിന്നതന്നെ കുളിയും മറ്റും കഴിഞ്ഞ് കണ്ടക്ടറുടെ സർവ്വീസ് റിക്കാർഡിൽ നിന്നും മേൽവിലാസം എഴുതി വാങ്ങി ബത്തേരിയിൽ നിന്നും പത്തനംതിട്ട ബസ്സിൽ കയറി അവിടെ ഇറങ്ങി. പന്തളത്തെത്തിയപ്പോൾ രാത്രി 8 മണിയോടടുത്തു അന്നു അവിടെ താമസിക്കുകയല്ലാതെ നിവൃത്തിയി ല്ലായിരുന്നു.

അടുത്ത നാൾ രാവിലെത്തന്നെ തിരുമേനിയുടെ

വീടന്വേഷിച്ചിറങ്ങി ഊടുവഴികളില്ലൂടെ നടന്നും വഴി തെറ്റിയും ഏതാണ്ട് 10 മണിയോടെ അദ്ദേഹത്തിന്റെ വീട് കണ്ടുപിടിച്ചു. അനുഭവം നിരാശാ ജനകമായിരുന്നു. അദ്ദേഹം അവിടെയില്ല. കുറച്ച് കാലമായി ആ വീട്ടിൽ താമസമില്ല. വീട്ടിൽ ചില കുടുംബാംഗങ്ങൾ ഒക്കെയുണ്ടെന്നത് ശരി തന്നെ തൽസമയം പുരുഷൻമാർ ഒന്നും വീട്ടിൽ ഇല്ല. സ്ത്രീകളാകട്ടെ വാതിൽപടിക്കെത്തും നിന്നേ സംസാരിക്കുന്നുള്ളൂ. ഞാൻ വയനാട്ടിൽ നിന്നും വരുന്നതാണെന്നും കാണാതെ പോകാനാകില്ലെന്നും പറഞ്ഞ പ്പോൾ റോഡിൽ കുറച്ച് മുന്നോട്ടപോയാൽ ഒരു ഊടുവഴിയിലേക്ക് കടക്കാം എന്നും അത് വഴി സുമാർ 2 കി.മീറ്റർ നടന്നാൽ വീട് കണ്ടുപി ടിക്കാം എന്നും പറഞ്ഞു.

പറഞ്ഞ പ്രകാരം ഞാൻ ഊടുവഴി കണ്ടുപിടിച്ചു.ഇരുഭാഗത്തും ഉയരം കൂടിയ ഒരു തരം പച്ചപ്പുല്ല് കുലച്ച് നിൽക്കുന്നു. ഒരു നേർ രേഖപോലുള്ള ഒറ്റയടിപ്പാത. എന്തുവന്നാലും ശരി മുന്നോട്ട പോകാൻ തന്നെ തീരുമാ നിച്ചു. വെയിൽ ച്ചടായി വരുന്നുണ്ട്. തോൾസഞ്ചിയിലുള്ള ഖാദികള്ളി ത്തോർത്ത് മടക്കി തലയിലിട്ടു നടന്നു നീങ്ങി. ഏതാണ്ടരകിലോമീറ്റർ നടന്നപ്പോൾ ഒരു തണൽ വൃക്ഷം.രണ്ടുമൂന്ന പ്രായപ്പെട്ടവർ ഇരുന്ന സൊറക്കുന്നു. ഞാൻ അവിടേക്ക ചെന്നു."എവിടുന്നാ......? ഒരാൾ ചോദിച്ചു.

"അപരിചിതൻ തന്നെയാണ്.വയനാട്ടിൽ നിന്നുംവരികയാണ്. അൽപം വിശ്രമിച്ചിട്ടുപോകാം എന്നു പറഞ്ഞ് അദ്ദേഹം ഒരു മരക്ക ഷണം നീക്കിത്തന്നു. അവിടെ ഇരുന്നു. വന്ന കഥയെല്ലാം വിശദീകരിച്ചു.

"ഓ ഈ നട്ടപ്പൊരി വെയിലത്ത് ഏതാണ്ട് രണ്ട് കിലോമീറ്റർ ഇനിയും പോകണം. ഒരു വലിയ കരിങ്കൽ ക്വാറി കാണാം. അതിന്റെ മുകൾഭാഗത്താണ് നിങ്ങൾ എത്തിച്ചേരുക. അവിടെ ഒരു മുറുക്കാൻ കടയുണ്ട്. അന്വേഷിച്ചാൽ എല്ലാ വിവരവും കിട്ടും

ഒരു 1/4 മണിക്കുരോളം അവിടെ ഇരുന്നശേഷം ഞാൻ സമ്മതം വാങ്ങി നടന്നു. ക്ഷീണിതനായി ഏതാണ്ട് 1 മണിയോടെ അവർ പറഞ്ഞ മുറുക്കാൻ കടക്കരികിലെത്തി. ഒരു ഗ്ലാസ്സ് സർബ്ബത്ത് കഴിച്ചശേഷം വാസുദേവൻ തിരുമേനിയുടെ വിശേഷങ്ങൾ അന്വേഷിച്ചു.

ആശ്ചര്യജനകമായ വിവരങ്ങളാണ് ലഭ്യമായത്. "വാസുദേവൻ 2-3 മാസമായി ഈ ക്വാറിക്ക് എതിർവശമുള്ള വീട്ടിലാണ് താമസം. അദ്ദേഹം നാട്ടിലില്ലാതിരുന്ന അവസരത്തിൽ ഭാര്യ ഒരു ബന്ധുവുമൊ ന്നിച്ച് ഒളിച്ചോടിപ്പോയി. പിന്നീട് അദ്ദേഹം ഇവിടെയാണ്. ഭാര്യാസ ഹോദരി ഒരു വിധവയായ സ്ത്രീ അദ്ദേഹത്തിന്റെ കൂടെയുണ്ട്.

"വീട്ടിലേക്കുള്ള വഴി ഏതാണ്............?

നേരെയുള്ള വഴിയാണെങ്കിൽ ഇനിയും 2 കിലോമീറ്റർ പോകണം. മറ്റൊരെളുപ്പവഴിയുണ്ട്. ഈ ക്വാറിക്കകത്തേക്ക് കയർ ഗോവണി (രണ്ട് കമ്പക്കയർ സമാന്തരമായി വെച്ചതിൽ മരക്കഷണങ്ങൾ കെട്ടിയുറപ്പിച്ച ഗോവണി രൂപത്തിൽ ചെയ്തിരിക്കുന്നു.) വഴി ഇറങ്ങി അരുവിക്കക്കരെ എത്തിയാൽ വീട് കാണാം.

വിമുക്തഭടനും ചെറുപ്രായവുമാണല്ലോ എന്ന കരുതി ഞാൻ കയർ വഴി താഴെ ഇറങ്ങി. ആ ക്വാറിയിൽ 200 ൽ പരം തൊഴിലാളികൾ പണിയെടുക്കുന്നു. ക്വാറിയിലേക്ക് ഏതോ ഉദ്യോഗസ്ഥർ വരികയാണോ എന്ന സംശയിച്ച് ചിലർ ഞാൻ ഇറങ്ങിയ സ്ഥലത്തെത്തി. KSRTC കണ്ടക്ടർ വാസുദേവൻ നമ്പൂതിരി താമസിക്കുന്ന വീട് അന്വേഷിച്ചുള്ള വരവാണെന്നവരെ അറിയിച്ചപ്പോൾ, ക്വാറിക്കരികില്ലൂടെ ഒഴുകുന്ന അരുവി അക്കരെ കടന്നാൽ ഒറ്റവീടേയുള്ളൂ. അരുവിയിലെ കല്ലുകൾ അടുക്കി നിർമ്മിച്ച ഒരു ഗുഹ പോലെ തോന്നിക്കുന്ന വീടാണ്. ഉള്ളിലേക്ക് കടന്നാൽ കോൺക്രീറ്റ് കെട്ടിടമാണ്. എന്ന പറഞ്ഞു വഴി കാണിച്ചു തന്നു.

ഞാൻ അരുവി മുറിച്ച കടന്ന് (മുട്ടോളം വെള്ളമെ ഉണ്ടായിരുന്നുള്ളൂ) മേൽ സൂചിപ്പിച്ച വീട്ടിലെത്തി. പെട്ടെന്ന് പുറത്തേക്ക വന്ന തിരുമേനി എന്നെക്കണ്ട് സ്തംഭിച്ച നിന്നുപോയി. അദ്ദേഹം അകത്തേക്ക് വിളിച്ച വീട്ടമ്മയോട് വേഗം വരാൻ ആവശ്യപ്പെട്ടു.

"എന്റെ യൂണിയൻ സെക്രട്ടറിയാണ് ഒരു വിവരവും അറിയാത്തതു കൊണ്ട് വയനാട്ടിൽ നിന്നും എത്തിയതാണ്." എന്ന പറഞ്ഞുകൊണ്ട് ഇരിക്കാൻ കസേര ഇട്ട തന്നു. ഉടനെ സ്റ്റീൽ പാത്രത്തിൽ സംഭാരം വന്നു. അതു കഴിഞ്ഞശേഷം ഞങ്ങൾ അവധിയുടെ കാര്യങ്ങളെല്ലാം സംസാരിച്ചുകൊണ്ടിരിക്കെ രണ്ട മൂന്ന തൊഴിലാളികൾ തിരുമേനിയുടെ അടുത്തെത്തി എന്നെപ്പറ്റി അന്വേഷിച്ചു.

"ഇത് ഞങ്ങളെ യൂണിയൻ സെക്രട്ടറിയാ.... ഞാൻ പറഞ്ഞില്ലേ മലബാറിലെ യൂണിയൻ പ്രവർത്തനത്തിന്റെ കാര്യം വേറിട്ടത് തന്നെയാണ്.

വന്ന തൊഴിലാളികൾ തിരുമേനിയോട് എന്തോ സ്വകാര്യം പറഞ്ഞു തിരിച്ച പോയി. കുറച്ചുകൂടി കാര്യങ്ങൾ സംസാരിച്ച കഴിഞ്ഞപ്പോഴേക്കും ഉച്ചഭക്ഷണത്തിന ക്ഷണിക്കപ്പെട്ടു. ഉച്ചഭക്ഷണം കഴിച്ച ഓരംപറ്റി ചാരിയിരിക്കവെ ക്വാറിയിലെ തൊഴിലാളികൾ ഒന്നടങ്കം ആ മുറ്റത്ത് തടിച്ചുകൂടി........ എന്നെ കാണാൻ വന്നതാണ്! തിരുമേനി എന്നെ

പരിചയപ്പെടുത്തി എല്ലാവരെയും സ്വാഗതം ചെയ്ത.

"സഖാവ് തന്നെ പരിചയപ്പെടുത്തികൊണ്ടും ടി.യു.പ്രവർത്തനത്തെ സംബന്ധിച്ച് ചിലകാര്യങ്ങൾ കൂട്ടിച്ചേർത്തുകൊണ്ടും അൽപനേരം നിങ്ങളോട് സംസാരിക്കുന്നതാണെന്ന് അദ്ദേഹം അവരോട് പറഞ്ഞു.

അദ്ദേഹം അവരോട് സംസാരിക്കാൻ ക്ഷണിച്ചപ്പോൾ ഞാൻ നിരസിച്ചില്ല. ഏതാണ്ട് 15 മിനട്ട് നേരം ഞാൻ സംസാരിച്ചു. അവർ സന്തോഷത്തോടെ കൈയടിച്ചു പിരിഞ്ഞുപോയി.

4 മണിയോടെ ഞാൻ തിരിച്ചപോരാൻ ഒരുങ്ങി. അദ്ദേഹം കൂടെ വന്ന വഴി കാണിച്ചു തന്നു. 1/2 കിലോമീറ്റർ നടന്നപ്പോൾ ഇടത്തോട്ടും വലത്തോട്ടും ഓരോ നാട്ടുപാതകൾ കണ്ടു. ഒരു കരിങ്കൽ തൂണിൽ വലത്തോട്ട് ഒരു ആരോമാർക്കിൽ ശബരിമല 2KM എന്നെഴുതി വെച്ചിട്ടുണ്ട്.

അപൂർവ്വമായി മാത്രം ഫോറസ്റ്റ് വണ്ടികൾ പോകുന്ന വഴിയാ ണെന്നും നേരെ മുന്നോട്ട് 200 മീറ്റർ നടന്നാൽ ഹൈവേയാണ്. കോഴിക്കോട്-ബത്തേരി വണ്ടികൾ നിർത്തിക്കിട്ടുമെന്നും അദ്ദേഹം അറിയിച്ചു. തിരുമേനി 1 മാസത്തേക്കുകൂടി അവധി എടുത്തു. ഞാൻ മെയിൻ റോഡിൽ എത്തിയപാടെ കോഴിക്കോട്ടേക്കുള്ളൊരു ഫാസ്റ്റ് ബസ്സ് ലഭിച്ചതിൽ കയറിപ്പറ്റി.

****

യശോദാസമരം

വയനാട്ടിൽ നിന്നും കരുമല-തേനാക്കുഴിക്ക് താമസം മാറ്റി ഒന്നോ-രണ്ടോ മാസമെ ആയിട്ടുള്ളൂ. തേനാക്കുഴി ബ്രാഞ്ച് രൂപീകരണവും എന്റെ മെമ്പർഷിപ്പ് മാറ്റവും എല്ലാം നടന്നെങ്കിലും ജോലി ബത്തേരിയിലും അവിടെ കെ.എസ്.ആർ.ടി.ഇ.എയുടെ യൂണിറ്റ് സെക്രട്ടറി ആയതുകൊണ്ടും നാട്ടിൽ അധിക സമയം പ്രവർത്തനത്തിൽ പങ്കെടുക്കാൻ സാധിച്ചിരുന്നില്ല. ഈ അവസരത്തിൽ കപ്പറം എന്ന സ്ഥലത്ത് പിന്നീട് പ്രസിദ്ധിയാർജ്ജിച്ച ഒരു സമരം നടന്നു.

വട്ടോളി ബസാർ-കപ്പറം റോട്ടിൽ ഏതാണ്ട് ഒരു കിലോമീറ്റർ ചെന്നാൽ നരിക്കോടൻ വീട്ടിൽ കുഞ്ഞിക്കുഷ്ണൻ മാസ്റ്റർ എന്ന ധനാ ഡ്യനായ ഒരാൾ വടകര ഭാഗത്തു നിന്നും വന്ന വയലും പറമ്പുമെല്ലാം വാങ്ങി താമസമാക്കിയിരുന്നു. അദ്ദേഹമാണ് RSS ന്റെ വിത്ത് അവിടെ വിതച്ചത്. കമ്യൂണിസ്റ്റ് പാർട്ടിക്ക് നല്ല മുൻകൈയ്യുള്ള പ്രദേശമായിരുന്നു വത്രെ കപ്പറം. പാണ്ഡ്യാലക്കൽ ഗോപാലൻ-എൻ.എ. കോയ മാസ്റ്റർ,കണ്ണാടി പൊയിൽ സഹോദരങ്ങളായ ഗോപാലമാരാർ, കുട്ടിനാരായണ മാരാർ, എം.എം.ഗോപാലൻകുട്ടി മാസ്റ്റർ, മഞ്ഞമ്പ്ര ഇത്തോട്ടിക്ക എന്നി റിയപ്പെടുന്ന അസ്സൻകുട്ടിക്കാ, കൂർമ്മൻ ചാലിൽ ആണ്ടിക്കുട്ടി ഏട്ടൻ, കൂർമ്മൻചാലിൽ ഇമ്പിച്ചമ്മദ് മാസ്റ്റർ, മടപ്പാട്ടിൽ കുട്ടികൃഷ്ണൻ നായർ, പുല്ലാംപിലാക്കൽ കുഞ്ഞിരാമമാരാർ, വാകയറ്റ നിന്നും ഇവിടെ വന്ന പുതിയേടത്തു കൃഷ്ണക്കുറുപ്പിന്റെ മകൾ സത്യഭാമയെ വിവാഹം ചെയ്യ ഇവിടെത്തന്നെ സ്ഥിരതാമസമാക്കിയ ഉണ്ണിക്കുറുപ്പ്-കാവുങ്ങൽ കുഞ്ഞി രാമൻ നായർ പുതിയേടത്ത് കൃഷ്ണക്കുറുപ്പ്, തട്ടാരപ്പിള്ളി ഇമ്പിച്ചുട്ടേട്ടൻ,ഉ ളിക്കുന്നമ്മൽ ഗംഗാധരേട്ടൻ, മീത്തലെ വീട്ടിൽ ശേഖരൻ നമ്പ്യാർ, നമ്പ്യടികണ്ടി കുഞ്ഞിമൊയ്തീൻ കുട്ടി ഇക്കാ, പടിക്കൽ ചന്തക്കുട്ടി ഏട്ടൻ, ചന്തക്കുട്ട്യേട്ടന്റെ സഹോദരൻ രാരിച്ചൻ രണ്ടുപിലാവുള്ളതിൽ അരിയൻ

ഏട്ടൻ,ചാത്തുനേട്ടൻ, രാമേട്ടൻ,ആശാരിക്കൽ അപ്പവേട്ടൻ, ശങ്കരേട്ടൻ, മാറായിൽ ഇബ്രാഹിം,വാഴത്തടൻകണ്ടി റഷീദ്, ഭഗവതി ചാലിൽ അബ്ദുള്ള, വടക്കേക്കര കണാരക്കുറുപ്പ്, വരംകാലയിൽ ഗോപാലൻ നായർ, വരംകാലയിൽ അരിയൻ പൊയിലിൽ മുരിയാളൻ, മണങ്ങാ ലത്ത് ഗോപാലൻ തുടങ്ങിയ ഒട്ടേറെ സഖാക്കൾ അവിഭക്ത കമ്യൂണിസ്റ്റ് പാർട്ടി ആയിരുന്നപ്പോൾ ഒളിവിലും തെളിവിലും പ്രവർത്തിച്ച പ്രദേശ മായിരുന്നു കപ്പറം....! ഇവരിൽ പലരെയും സഖാവ് യു.കുഞ്ഞിരാമേട്ടൻ (പാർടി ജില്ലാ സെക്രട്ടറി) നേരിട്ട ബന്ധപ്പെട്ടിരുന്നതായും മഞ്ഞമ്പ്ര മലയിലെ ശ്മശാനത്തിൽ (ആളുകൾ പേടികൊണ്ട പ്രവേശിക്കാൻ മടിച്ചിരുന്ന സ്ഥലം) ഇവരെല്ലാം പങ്കെടുത്ത യോഗങ്ങൾ പലതവണ നടന്നിരുന്നതായും സഖാവ് തന്നെ ഞാനുമായി പങ്കുവെച്ചിട്ടുണ്ട്.

പാർടി പിളർന്നതോടെ മുസ്ലീം സഖാക്കളിൽ പലരെയും ജമാ അത്തെ ഇസ്ലാമി റാഞ്ചി. ഹിന്ദുക്കളായ ബാക്കി സഖാക്കൾ ഒരു പക്ഷവും ചേരാതെ നിലയുറപ്പിച്ചു. ഈ ഉറച്ച മണ്ണ് ഇളക്കി മറിക്കുന്ന തിന് വീണുകിട്ടിയ പ്രശ്നമായിരുന്ന യശോദാസമരം.

ഉളിങ്കുന്നമ്മൽ യശോദ നരിക്കോടൻ വീട്ടിൽ കുഞ്ഞിക്കൃഷ്ണൻ മാസ്റ്ററുടെ വീട്ട വേലക്കാരിയായിരുന്നു. വീട്ടജോലിയും പശുപരിപാല നവും. പ്രഭാതം മുതൽ പ്രദോഷം വരെ തൊഴിലെടുത്താൽ കയ്യാൽ കൽപിച്ച കൂലിയും ആട്ടം തുപ്പുമായിരുന്ന മിച്ചം. ഒരുനാൾ പശു കുറ്റി പൊട്ടിച്ച തൊട്ടടുത്തുണ്ടായിരുന്ന 2 പയർ ചെടി കടിച്ച തിന്നു. അത് വലിയ കുറ്റമായി പെരുപ്പിച്ച് അടുത്ത നാൾ മുതൽ ജോലിക്ക് വരേണ്ടതില്ലെന്നു കൽപിച്ചു. യശോദയുടെ ഏക മകളുടെ ഭർത്താവ് സൗത്ത് കരുമലയിൽ താമസിച്ചിരുന്ന രവീന്ദ്രൻ നല്ല ആർ.എസ്.എസ്. പ്രവർത്തകനായിരുന്നു. അദ്ദേഹം സഹപ്രവർത്തകരോടും പ്രാദേശിക നേതാക്കൻമാരോടും ഈ പ്രശ്നം അവതരിപ്പിച്ചെങ്കിലും കുഞ്ഞിക്കൃഷ്ണൻ മാസ്റ്ററോട് ഈ സാധു വീട്ടവേലക്കാരിയുടെ കാര്യം സംസാരിക്കാൻ ആരും ധൈര്യപ്പെട്ടില്ല. ഗത്യന്തരമില്ലാതെ അയാൾ-രവീന്ദ്രൻ-ഈ പ്രശ്നം പാർടി ലോക്കൽ കമ്മിറ്റിയെ അറിയിച്ചു. കർഷക തൊഴിലാളി യൂണിൻ പ്രശ്നം ഏറ്റെടുക്കണമെന്ന് തീരുമാനിച്ചു. അതിന്റെ ബന്ധ പ്പെട്ട കമ്മിറ്റി ഈ പ്രശ്നത്തിൽ കുഞ്ഞിക്കൃഷ്ണൻ മാസ്റ്റർക്കും മറ്റം നോട്ടീസയച്ചു. പിന്നീട് അദ്ദേഹവുമായി നേരിൽ സംസാരിച്ച് യാതൊരു ഫലവും ഉണ്ടായിരുന്നില്ല. അടുത്ത ദിവസം കുഞ്ഞിക്കൃഷ്ണൻ മാസ്റ്ററുടെ വീട്ടുപടിക്കലേക്ക് യൂണിയൻ പ്രവർത്തകർ മാർച്ച് നടത്തുകയും വീട്ടുപടി ക്കൽ യശോദയും കുറച്ച് പ്രവർത്തകരും സത്യാഗ്രഹം ആരംഭിക്കുകയും ചെയ്തു. രവീന്ദ്രനും ഭാര്യയും ഉൾപ്പടെ പങ്കെടുത്ത പ്രകടനം മാസ്റ്ററുടെ

പടിക്കൽ എത്തി. മാസ്റ്ററുടെ സംരക്ഷണത്തിന് ലാത്തിധാരികളായ നിരവധി ആർ.എസ്.എസ്.കാർ അണി നിരന്നു. സമരം KSKTU ജില്ലാ സെക്രട്ടറി സ:എ.കണാരേട്ടൻ ഉദ്ഘാടനം ചെയ്തു. സമരവള ണ്ടിയർമാർക്ക് തേനാക്കുഴി ഭാഗത്തുള്ള സഖാക്കളുടെ വീട്ടിൽ നിന്നും കൊണ്ടുവന്ന ചായ കഴിക്കുവാൻ ഒരു വീട്ടിൽ നിന്നും വീട്ടമ്മ കുറച്ച് ഗ്ലാ സെട്ടുക്കൊടുത്തു. ഗ്ലാസ് വാങ്ങി തിരിച്ചുവരുമ്പോൾ അവിടേക്ക് കയറി വന്ന ഗൃഹനാഥൻ ഗ്ലാസ്സ് തന്റെ വീട്ടിൽ നിന്നും വാങ്ങിയതാണെന്നു മനസ്സിലാക്കി അവ തിരിച്ച വാങ്ങികൊണ്ടുപോകുകയും ഭാര്യയെ വഴക്ക പറയുകയും ചെയ്ത സംഭവം ഉണ്ടായി. ചെറിയ മഴയുമുണ്ടായിരുന്നതി നാൽ വഴിവക്കിൽ അടുപ്പ് കൂട്ടി ചായയോ, കഞ്ഞിയോ ഉണ്ടാക്കാൻ കഴിയുമായിരുന്നില്ല. ആരും സഹായകരമായ നിലപാടെടുത്തില്ല. എന്നാൽ ഈ അവസ്ഥ മനസ്സിലാക്കിയ പുതിയോട്ടുംകണ്ടി ഇബ്രാ ഹിംഹാജി തന്റെ പണിപ്പുരയിൽ (കഷായം, ലേഹ്യം, അരിഷ്ടം എന്നിവ നിർമ്മിക്കാനായുള്ള പണിശാല) ഈ ആവശ്യത്തിന് സൗകര്യം ചെയ്തു തന്നു.

സമരവളണ്ടിയർമാർ കാലത്ത് കരുമലയിൽ നിന്നും പ്രകടനവു മായി തേനാക്കുഴി വഴി സത്യഗ്രഹ സ്ഥലത്തേക്ക് എത്തുകയായിരുന്നു. കരുമലയിൽ നിന്നു സമരക്കാരുടെ തല എട്ടുക്കുമെന്ന ആർപ്പുവിളികള മായി ആർ.എസ്.എസ്. പ്രകടനവ്യമുണ്ടായിരുന്നെങ്കിലും ഒരു കൈക്രിയ യിലേക്കും കടക്കാൻ അവർക്ക് സാദ്ധ്യമായിട്ടില്ല. സഖാക്കൾ ആർ.പി. ഭാസ്കരൻ, എ.കെ.ഗോപാലൻ, വി.കെ.ഭാസ്കരൻ എന്നിവർ സമര ത്തിനു നേതൃത്വം നൽകി. പത്തുനാൾകൊണ്ട് സമരം ഒത്തു തീർന്നു. ആനുകൂല്യമെന്ന നിലക്ക് 5 സെന്റ് ഭൂമി യശോദക്ക് ചാർത്തിക്കൊടുത്തു. നിശ്ചലമായി കിടന്ന കപ്പറം പ്രദേശത്ത് ഈ സമര വിജയം ചെറിയ ചലനത്തിനു വഴി തുറന്നു. അത്തരം കാര്യങ്ങൾ മറ്റൊരവസരത്തിൽ.

****

 സഹനം സമരം ജീവിതം

കോമ്പിൽ കുടിവെള്ള പദ്ധതി

വയനാട്ടിൽ നിന്നും ഉണ്ണികുളം ഗ്രാമപഞ്ചായത്തിലെ തേനാക്കുഴി എന്ന സ്ഥലത്ത് താമസമാക്കുന്നതിന് മുൻപെ കേരളാ മുഖ്യമ ത്രിയായിരുന്ന ശ്രീ കെ.കരുണാകരൻ ഏതോ പ്രത്യേക പദ്ധതിയി ല്യൾപ്പെടുത്തി ഒരു തുള്ളി വെള്ളം കിട്ടാൻ ഏറെ പ്രയാസമായിരുന്ന കോമ്പിൽ ചൂരക്കണ്ടി പ്രദേശത്ത് കുടിവെള്ളത്തിനായി ചെങ്കുന്നത്ത് രാഘവൻ നായരുടെ പുരയിടത്തിൽ ഒരു കിണറും ചൂരക്കണ്ടിയിൽ കുന്നിൽ മുകളിൽ ഒരു ടാങ്കും ടാങ്കിലേക്കുള്ള പൈപ്പും കിണറിനടുത്ത് മോട്ടോറും സ്ഥാപിച്ചിരുന്നു. എന്നാൽ വൈദ്യുതി കണക്ഷൻ മാത്രം ലഭിച്ചിരുന്നില്ല. ലൈൻ വലിക്കേണ്ട ഇടവഴിക്ക് അനുവാദം തരേണ്ടി യിരുന്നത് തേനാക്കുഴി സ്കൂൾ മാനേജർ റിട്ടേർഡ് അധ്യാപകൻ ദാമോദരൻ മാസ്റ്റർ ആയിരുന്നു. റിട്ട.ബാങ്ക് മാനേജർ, പഞ്ചായത്ത് മെമ്പർ കൂടിയായിരുന്ന സി.പി.കൃഷ്ണൻ കുട്ടിമാരാരും ഒന്നിച്ച് ദാമോദരൻ മാസ്റററെ വീട്ടിൽ ചെന്നു കണ്ടപ്പോൾ സമ്മതം തരാമെന്ന് അദ്ദേഹം ഏറ്റെങ്കിലും വൈദ്യുതി ബോർഡിന്റെ പ്രത്യേക ഫോർമാറ്റിൽ എഴുതി കൊടുക്കാൻ തയ്യാറായില്ല. അതിനെന്താ പോംവഴി എന്ന് പലരോടും അന്വേഷിച്ചപ്പോൾ ജില്ലാ കലക്ടറെ ബന്ധപ്പെട്ടാൽ അദ്ദേഹം ഉടമസ്ഥ ന്റെ അനുവാദം കൂടാതെ ലൈൻവലിക്കാൻ ഉത്തരവിട്ടും എന്ന വിവരം എനിക്ക് കിട്ടി.

ഈ പ്രശ്നം പരിഹരിക്കാൻ പാർടി ജില്ലാകമ്മിറ്റിയുടെ സഹായം ഞങ്ങൾ ആവശ്യപ്പെട്ടു. കോഴിക്കോട് റവന്യൂ ബോർഡ് മെമ്പറും കെ എസ് കെ ടി യു ജില്ലാ സെക്രട്ടറിയുമായിരുന്ന സ: കെ.സി. നായരെ പാർടി ചുമതലപ്പെടുത്തി. അദ്ദേഹം പങ്കെടുത്തു കൊണ്ട് ബ്രാഞ്ച് യോഗം ചേരുകയും വിവരങ്ങൾ അദ്ദേഹത്തെ ബോധ്യപ്പെടു ത്തുകയും ചെയ്തു.

അടുത്ത ദിവസം കാലത്ത 10 മണിക്ക് ഞാൻ കോഴിക്കോട് കലക്ടറേറ്റിൽ എത്തുവാൻ നിർദ്ദേശിക്കപ്പെട്ടു. ഞാനും കെ.സി.നായരും കൂടെ കലക്ടർ യു. ജയനാരായണൻ സാറിനെക്കണ്ടു. കലക്ടറുടെ മുമ്പിൽ ഞങ്ങൾ രണ്ടുപേരും ഇരിക്കവെ റിട്ടയേർഡ് ലേബർ കമ്മിഷ്ണർ മൊയ്തീൻ കുഞ്ഞിസാഹിബ് അവിടെ കലക്ടറുടെ അടുത്ത് മറ്റൊരു കസേരയിൽ ഇരുന്നു. കലക്ടർ മൊയ്തീൻ കുഞ്ഞി സാഹബിനെയും എന്നെയും മാറിമാറി നോക്കി ചിരിക്കുന്നുണ്ടായിരുന്നു.

എന്താണ് കലക്ടർ രാഘവനെ നോക്കി പരിചയക്കാരനെ പ്പോലെ ചിരിക്കുന്നത്? രാഘവനെ മുമ്പ് പരിചയമുണ്ടോ?

"മൊയ്തീൻ കുഞ്ഞീ...... നമുക്ക് ഈ പുള്ളിയെ അറിയില്ലല്ലൊ.....? കലക്ടർ പുഞ്ചിരിയോടെ ചോദിച്ചു.

"എവിടന്ന് സർ, നമുക്ക് മൂന്നുപേർക്കും പരസ്പരം അറിയാവുന്ന എത്രയെത്ര കാര്യങ്ങളുണ്ട്?.

'അത് എനിക്ക് പതിയ അറിവാണ്, കെ.സി.ഇടക്ക് കയറി പറഞ്ഞു. അദ്ദേഹം എക്സ്- സർവ്വീസ് മെൻ ട്രാൻസ്പോർട്ടിലെ യൂണിയൻ നേതാവായിരിക്കെ അതിന്റെ മേൽനോട്ട ഉത്തരവാദിത്തം ഉണ്ടായി രുന്ന എനിക്ക് ഇദ്ദേഹവുമായി അടുത്ത ബന്ധമുണ്ട്. ഇത്രയും പറഞ്ഞ് കലക്ടർ വിഷയത്തിലേക്ക് കടന്നു. കുടിവെള്ള പ്രശ്നത്തിനു വൈദ്യുതി ലൈൻ വലിക്കാൻ ഉത്തരവിടണമെന്നു കെ.സി.കലക്ടറോഡ് പറഞ്ഞു.

പറക്കോട്ട രാഘവൻ ഈ പദ്ധതിയിൽ അഴിമതി നടന്നി ട്ടുണ്ടെന്നു പറഞ്ഞു തന്ന പരാതി നിലവിലുണ്ട്. അത് നിലനിൽക്കെ വൈദ്യുതി ലൈൻ വലിക്കാൻ ഉത്തരവിടുക പ്രയാസമാണ് - കലക്ടർ പറഞ്ഞു.

സർ സർക്കാരിന്റെ പണം നഷ്ടപ്പെടുന്നതിൽ സർക്കാരിന് പ്രയാസമില്ലെങ്കിൽ എനിക്കെന്തിനാണ് പ്രയാസം. ഞാൻ പരാതി പിൻവലിച്ചുകൊണ്ട് അപേക്ഷ തരാം. അപ്പോൾ തന്നെ ഞാൻ അപേക്ഷ എഴുതികൊടുത്തു.

കലക്ടർ വൈദ്യുതിലൈൻ വലിക്കാനുള്ള ഉത്തരവ് തൽസമയം തന്നെ ഒപ്പിട്ട് കെ.സി. നായരെ ഏൽപിച്ചു. അടുത്ത ദിവസം ഉണ്ണികുളത്തു നിന്നും ജീവനക്കാർ വന്ന് ഇടവഴിയിലൂടെ ലൈൻ വലിച്ച് കണക്ഷൻ കൊടുത്ത് ടാങ്കിലേക്ക് വെള്ളമടിച്ചു.. വിവരം അറിഞ്ഞു ദാമോദരൻ മാസ്റ്ററുടെ കണ്ണ് തള്ളിപ്പോയെന്നു പറഞ്ഞാൽ മതിയല്ലൊ.....!

****

കുന്നമ്മൽ വാസുനായർ

തേനാക്കഴി ബ്രാഞ്ച് സെക്രട്ടറിയായിരിക്കെ തന്നെ കെ.എസ്. കെ..ടി.യു ഉണ്ണികുളം പഞ്ചായത്ത് കമ്മിറ്റി സിക്രട്ടറിയും താമരശ്ശേരി ഏരിയാകമ്മിറ്റി അംഗമായും പ്രവർത്തിച്ചവരികയായിരു ന്നു. ഒരു ദിവസം കൽപ്പറ്റ നിന്നും ഡ്യൂട്ടികഴിഞ്ഞ് വീട്ടിലെത്തിയ ഉടനെ ഒരാൾ കയറി വന്നു, കുന്നമ്മൽ വാസുനായർ. കൈക്കോട്ട പണിക്കാ രനാണ്. കർഷകതൊഴിലാളി യൂണിയൻ മെമ്പറും ഞാനുമായി നല്ല അടുപ്പമുള്ള കുടുംബവുമാണ്.

'ഇരിക്ക് വാസു നായരെ'

അദ്ദേഹം ഇരുന്നു.

അദ്ദേഹം ആഗമനോദ്ദേശം വ്യക്തമാക്കി: "രാഘവേട്ടാ....എന്റെ മകൾക്ക് പനി ബാധിച്ച് മൂന്നമാസം കടപ്പറത്തെ ആശുപത്രിയിൽ കിടപ്പായിരുന്നു..."

'ശരി എനിക്കറിയാം. ഞാൻ ആശുപത്രിയിൽ വന്നിരുന്നുവല്ലൊ... അതിനു ശേഷം മകനും പനി ബാധിച്ച് അവനും 2 മാസത്തിലധികം കിടന്നിരുന്നുവല്ലൊ.രണ്ടുകുട്ടികളെ കാണാനും ഞാൻ വന്നിരുന്നത് നിങ്ങൾക്കോർമ്മയില്ലേ?

'ഓർമയുണ്ട്'

ഞാൻ 6 മാസമായി ജോലിക്കൊന്നും പോകാൻ കഴിയാതെ നന്നെ പ്രയാസത്തിലാണ്. സർക്കാരിൽ നിന്നെന്തെങ്കിലും സഹായം കിട്ടോ.... എന്നറിയാൻ വന്നതാണ്.

"എന്തെകിട്ടാനാണ് വാസുനായരെ...? നിയമപരമായി അത്തരം സഹായങ്ങൾ ഒന്നും ഉള്ളതായി എന്റെ അറിവിലില്ല."

'എങ്കിലും........!?"

ഇതിനിടെ ഭാര്യ രണ്ടു ഗ്ലാസ് കട്ടൻ ചായയുമായി വന്നു. ഒന്ന് വാസു നായർക്കും ഒന്നെനിക്കും. രണ്ടു ബിസ്കറ്റും ഉണ്ടായിരുന്നു.

നായർ ചായ കഴിക്കുന്നതിനിടെ ഞാൻ ബാഗിൽ നിന്നും ഒരു വെള്ളക്കടലാസെടുത്ത് എഴുതിത്തുടങ്ങി.

"ബഹുമാനപ്പെട്ട കേരള മുഖ്യമന്ത്രി അവർകളുടെ സമക്ഷത്തിങ്കലേ ക്ക് ശിവപുരം അംശം കരിമല ദേശത്തെ കർഷക തൊഴിലാളിയായ കുന്നമ്മൽ വാസുനായർ ബോധിപ്പിക്കുന്ന ദയാഹരജി......വിവരങ്ങൾ വിശദമായിഎഴുതിയ ശേഷം ഉപചാരപൂർവ്വം....കുന്നമ്മൽ വാസുനായർ എന്നെഴുതി നായരെക്കൊണ്ടൊരു ഒപ്പുമിട്ടുവിച്ചു. ഇതൊരു പൊയ്‌വെടി മാത്രമാണ് നായരെ... മുഖ്യമന്ത്രിക്ക് ദയ തോന്നിയാൽ 500 കിട്ടുമായി രിക്കും. ഞാൻ അയച്ചു കൊട്ടക്കാം.

ശരി രാഘവേട്ടാ എന്നു പറഞ്ഞു നായർ സ്ഥലം വിട്ടു.

ഞാൻ അന്നു തന്നെ ബഹുമാനപ്പെട്ട മുഖ്യമന്ത്രിക്ക് (ശ്രീ.കെ.കര ണാകരന്) അത് പോസ്റ്റു ചെയ്തു.

അത്ഭുതമെന്നു പറയട്ടെ

8-ാം നാൾ കഴിഞ്ഞപ്പോൾ ശിവപുരം വില്ലേജ് ഓഫീസർ എന്നെ വിളിപ്പിച്ചു.

ഉള്ളേരിക്കാരനായിരുന്ന വില്ലേജ് ഓഫീസർ ഗംഗാധരൻ നായരും ഞാനുമായി നല്ല ബന്ധമായിരുന്നു.

'ഇരിക്ക് രാഘവാ'....

വില്ലേജ് ഓഫീസർ എന്നെ സ്വീകരിച്ചിരുത്തി

പറക്കോട്ടു രാഘവന്റെ ഓരോ പ്രക്രിയകൾ കൂട്ടി വെച്ചെഴുതിയാൽ നന്നായിരിക്കും... ഇല്ലെ?

വി.ഒ. ചോദിച്ചു.

"അതെന്താണ സാർ.....''?

ആ കരിമലക്കുന്നമ്മൽ വാസുനായർക്ക് ഏത് വകുപ്പ് പ്രകാരമാണ് മുഖ്യമന്ത്രി 500 രൂപ അനുവദിച്ചിരിക്കുന്നത്?

ഫണ്ട് അനുവദിച്ചിട്ടുണ്ടോ?

ഉണ്ട് ... 500ക.

വളരെ നന്നായി.

ഇത് അസാധാരണ നടപടിയാണ്.

     സഹനം സമരം ജീവിതം

അത് പറയാനാണ് ഞാൻ വിളിച്ചത്. ഏതായാലും വളരെ നന്നായി. ഇടയ്ക്ക് വില്ലേജ് ഓഫീസ് കയറി ഇറങ്ങുന്നത് നന്നായിരിക്കും.

ശരി സാർ, ഞാൻ ഇടയ്ക്ക് വരാം.

അങ്ങിനെ ഞങ്ങൾ പിരിഞ്ഞു. വാസു നായരും ഭാര്യയും വീട്ടിൽ വന്നു നന്ദി രേഖപ്പെടുത്തി. ഗംഗാധരൻ നായർ വില്ലേജ് ഓഫീസർ എനിക്ക് ആരും ചെയ്യാൻ മടിക്കുന്ന ഒരു സഹായം ചെയ്തു തന്നതും കൂടി വിശദീകരിക്കാം.

ഒതയോത്തും പടിക്കലെ ആദ്യപാർട്ടി അനുഭാവികളിലൊരാളായി രുന്ന ഗോവിന്ദേട്ടൻ. മരപ്പണിക്കാരനായിരുന്ന അദ്ദേഹത്തിന് രണ്ട് ആൺ മക്കളും 3 പെൺമക്കളമായിരുന്നു. പ്രായാധിക്യം കാരണം ജോലിക്കുപോകാൻ വയ്യാതായപ്പോൾ അറപ്പീടികയിൽ ഒരു ചെറിയ പീടിക മുറിയിലിരുന്ന് കൈയില്ലുകൾ, അടച്ചറ്റി, നിലത്തിരിക്കുന്ന പലകകൾ എന്നിവ പണിതുകൊട്ടക്കുകയായിരുന്നു അദ്ദേഹത്തിന്റെ ജീവനോപാധി. പാർട്ടി സഖാവായിരുന്ന പയ്യടി പൊയിൽ കുഞ്ഞിരാ മേട്ടനും മിക്ക സമയങ്ങളിലും കൂട്ടിനുണ്ടാകും. ഒരു ദേശാഭിമാനി പത്രം മുടങ്ങാതെ അവിടെ വാങ്ങിക്കുമായിരുന്നു. ആഴ്ചയിൽ ഒരിക്കലെങ്കിലും ഞാൻ അറപ്പീടിക വഴി ഒതയോത്തു പടിക്കൽ സന്ദർശിക്കുമായിരുന്നു. അഞ്ചു പത്ത് മിനിട്ട് ഗോവിന്ദേട്ടന്റെ പീടികയിൽ ഇരിക്കും. രാഷ്ട്രീയ കാര്യങ്ങൾ അൽപനേരം സംസാരിച്ചേ മുന്നോട്ട പോകാറുള്ളൂ.

ഒരു ദിവസം ഗോവിന്ദേട്ടനെ സന്ദർശിച്ചപ്പോൾ അദ്ദേഹം ഏറെ ക്ഷീണിതനായി കാണപ്പെട്ടു.

"രാഘവേട്ടാ.... തീരെ വയ്യ.... നാളെ കടപ്പുറം ആശുപത്രിയിൽ പോണം. നാലു ദിവസം അവിടെ കിടക്കണമെന്നു കരുതുന്നു. ചികി ത്സക്കായി സർക്കാരിൽ നിന്നുംഎന്തെങ്കിലും കിട്ടമോന്ന് നോക്കണം. ഭാര്യയുടെ സ്ഥിതിങ്ക്കറിയാലോ. കെടന്നോടത്ത്ന്ന് എണീക്കാനാ കൂല.

"ശരി നോക്കാം..."

ഞങ്ങൾ പിരിഞ്ഞു.

അടുത്ത ദിവസം മുതൽ ഗോവിന്ദേട്ടന്റെ കട അടഞ്ഞ് കിടന്നു. അദ്ദേഹം കടപ്പുറത്തെ ജനൽ ആശുപത്രിയിൽ കിടപ്പിലായി.

അന്നുരാത്രി തന്നെ ബഹുമാനപ്പെട്ട കേരളാമുഖ്യമന്ത്രി (സ:ഇ.കെ. നായനാർ) അവർകൾക്ക് ഗോവിന്ദേട്ടന്റെ പേരിൽ ഒരു ദയാഹരജി സമർപ്പിച്ചു. SFI വയനാട് ജില്ലാ സെക്രട്ടറിയായിരുന്ന ഒരു സഖാവ്

ഗോപി അവിടെ പെർസണൽ സ്റ്റാഫിലുണ്ടായയിരുന്നു. അദ്ദേഹത്തെ ഫോണിൽ ബന്ധപെട്ട് ഞാൻ ഇക്കാര്യം സംസാരിച്ചു. അപേക്ഷ ഇവിടെ വന്നാൽ വില്ലേജ് ഓഫീസർക്ക് അയക്കും. അദ്ദേഹം ശിപാർശ ചെയ്യണം. എങ്കിൽ പണം ലഭിക്കും എന്ന വിവരം കിട്ടിയപ്പോൾ ഞാൻ ഗംഗാധരൻ നായരെ സമീപിച്ച വിവരങ്ങൾ സത്യസന്ധമായി ധരിപ്പിച്ചു. കടലാസ്സ് വന്നാൽ ഉടനെ ശിപാർശ ചെയ്ത് തിരിച്ചയക്കാം എന്നദ്ദേഹം ഉറപ്പ് തന്നു.

5000 രൂപ ചികിത്സാസഹായം അനുവദിച്ച ഉത്തരവായി. ഞാൻ ആശുപത്രിയിൽ ചെന്ന് ഗോവിന്ദേട്ടനെ പണം വന്ന വിവരം അറിയിച്ചു. നിർഭാഗ്യവശാൽ അന്ന് രാത്രി അദ്ദേഹം മരണപ്പെട്ടു. അടുത്ത ദിവസം കാലത്ത് തന്നെ പണം തിരിച്ചയക്കരുതെന്നും അയാളുടെ ഭാര്യ കിടന്ന കിടപ്പിൽ അത്യാസന്ന നിലയിലാണെന്നും പണം അവർക്ക് കൊടുക്കാൻ വേണ്ടത് ചെയ്യണമെന്നും ഞാൻ ഗംഗാധരൻ നായരെ കണ്ട് ബോധിപ്പിച്ചു. മകന്റെ പേരിൽ ഇക്കാര്യത്തിന് ഒരപേക്ഷ വി.ഒ. ക്ക് കൊടുക്കാൻ അദ്ദേഹം അറിയിച്ചു. എന്നാൽ അതുപ്രകാരം പണം കൊടുക്കാൻ വി.ഒ. തയ്യാറായെങ്കിലും ഗോവിന്ദേട്ടന്റെ ഭാര്യ അത് സ്വീകരിക്കാതെ മരണത്തിന് വഴങ്ങി.

തൊട്ടടുത്ത ദിവസം തന്നെ ഞാൻ വി.ഒ. യെ സന്ദർശിച്ചു. ആ മരണം നടന്ന വിവരം ധരിപ്പിച്ചു. പണം തിരിച്ചയക്കരുത് സർ ഒരാഴ്ച യിൽ രണ്ട് മരണം നടന്ന കുടുംബം ഈ സഹായത്തിന് അർഹതപ്പെ ട്ടതാണ്. ഞാൻ തഹസിൽദാരിൽ നിന്നും ഓർഡർ വാങ്ങിത്തരാം.

"വൈകാതെ ഓർഡർ വാങ്ങിത്തന്നാൽ നമുക്ക് കൈകാര്യം ചെയ്യാം". വി.ഒ.യുടെ മറുപടി. ഞാൻ അടുത്ത ദിവസം ഈ കാര്യങ്ങൾ വിശദീകരിച്ചുകൊണ്ട് പാർടി ലെറ്റർ പാഡിൽ ബ്രാഞ്ചുസെക്രട്ടറി എന്ന നിലക്ക് തഹസിൽദാർക്ക് കത്തെഴുതി കാലത്ത് തന്നെ കൊയിലാണ്ടി താലൂക്കാപ്പീസിൽ എത്തി. എല്ലാറ്റിനും വേണം ഭാഗ്യം എന്ന പറഞ്ഞ തെത്ര ശരി.

തഹസിൽദാർ എന്റെ ക്ലാസ്മേറ്റ് ടി.പി. ബാലകൃഷ്ണനായിരുന്നു. കത്ത് പലതവണ വായിച്ചെങ്കിലും അപ്രകാരം ചെയ്യാൻ പറ്റുമോ എന്ന് അദ്ദേഹം പലവട്ടം ചിന്തിച്ചു.

"ചെയ്താൽ ചെയ്തത് തന്നെ.

എന്തിന ചെയ്തു എന്നൊന്നും മുഖ്യമന്ത്രി ചോദിക്കില്ല. ഈ കത്ത് താങ്കളെ സംരക്ഷിക്കും

ഏതായാലും അപ്രകാരം കുടുംബത്തിന പണം അനുവദിക്കാനുള്ള

സഹനം സമരം ജീവിതം

ഉത്തരവ് നേടി ഞാൻ വി.ഒ. ക്ക് നേരിട്ട് കൈമാറി. അടുത്ത ദിവസം തന്നെ മക്കളെ വിളിച്ചു വരുത്തി പണം കൈമാറി എന്നു പറഞ്ഞാൽ മതിയല്ലോ...

****

പുന്നോറത്ത് കല്യാണി അമ്മ സമരം

കമലയിൽ പുന്നോറത്ത് കല്യാണി അമ്മ എന്ന പേരായി 60 വയസ്സോളം പ്രായം ചെന്ന സ്ത്രീ. അവർക്ക് 20 വയസ്സിന താഴെ പ്രായമുള്ളപ്പോൾ അഡ്വക്കറ്റ് കിഴക്കെ മഠത്തിൽ നാരായണൻ നായർ എന്നാളുടെ വീട്ടിൽ അദ്ദേഹത്തിന്റെ അമ്മ അദ്ദേഹത്തെ പ്രസവിച്ച സമയം കുഞ്ഞിനെയും അമ്മയെയും പരിചരിക്കുന്നതിനായി വേലക്ക് നിന്നവരായിരുന്നു. ദിവസവും രണ്ട രൂപാ കൂലി നിശ്ചയിച്ചായിരുന്നുവത്രെ നിയമനം.! കാലത്ത് മുതൽ വൈകുന്നേരം വരെ വീട്ടുജോലികളെല്ലാം നോക്കിയശേഷം സ്വന്തം വീട്ടിലേക്ക് പോകുകയായിരുന്ന പതിവ്. കല്യാണി അമ്മയുടെ മകൾക്ക് വിവാഹം ശരിയായി വന്നപ്പോൾ അവർ താൻ മകനെപ്പോലെ ലാളിച്ച വളർത്തിയ യജമാനൻ നാരായണൻ നായരോട് സഹായം ചെയ്യണമെന്ന് മുൻകൂട്ടി പറയുകയും സഹായം ചെയ്യാമെന്നേൽക്കുകയും ചെയ്തു. എന്നാൽ കല്യാണമടുത്ത ദിവസം അദ്ദേഹം കേവലമായ ഒരു നൂറുരൂപ നോട്ട് കയ്യിൽ വച്ചുകൊടുത്തുവത്രെ. കല്യാണിയമ്മ ആ തുക അദ്ദേഹത്തിന തന്നെ തിരിച്ചുകൊടുത്തു കണ്ണീരോടെ അവിടെ നിന്നും ഇറങ്ങിപ്പോയി. വിവാഹമെല്ലാം കഴിഞ്ഞ ശേഷം ജനതാപാർടി പ്രവർത്തകനായ അവരുടെ മകൻ ഗോവിന്ദൻ പാർടി നേതാക്കൻമാരോടൊക്കെ അമ്മയുടെ ഈ ദയനീയ അവസ്ഥ വിശദീകരിച്ചെങ്കിലും നാരായണൻനായർ എന്ന ആ വക്കീലിനോട് ഇക്കാര്യം അവതിരിപ്പിക്കാൻ അവരാരും തയ്യാറായില്ല. ഒടുവിൽ ഗോവിന്ദൻ പാർടി ലോക്കൽ കമ്മിറ്റി സെക്രട്ടറി സ:എ.കെ.ഗോപാലനെ കണ്ട വിവരം ബോധിപ്പിച്ചു. കെ.എസ്.കെ.ടി.യു.ഉണ്ണികളും പഞ്ചായത്ത് കമ്മിറ്റി ഈ പ്രശ്നം ഏറ്റെടുക്കണമെന്നും ആവശ്യമെങ്കിൽ പ്രക്ഷോഭം നടത്തണമെന്നും എ.കെ.നിർദ്ദേശം നൽകി.

കെ.ഡി.സി ബാങ്ക് മാനേജരും പഞ്ചായത്ത് മെമ്പറുമായിരുന്ന

സി.പി. കൃഷ്ണൻ കുട്ടി മാരാരും ഒപ്പം ചേർന്ന് കെ.എസ്.ടി.യു പ്രതിനിധിക ളം പാർടിയുടെ മുതിർന്ന നേതാക്കൾ വി.കെ. ഭാസ്കരൻ, ടി.സി.കുഞ്ഞി പെരച്ചേട്ടൻ, ഇടങ്ങിയവരും വക്കീലിനെ നേരിൽ കണ്ട സംഭാഷണം നടത്തിയെങ്കിലും യാതൊരു പൈസയും ഈ കാര്യത്തിൽ കല്യാണി യമ്മക്ക് കൊടുക്കുകയില്ലെന്നായിരുന്ന അദ്ദേഹത്തിന്റെ നിലപാട്. വ്യാ പകമായ പ്രചരണപ്രവ്ത്തനങ്ങൾ നടത്തി പ്രക്ഷോഭം ആസൂത്രണം ചെയ്ത. വക്കീലിന്റെ വീട്ട പടിക്കൽ സത്യഗ്രഹം നടത്താൻ തീരുമാനിച്ച സത്യഗ്രഹം ഉദ്ഘാടനം ചെയ്തത് തലേ ദിവസം കരുമലയിൽ ചേർന്ന വമ്പിച്ച പൊതുയോഗത്തിൽ വെച്ച് സഖാവ് എ. കണാരേട്ടനായിരുന്ന. കല്യാണി അമ്മയുടെ സഹോദരി അമ്മാള അമ്മ എം.എം. പറമ്പിലെ പാർട്ടി മെമ്പർ ആയിരുന്നവെന്നതും കൂടി ഈ പ്രക്ഷോഭം ഏറ്റെടുക്കാൻ കാരണമായിരുന്ന. അടുത്ത ദിവസം മുതൽ കാലത്ത് 9 മണി തൊട്ട് വൈകീട്ട് 5 മണി വരെ സത്യഗ്രഹം നടത്തി ഇടർച്ചയായി 3 ദിവസം സത്യഗ്രഹം ഇടർന്ന. അതിനിടയിൽ വക്കീലിന്റെ അടുത്ത ബന്ധുവും കെ.എസ്.ടി.എ.നേതാവുമായിരുന്ന ഒരധ്യാപകൻ (പേര് ഓർക്ക നില്ല) വക്കീലുമായി ബന്ധപ്പെട്ട പ്രശ്നം സംസാരിച്ച തീർക്കാൻ അവസരം ഉണ്ടാക്കി. കൂലി കുടിശ്ശിക ഇനത്തിൽ 12000 രൂപ (സംഖ്യ 15000 ആയിരുന്നോ എന്ന സംശയുണ്ട്) നൽകാം എന്ന വ്യവസ്ഥ മാനിച്ച് സമരം നിർത്തുകയും അടുത്ത ദിവസം ഉണ്ണികളും സർവ്വീസ് ബാങ്കിൽ ഇക കല്യാണി അമ്മയുടെ പേരിൽ നിക്ഷേപിച്ച് പാസ് ബുക്ക് കരുമലയിൽ സംഘടിപ്പിച്ച പൊതുയോഗത്തിൽ വെച്ച് സഖാവ് എം.കേളപ്പേട്ടൻ കൈമാറിക്കൊണ്ട് സമരം അവസാനിപ്പിച്ച. ജനതാ പാർട്ടിയുടെ കുറേ അനുയായികൾ ഈ അവസരത്തിൽ ഇത്തരത്തിൽ പാർടിയുമായി അടുക്കുവാൻ ഇടയായി. സ:ടി.സി. കുഞ്ഞിചെക്കിണി കെ.എസ്.കെ.ടി.യു പഞ്ചായത്ത് കമ്മിറ്റി സെക്രട്ടറി പദവി ഒഴിയുകയും ഞാൻ ഏറ്റെടുക്കുകയും ചെയ്ത സമയത്തായിരുന്ന ഈ സമരം. വി.പി. വേലായുധേട്ടൻ ആയിരുന്ന യ്ണിയൻ പഞ്ചായത്ത് കമ്മിറ്റി പ്രസിഡ ന്റ്.

****

വസന്തക്ക് ടി.ടി.സി.ക്ക് പോകണം

തേനാക്കഴി ബ്രാഞ്ച് സെക്രട്ടറി സഖാവ് കരുണാകരൻ നമ്പ്യാർ ഒരു ദിവസം കാലത്ത് കുണ്ടോംമലയിൽ എന്റെ വീട്ടിൽ വന്നു. "നമ്മുടെ ഉളിങ്കുന്നമ്മൽ വസന്തക്ക് ടി.ടി.സി.ക്ക് സെലക്ഷൻ കിട്ടി യിട്ടുണ്ട്.ചെങ്ങന്നൂർ എൻ.എസ്.എസ്.ലാണ്. പോയി ചേരണമെങ്കിൽ പൈസയൊന്നും ഇല്ലെന്നും അവിടെ ചേർന്നാൽ വേറെ ചെലവ് ഒന്നും ഉണ്ടാകില്ലെന്നുമാണ് അറിയാൻ കഴിഞ്ഞത്. എന്തുചെയ്യും? പാവപ്പെ ട്ടവരായതുകൊണ്ട് ആ വിഷമം കണ്ടില്ലെന്നു നടിക്കാനാവില്ലല്ലോ."

കപ്പറത്തെ ഉളിങ്കുന്നമ്മൽ വെള്ളന്റെയും അരിയായി അമ്മ യുടെയും മകളാണ് വസന്ത. വെള്ളൻ ഒരപകടത്തിൽപെട്ട് കാൽ പകുതിവെച്ച് മുറിക്കപ്പെട്ട കല്ലുടച്ച് മെറ്റൽ ആക്കുന്ന പണിക്കാരനാണ്. അമ്മയാകട്ടെ കർഷക തൊഴിലാളിയും. ഏതായാലും സഹായിക്കാതെ തരമില്ല."നമുക്ക് പിരിക്കാം ഇപ്പോൾ തന്നെ തുടങ്ങാം." ഞാനും നമ്പ്യാരും തേനാക്കഴിയിലെ വീട്ടുകൾ എല്ലാംകയറിയിറങ്ങി. കയ്യിലുള്ള ഉക ഓരോരുത്തരും തന്നു.

ഒരു നോട്ടബുക്കിൽ പേരെഴുതിയാണ് പിരിവ് നടത്തിയത്. അങ്ങാടിൽ ആളുകൾ എത്തി തുടങ്ങിയതോടെ ഇരുവരും വട്ടോളി ബസാറിലേക്ക് നീങ്ങി. രാത്രി 8 മണി വരെ നടന്നു പിരിച്ചു. എണ്ണിനോ ക്കിയപ്പോൾ 5000 രൂപക്കടുത്ത് ഉണ്ടായിരുന്നു. അന്നാ ഉക ധാരാളം മതി. ഞങ്ങൾ അപ്പോൾ തന്നെ ഉക വസന്തയുടെ മാതാപിതാക്കളെ ഏൽപിച്ചു. "ആരൊക്കെയാ ചെങ്ങന്നൂർക്ക് പോകുന്നത്?" ഞങ്ങൾ ചോദിച്ചു.

"അയൽവാസിയായ രാജൻ മാസ്റ്റർ പോകാമെന്നേറ്റിട്ടുണ്ട്. കൂടെ രാഘവേട്ടനോ നമ്പ്യാരോ പോകണം" കുട്ടിയുടെ അച്ഛന്റെയും

  സഹനം സമരം ജീവിതം

അമ്മയുടെയും അഭിപ്രായം.

"രാഘവേട്ടൻ പോകും".- നമ്പ്യാർ പറഞ്ഞു. എന്നാൽ പിന്നെ ബസ്സിനു പോകാം. എനിക്ക് കെ.എസ്.ആർ.ടി.സിയിൽ പൈസ കൊടുക്കേണ്ട. അത്രയും ലാഭിക്കാം. അപ്രകാരം ഉറപ്പിച്ച ഞങ്ങൾ യാത്രയായി.

അടുത്ത ദിവസം രാത്രി 8മണിക്കുള്ള ബസ്സിൽ ഞങ്ങൾ ചെങ്ങ നൂർക്ക് തിരിച്ചു. കാലത്ത് അവിടെ എത്തി. കെ.എസ്.ആർ.ടി. ഇ.എ ചെങ്ങന്നൂർ യൂണിറ്റ് സെക്രട്ടറിയെ വിളിച്ച് ഞങ്ങളുടെ യാത്ര സംബ ന്ധിച്ച തലേ ദിവസം ഞാൻ സംസാരിച്ച പ്രാഥമിക കാര്യങ്ങൾ നിറ വേറ്റുവാൻ സൗകര്യത്തിനപേക്ഷിച്ചതിനാൽ സ്റ്റാഫ് റൂമിൽ അതെല്ലാം നിർവഹിച്ചശേഷം പുറത്തിറങ്ങി. പ്രാതലിനശേഷം ഞങ്ങൾ നിർദ്ദിഷ്ട സ്ഥലത്തെത്തി അവിടെത്ത ഉന്നതാധികാരിയെ കണ്ടു വിശദമായി സംസാരിച്ച ശേഷം അഡ്മിഷൻ നടപടികൾ പൂർത്തിയാക്കി. ഞങ്ങൾ നാട്ടിലേക്ക് തിരിച്ചു. കോഴ്സ് പൂർത്തിയാക്കി അവൾ നാട്ടിലെത്തിയ തൊന്നും ഞാൻ ശ്രദ്ധിച്ചിരുന്നില്ല. മാസങ്ങൾ കടന്നുപോയി വസന്തക്ക് ഏതോ സർക്കാർ സ്കൂളിൽ ജോലി ലഭിച്ച എന്ന് അറിയാൻ കഴിഞ്ഞു. അതിനിടയിൽ വിവാഹിതയാവുകയും ചെയ്തു. ഞാൻ അതിനിടക്ക് തേനാക്കുഴി നിന്നും താമസം മാറ്റി. അറപ്പീടിക, കപ്പറം എന്നിവിടങ്ങ ളിൽ മാറി മാറി താമസിക്കുകയുണ്ടായി. വർഷങ്ങൾ പിന്നിട്ട ശേഷം ബാല്യശ്ശേരിയിലെ പറമ്പിന്റെ മുകളിൽ താമസം ആരംഭിച്ചപ്പോൾ അവിചാരിതമായി അവിടത്തെ കെട്ടിടനിർമ്മാണതൊഴിലാളിയായ ഒരു സഖാവ് എന്റെ വീട്ടിൽ വന്നു."ഒരു പ്രധാന കാര്യം പറയാനാണ് വന്നത്. ഞാൻ കഴിഞ്ഞ മാസത്തിൽ കുറച്ച് ദിവസം ഒരു സർക്കാർ സ്കൂളിൽ ഒരു കഞ്ഞിപ്പുരയുടെ പണിക്ക പോയിരുന്നു. ഒരു ടീച്ചർ എന്നോട് എവിടെയാണ് താമസിക്കുന്നത് എന്ന് ചോദിച്ചു. പറമ്പി ന്റെ മുകളിലാണെന്നു പറഞ്ഞപ്പോൾ സഖാവ് പറക്കോട്ട രാഘവനെ അറിയോ എന്നായി. ഓ അറിയാം എന്ന എന്റെ മറുപടിയിൽ അവർ ഏറെ സന്തോഷവതിയായി കാണപ്പെട്ടു. "അത് ഞങ്ങളെ കുടുംബ ത്തിൽ മറക്കാൻ പറ്റാത്ത സഖാവാണ്. വസന്ത ടീച്ചർ കപ്പറത്തുള്ള താണെന്ന് പറഞ്ഞ് എന്റെ അന്വേഷണം നേരിൽ കണ്ട് അറിയിക്കണം എന്ന് പറഞ്ഞേൽപിച്ചിട്ടുണ്ട്. സഖാവ് ഇത്രയും പറഞ്ഞപ്പോൾ സേവനം സേവനം തന്നെയാണ് എന്ന് ഞാൻ ഒന്നുകൂടി ഉറപ്പിച്ചു. അതിന്റെ ഫലം കൂടെത്തന്നെയുണ്ടാകും എന്നും.

****

ഇയ്യാട് - കപ്പറം- വട്ടോളി ബസാർ റോഡ്

ഞാൻ ഉണ്ണികുളം പഞ്ചായത്തിലെ തേനാക്കുഴിയിൽ താമസമാക്കി കുറച്ച് ദിവസത്തിനകം തന്നെ എന്നെ അസോസിയേറ്റഡ്മെമ്പറായി സി.പി.ഐ.എം.തേനാക്കുഴി ബ്രാഞ്ചിൽ പ്രവർത്തിക്കുന്നതിന് നിയോഗിക്കപ്പെട്ടിരുന്നു. ആഴ്ചയിൽ 2 ദിവസം 48 മണിക്കൂർ തുടർച്ചയായി ടിക്കറ്റ് & ക്യാഷ് സെക്ഷനിൽ ജോലി ചെയ്ത് ബാക്കി സമയം പരമാവധി ജനങ്ങളും ജനകീയ പ്രശ്നങ്ങള മായും ബന്ധപ്പെട്ടുക എന്ന രീതിയിലായിരുന്നു എന്റെ പ്രവർത്തനം. തേനാക്കുഴി ബ്രാഞ്ച് ഇതെഴുതുമ്പോൾ 6 ബ്രാഞ്ചുകളായി വളർന്നിരി ക്കുന്നു എന്നു പറഞ്ഞാൽ അന്നത്തെ വിസ്തൃതിയും പ്രശ്നങ്ങളും എത്ര ത്തോളമെന്ന് ബോധ്യപ്പെടാവുന്നതേയുള്ളൂ.

തിങ്കളാഴ്ച കാലത്ത് ബത്തേരിയിൽ എത്തി 9 മണി മുതൽ ചൊവ്വാഴ്ച 9 മണി വരെയുള്ള ഡ്യൂട്ടി കഴിഞ്ഞാൽ 1 മണിയോടെ വീട്ടിലെത്തും. കുളിയും മറ്റും കഴിഞ്ഞ ഉടനെ കോമ്പിൽ ചൂരക്കണ്ടി, കുണ്ടോമല, സൗത്ത് കരുമല ലക്ഷം വീട് കപ്പറം മഞ്ഞമ്പ്രമല, മണ്ണാ റ്റുകണ്ടി, ഒതയോർത്തും പടി തുടങ്ങിയ ഏതെങ്കിലും ഒരു ഭാഗത്ത് ചെല്ലും. അവിടെ അസുഖബാധിതരെ കാണാനും അതത് പ്രദേശത്തെ പാർട്ടി അനുഭാവികളുമായി ആശയവിനിമയം നടത്താനും മറ്റ പാർട്ടി കളിലുള്ളവരുമായും സൗഹൃദസംഭാഷണങ്ങളിലിടപെടാനും കിട്ടുന്ന സമയം വിനിയോഗിക്കും, ബാഗിൽ വൈറ്റ് പേപ്പർ, വിവിധ ആനുകൂല്യ ങ്ങൾക്കും ക്ഷേമനിധികൾക്കും ചേരുന്നതിനുള്ള ഫോറങ്ങൾ എന്നിവ കരുതിയാണ് എന്നും യാത്ര.

മഴക്കാലത്തെ യാത്രയായിരുന്ന വലിയ പൊതു

സഹനം സമരം ജീവിതം

പ്രശ്നമായിരുന്നത്. ഇയ്യാട്- കപ്പറം-വട്ടോളി ബസാർ റോഡ് 3 കിലോമീറ്ററോളം വരും. റോഡുണ്ടോ? ഉണ്ട്. എന്നാലോ മഴയില്ലും വേനലിലും വണ്ടികളൊന്നും വരില്ല. ആർക്കെങ്കിലും രോഗം വന്നാൽ കസേരയിലിരുത്തി ചുമടായി ചുമന്ന് വേണം മെയിൻ റോഡിലെത്തിക്കാൻ. വെറും കാൽനടമാത്രമായിരുന്ന വഴി. ഒരു റോഡിന്റെ രൂപത്തിലാക്കാൻ പെടാപാട്ടുപെട്ടിരുന്ന കുറേ പ്രായപ്പെട്ട വ്യക്തികളെക്കുറിച്ച് ഞാൻ മനസ്സിലാക്കി. എൻ.എ. കോയ മാസ്റ്റർ എന്നറിയപ്പെട്ടിരുന്ന എൻ. അഹമ്മദ് കോയ മാസ്റ്റർ, പരിയായി ഹാജി, കുഞ്ഞിമൊയ്തീൻ കുട്ടി, വടക്കേക്കര വാസു, ഉണ്ണിക്കുറുപ്പ്, പത്മൻ, കമലാക്ഷൻ, കെ.ടി. ഉസൈൻ മാസ്റ്റർ, ഗംഗാധരൻ നമ്പ്യാർ, കരുണൻ നമ്പ്യാർ, വെട്ടിമാടിക്കുന്നുമ്മൽ ഭാസ്കരൻ തുടങ്ങിയവർ ആ കൂട്ടത്തിൽ ഉണ്ടായിരുന്നു. ആദ്യശ്രമത്തിൽ ഒരു ജീപ്പ് പോകുന്നതിനു മാത്രം വീതിയിലായിരുന്ന റോഡ് നിർമ്മാണം. അതാകട്ടെ വേനലിൽ മാത്രവും! മഴ മാനത്തു നിന്നെത്തി നോക്കുമ്പോഴേക്കും ഉറവയെടുക്കുന്ന വയൽ പ്രദേശത്തുക്കൂടിയാണ് 3/4 ഭാഗം റോഡും പോയിരുന്നത്. റോഡ് 6 മീറ്റർ വീതിയാക്കിത്തന്നാൽ പെട്ടെന്ന് ടാറിങ് നടത്തിതരാമെന്ന് അന്നത്തെ പഞ്ചായത്ത് പ്രസിഡന്റ് ശ്രീ ഗോവിന്ദൻകുട്ടി നായർ ജനകീയ കമ്മിറ്റിക്ക് ഉറപ്പ് കൊടുത്തതിനെ തുടർന്ന് മേൽ പറഞ്ഞവരെല്ലാം കൂടി തെങ്ങും, കവുങ്ങും മറ്റ കാർഷിക വിളകളും നഷ്ടപ്പെടുത്തി റോഡ് 6 മീറ്റർ ആക്കി. എന്നാൽ പഞ്ചായത്ത് പ്രസിഡന്റിന്റെ വാക്ക് വാക്കായിത്തന്നെ നിന്നതേയുള്ള. ഈ സന്ദർഭത്തിലാണ് ഞാൻ ആ പ്രദേശത്ത് എത്തിച്ചേരുന്നത്.

കപ്പറം പ്രദേശത്ത് പാർട്ടി അനുഭാവികളായി കൂർമ്മൻ ചാലിൽ രാരിച്ചൻ, ചാത്തപ്പൻ എന്നീ സഹോദരൻമാരും മണങ്ങാലത്ത് ഗോപാലൻ, ആർ. ശിവദാസൻ, ടൈലർ നാരായണൻ, എം.എം. ഭാസ്കരൻ, കെ. ശ്രീധരൻ, മാറായിൽ ലത്തീഫ് എന്നവർ മാത്രമാണ് ഉണ്ടായിരുന്നത്. അവരുമായി സംസാരിച്ചപ്പോഴാണ് മഞ്ഞമ്പ്ര മലയിൽ ഗോപാലൻകുട്ടി മാസ്റ്ററുടെ കുടുംബം പാർട്ടി അനുഭാവികളാണെന്നറിവായത്. അദ്ദേഹത്തിന്റെ മകൻ ഗണേശൻ മാസ്റ്റർ എന്നയാളെ കൂടെക്കൂട്ടി. സഖാവ് ആർ. ശിവദാസൻ കൺവീനറായി കപ്പറത്തെ ആദ്യ പാർട്ടി ഗ്രൂപ്പ് രൂപീകരിച്ചു.

ഗതാഗത സൗകര്യങ്ങൾ, കുടിവെള്ള പ്രശ്നം എന്നിവയാണ് കപ്പറം പ്രദേശത്ത് മുൻഗണന നൽകേണ്ടത് എന്ന മനസ്സിലാക്കി. പഞ്ചായത്ത് രാജ് ബില്ലിന്റെ അടിസ്ഥാനത്തിൽ ജില്ലാബ്ലോക്ക് പഞ്ചായത്തുകൾ രൂപീകരിക്കപ്പെട്ട കഴിഞ്ഞ അവസരമായിരുന്നു അത്. ആദ്യം റോഡിന്റെ കാര്യം തന്നെ എടുക്കാം എന്ന തീരുമാനിച്ചു.

റോഡിന്റെ പ്രശ്നം ചർച്ച ചെയ്യുന്നതിന് ഡി.വൈ.എഫ്.ഐ.യൂണിറ്റ് (ഇല്ലാത്തത്) സെക്രട്ടറി എന്ന നിലക്ക് ആർ.ശിവദാസന്റെ പേരിൽ ഒരു കത്ത് അടിച്ച വിതരണം ചെയ്തു. കപ്പറം സ്ക്കൂളിലായിരുന്ന യോഗം. 50 ൽ അധികം പേർ യോഗത്തിൽ പങ്കെടുത്തു. എൻ.എ.കോയ മാസ്റ്റർ ചെയർമാനും പറക്കോട്ട് രാഘവൻ കൺവീനറുമായി ഒരു കമ്മിറ്റി രൂപീ കരിച്ച. റോഡ് 8 മീറ്റർ വീതിയിലാക്കുന്നതിനുള്ള പ്രവർത്തനമാണാദ്യം ആരംഭിച്ചത്. 8 മീറ്റർ പ്രവർത്തനം പൂർത്തിയായതോടെ പഞ്ചായ ത്തിൽ നിന്നും ഫണ്ട് ലഭിക്കുന്നതിനായി പ്രക്ഷോഭം ആരംഭിക്കാൻ തീരുമാനിച്ച. ആർ.എസ്.എസ്, ജമാത്ത ഇസ്ലാമി ഇരുവിഭാഗം സുന്നി സംഘടനകൾ മുസ്ലീം ലീഗ്, ബി.ജെ.പി എന്നീ സംഘടനകൾ എല്ലാം അടങ്ങുന്ന കമ്മിറ്റിയുടെ നേതൃത്വത്തിൽ പഞ്ചായത്താപ്പീസിനു മുന്നി ലേക്ക് മാർച്ച് നടത്താനും അന്നു മുതൽ പഞ്ചായത്താപ്പീസിനു മുന്നിൽ അനിശ്ചിത കാല സത്യാഗ്രഹ സമരംനടത്താനുമായിരുന്നു തീരുമാനം തുടക്കദിവസംഒരു വീട്ടിൽ നിന്നും വിദ്യാർത്ഥികൾ പഠിക്കാൻ പോയി രുന്നില്ല. മുസ്ലീം സ്ത്രീകൾ ഒരു പ്രകടനത്തിൽ പങ്കെടുക്കുന്നത് ആദ്യമാ യിട്ടായിരുന്നു.

ഒരുക്കങ്ങളെല്ലാം പൂർത്തിയായി തലേ ദിവസം വൈകുന്നേരം നേതാക്കന്മാരുടെ യോഗം ചേരുകയുണ്ടായി. യോഗത്തിൽ കോൺഗ്രസ് പ്രതിനിധിയായി പങ്കെടുക്കേണ്ടിയിരുന്ന പുനത്തിൽ പറമ്പത്ത് പത്മൻ പങ്കെടുത്തിരുന്നില്ല. വിവരങ്ങൾ പുറത്തു വിടാതെ രാത്രി തന്നെ ഒരന്വേഷണം നടത്തിയപ്പോൾ കോൺഗ്രസ്സിന്റെ ഭരണമു ള്ള പഞ്ചായത്തിലേക്കുള്ള മാർച്ചിൽ കോൺഗ്രസ് കൊടി പിടിച്ച് മാർച്ച് ചെയ്യാൻ അവർക്ക് പറ്റില്ലെന്ന നിലപാടിൽ അവരെ മാറ്റിയതായി മനസ്സിലാക്കി. എസ് കോൺഗ്രസ്സിന്റെ പ്രതിനിധിയായിരുന്ന മുഹമ്മദ് മാസ്റ്റർ കൂടുതൽ കോൺഗ്രസ്സ് കൊടികൾ കരുതാൻ വിവരം കൊടുത്തു. കാലത്ത് 9 മണിയോട്ടുകൂടി ആളുകൾ അപ്രകാരം അങ്ങാടിയിൽ എത്തിച്ചേർന്നു. 500 ഓളം ആളുകൾ 4 കി.മീറ്റരോളം കാൽ നടയായി മുന്നോട്ടു നീങ്ങി. കപ്പറം റോഡിന്റെ ദയനീയാവസ്ഥയെപ്പറ്റിയുള്ള കെ.ടി. ഹസൈൻ മാസ്റ്ററുടെ ഒരു കവിത ഉറക്കെ വായിച്ചതും ഏറ്റു വായിച്ചതും ഊർജം നൽകി വളരെ ആവേശകരമായാണ് 11 മണിയോടെ മാർച്ച് പഞ്ചായത്താപ്പീസിലെത്തിയത്. എകരൂരിൽ പരിസരങ്ങളിൽ നിന്നും ധാരാളം സഖാക്കൾ അവിടെ തടിച്ച കൂടിയിരുന്നു. സഖാവ് എ.കെ.ഗോപാലനാണ് മാർച്ച് ഉദ്ഘാടനം ചെയ്തത്. വിവിധ കക്ഷി നേതാക്കൾ സംസാരിക്കുകയും ചെയ്തു. 10 പേരടങ്ങുന്ന ഒരു ടീം അവിടെ സത്യാഗ്രഹം ആരംഭിച്ച. സത്യഗ്രഹികൾ അവിടെത്തന്നെ കഞ്ഞി വെച്ച്

 സഹനം സമരം ജീവിതം

കഴിച്ചുകൊണ്ടാണ് 5 മണി വരെ സമരമിരുന്നത്. ഈ സന്ദർഭത്തിൽ കേരള മുഖ്യമന്ത്രി ശ്രീ. എ.കെ.ആന്റണിയായിരുന്നു. ഞങ്ങളുടെ സമരം 3-ാം ദിവസത്തേക്ക് കടന്നപ്പോൾ തികച്ച അവിചാരിതമായി സർക്കാർ ഉണ്ണികുളം ഗ്രാമപഞ്ചായത്ത് ഭരണസമിതി പിരിച്ച വിട്ടുകയും താല്ലക്ക് പഞ്ചായത്ത് ഓഫീസർ ടി.പി.ബാലകൃഷ്ണന് ചുമതല നൽകുകയും ചെയ്തു. അടുത്ത ദിവസം ടി.പി. ഒ. കാലത്ത് പഞ്ചായത്താപ്പീസിൽ വരുമ്പോൾ സമരം നടന്നു കൊണ്ടിരിക്കുകയായിരുന്നു. അദ്ദേഹം സമരപ്പന്തലിൽ വന്ന് എല്ലാവരുമായി സംസാരിച്ചു. ഞങ്ങളുടെ നോട്ടീസുകൾ വാങ്ങി വായിച്ചു. കൺവീനർ പറക്കോട്ട് രാഘവൻ എവിടെ എന്നു ചോദിച്ച പ്പോൾ സമരവുമായി ബന്ധപ്പെട്ട ചില പ്രവർത്തനങ്ങളിൽ കപ്പറത്താ ണുള്ളത് എന്ന് അവിടെയുള്ളവർ പറഞ്ഞത്രെ! "ശരി, നമുക്ക് സമരം അവസാനിപ്പിക്കണം. രാഘവൻ എന്റെ ക്ലാസ്സ്മേറ്റ് ആണ്. നിങ്ങൾ, ഉത്തരവാദപ്പെട്ട ഭാരവാഹികൾ നാളെ 11 മണിക്ക് കൊയിലാണ്ടി താല്ലക്ക് പഞ്ചായത്താപ്പീസിൽ വരണം" ഇത്രയും പറഞ്ഞ് അദ്ദേഹം തിരിച്ച പോയി. അൽപസമത്തിനകം ഞാൻ സ്ഥലത്തെത്തി വിവര ങ്ങൾ അറിഞ്ഞു. അടുത്ത ദിവസം 10 മണിയോടെ ഞങ്ങൾ കെ.സി. സുരേഷ്, എൻ.എ. കോയമാസ്റ്റർ, കെ.ടി.ഹുസൈൻ മാസ്റ്റർ, മണങ്ങാ ലത്ത് ഗോപാലൻ എന്നിവർ കൊയിലാണ്ടി താല്ലക്ക് പഞ്ചയാത്ത് ഓഫീസിൽ എത്തി. ടി.പി.ഒ. ടി. പി. ബാലകൃഷ്ണൻ ഞങ്ങൾക്ക് ഇരിപ്പിടം നൽകി. ചായ വരുത്തി തന്നു. സമരവുമായി ബന്ധപ്പെട്ട കാര്യങ്ങൾ നല്ല നിലയിൽ ചർച്ച ചെയ്തു. സമരം നിർത്തി വെക്കണമെന്നും തൽക്കാലം ആദ്യഗഡുവായി വയൽ ഭാഗം പാർശ്വഭിത്തി കെട്ടി റോഡ് സുരക്ഷിത മാക്കാൻ 80,000/-(എൻപതിനായിരം)രൂപ പാസാക്കിത്തരാമെന്നും പറഞ്ഞത് ഞങ്ങൾ സഹർഷം സ്വീകരിച്ചു. വിജയശ്രീലാളിതരായി ഞങ്ങൾ പഞ്ചായത്താപ്പീസിനടുത്തെത്തി ബന്ധപ്പെട്ടവരെയൊക്കെ വിവരം അറിയിച്ച സമരം അവസാനിപ്പിച്ച.

വളരെ ചുരുങ്ങിയ ദിവസങ്ങൾ കൊണ്ടുതന്നെ അനുവദിക്ക പ്പെട്ട ഇക കൊണ്ടു മിക്കവാറും പാർശ്വഭിത്തി കെട്ടി റോഡ് സംരക്ഷി ക്കൽ എന്ന പ്രവർത്തി അവസാനിപ്പിച്ചതും ത്രിതല പഞ്ചായത്ത് തെര ഞ്ഞെടുപ്പ് പ്രഖ്യാപിച്ച. ഫലം വന്നപ്പോൾ ഉണ്ണിക്കുളം ഗ്രാമപഞ്ചായത്ത് -ബാല്യശ്ശേരി ബ്ലോക്ക് പഞ്ചായത്ത്- കോഴിക്കോട് ജില്ലാപഞ്ചായത്ത് ഭരണസമിതികളെല്ലാം ഇടത് പക്ഷ ജനാധിപത്യ മുന്നണിയുടെ ഭരണത്തിൻ കീഴിലായി. ഉണ്ണിക്കുളം ഗ്രാമപഞ്ചായത്ത് പ്രസിഡന്റായി സഖാവ് എ.കെ.ഗോപാലൻ തെരഞ്ഞെടുക്കപ്പെട്ടു. ആരും ആവശ്യപ്പെ ടാതെ തന്നെ പ്രസിഡന്റ് ഇയ്യാട്-കപ്പറം-വട്ടോളി ബസാർ റോഡിന്

7,00,000/-(ഏഴ് ലക്ഷം) രൂപ നീക്കി വെച്ചു. ജില്ലാപഞ്ചായത്ത് സ്റ്റാന്റിംഗ് കമ്മിറ്റി ചെയർമാൻ സഖാവ് വി.കെ.സി. മുഹമ്മദ്കോയയായിരുന്നു. കാന്തപുരത്തു നിന്നും ജനാബ് എ.പി.അബൂബക്കർ മുസ്ല്യാരുടെ വീടിനടുത്തുകൂടി ചോയിമഠത്തിലേക്കു പോകുന്ന റോഡിന് ജില്ലാ പഞ്ചായത്ത് 7 ലക്ഷം നീക്കി വെച്ചു. പദ്ധതി പ്രവർത്തികമാകുമ്പോൾ ജില്ലാ പഞ്ചായത്തിന്റെ ഇക ചിലവാക്കാൻ റോഡിന് 8 മീറ്റർ വീതി വേണമായിരുന്നു. ഈ റോഡിനാകട്ടെ 6 മീറ്റർ വീതിയേ ഉണ്ടായിരുന്നുള്ളു. 6 മീറ്റർ റോഡ് ഗ്രാമപഞ്ചായത്തിന്റെ ഇക നീക്കിവെക്കാൻ പറ്റമായിരുന്നു. പഞ്ചായത്ത് കപ്പറം റോഡിന് 7 ലക്ഷം നീക്കി വെച്ചിരുന്നത് പദ്ധതി രേഖയിൽ വന്നു കഴിഞ്ഞിരുന്നതാണ്. ജില്ലാ പഞ്ചായത്തിന്റെ 7 ലക്ഷം ചെലവാക്കാൻ കഴിയാത്തതിനാൽ ഏറെ പ്രയാസം വന്നിരുന്നത് എ.പി. അബൂബക്കർ മുസ്ല്യാർക്കായിരുന്നു. റോഡാകട്ടെ ഏറെ ശോച്യാവസ്ഥയിലും! അദ്ദേഹം എ.കെ. മുഖേന വി.കെ.സി.യുമായി ആശയവിനിമയം നടത്തിയതിന്റെ പശ്ചാത്തലത്തിൽ വി.കെ.സി എന്നെ സമീപിച്ചു ഫണ്ട് തമ്മിൽ കൈമാറ്റം ചെയ്യാൽ രണ്ടു റോഡുകളും മെച്ചപ്പെട്ടമല്ലോ എന്ന രീതിയിൽ സംസാരിച്ചു. കപ്പറം- സ്ക്കൂളിൽ ഒരു പ്രവർത്തകയോഗം വിളിച്ചു ചേർക്കാമെന്നും വി.കെ.സി നേരിട്ട് യോഗത്തിൽ പങ്കെടുത്ത് കാര്യങ്ങൾ സംസാരിച്ച് തീർക്കാമെന്നും ധാരണയായി. അപ്രകാരം വിളിച്ചു ചേർത്ത യോഗം വൻ വിജയമാവുകയും ജില്ലാ പഞ്ചായത്തിന്റെ 7 ലംക്ഷം രൂപ കപ്പറം റോഡിനും ഗ്രാമപഞ്ചായത്തിന്റെ 7 ലക്ഷം എ.പി. റോഡിനും എന്ന തീരുമാനമാവുകയും ചെയ്തു. ജനകീയാസൂത്രണ പദ്ധതിയുടെ ഭാഗമായിരുന്നതുകൊണ്ട് വി. മൊഹമ്മദ് മാസ്റ്റർ ചെയർമാനും, പറക്കോട്ട് രാഘവൻ കൺവീനറുമായി ഒരു നിർമ്മാണ കമ്മിറ്റി രൂപീകരിച്ച് എസ്റ്റിമേറ്റ് അപ്രകാരമുള്ള പ്രവൃത്തി സ്തുത്യർഹമായി നിർവഹിച്ച എന്ന് ഞങ്ങൾക്കുറപ്പുണ്ടായിരുന്നു. 7 ലക്ഷം രൂപക്ക് 700 മീറ്റർ റോഡ് നിർമ്മിച്ച് ടാറിംങ് പൂർത്തിയാക്കുന്ന പരിപാടിയായിരുന്നു. ഞങ്ങൾ 728 മീറ്റർ പൂർത്തിയാക്കി. മിച്ചം 28000/-(ഇരുപത്തിയെട്ടായിരം) രൂപ ഉണ്ടായിരുന്നതിനാൽ അടുത്ത റീച്ചിന്റെ കാന കുഴിച്ചുകൊടുത്ത പ്രവർത്തി കൂടി നിർവഹിച്ചു. പ്രവർത്തി നടന്നുകൊണ്ടിരിക്കെ വി.കെ. സി.മുഹമ്മദ് കോയ രണ്ടുമൂന്നു തവണ സന്ദർശിക്കുകയും പ്രവർത്തിയെ അഭിനന്ദിക്കുകയും ചെയ്തിരുന്നു. എല്ലാം പൂർത്തിയായി കഴിഞ്ഞപ്പോൾ ജില്ലയിലെ പ്രവർത്തനങ്ങളുടെയെല്ലാം കൺവീനർമാരുടെയും സൈറ്റ് എഞ്ചിനീയർമാരുടെയും യോഗം ജില്ലാ പഞ്ചായത്ത് ഹാളിൽ വിളിച്ചു ചേർത്തിരുന്നു. ഈ വർഷത്തെ റോഡു പ്രവർത്തനത്തിൽ ഒന്നാം നമ്പരായി കണ്ടെത്തിയത് ഇയ്യാട്-കപ്പറം-വട്ടോളി ബസാർ

 സഹനം സമരം ജീവിതം

റോഡാണ്. 700 മീറ്ററിനുപകരം 728 മീറ്റർ പൂർത്തിയാക്കുകയും 28000 രൂപ മിച്ചം വന്നത് ഉപയോഗപ്പെടുത്തി അടുത്ത റീച്ചിന്റെ കാന പണി ആരംഭിക്കുകയും ചെയ്തിരിക്കുന്നു.

എല്ലാവരും കയ്യടിച്ചു. "പ്രസ്തുത റോഡിന്റെ കൺവീനറെ ഒന്നു കാണണം'' സദസ്സിൽ നിന്നും ആരവം ഉയർന്നു. വി.കെ.സി.മേശപ്പുറ ത്ത് ഒരു ന്യൂസ് പേപ്പർ വിരിച്ച് എന്നെ അതിൻമേൽ കയറ്റി നിർത്തി ഇതാ.... ഇതാണ് കൺവീനർ പറക്കോട്ട് രാഘവൻ - വി.കെ.സി. ആളുകളുകൾ ഒന്നുകൂടി കയ്യടിച്ചു. ആ സംഭവം എന്നെ സംബന്ധിച്ചി ടത്തോളം അഭിമാനത്തിന് വഴി വെച്ചു. രണ്ടാം റീച്ചിൽ ഉക അനുവദി ക്കപ്പെട്ടപ്പോഴേക്കും കരാറുകാരിൽ ചിലർ ചില പ്രധാനികളെ കയ്യി ലെടുത്തിരുന്നു. കമ്മിറ്റി രൂപീകരണാർത്ഥം ചേർന്ന ജനറൽബോഡി യോഗത്തിൽ വെച്ച് കമ്മിറ്റി എടുത്താൽ പണി തീർക്കാൻ പണ്ടം വാങ്ങി പണയം വെക്കാനും മറ്റും വലിയ പ്രയാസമാണ്. കരാറുകാരെ ഏൽപിക്കുകയാണ് നല്ലത് എന്ന അഭിപ്രായം പൊന്തി വന്ന ചുരുക്ക ത്തിൽ രണ്ടാംഘട്ടം പണി കരാറുകാരെ ഏൽപിച്ചു. ഒന്നാംഘട്ടത്തി ന്റെ മിച്ച സംഖ്യ ചിലവാക്കി കാന കഴിച്ചത് കരാറുകാരന് മെച്ചവും മിച്ചവുമായി! കരാറുകാർ ചെയ്ത പ്രവർത്തി അടുത്ത മഴക്കാലത്തോടെ ഒലിച്ചുതള്ളി പോവുകയുണ്ടായി. ആ പ്രവർത്തികൾ മാത്രം 3 തവണ റീ ടാറിങ് നടത്തിയിട്ടും ഇയ്യാട് ഭാഗത്തെ റോഡ് നിലനിൽക്കുന്നില്ലെന്ന ശക്തിയായ ആക്ഷേപങ്ങളുയർന്നു. അവസാനം ജില്ലാ പഞ്ചായത്ത് ഊരാളങ്കൽ ലേബർ കോൺട്രാക്ട് സൊസൈറ്റിയെക്കൊണ്ടു പണി കഴിപ്പിച്ച ശേഷമാണ് റോഡ് മണ്ണിലുറച്ച നിന്നത്. ആദ്യ റീച്ചാകട്ടെ റീ ടാറിങ് നടത്താൻ 18 കൊല്ലശേഷം മാത്രമേ പണം മുടക്കേണ്ടി വന്നിരുന്നുള്ള എന്നതാണ് യാഥാർത്ഥ്യം.

****

രാരോത്ക്കുളം ജലസേചന പദ്ധതി

ജനകീയ ആസൂത്രണ പദ്ധതി ആരംഭിച്ചപ്പോൾ മുതൽ വർഷങ്ങളോളം ഉണ്ണികുളം ഗ്രാമപഞ്ചായത്തിന്റെ പദ്ധതികൾ ആസൂത്രണം ചെയ്യുന്ന വിവിധ കമ്മിറ്റികളിൽ പ്രവർത്തിക്കാൻ എനിക്ക് അവസരമുണ്ടായിട്ടുണ്ട്. പശ്ചാത്തല സൗകര്യവികസന കമ്മിറ്റി അതിൽ പ്രധാനപ്പെട്ടതായിരുന്നു. പ്രവൃത്തികളുമായി ബന്ധപ്പെട്ട പ്രൊജക്ടുകൾ തയ്യാറാക്കുക. അവ നടപ്പിലാക്കുന്നതുമായി ബന്ധപ്പെട്ട കാര്യങ്ങൾ ഗ്രാമസഭകളിലും വാർഡ് സമിതികളിലും മറ്റും വിശദീകരിച്ച് അവക്ക് അംഗീകാരം നേടുക എന്നതെല്ലാമായിരുന്നു ദൗത്യങ്ങൾ. ഡ്യൂട്ടി കഴിഞ്ഞു വന്നാൽ രാപ്പകലില്ലാതെ ഇത്തരം കാര്യങ്ങൾക്കായി പ്രവർത്തിക്കുന്നത് എനിക്ക് ഏറെ മാനസികമായി സന്തോഷം പകരുന്ന കാര്യമായിരുന്നു.

ഒരു രാത്രിയിൽ കപ്പറ്റ നിന്നും ഞാൻ തേനാക്കുഴി വീട്ടിലേക്ക നടന്നു പോകുകയായിരുന്നു. കുർമ്മൻ ചാലിൽ നിന്നും ഇറങ്ങി കപ്പറം അങ്ങാടിയിലെത്തിയപ്പോൾ പടിക്കൽ ഉണ്ണി മാസ്റ്റർ വീട്ടിലേക്ക് പോകുന്ന വഴി ഞങ്ങൾ ഓരോരോ കാര്യങ്ങൾ സംസാരിച്ചു കൊണ്ടു നടന്നു. രാരോത്ത് കുളത്തിനടുത്തെത്തിയപ്പോൾ കുളത്തിന്റെ വക്കത്ത് കുറച്ച നേരം ഇരിക്കാൻ മാസ്റ്റർ പറഞ്ഞു. ഞങ്ങൾ അവിടെ ഇരുന്നു. ബി.ജെ.പി.യുടെ സജീവപ്രവർത്തകനായിരുന്നുവെങ്കിലും ഞാനുമായി വളരെ നല്ല ബന്ധം പുലർത്തിയിരുന്നു.

ഓരോന്നു സംസാരിച്ച കൂട്ടത്തിൽ മാസ്റ്റർ ഒരു കാര്യം സൂചിപ്പിച്ചു. ഈ കുളം ഉപയോഗിച്ച് നമുക്ക് മണ്ണാറകണ്ടി ഭാഗത്ത് കുടിവെള്ളം വിതരണം ചെയ്യാൻ ഒരു പദ്ധതി ആവിഷ്കരിക്കണം. രാഘവൻ പഞ്ചായത്തിന്റെ ബന്ധപ്പെട്ട കമ്മിറ്റികളിലുണ്ടെന്ന മാത്രമല്ല എൽ.ഡി.എഫ്. ആണ് പഞ്ചായത്ത് -ബ്ലോക്ക്-ജില്ല എന്നിവയെല്ലാം

ഭരിക്കുന്നതും. നിങ്ങൾ അതിനു മുൻകൈ എടുക്കണം.

'തീർച്ചയായും പ്രൊജക്ട് ഉണ്ടാക്കാം'' ടാങ്കിന്റെ സ്ഥലം കിട്ടു
ന്നതും വെള്ളം വിതരണം ചെയ്യേണ്ട പ്രദേശങ്ങളും എല്ലാം ഞങ്ങൾ
ചർച്ച ചെയ്യൂ.പൊട്ടിപൊളിഞ്ഞു കിടന്നിരുന്ന കുളം ഉപയോഗപ്രദമാ
ക്കിയത് സി.പി. കൃഷ്ണൻകുട്ടി മാരാർ പഞ്ചായത്തംഗമായിരുന്നപ്പോൾ
ബ്ലോക്കിൽ നിന്നും അനുവദിക്കപ്പെട്ട എൺപതിനായിരം രൂപ
ഉപയോഗപ്പെടുത്തികൊണ്ടാണ്. അതിനുവേണ്ടി ഞാൻ ഇടപെട്ടിരു
ന്നത് മാസ്റ്റർ ഓർമ്മിപ്പിച്ചു. അങ്ങിനെ ഞങ്ങൾ പിരിഞ്ഞു.

കുറച്ച് ദിവസങ്ങൾക്കകം തന്നെ ഞാൻ പ്രൊജക്ത്തയ്യാറാക്കി
ബന്ധപ്പെട്ട കമ്മിറ്റികളുടെ അംഗീകാരം വാങ്ങി. സാമൂഹിക ജലസേച
നപദ്ധതിയിൽ ഉൾപ്പെടുത്തി ഫണ്ട് വകയിരുത്തി. പ്രദേശവാസികളുടെ
യോഗം ചേർന്ന് ഈ പദ്ധതി നിർദ്ദേശം ഉന്നയിച്ച ഉണ്ണി മാസ്റ്ററെ
ചെയർമാനും പോളിടെക്നിക്കിൽ നിന്നു റിട്ടയർ ചെയ്ത അദ്ധ്യാപകൻ
ദിവാകരപണിക്കർ കൺവീനറുമായ കമ്മിറ്റിയെ തെരഞ്ഞെടുത്തു.
തദ്ദേശ സ്വയംഭരണ വകുപ്പ് മന്ത്രി സ:പാലോളി മുഹമ്മദ്കുട്ടി പദ്ധതി
നാടിനു സമർപ്പിച്ചു. വെള്ളം വിതരണ ചുമതല ഏൽപിച്ചിരുന്നത്
സ്ഥലത്തെ ബി.ജെ.പി. പ്രവർത്തകൻ തിയ്യച്ചടലയിൽ അശോകൻ
എന്നയാളെയായിരുന്നു. കപ്പറം ബ്രാഞ്ച് മെമ്പറും ഗ്രാമപഞ്ചായത്ത്
മെമ്പറുമായ സഖാവ്കെ.സി. സുരേഷിന്റെ ദൈനംദിനപരിശോധനയും
ഇടപെടലും പദ്ധതിയുടെ വിജയത്തിന് ഏറെ സഹായിച്ചു.

****

കൽപ്പറ്റയിൽ അസോസിയേഷൻ ഓഫീസിന് സ്വന്തം സ്ഥലം

സിഐടിയു സംസ്ഥാനകമ്മിറ്റി അംഗവും സിപിഐ(എം) ജില്ലാസെക്രട്ടറിയുമായിരുന്ന സഖാവ് പി.എ.മുഹമ്മദിന്റെ താൽപര്യവും നിർദേശവും ഉണ്ടായതിനാലാണ് സഖാവ് പി.എം. അശോകനെയും എന്നെയും കൽപ്പറ്റ ഡിപ്പൊയിലേക്ക് മാറ്റിയതും യൂണിയന്റെ സമ്മേളനം അശോകനെ പ്രസിഡന്റും എന്നെ സെക്രട്ട റിയുമായി തെരഞ്ഞെടുത്തതും. ഞങ്ങൾ അവിടെ പ്രവേശിച്ച സന്ദർഭ ത്തിൽ കേവലം 42 മെമ്പർമാരായിരുന്ന അസോസിയേഷനില്ലുള്ളത്. അവരിൽ നിന്നും പ്രതിമാസം 2 രൂപ വീതം മെമ്പർഷിപ്പ് പിരിച്ചെടുത്ത് പൂർണമായും ഹെഡാഫീസിലേക്കയച്ചുകൊട്ടുക്കുന്ന പ്രവർത്തനം ഇലക്ഷൻ പുന്നർക്കാരൻ സി.കെ.ഗോവിന്ദൻ കുട്ടിയായിരുന്ന നിർവഹിച്ചിരുന്നത്. ഞങ്ങൾ ചുമതലയേറ്റ കമ്മിറ്റിയിൽ ഗോവിന്ദൻകു ട്ടിയെ ഖജാൻജിയാക്കി അടുത്ത സമ്മേളത്തിലേക്ക് 100 മെമ്പർഷിപ്പ് തികക്കണം എന്ന നിശ്ചയത്തോടെയാണ് ഞങ്ങൾ ആരംഭിച്ചിരുന്നത്. അതിനിടെ എച്ച്.ഒ. നിർദേശപ്രകാരമുള്ള പ്രക്ഷോഭപ്രവർത്തനങ്ങളി ലും ഏർപ്പെട്ടുവന്നു. ടിക്കറ്റ് & ക്യാഷ് കൗണ്ടറിൽ നിന്നും ഡ്യൂട്ടി കഴിഞ്ഞി റങ്ങുന്ന ഞാനും ഡബിൾ ഡ്യൂട്ടിയുടെ വിശ്രമത്തില്ലുള്ള അശോകനും ഡ്യൂ ട്ടിയിലല്ലാത്ത ജീവനക്കാരുടെ വീടുകൾ ലക്ഷ്യമാക്കി യാത്ര തിരിക്കും. നിശ്ശബ്ദമായ മെമ്പർഷിപ്പ് ക്യാമ്പയിൻ! ഈ പ്രവർത്തനംകൊണ്ട് അടുത്ത സമ്മേളനത്തിൽ അംഗസംഖ്യ 92 ആയി ഉയർന്നു. പ്രസ്തുത സമ്മേളനവും ഞങ്ങളെത്തന്നെ ഭാരവാഹികളായി തെരഞ്ഞെടുത്തു എന്നു പറയേണ്ടതില്ലല്ലോ. ജില്ലാ-സംസ്ഥാന സമ്മേളനങ്ങൾക്ക ശേഷം ഞങ്ങളിരുവരും പ്രവർത്തനങ്ങളിലേക്കിറങ്ങി. അശോകൻ

പേരുകേട്ട ഡ്രൈവറായിരുന്നു. അദ്ദേഹം കൃഷി വകുപ്പിൽ ക്ലാർക്കായി ജോലി നോക്കിയിരുന്നതിനാൽ സാധാരണ അംഗങ്ങൾക്ക് അപേ ക്ഷകൾ എഴുതാനും മറ്റും യാതൊരു പ്രയാസവും ഉണ്ടായിരുന്നില്ല. യാത്രക്കാർക്ക് അശോകന്റെ പ്രവർത്തനങ്ങൾ വർണ്ണിക്കാൻ നൂറ് നാക്കായിരുന്നു. അശോകന്റെ ചുരൽമലഭാഗത്തേക്കുള്ള അട്ടമല സർവ്വീസിന് ഒരു ചരിത്രം തന്നെയുണ്ടായിരുന്നു. അട്ടമല സർവ്വീസ് ആരംഭിക്കാൻ ആവശ്യപ്പെട്ടത് അസോസിയേഷനായിരുന്നു. അത് അനുവദിക്കപ്പെട്ടപ്പോൾ ഡ്രൈവേഴ്സ് യൂണിയൻ എതിർപ്പ പ്രകടി പ്പിച്ചു. റോഡിൽ വീതി കുറഞ്ഞ ഒരു പാലം ഉണ്ടായിരുന്നു. അതിലൂടെ കെ.എസ്.ആർ.ടി.സി ബസ് കടന്നുപോകില്ലെന്ന് ഇടക്കത്തിൽ വാദി ച്ചവർ മിനി ബസ്സില്ലാതെ സർവ്വീസ് അസാദ്ധ്യമാണെന്നായി. പി.എം അശോകൻ പാലം പരിശോധിച്ചു. സർവ്വീസ് ഉത്ഘാടന ദിവസം അധികാരികളുമായി ആലോചിച്ചു തീരുമാനിച്ചു. ബസ്സ് പോകില്ലെന്ന വാദവും മിനി ബസ്സ് വേണമെന്ന വാദവും തള്ളിക്കളഞ്ഞുകൊണ്ട് ഡിപ്പോയിലെ ഏറ്റവും നീളം കൂടിയ എൻ 724 നമ്പർ ബസ്സ് ഡ്യൂട്ടിക്ക് വേണ്ടി എഴുതി വാങ്ങി. റൂട്ട് കണ്ടിട്ടില്ലാത്ത ഉദ്യോഗസ്ഥർ ഉത്ഘാടന ട്രിപ്പിൽ കയറി. അവർക്ക് പാലം കാണുകയായിരുന്ന ഉദ്ദേശം. നിറഞ്ഞ യാത്രക്കാരുമായി ബസ്സ് അട്ടമല എത്തി. ഗംഭീര സ്വീകരണമായിരുന്ന അട്ടമലക്കാർ നൽകിയത്.ഡ്രൈവർക്കും കണ്ടക്ടർക്കും നോട്ടമാല (പ്രത്തൻ 5 രൂപയുടെ നോട്ടുകൾ കോർത്തുള്ള 250 രൂപ വീതമുള്ള രണ്ട മാലകൾ!! അട്ടമല ബസ്സ് തിരിച്ച നിർത്തിയപ്പോഴാണ് പാലം കടന്ന് ബസ്സ് എത്തിയത് ഉദ്യോഗസ്ഥൻ മനസ്സിലാക്കിയത്. അശോകൻ കോഴിക്കോട്ടേക്ക് സ്ഥലം മാറ്റം കിട്ടി യാത്രക്ക് തയ്യാറെടുത്തപ്പോൾ ഗംഭീരമായ യാത്രയയപ്പ് നൽകാനും അട്ടമലകകാർ മറന്നില്ല. അക്കൊ ല്ലത്തെ ജില്ലാപോലീസ് അധികാരിയുടെ ഏറ്റവും നല്ല ഡ്രൈവർക്ക ള്ള അവാർഡും അശോകനെ തേടിയെത്തിയിരുന്നു.''ഞങ്ങൾക്ക് കെ.എസ്.ആർ.ടി.സി.യിൽ ഒരു ഡ്രൈവർ അശോകനുണ്ട്. അയാളെ മേപ്പാടി മേഖലയിൽ തെരഞ്ഞെടുപ്പിൽ മത്സരിപ്പിച്ചാൽ മറ്റാരും തന്നെ ജയിച്ച കയറുകയില്ല എന്ന് ഉറപ്പാണ്'' സിപിഐ(എം) ജില്ലാ സെക്രട്ടറി സഖാവ് പി.എ.മുഹമ്മദ് പല പൊതുയോഗങ്ങളിലും സംസാ രിച്ചിട്ടുള്ള വാക്കുകളാണിത്. ഇത്തരമൊരാൾ യൂണിയൻ പ്രസിഡന്റായി പ്രവർത്തിച്ചത് ഞങ്ങൾക്ക് ഏറെ മുന്നോട്ട് പോകാൻ ഇടവന്നിട്ടുണ്ട്.

ഇപ്രകാരം സംഘടനാപ്രവർത്തനം മുന്നേറിക്കൊണ്ടിരി ക്കെ ഒരു ദിവസം സഖാവ് പി.എ. മുഹമ്മദ് എന്നെ ജില്ലാ കമ്മിറ്റി

ഓഫീസിലേക്ക് വിളിപ്പിച്ചു.''നിങ്ങൾ ആർ.എസ്.എസ്.ജില്ലാകാര്യവാ ഹക്കുമായി നല്ല ബന്ധമാണോ?'' പി.എ.യുടെ ചോദ്യം

"അതെ" -ഞാൻ

"എന്നാൽ ഒരു അത്യാവശ്യകാര്യം ഉണ്ട്. കെ.എസ്.ആർ.ടി.സിക്ക സമീപമുള്ള അഞ്ചുപത്തേക്കർ ഭൂമി കഷ്ണം മുറിച്ച് വിൽപന നടത്താൻ ള്ള മുക്ത്യാർ അയാളുടെ പേർക്കാണെന്ന കേൾക്കുന്നു. നിങ്ങൾക്ക് വീട് വെക്കാനാണെന്ന പറഞ്ഞ് 5സെന്റ് സ്ഥലം തരപ്പെടുത്തിയാൽ യൂണിയനാപ്പീസിന് ഉപകാരപ്പെടും" -പി.എ.വിശദമായി പറഞ്ഞു.

"ശരി നോക്കാം" എന്ന പറഞ്ഞു ഞാൻ ഇറങ്ങി

അടുത്ത ദിവസം തന്നെ യൂണിയൻ കമ്മിറ്റി യോഗം ചേർന്ന് ആവശ്യ മായ തീരുമാനം കൈക്കൊണ്ടു. ഞാനും കമ്മിറ്റിയുടെ ജോയിന്റ് സെക്രു ട്ടറി കെ.ജി.മുരളീധരനും മുക്ത്യാറെ കണ്ടു. എനിക്ക് വീട് വെക്കാൻ 10 സെന്റ് സ്ഥലം വാങ്ങി. അച്ചാരം കൊടുത്തു. മൂന്ന് മാസത്തിനകം തുക കൊടുത്തു രജിസ്റ്റർ ചെയ്യണം. മുരളിയുടെ ഒരു സുഹൃത്തിനെക്കൊണ്ട് സെന്റിന് 5000 രൂപ വെച്ച് വാങ്ങിയ സ്ഥലം 7500 പ്രകാരം വിൽപന നടത്തി 12500 രൂപ ഉടനെ കയ്യിൽ വന്നു. 12500 രൂപയും രജിസ്ട്രേ ഷനുള്ള ചെലവും ഉണ്ടാക്കണം അതിനായി 10 രൂപയുടെ ടോക്കൺ അടിച്ചു..എൻ.എഫ്.പി.ടി.ഇ.യുടെ പ്രവർത്തകൻ വേലായുധൻ എന്ന ഒരു സുഹൃത്ത് സൗജന്യമായി ഒരു മാജിക്ഷൊ ചെയ്തുതരാമെന്ന സമ്മതിച്ചതോടെ സന്തോഷമായി. കൽപറ്റ ചുങ്കത്തെ ഒരു സിനിമാ തിയേറ്റർ ആഴ്ചയിൽ ഒരു രാത്രി ഷൊ ഇല്ലാതിരുന്ന സ്ഥലം സഖാവ് പി.എ.യുടെ ശിപാർശയിൽ വാടകയേതുമില്ലാതെ അനുവദിച്ച കിട്ടി. സ്ഥലം എസ്.ഐ.ജോസഫ് സാർ (മിന്നൽജോസ്) ഞാനുമായി ഏറെ അടുപ്പമായിരുന്നു. മാജിക് ഷോ വിവരം ഞാൻ അദ്ദേഹത്തെ അറിയി ച്ചപ്പോൾ ഷോ ഞാൻ കണ്ടിട്ടുണ്ടോ എന്ന് അദ്ദേഹം ചോദിച്ചിരുന്നു. ഞാൻ കണ്ടിട്ടില്ല. സൗജന്യമാണ് എന്നും പറഞ്ഞ് പോലീസുകാരെയും എസ്.ഐ.യെയും ഷോ കാണാൻ ക്ഷണിക്കയും സഹായം അഭ്യർത്ഥി ക്കുകയും ചെയ്തു.

ഞാനും അശോകനും ജോയിന്റ് സെക്രട്ടറി പാതിരിക്കാട് രാജൻ, ഖജാൻജി സി.കെ.ഗോവിന്ദൻകുട്ടി എന്നിവരും ഒരാഴ്ച ലീവെടുത്തു ബസ് സ്റ്റാന്റിലും റോഡരികിലും ക്ലപ്പണ വിറ്റു ആവശ്യത്തിന പണമുണ്ടാക്കി. കമ്മിറ്റി മെമ്പർമാരും പ്രധാന പ്രവർത്തകരും ഒന്നും രണ്ടും റസീറ്റ് ബുക്കുകൾ കൊണ്ടുപോയി താമസ സ്ഥലത്ത് സുഹൃത്തു ക്കൽക്ക് വിതരണം ചെയ്തു കാശുണ്ടാക്കി. പരിപാടിയുടെ ദിവസം 6

മണിയോടെ സിനിമാഹാൾ നിറഞ്ഞുകവിഞ്ഞു. എസ്.ഐ.യും കുറേ പോലീസുകാരും സംഘടനാ നേതാക്കളും എത്തിയിരുന്നു. ഷോ ആരംഭിച്ചു. രണ്ടുമൂന്നു പ്രാഥമിക സംഗതികൾ ഗംഭീരകൈയടിയോടെ അരങ്ങേറി. അടുത്ത ഒരിനം ഒരു പെൺകുട്ടിയെ പെട്ടിക്കകത്ത് വിലങ്ങനെ കിടത്തി കഴുത്ത് അറുത്ത് ഒന്നിപ്പിക്കുന്ന രംഗമായിരു ന്നു. സംഭവം നടന്നുകൊണ്ടിരിക്കെ കൃത്യമായി അവതരിപ്പിക്കാൻ കഴിയാതെ മെജീഷ്യൻ കർട്ടൻ താഴ്ത്തി. അദ്ദേഹം സ്റ്റേജിൽ നിന്നും അപ്രത്യക്ഷനായി! ആളുകൾ ആർപ്പും വിളിയുമായി പെട്ടെന്ന് എൻ. ജി.ഒ. യൂണിയൻ ജില്ലാ പ്രസിഡന്റ് സഖാവ് പി.പി.ജി. എന്നു ഞങ്ങൾ വിളിച്ചിരുന്ന പി.പി. ഗോപാലകൃഷ്ണൻ കർട്ടൻ പൊക്കി മൈക്ക് എടു ത്തു''സൈലൻസ്......' എന്ന് ഒറ്റ അലർച്ച. ആകെ ഹാൾ നിശ്ശബ്ദമായി, 'പ്രിയപ്പെട്ടവരെ, നമുക്കേവർക്കും പ്രിയങ്കരരായ പി.എം.അശോകൻ പറക്കോട്ട രാഘവൻ എന്നിവരാണ് നമ്മെ ഇങ്ങോട്ട ക്ഷണിച്ചിട്ടുള്ളത്. 10 രൂപ സംഭാവന നാം എല്ലാവരും കൊടുത്തിട്ടുള്ളത് അവർക്ക് യൂണിയനാപ്പീസിനു സ്ഥലം വാങ്ങാനാണ്. കൂട്ടത്തിൽ സന്തോഷത്തിന് അവർക്ക് വേണ്ടി സൗജന്യമായി ചെയ്തുകൊടുത്ത മാജിക് ഷോയും ഞങ്ങളാരും ഈ ഷോ കണ്ടിട്ടില്ല എന്നും അവർ മിക്കവാറും എല്ലാവ രോടും പറഞ്ഞിട്ടുണ്ടല്ലോ. ഇപ്പോൾ അവതരിപ്പിച്ച കഴുത്തു മുറിക്കൽ പരിപാടി പാളിപ്പോയതോടെ മെജീഷൻ പേടിച്ച പോയി. അയാൾ സ്റ്റേജിന്റെ പിറകിലൂടെ എങ്ങോട്ടെന്നില്ലാതെ പോയി. അതുകൊണ്ട് ഒരു പ്രശ്നവുമുണ്ടാക്കാതെ എല്ലാവരും പിരിഞ്ഞു പോകണമെന്ന് ഞാൻ അപേക്ഷിക്കുന്നു. പി.പി.ജി മൈക്ക് വെച്ചതോടെ ആളുകൾ തികച്ചും നിശബ്ദരായി പുറത്തേക്ക് ഒഴുകി. എല്ലാവരും പോയിക്കഴി യും വരെ എസ്.ഐ.യും പാർട്ടിയും ഹാളിൽ നിന്നു. എസ്.ഐ.എന്റെ ചുമലിൽ തട്ടി ഒന്നു പുഞ്ചിരിച്ചു.ഹസ്തദാനം ചെയ്താണിറങ്ങിയത്. ഫണ്ട് സ്വരൂപിച്ച് അടുത്ത ദിവസം തന്നെ 5 സെന്റ് ഭൂമി ജനറൽ സെക്രട്ടറി സഖാവ് കെ.കെ. ദിവാകരന്റെ പേർക്ക് രജിസ്റ്റർ ചെയ്തു.

****

ഒതയോത്തുംപടി ട്രാൻസ്ഫോർമർ സമരം

63യതോത്തും പടിക്കൽ എന്ന ഭൂപ്രദേശത്തിന്റെ പകുതിയിൽകൂറവ് വീട്ടുകൾ മാത്രം സിപിഐ(എം)അനുഭാവികളുടെതായി ഉണ്ടായിരുന്ന കാലത്താണ് അവിടത്തെ തെരഞ്ഞെടുപ്പസമയത്തുള്ള ഉത്തരവാദിത്തത്തിന എന്നെ പാർടി ഏൽപിച്ചിരുന്നത്. അതുകൊണ്ടു മാത്രം സംഘടന കെട്ടിപ്പടുക്കാനാവില്ലല്ലൊ. ഒഴിവ് കിട്ടുന്ന സമയമെല്ലാം അവിടെ സന്ദർശിച്ച് അവരുമായി രാഷ്ട്രീയ കാര്യങ്ങൾ സംവദിച്ച് പാർടി ഗ്രൂപ്പ് രൂപീകരിച്ചു. ആ ഗ്രൂപ്പിന്റെ നേതൃത്വത്തിൽ വിവിധങ്ങളായ പരിപാടികൾ ആസൂത്രണം ചെയ്തു.

ഈ അവസരത്തിലാണ് അവിടെ കടുത്ത വോൾട്ടേജ് ക്ഷാമം അനുഭവപ്പെട്ടത്. വോൾട്ടേജ് ക്ഷാമം പരിഹരിച്ചു കിട്ടാൻ പുതിയ ട്രാൻസ്ഫോർമർ സംസ്ഥാപിക്കണമെന്ന മനസ്സിലാക്കിയ സഖാക്കൾ അതിനുവേണ്ടി അസിസ്റ്റന്റ് എക്സിക്യൂട്ടീവ് എഞ്ചിനീയറെ സമീപിച്ചു. ട്രാൻസ്ഫോർമർ സ്ഥാപിക്കാൻ 3 ഫേസ് ലൈസൻ വലിക്കണം. അതിനാകട്ടെ വകുപ്പിന്റെ തന്നെ ഉത്തരവ് ഉണ്ടാകണം. പിന്നെ ഡിവിഷണിൽ കമ്പിയുടെ കുറവ് ഏറെയുണ്ട്. അവിടെയുള്ള അന്വേഷണത്തിൽ എനിക്ക് യാതൊരു തൃപ്തിയും വന്നില്ല. നിരാശനായി ഞാൻ അവിടെ നിന്നും ഇറങ്ങി. റോഡിലെക്കെത്തിയപ്പോൾ ഒരാൾ ഓടി വന്ന എന്നെ വിളിച്ചു- "നിങ്ങളെ അസി.എഞ്ചിനീയർ ഹമീദ് ഹാജി സാർ വിളിക്കുന്നു." എന്ന പറഞ്ഞു. ഞാൻ തിരിഞ്ഞു നടന്നു. വന്നയാൾ എന്നെ വിളിപ്പിച്ച ആളിന്റെ മുറിയിലേക്ക് വഴി കാട്ടി. "എന്താ സഖാവെ....." ഹമീദ് ഹാജി നീട്ടി വിളിച്ചു. ഇതാരാ..... എന്നാണിവിടെക്ക വന്നത്..." എന്റെ ചോദ്യം.

രണ്ടു മൂന്നാഴ്ചയായി" - മറുപടി. ഇയ്യാട്ടെ കുറങ്ങോട്ട് ഹമീദ് ഹാജി

വയനാട്ടിൽ ജോലി ചെയ്യുമ്പോൾ തന്നെ എനിക്ക സുപരിചിതനാ യിരുന്നു. ഞങ്ങൾ ഒന്നിച്ച് നാഷ്ണൽ ട്രേഡ് യൂണിയൻ ക്യാംപയിൻ കമ്മിറ്റിയിൽ പ്രവർത്തിച്ചിരുന്നു. പട്ടുപോലെ നന്നനന്നത്ത പ്രകൃതക്കാ രൻ- സാമൂഹ്യ പ്രതിബദ്ധത വേണ്ടുവോളം.

ഞാൻ അദ്ദേഹവുമായി ഒതയോത്തം പടിക്കലെ വോൾട്ടേജ് ക്ഷാമം സംബന്ധിച്ച് വിശദമായി സംസാരിച്ചു. അദ്ദേഹം അതിന്റെ എല്ലാവശങ്ങളും മനസ്സിലാക്കിത്തന്നു. ഒരു ബഹ.ജനസമരം നടത്തി യാലെ ഇക്കാര്യത്തിൽ ബോഡ് ഇളകുകയയുള്ളൂ. അതോടൊപ്പം മന്ത്രിയെ ഒന്നു കാണുകയും ചെയ്യുക. സമരത്തിന മുന്നോടിയായി ഒരു മാസ് പെറ്റീഷൻ സമർപ്പിച്ച് പത്രത്തിൽ വാർത്ത വരുത്തുക. ബാക്കി കാര്യങ്ങൾ നമുക്ക് നോക്കാം.

ഏറെ സന്തോഷവാനായി ഞാൻ തതിരിച്ച പോയി മാസ്പെറ്റീഷൻ എഴുതിതയ്യാറാക്കി ഒപ്പിട്ടുവിക്കാൻ പി.പി. ബാലൻ മാസ്റ്ററെ ഏൽപിച്ചു. രണ്ടു ദിവസം കൊണ്ടു തന്നെ അദ്ദേഹം കുറേ ഒപ്പുകൾ ശേഖരിച്ച് കൂടുതൽ ഒപ്പിട്ടുവിക്കാനായി ബി.ജെ.പി. പ്രവർത്തകൻ ചന്ദ്രശേഖരൻ നായരുടെ കൈവശം കൊടുത്തു എന്നു പറഞ്ഞു. ഇത് കേട്ട് എനിക്ക് ഞെട്ടലുണ്ടായി. ഒപ്പിട്ടുവിച്ചാലും ഇല്ലെങ്കിലും ഇന്നു തന്നെ തിരിച്ച വാങ്ങിത്തരണമെന്നു ഞാൻ നിർദ്ദേശിച്ചു. അദ്ദേഹം അതുപ്രകാരം ആ പെറ്റീഷൻ തിരിച്ച വാങ്ങിത്തന്നു. KSEB ഓഫീസിന മുന്നിലേക്ക് ബഹുജന മാർച്ച് സംഘടിപ്പിക്കാൻ അദ്ദേഹവുമായി കൂടിയാലോചിച്ച് തിയ്യതി നിശ്ചയിച്ചു. ഇക്കാര്യം ചൂണ്ടിക്കാണിച്ച പെറ്റീഷന് പാർടി ലറ്റ രപാഡിൽ കവറിംഗ് ലെറ്റർ എഴുതി ബന്ധപ്പെട്ട ഓഫീസുകളിലേക്ക് രജി:പോസ്റ്റായി അയച്ചു. അടുത്ത ദിവസം മുതൽ പത്ത് പത്ത് വീടുകൾ കേന്ദ്രീകരിച്ച് യോഗങ്ങൾ വിളിച്ച ചേർത്ത് സമരകാര്യം അറിയിച്ചു. തദവസരത്തിൽ പത്രവാർത്തകൾ നല്ല നിലയിൽ വരുത്തുവാൻ സാധിച്ചു.

അടുത്ത ദിവസം തന്നെ പത്രവാർത്ത ശ്രദ്ധയിൽപ്പെട്ട് കെ.എസ്. ഇ..ബി. ഓഫീസേഴ്സ്അസോസിയേഷൻ പ്രവർത്തകരായ ചിലർ എന്റെ വീട് അന്വേഷിച്ച വന്നു. അവർ നേരെ ചെന്നത് മാഹിൻ നെരോത്തിന്റെ വീട്ടിലേക്കാണ്. അദ്ദേഹം അവരോട് ആഗമനോദ്ദേശം ചോദിച്ചറിഞ്ഞു. എൽ.ഡി.എഫ് സർക്കാറിന്റെ കാലത്ത് സിപിഐ (എം) സമരത്തിനിറങ്ങുക എന്നുവെച്ചാൽ അത് ഗൗരവമായിത്തന്നെ കാണണമല്ലൊ. അതുകൊണ്ടാണ് ഞങ്ങൾ വന്നത് എന്നു പറഞ്ഞ അവർക്ക് മാഹിൻ മാസ്റ്റർ ബൾബ് കത്തിച്ചുകാണിച്ചു. കത്തുന്ന

ബൾബ് കാണണമെങ്കിൽ ടോർച്ചടിച്ച നോക്കേണ്ട സ്ഥിതിയാണെന്ന അവർക്ക് മനസ്സിലായി. എല്ലാ സഹായവും വാഗ്ദാനം ചെയ്ത് അവർ സ്ഥലം വിട്ടു.

സമര ദിവസം 9 മണിയോടെ കുടുംബസമേതം കൂട്ടംകൂടി പേരാറ്റംപൊയിലിൽ കേന്ദ്രീകരിച്ചു. ഡിവൈഎഫ്ഐ വില്ലേജ് പ്രസിഡണ്ടായിരുന്ന എന്റെ മകൻ രഘീഷ് പി.ആർ ന്റെ നേതൃത്വത്തിൽ ചെറുപ്പക്കാർ വലിയ 'ച്ചൂട്ട'ുകൾ കത്തിച്ച് ജാഥയുടെ ഇടക്കിടെ പിടിച്ച് നീങ്ങിയത് ജാഥയുടെ പൊലിമ കൂട്ടി. നാന്നൂറിൽ പരം പേർ ആദ്യം KSEB ഡിവിഷണൽ ഓഫീസ്സിനടുത്തെത്തി. സമരം പാർട്ടി ലോക്കൽ കമ്മിറ്റി സെക്രട്ടറി സഖാവ് എ.കെ.ഗോപാലൻ ഉദ്ഘാടനം ചെയ്തു. മാഹിൻ നെരോത്ത്-പറക്കോട്ട രാഘവൻ, പി.പി. ബാലൻ മാസ്റ്റർ എന്നിവർ സംസാരിച്ചു. ഉച്ചയോടെ സമരം അവസാനിപ്പിച്ചു.

കുറച്ച കഴിഞ്ഞപ്പോൾ ബാല്യശ്ശേരി സെക്ഷൻ എഞ്ചിനീയർ സലീം സാർ എന്നെ ഓഫീസിലേക്ക് വിളിപ്പിച്ചു. അടുത്ത ദിവസം വകുപ്പ് മന്ത്രി എസ്. ശർമ കോഴിക്കോട് കെ.എസ്. ഇ.ബി. ഓഫീസ് സന്ദർശിക്കുന്നുണ്ടെന്നും ഒന്ന നേരിൽ കണ്ട് കാര്യങ്ങൾ ബോധിപ്പിക്കുന്നത് നന്നായിരിക്കുമെന്നും അറിയിച്ചു.

അന്നുതന്നെ ഞാൻ സഖാവ് മത്തായി ചാക്കോ-എം.എൽ.എ.യെ കോഴിക്കോട്ടെ വീട്ടിൽ ചെന്ന കണ്ടു. വിവരങ്ങൾ ബോധിപ്പിച്ചു. മന്ത്രി വരുന്ന സമയം അദ്ദേഹം അപ്പോൾ തന്നെ വിളിച്ചന്വേഷിച്ചു. എന്നോട് തത്സമയം കോഴിക്കോട് കെ.എസ്.ഇ.ബി.യിലെത്താനം ആവശ്യപ്പെട്ടു. സഖാവ് ചാക്കോ അവിടെയുണ്ടായിരുന്നു. ഞങ്ങൾ രണ്ടുപേരും ചേർന്ന് മന്ത്രിയെ കണ്ടു. മന്ത്രി ട്രാൻസ്ഫോർമർ അനുവദിക്കാനം എത്രയും വേഗം പ്രശ്നം ഹരിഹരിക്കാനം ഉത്തരവിട്ടു.സലീംസാറിന്റെ നേതൃത്വത്തിൽ 2 ആഴ്ചകൊണ്ട് ട്രാൻസ്ഫോർമർ സ്ഥാപിച്ച മങ്ങിയ വിളക്കുകൾ പ്രകാശിപ്പിച്ചു.

****

അറപ്പീടിക- കരിയാത്തൻകാവ് റോഡ്

പാർട്ടിയുടെ തേനോക്കുഴി ബ്രാഞ്ച് സെക്രട്ടറിയായി പ്രവ ർത്തിക്കാൻ തുടങ്ങിയ കാലം. ഇന്ന് അഞ്ചോ ആറോ ബ്രാഞ്ചുകളായി പ്രവർത്തിച്ചുകൊണ്ടിരിക്കുന്ന അത്രയും ഭൂപ്രദേശം ഒറ്റ ബ്രാഞ്ചിൻ കീഴിലായിരുന്നു. ഒതയോത്തും പടിക്കൽ, മണ്ണാറ്റുകണ്ടി, കപ്പറം, കപ്പറത്ക്കണ്ടി ഇടങ്ങിയ പ്രദേശങ്ങളിലൊന്നും ദൈനംദിന പ്രവർത്തനങ്ങൾക്ക് അവസരം ലഭിച്ചിരുന്നില്ല. വളരെ സങ്കീർണ്ണമായ സാഹചര്യം നിറഞ്ഞ കപ്പറത്താണ് ആദ്യം കൈവെച്ചത്. അവിടെ കുറച്ച് കേഡർമാരെ കണ്ടെത്തി ഒരു ഗ്രൂപ്പ് രൂപീകരിച്ചതോടെ കുടിവെള്ളം, യാത്രാ സൗകര്യം ഇടങ്ങിയ അടിയന്തിര ആവശ്യങ്ങൾ നേടാനുള്ള പ്ര വർത്തനങ്ങളിലൂടെ സ്വതന്ത്രമായി പ്രവർത്തിക്കുന്ന കപ്പറം ബ്രാഞ്ചിന് രൂപം നൽകി. അവിടെ ഏറ്റവും പ്രതികൂലമായ സ്ഥലത്ത് സ്വന്തമായി ഒരു ഓഫീസ് പണിയാനും സാധിച്ചു. അതോടൊപ്പം തന്നെ മണ്ണാറ്റുക ണ്ടി-കപ്പറത്ക്കണ്ടി പ്രദേശങ്ങൾ ചേർത്ത് മണ്ണാറ്റുകണ്ടി പ്രദേശത്തും പാർടി ഗ്രൂപ്പും ഇടർന്ന് സ്വതന്ത്രമായി പ്രവർത്തിക്കാൻ പാർടി ബ്രാഞ്ചും രൂപീകൃതമായി ഒതയോത്തും പടിക്കൽ വളരെ വ്യത്യസ്ഥമായിരുന്നു. അവിടെ ദൈനംദിന പ്രവർത്തനങ്ങൾക്ക് കാഡർമാരുടെ അഭാവം കാരണം ഒട്ടം സൗകര്യം ലഭിച്ചില്ല. തെരഞ്ഞെടുപ്പ് സമയത്ത് എന്റെ സഹോദരൻമാർ താമസിക്കുന്ന വീട് അവിടെയുള്ളതുകൊണ്ട് ഞാൻ അങ്ങോട്ട താമസം മാറ്റം. ഒരു മാസം അവിടെ ആയിരിക്കം. കാഡർമാ രില്ലെങ്കിലും തെരഞ്ഞെടുപ്പ് വന്നാൽ എന്റെ കൂടെ വീട്ടുകയറാനും, മറ്റ സഖാക്കൾ ഉണ്ടാകും. കർഷകതൊഴിലാളി കേഷേമനിധി അംഗങ്ങൾ, വിധവാ-വാർദ്ധക്യകാല-കർഷക തൊഴിലാളി പെൻഷൻ വാങ്ങുന്ന വർ ഇടങ്ങിയ ആളുകൾ എന്റെ കൂടെ ഉണ്ടാകും. കർഷകതൊഴിലാളി

യൂണിയന്റെ താമരശ്ശേരി ഏരിയാ കമ്മിറ്റി മെമ്പറായും ഉണ്ണികുളം പഞ്ചാ
യത്ത് കമ്മിറ്റി സെക്രട്ടറിയായും ഞാൻ പ്രവർത്തിച്ചിരുന്നത്കൊണ്ട്
ഓരോ വീട്ടുകളും സന്ദർശിച്ച് ക്ഷേമനിധിയിൽ ചേർത്തിയും പെൻഷൻ
വിവിധതരം- ലഭ്യമാക്കിയും ഒരു വലിയ ജനസമ്പർക്കം എനിക്കുണ്ടാ
യിരുന്നതിനാൽ തെരഞ്ഞെടുപ്പ് പ്രവർത്തനം ഏറെ പ്രയാസമില്ലാതെ
നിറവേറ്റാനാകുമായിരുന്നു.

ആ പ്രദേശത്തെത്തിയാൽ കല്ലുവെട്ട കുഴിക്കൽ ജോർജേട്ടൻ,
കല്ലുവെട്ടകുഴി നാരായണൻ നായർ, പയ്യടി പൊയിൽ കുഞ്ഞിരാമേട്ടൻ
എന്നിവരും ചെറുപ്പക്കാരായ ഒ.പി.ഗണേശൻ, ഒ.രഘു എന്നിവരുമാണ്
തുടക്കത്തിലേ കൂടെ പ്രവർത്തനത്തിനായി ഉണ്ടായിരുന്നത്. വീട്ടുകളിൽ
കയറിയിറങ്ങുമ്പോൾ   പരാതികൾ ഒട്ടേറെകേൾക്കാനുണ്ടാകും.
ഓരോ പരാതിയും കേട്ടശേഷം പരിഹാരത്തിനായി അപേക്ഷകൾ
തൽസമയം തന്നെ എഴുതികൊടുക്കും.ഇരുന്നു സംസാരിച്ചുതീർക്കേ
ണ്ട കാര്യമാണെങ്കിൽ അതിനു സമയം നിശ്ചയിച്ച് പരിഹരിക്കും.രണ്ട
പ്രധാന കാര്യങ്ങൾ-യാത്രാസൗകര്യവും-കുടിവെള്ള പ്രശ്നവും-മിക്ക
വീട്ടുകാരുടെയും പരാതിയായിരുന്നു. അവയാകട്ടെ വർഷങ്ങളോളം
കേട്ട തഴമ്പിച്ച പരാതികളമായിരുന്നു.

വയനാട്ടിൽ പണിതിരുന്ന വീട് തേനാക്കുഴിയിലെ താമസ
ത്തിന് ഒരു രണ്ടവർഷത്തോളം പിന്നിട്ട ശേഷമായിരുന്നു വിൽപന
നടത്തിയിരുന്നത്.തേനാക്കുഴിയിലെ സഖാക്കൾ വി.കെ.ഭാസ്കരേട്ട
നും,മുച്ചിലോട്ട് കുമാരേട്ടനും വീട് വിറ്റ് കടം വീട്ടിയ ബാക്കി ഇകക്ക് 7
സെന്റ് സ്ഥലം വട്ടോളി ബസാറിന് അടുത്ത് വാങ്ങി തന്നു. അവിടെ
വീടിനായി ഒരു തറയിട്ട് അതിൻമേലെ ഒരു ഷെഡ് പണിത് അവിടെ
താമസമാക്കി.

ഞങ്ങളുടെ മകൾ രോഷ്ണി IInd PDC ക്കും മകൻ രഘീഷ് SSLC
ക്കും പഠിച്ചു കൊണ്ടിരിക്കയായിരുന്നു. തികച്ചും അപ്രതീക്ഷിതമായി
മകൾക്ക് മഞ്ഞപ്പിത്തം ബാധിച്ചു. ആദ്യചികിത്സയിൽ തന്നെ അസുഖം
കുറവുകണ്ടിരുന്നെങ്കിലും പെട്ടെന്ന് രോഗം ഇരട്ടിയായി വർദ്ധിച്ചു.
വൈകുന്നേരം 7 മണിയോടെ അസുഖ വിവരം അറിയാൻ കുറ്റന്നങ്ങൽ
നാസർ (പാർട്ടിയുടെ കപ്പറം ബ്രാഞ്ച് മെമ്പർ) വീട്ടിൽ വന്നു. നാസറിന്റെ
ബൈക്കിൽ കയറി ബാല്യശ്ശേരി മുക്കിലെ ഡോ. പ്രഭാകരന്റെ വീട്ടിൽ
ചെന്നു. അദ്ദേഹവും ഞാനും കോഴിക്കോട് (ചാലപ്പുറം) ഗവ: ഗണപത്
ഹൈസ്ക്കൂളിൽ ഒന്നിച്ചു പഠിച്ചവരും സൗഹൃദം വെച്ച പുലർത്തുന്ന
വരും ആയിരുന്നു. ഞാൻ 10-Cയിലും അദ്ദേഹം E യിലുമായിരുന്നു.

       സഹനം സമരം ജീവിതം

അദ്ദേഹത്തിന്റെ ക്ലാസ്സ്മേറ്റ് എ.പി. ഗോപാലൻ കുട്ടിയും ഞാനും ഫ്രാൻസിസ് റോഡിനടുത്ത് തോട്ടോളിപാടം പറമ്പിൽ താമസമായിരു ന്നു. ഡോക്ടറാകട്ടെ വട്ടാംപൊയിൽ ഭാഗത്തു നിന്നും ഞങ്ങളുടെ വീടിനടു ത്തുകൂടി നടന്നു വരികയായിരുന്ന പതിവ്. അവിടെ ഞങ്ങൾ പ്രഭാക രനെ കാത്തു നിൽക്കും. അദ്ദേഹം വന്നെത്തിയാൽ 3 പേരും സ്കൂളി ലേക്ക നടക്കും. പത്താംക്ലാസ്സ കഴിഞ്ഞ ഞാൻ പട്ടാളത്തിൽ ചേർന്ന. 7 കൊല്ലം കഴിഞ്ഞ ജോലി നഷ്ടപ്പെട്ട് നാട്ടിലെത്തി പോലീസിലെ ചില്ലറ മാസങ്ങളിലെ സേവനവും ഉപേക്ഷിച്ച് എക്സ്-സർവ്വീസ്മെൻ ട്രാൻസ്പോർട്ടിൽ കണ്ടക്ടറായി ജോലി ചെയ്യ വരവെ വിവാഹിത നായി. രണ്ട കുഞ്ഞുങ്ങൾ ജനിച്ച് മകൾക്ക് 5 ഉം മകന് 3 ഉം വയസ്സുള്ള പ്പോൾ നടുവണ്ണൂരിനടുത്ത് ഒരു ഡോക്ടറാണ് പ്രഭാകരൻ. മിടുക്കനാണ് എന്ന് അമ്മായി അച്ചൻ പറഞ്ഞതനുസരിച്ച് തൂക്കുറ്റിശ്ശേരിയിൽ നിന്നും കുട്ടികളെയും എടുത്ത് മണിക്കൂറുകളോളം നടന്നാണ് ഡോക്ടറുടെ അടു ത്തെത്തിയത്. നൂറ് കണക്കിന് രോഗികളായിരുന്ന അവിടെ ഡോക്ടറെ കാണാൻ എത്തിയിരുന്നത്. ഏതാണ്ട് ഒന്നരണിയോടെയാണ് ഞങ്ങ ൾക്ക് ഡോക്ടറെ കാണാനായത്. അപ്പോഴാണ് ഡോക്ടർ പ്രഭാകരൻ എന്റെയും ഗോപാലൻകുട്ടിയുടെയും സഹപാഠിയായിരുന്ന പ്രഭാകരൻ ഡോക്ടറായി വന്നതാണെന്ന് തിരിച്ചറിയുന്നത്. പരിശോധനാഫീസൊ ന്നും ഡോക്ടർ അന്നു വാങ്ങിയില്ല. പിന്നീടൊരിക്കലും വാങ്ങിയിട്ടില്ല.!

ഡോക്ടറുടെ വീട്ടിൽ എത്തി അദ്ദേഹവുമായി മകളുടെ രോഗാവസ്ഥ സവിസ്തരം ചർച്ച ചെയ്യ. പെട്ടെന്ന് ചികിത്സ കൊടുക്കാൻ ബേബി മെമ്മോറിയൽ ആശുപത്രിയിൽ എത്തിക്കാനായിരുന്ന അദ്ദേ ഹത്തിന്റെ ഉപദേശം. ഞങ്ങൾ അവിടെ നിന്നും ഇറങ്ങി നാസർ വണ്ടി നേരെ കപ്പറത്തേക്ക വിട്ടു. സമയം ഏതാണ്ട് രാത്രി 11 മണി കഴിഞ്ഞു കാണും. വണ്ടി നേരേ ടി.കെ. മൗലവി എന്ന അറിയപ്പെട്ടിരുന്ന ടി.കെ. കുഞ്ഞഹമ്മദ് മൗലവിയുടെ വീട്ടിലേക്ക് വിട്ടു. എല്ലാവരും ഉറങ്ങിയിരു ന്നിരിക്കാം. എന്നാലും നാസർ കോളിംങ്ബെൽ അമർത്തി. ഉടനെ പുറത്ത് വെളിച്ചം പരന്ന. വാതിൽ തുറന്ന അദ്ദേഹം പുറത്തു വന്ന. "പറക്കോട്...... എന്താ ഈ സമയത്ത്? മോൾക്കെങ്ങനെയുണ്ട്?

"മോൾക്ക് കുറച്ചധികമാണ്. നാളെ കാലത്ത് ബേബി മെമ്മോറിയൽ ആശുപത്രിയിൽ കൊണ്ടുപോകണം...."

ഓ..... പൈസ കുറവുണ്ടാകും എന്നു പറഞ്ഞുകൊണ്ടദ്ദേഹം അകത്തേ ക്ക് പോയി. പെട്ടെന്ന തന്നെ പുറത്തേവന്ന.

"ഇതാ... 1000 ക യുണ്ട്. നാളെ പത്തുമണി ആയാൽ ബാങ്കിൽ നിന്ന്

എത്ര ലക്ഷം വേണമെങ്കിലും നമുക്ക് എടുക്കാം. പറക്കോട് വരണമെ ന്നില്ല. നാസറിനെ പറഞ്ഞയച്ചാൽ മതി''.

"ശരി''

ഞങ്ങൾ മെയിൻ റോഡിലേക്ക് പ്രവേശിച്ചതും ഒരു ജീപ്പ് അവിടെ നിർത്തി. ഒരാൾ അവിടെ ഇറങ്ങി. കുറുന്നങ്ങൽ കുഞ്ഞാലിക്കാ.... നാസറിന്റെ ബാപ്പയുടെ മൂത്ത സഹോദരൻ.

"ഈ പാതിരാക്ക് എവിട്ടുന്നാ ങ്ങള് രണ്ടാളും കൂടി.....? മോൾക്ക് അസുഖം എങ്ങിനെയുണ്ട്...?

കുഞ്ഞാലിക്കായുടെ സ്നേഹ വായ്പോടെയുള്ള ചോദ്യം.

"മോൾക്ക് കുറച്ച് കൂടുതലാണ്. നാളെ കാലത്ത് ബേബി മെമ്മോറി യൽ ആശുപത്രിയിൽ കൊണ്ടുപോണം. ഞങ്ങൾ മൗലവിയെ കാണാൻ പോയതായിരുന്നു.''

എന്റെ മറുപടി കേട്ടപാടെ അദ്ദേഹം കീശയിൽ നിന്നും ഉള്ള പൈസ ആകെ പുറത്തെടുത്ത് എന്റെ നേരെ നീട്ടി. "ഇത് 350 രൂപയുണ്ട്,നാളെ ബേങ്ക് തുറന്നാൽ ലക്ഷം വേണമെങ്കിൽ എടുക്കാനുണ്ട്.ആശുപത്രിയിൽ പണമില്ലാതെ പ്രയാസപ്പെടേണ്ട. നാസറിനെ പറഞ്ഞയച്ചാൽ മതി. കൊടുത്തയക്കാം'' ഞാൻ ആ പണം കൂടി വാങ്ങി പോക്കറ്റിലിട്ട് യാത്രയായി.

മകൾ ചികിത്സയുമായി 6 ദിവസം ആശുപത്രിയിൽ കിടന്നു. 6-ാം ദിവസം മെഡിക്കൽ കോളേജിലേക്ക് മാറ്റി. 2 ദിവസം മാത്രമെ അവിടെ ചികിത്സിച്ചുള്ളൂ. 3-ാം ദിവസം എന്നെന്നേക്കുമായി അവൾ യാത്രയായി.

അറപ്പീടികയിലെ ഒതയോത്തും പടിക്കൽ അനിയൻമാർ താമസിച്ചിരുന്ന വീട്ടിലേക്കാണ് മകളുടെ മൃതശരീരം കൊണ്ടുപോയി രുന്നത്. കാഞ്ഞിരക്കണ്ടി-ഇളയസഹോദരന്റെ താമസസ്ഥലം-പറമ്പി ലായിരുന്ന സംസ്കരിച്ചിരുന്നത്. 14-ാം ദിവസം ഞാൻ കൽപറ്റയിൽ ജോലിയിൽ തിരിച്ചെത്തി. 12 മണിയോടെ എന്റെ അമ്മ മരണപ്പെട്ട വിവരം വന്നു. വീണ്ടും അവധി ഒരാഴ്ച കൂടി തുടർന്ന് അനിയന്റെ വീട്ടിൽ നിന്നും നേരെ വട്ടോളി ബസാറിലെ ഷെഡ്ഡിലേക്കപോകാൻ മനസ്സ വന്നില്ല. സഖാക്കളുടെ അഭിപ്രായം മാനിച്ച് കപ്പറത്തെ കുർമ്മൻചാലിൽ വെറുതെ കിടന്നിരുന്ന ആർ.ശിവദാസന്റെയും, ആർ.ബാലകൃഷ്ണന്റെയും കൈവശമുണ്ടായിരുന്ന ഒരു പഴയ വീട്ടിലേക്ക് ഞങ്ങൾ താമസം മാറ്റി.

ഇതിനിടെ അനിയൻ താമസിച്ചിരുന്ന കാഞ്ഞിരക്കണ്ടി

പറമ്പ് അവന് വിൽക്കണമെന്ന് ആവശ്യപ്പെട്ടു. മകളുടെ മൃതദേഹം സംസ്കരിച്ച സ്ഥലം വിൽക്കാൻ പോകുന്ന വിവരം അറിഞ്ഞു ഭാര്യ ഏറെ സങ്കടപ്പെട്ടു. എന്ന് മാത്രമല്ല. അങ്ങനെ സംഭവിക്കുന്ന പക്ഷം അവൾ കുറച്ച് മണ്ണെണ്ണ ചെലവാക്കി ആത്മഹത്യ ചെയ്യുമെന്നും അവളുടെ ശവസംസ്കാരം കൂടി അതേ സ്ഥലത്ത് നടത്തിയശേഷം വിൽക്കാൻ അനുവദിക്കണമെന്നും അവൾ ആവശ്യപ്പെട്ടു. എന്തു ചെയ്യണമെന്നറിയാത്ത നിലയിലായ ഞാൻ നാനാപ്രകാരത്തിലുള്ള ചിന്തയിൽ മുഴുകി. ആ പ്രദേശത്ത് തൽസമയം സെന്റ് ഭൂമിക്ക് 6000 രൂപ വിലയുണ്ടായിരുന്നു. 14 സെന്റ് സ്ഥലം രജിസ്ട്രേഷൻ ഉൾപ്പെടെ ഒരു ലക്ഷത്തിനടുത്ത് പണം ആവശ്യമുണ്ട്. അറ്റകൈ പ്രയോഗം എന്ന നിലയിൽ ഞാൻ എന്റെ മൂത്തസഹോദരി കാരശ്ശേരിൽ താമസിക്കുന്ന ശ്രീദേവി ഏച്ചിയോടും ഭർത്താവ് ബാലേട്ടനോടും സങ്കടത്തോടെ ഈ കാര്യം അറിയിച്ചു. അവരുടെ മകൻ എൽ.ഐ.സി.യിൽ തമിഴ്നാ ട്ടിലെ ഒരു ബ്രാഞ്ച് മാനേരായിരുന്നു. ഞങ്ങൾക്ക് ഏറ്റവും പ്രിയപ്പെട്ട മോഹൻദാസ്!

വിവരങ്ങൾ കേട്ടശേഷം അളിയൻ ബാലേട്ടൻ മോഹനനെ വിളിച്ച വീട്ടിൽ വരാൻ പറഞ്ഞു. അവൻ വന്ന ശേഷം മാതാപിതാക്ക ളുടെ നിർദ്ദേശമനുസരിച്ച് എന്റെ അനിയന്റെ സ്ഥലം ഞാൻ സൂചിപ്പിച്ച വിലക്ക് തന്നെ അവൻ വാങ്ങി. എന്റെ പേരിൽ രജിസ്റ്റർ ചെയ്താൽ മതിയെന്നു മോഹനൻ പറഞ്ഞെങ്കിലും ഞാൻ അനുവദിച്ചില്ല. ഒരു വർഷത്തോളം സ്ഥലം ഞാൻ തന്നെ പരിപാലിച്ച വന്നു. നാളികേരവും മറ്റും വിറ്റ കിട്ടുന്ന തുക ചെറുതെങ്കിലും അവനെ ഏൽപിക്കുമ്പോൾ അവൻ അതു വാങ്ങി അതേ പടി എന്റെ പോക്കറ്റിൽ ഇട്ട തരും. ഒന്നാ ന്നര വർഷം കഴിഞ്ഞപ്പോൾ പ്രോവിഡണ്ട് ഫണ്ട് ലോൺ സഹകരണ ബാങ്ക് ലോണും മറ്റുമായി ഒരു ലക്ഷം രൂപ സമാഹരിച്ച മോഹനനെ ഏൽപിച്ച. അവൻ സ്ഥലം എന്റെ പേർക്ക് രജിസ്റ്റർ ചെയ്ത് ഏൽപിച്ച എന്നത് മാത്രമല്ല പത്തായിരം രൂപ KSFE യിൽ ഭാര്യയുടെ പേർക്ക് നിക്ഷേപിച്ചതിന്റെ പാസ് ബുക്ക് അവൾക്ക് കൈമാറി.

അടുത്ത തന്നെ ഞാൻ വട്ടോളി ബസാറിലെ സ്ഥലം വിറ്റ് പകരം കപ്പറത്ത് വാങ്ങിയിരുന്ന സ്ഥലവും ഒറ്റ മുറി വീടും വിൽപന നടത്തി കാഞ്ഞിക്കണ്ടിയിലെ ഷെഡ്ഡിൽ താമസമാക്കി.

അറപീടിക-കരിയാത്തൻകാവ്‌റോഡിന്റെ വീതി കൂട്ടി ബ്ലോക്ക് പഞ്ചായത്തിൽ നിന്നും ഫണ്ട വയ്ച്ച ഗതാഗതയോഗ്യമാക്കണമെ നായിരുന്ന പ്രഥമ പരിഗണനാവിഷയം. റോഡ് അറപ്പീടികയിൽ

ആരംഭിച്ചാൽ 400 മീറ്ററോളം പനങ്ങാട് പഞ്ചായത്തിലും തുടർന്ന് 100 മീറ്ററോളം നന്മണ്ട പഞ്ചായത്തിനും ഉണ്ണികുളം പഞ്ചായത്തിനും തുടർന്നുള്ള   2.കി.മീറ്ററോളം ഉണ്ണികുളം പഞ്ചായത്തിനും അവകാശ പ്പെട്ടതായിരുന്നു.

പനങ്ങാട് പഞ്ചായത്ത് മെമ്പർ അരവിന്ദൻ മാസ്റ്റർ (നെടിയനാട് അരവിന്ദൻ) ഉണ്ണികുളം പഞ്ചായത്ത് മെമ്പർ സുഭദ്ര എന്നിവരടക്കം പ്രദേശവാസികളെയൊക്കെ വിളിച്ചു ചേർത്തി ഒരു സംഘാടക സമിതി രൂപീകരിച്ചു. ബി.ജെ.പി. യുടെ പ്രവർത്തനക നായ ബാലസോമൻ ചെയർമാനും പറക്കോട്ട രാഘവനായ ഞാൻ കൺവീനറും മാഹിൻ നെരോത്ത് ഖജാൻജിയുമായുള്ള രോഡ് വികസന സമിതിയാണ് പ്രവൃത്തിക്ക് നേതൃത്വം നൽകിയത്-ബി.ജെ.പി. പ്രവർത്തകനായ ചന്ദ്രശേഖരൻ നായർ സ്ഥലം വിട്ടു കൊടുക്കില്ലെന്ന കിംവദന്തികൾ ഉണ്ടായിരുന്നതിനാൽ അദ്ദേഹത്തിന്റെ എതിർപ്പി ഒഴിവാക്കാനായാണ് ബാലസോമനെ ചെയർമാനാക്കുന്നതിലൂടെ ഞങ്ങളെടുത്ത സൂത്രപ്പണി. അത് വിജയം വരിക്കുകയും ചെയ്തു. ജെ.സി. ബി ഉപയോഗിച്ച് രോഡ് വീതി കൂട്ടിയതിനാൽ 6 മീറ്റർ വീതിക്ക പകരം 6 3/4 മീറ്റർ വീതിയുള്ള റോഡായി പിന്നീട് ആർക്കും പരാതിയും ഉണ്ടാ യിരുന്നില്ല. റോഡ് വീതി കൂട്ടി ഫോർമേഷൻ പൂർത്തിയാക്കിയതോടെ 6000 രൂപ മാഹിൽ മാസ്റ്ററുടെ കൈയിൽ നിന്നും അധികച്ചെലവു വന്നു. എന്റെ കൈയ്യിൽ നിന്നും 15000 ത്തിൽ ചില്ലാനം രൂപയും അധികച്ചിലവു വന്നു. മാസ്റ്ററുടെ 6000 രൂപ പാലയുള്ള കണ്ടി രാജൻ ഗൾഫിലെ സുഹൃത്തുക്കളിൽ നിന്നും   പിരിച്ച നൽകി എനിക്കാകട്ടെ 15000 ൽ അധികം രൂപ രസീപ്റ്റ് എഴുതിയത് കിട്ടാനുള്ളതായ ലിസ്റ്റ് ഏൽപിച്ചതല്ലാതെ ഒരാൾ പോലും ഒരു പൈസയും പിന്നീട് തന്നില്ല. മൊത്തത്തിൽ 23 ദിവസത്തെ ശമ്പളമില്ലാത്ത ലീവും 15000 രൂപയും എനിക്ക് നഷ്ടം. ഒരു കാറും 2 ബൈക്കുകളും കൈവശമുള്ള മാസ്റ്റർക്കും ചെയർമാനും മറ്റും 1/4 കാശ് കൈയ്യിൽ നിന്നും പറ്റില്ല. ഒന്നുമില്ലാത്ത എന്റെ കാര്യം...! പനങ്ങാട്-ഉണ്ണികുളം പഞ്ചായത്തുകൾ ഫണ്ടുവെച്ച് രോഡ് ടാറിങ് ഉൾപ്പെടെ പൂർത്തിയാക്കി.

****

അടുത്തൂൺപറ്റലും യാത്രയയപ്പും

2002 ജൂൺ 30 നായിരുന്നു സർവ്വീസ് അവസാനിക്കുന്നത്. അന്ന് അസോസിയേഷന്റെ താമരശ്ശേരി യൂണിറ്റ് വൈസ് പ്രസിഡണ്ടായിരുന്നു. പിള്ളാലത്ത് സീനിയർ മാനേജറായി- നല്ല ഓഫീസറായി -പെൻഷൻ പറ്റിയ പി.ശശിധരനായിരുന്ന സെക്രട്ടറി. അസോസിയേഷന്റെ ഒരു എളിയ പ്രവർത്തകൻ എന്ന നിലക്ക് ഒരു വിടവാങ്ങൽ കുറിപ്പ് പ്രസിദ്ധീകരിച്ച് എല്ലാ യൂണിറ്റകളിലേക്കും 10 ദിവസം മുമ്പ് തന്നെ ഞാൻ അയച്ചുകൊടുത്തിരുന്നു. ജൂൺ 20 ന് സെക്രു ട്ടറി തിരുവനന്തപുരത്ത് പോയി തിരിച്ച വന്നു. അദ്ദേഹം എന്നോട് പറഞ്ഞു: "കീഴ്‌വഴക്കങ്ങൾ മറി കടന്നിരിക്കുന്നു. രാഘവേട്ടന്റെ യാത്ര യയപ്പ് ജൂലൈ 2 ന് പകൽ 10 മണിക്കാണ്.ജനറൽ സെക്രട്ടറി പങ്കെ ടുക്കുന്നുണ്ട്". 10മണിക്ക് എന്ന പറഞ്ഞാൽ ആരെങ്കിലും ഉണ്ടാകുമോ എന്ന സംശയവും അദ്ദേഹം പ്രകടിപ്പിച്ചു.

ആളുണ്ടോ ഇല്ലയോ എന്ന് നാം പരിഗണിക്കേണ്ടതില്ല. ജനറൽ സെക്രട്ടറിയും ഞാനും ഉണ്ടാകും. ജനറൽ സെക്രട്ടറി പങ്കെടുക്കുന്നതി നാൽ ഒരു മൈക്ക് സെറ്റും, കുറച്ച കസേരയും ഏൽപിക്കുക. സാധാരണ പോലെ സഹോദരസംഘടനകളെയും പാർട്ടി ഏരിയാ സെക്രട്ടറിയെ യും ക്ഷണിക്കുക. ഇത്രയും ചെയ്താൽ സംഗതി കുശാലാകും എന്നായി രുന്ന എന്റെ മറുപടി. അതു ശരിവെച്ച് സെക്രട്ടറി ആ ദൗത്യം പൂർത്തി യാക്കി. കെ.എസ്.കെ.ടി.യു ഏരിയാ കമ്മിറ്റി മെമ്പർ എന്ന നിലക്ക കൂടി സജീവമായി പ്രവർത്തിക്കുന്ന എന്റെ യാത്രയയപ്പിന് കെ.എസ്. കെ.യു.ടി ഏരിയാ കമ്മിറ്റി മെമ്പർമാർ-പഞ്ചായത്ത് കമ്മിറ്റി മെമ്പർമാർ എന്നിവർ ധാരാളമായി പങ്കെടുക്കും എന്ന് എനിക്ക് ഉറപ്പുണ്ടായിരുന്നു. കൂടാതെ കൽപ്പറ്റ ബത്തേരി-കണ്ണൂർ എന്നിവിടങ്ങളിൽ നിന്നായി പത്തി രുപത് പേരുണ്ടാകുമെന്നും ഉറപ്പുണ്ടായിരുന്നു.

ജൂലൈ 2 ന് കാലത്ത് 9 മണിക്ക് ഞാൻ താമരശ്ശേരി ഗ്യാര്യേജിന മുന്നിൽ ഇറങ്ങി. കോഴിക്കോട്ടെ നിന്നും വന്ന നിന്ന ഒരു സൂപ്പർ ഫാസ്റ്റ് ബസ്സിൽ നിന്നും ജനറൽ സെക്രട്ടറി സഖാവ് കെ.കെ. ദിവാകരനും ഇറങ്ങിയതു കണ്ടു. ഞങ്ങൾ രണ്ടുപേരും ഒരുമിച്ചാണ് ഗ്യാ രേജിലേക്ക കയറിയത്.പരിപാടി ആരംഭിച്ചപ്പോൾ ആദ്യം നിരത്തിയ 100 കസേരകളും നിറഞ്ഞിരുന്നു. പിന്നീട് 200 ഓളം കസേരകൾ കൂടി നിരത്തുകയും ചാറ്റൽ മഴ തട്ടക്കാൻ വീണ്ടും വീണ്ടും പായകൾ വലിച്ച കെട്ടുകയുമുണ്ടായി.

ജനറൽ സെക്രട്ടറിയുടെ ഉത്ഘാടനപ്രസംഗത്തിന് ശേഷം എനിക്ക മുമ്പെ പെൻഷൻ പറ്റിപോയ സൂപ്രണ്ട് കെ.കെ.നമ്പീശനായി രുന്നു സംസാരിച്ചത്. അദ്ദേഹത്തിന്റെ വാക്കുകളിൽ ചിലത് പകർത്തു ന്നത് നന്നായിരിക്കും.

''ഞാൻ മകളുടെ കൂടെ ദൽഹിയിലായിരുന്നുവല്ലോ. പറക്കോട്ട രാഘവന്റെ യാത്രയയപ്പിൽ പങ്കെടുക്കുന്നതിനായി മാത്രം കഴിഞ്ഞാഴ്ച നാട്ടിലെത്തിയതാണ്. ഞാൻ താമരശ്ശേരി സൂപ്രണ്ടായിരിക്കെയാണ് ഇദ്ദേഹം കൽപ്പറ്റയിൽ നിന്നും താമരശ്ശേരിക്ക വന്നത്. പോസ്റ്റിംങ്ങ് ഓർഡർ വന്നതറിഞ്ഞു കുറച്ച് ജീവനക്കാർ എന്നെ സമീപിച്ചു. "സാറെ പറക്കോട്ട രാഘവൻ വരുന്നുണ്ട്. ക്യാഷ്കൗണ്ടറിൽ ജോലിക്ക് വേറെ ആളെ വേണ്ടിവരും. അദ്ദേഹത്തിന് സദാസമയം പാർടി-സമരം എന്നിവ മാത്രമാണ്.''

''അത് ഞാൻ ശ്രദ്ധിച്ചുകൊള്ളാം. അദ്ദേഹം ജോയിന്റ് ചെയ്തിട്ടില്ല ല്ലോ. ചെയ്യട്ടെ'' എന്ന് ഞാൻ അവരോടു മറുപടി പറഞ്ഞു.

അങ്ങിനെ അടുത്ത ദിവസം തന്നെ പറക്കോട്ട രാഘവൻ ജോയിൻ ചെയ്തു. എന്നെ കാണാൻ വന്ന രാഘവനോട് "ലീവിന്റെ കാര്യമൊക്കെ എങ്ങിനെയാ? "ഞാൻ വളരെ അധികം ലീവെടുക്കുന്ന ആളാണ്. പക്ഷെ എന്റെ ലീവ് കൊണ്ട് ടിക്കറ്റ് & ക്യാഷ് കൗണ്ടറിന്റെ പ്രവർത്തനം ഒരു നിമിഷം പോലും താളം തെറ്റുകയില്ല.... അത് സാറിനുറപ്പിക്കാം" ഇതാ യിരുന്നു രാഘവന്റെ മറുപടി.

അടുത്ത മാസത്തിൽ ഒരു ദിവസം 11 മണിക്ക് ഞാൻ പതിവുപോലെ ടിക്കറ്റ് & ക്യാഷ് കൗണ്ടറിൽ ചെന്നു. രാഘവൻ ഏറെ വിഷമത്തോടെ ചിന്തയിലാണ്ടിരിക്കയായിരുന്നു.

''എന്തുപറ്റി? ഒച്ചയൊന്നും പതിവുപോലെ കേൾക്കുന്നില്ലല്ലോ.

''ഓ ഒന്നും പറയേണ്ട സാർ, ഇന്ന് കാലത്ത് തന്നെ ഒരു യോഗമു ണ്ടായിരുന്നു.സഖാവ് കേളുഏട്ടൻ പങ്കെടുക്കുന്നതായിരുന്നു. കാലത്ത്

9മണിക്ക തന്നെ കേളുഏട്ടൻ ഏരിയാ കമ്മിറ്റി ഓഫീസിൽ എത്തിയി രുന്നു.

ഇന്ന് അവധി കിട്ടിയിട്ടില്ല എന്നു ഞാൻ പറഞ്ഞു. ശരി വേഗം ഓഫീസിൽ പോകണം. മിനുട്സ് ഒ.കെ ഭാസ്കരനെ ഏൽപിച്ചോളൂ...... ബാക്കി ഞാൻ നോക്കിക്കോളാം എന്നു പറഞ്ഞു അദ്ദേഹം എന്നെ ഡ്യൂട്ടിക്കയച്ചു. ഇ.കെ.സോമനും രാമനുണ്ണിനായർക്കും അസുഖമാണ്. ബാലകൃഷ്ണൻ സ്ഥലത്തില്ല.

“എന്നോട് പറയാമായിരുന്നില്ലെ? എന്ന എന്റെ ചോദ്യത്തിന് രാഘവന്റെ മറുപടി രസകരമായിരുന്നു.

“സൂപ്രണ്ടിനെ ടിക്കറ്റ് കൗണ്ടറിലിരുത്തി നേതാവ് സ്ഥലം വിട്ട ചരിത്രം വിശദീകരിക്കാൻ ആരെയും ഞാൻ അനുവദിക്കില്ല എന്നായി രുന്നു പ്രതികരണം.

അദ്ദേഹത്തിന്റെ പ്രസംഗത്തിനുശേഷം എന്നെ പാർടി പ്രവർത്തന ത്തിലേക്ക് പൂർണമായി സ്വാഗതം ചെയ്യുകൊണ്ട് എ.രാഘവൻ മാസ്റ്റർ ആർ.പി. ഭാസ്കരൻ എന്നിവർ സംസാരിച്ചു.

തുടർന്ന് മറ്റ ചടങ്ങുകൾക്ക് ശേഷം എന്നെ യാത്രയാക്കി.

****

സുബേദാർ മേജർ കെ.പി.മാധവ മേനോൻ

ട്രെയിനിങ് കഴിഞ്ഞ് 4th എഞ്ചിനീയറിംങ് റജിമെന്റ് C/O 99 APO എന്നിടത്തേക്ക് ഞാൻ പോസ്റ്റ് ചെയ്യപ്പെട്ടു. ആസാമിലെ രങ്കിയ്യ എന്ന സ്ഥലത്തായിരുന്ന റജിമെന്റ്.

റജിമെന്റ് സുബേദാർ മേജർ കെ.പി. മാധവ മേനോൻ സ്വാതന്ത്ര്യസമരസേനാനിയും മാതൃഭൂമി മുഖ്യപത്രാധിപത്രമായിരുന്ന കെ.പി. കേശവമേനോന്റെ മാതൃസഹോദരിയുടെ മകനായിരുന്നെന്ന് കേട്ടിട്ടുണ്ടായിരുന്നു. റജിമെന്റിലെ മൊത്തം ഭരണം ഉയർന്ന ഓഫീ സർമാർ ഏറെയുണ്ടെങ്കിലും സുബേദാർ മേജറിലായിരുന്ന അധിഷ്ടി തമായിരുന്നത്. ഞങ്ങളുടെ എസ്.എം.(സുബേദാർമേജർ) നല്ല പേരും പ്രശസ്തിയുമുള്ള SM ആയിരുന്നു. അന്യായമായ കാര്യങ്ങൾ സ്വയം പ്രവർത്തിക്കുകയോ അപ്രകാരം ചെയ്യുന്നവരെ പിന്തുണക്കുകയോ ചെയ്യുമായിരുന്നില്ല. വ്യക്തി ജീവിതമാകട്ടെ യോഗീസമാനമായിരുന്ന. മത്സ്യമാംസാദികൾ, മദ്യം, എന്നിവയൊന്നും അദ്ദേഹം ശീലമാക്കിയി രുന്നില്ല. വ്യക്തി ജീവിതം ഭക്തി മാർഗ്ഗമായിരുന്ന അദ്ദേഹത്തിന്റെത്.

എനിക്ക് ചണ്ഡീഗഢ് സിറ്റിയിലെ പ്രിൻസ് കോളേജിൽ മെഡിക്കലേഷന് രാത്രി ക്ലാസ്സിൽ ചേർന്ന പഠിക്കാൻ അനുവാദം ലഭി ച്ചിരുന്ന അവസരത്തിൽ 4 മണി വരെ മാത്രമെ ഡ്യൂട്ടിയുണ്ടായിരുന്നുള്ളൂ. 4 മണിക്ക് എവിടെയായിരുന്നാലും കൈ പൊക്കിയാൽ കമാന്റർമാർ എന്നെ പറഞ്ഞുവിട്ടും. ഉടനെ കുളി കഴിഞ്ഞ് 8 കിലോമീറ്റർ സൈക്കിൾ ഓട്ടംചണ്ഡിമന്ദിർ മുതൽ ചണ്ഡീഗഢ് 18/C സെക്ടർ വരെ!

ഒരു ദിവസം എസ്.എം.മേനോൻ സർ എന്നെ ഓഫീസിലേക്ക്

വിളിപ്പിച്ചു."രാഘവന് ഇപ്പോൾ 4 മണി വരെയല്ലെ ഡ്യൂട്ടി? "അതെ സാബ്".

"നാളെ മുതൽ ഉച്ചഭക്ഷണം കഴിച്ചാൽ ഡ്യൂട്ടി ഉണ്ടായിരിക്കയില്ല. 4 മണി മുതൽ 6 മണിവരെ ചണ്ഡീഗഢ് 17/A സെക്ടറിലെ എന്റെ ഫ്ളാറ്റിൽ ചെന്ന് കുട്ടികൾക്ക് കുറച്ച് മലയാളവും കണക്കമൊക്കെ പറഞ്ഞുകൊടുക്കണം. 3 മുതൽ 7-ാം തരം വരെ പഠിക്കുന്നവരാണ് 6 മണി കഴിഞ്ഞാൽ രാഘവന് ക്ലാസ്സിൽ പോകാം. അവിടെ അടുത്തത നെയല്ലെ?

"ശരി സാബ്..... അങ്ങനെ ചെയ്യാം"

ഒരു വർഷത്തോളം ഞാൻ മക്കൾക്ക് ട്യൂഷനെടുത്തു-രാമചന്ദ്രൻ, വിശ്വനാഥൻ, രുഗ്മിണി, മാലിനി, സരസ്വതി എന്നിവർക്ക്. മേനോൻ സാറിന്റെ ഭാര്യ രാധാ മേനോൻസാർ ഒരു ഗ്ലാസ്സ് ചായയും ലഘു കടിയും എന്നും തരുമായിരുന്നു. കുട്ടികൾക്ക് ട്യൂഷനെടുക്കും മുമ്പ് കുടുംബം നാട്ടി ലായിരുന്ന സമയത്ത് ഞാൻ ഒരു അവധിക്ക് നാട്ടിലേക്ക് പോയിരുന്ന പ്പോൾ ആസ്സാമിന്റെ പ്രത്യേക ഇനം ചായപ്പൊടി ഒരു കിലോ അദ്ദേ ഹത്തിന്റെ വീട്ടിൽ കൊടുക്കാൻ എന്നെ ഏൽപിച്ചിരുന്നു.ഒലവക്കോട് മലമ്പുഴ റൂട്ടിൽ അകത്തേത്തറ എന്ന പ്രദേശത്തെ രാധാനിലയം മാളിക ഞാൻ കണ്ടുപിടിച്ച സാധനം അവിടെ കൈമാറി.

ബംഗ്ലാദേശ് യുദ്ധം നടന്നുകൊണ്ടിരിക്കെ ഞങ്ങളുടെ റജിമെന്റ് ഷീല ഹില്ലിനടത്തേക്ക് ക്യാമ്പ് ചെയ്തു. ഉത്തരവുണ്ടായാൽ ബംഗ്ലാദേശിലേക്ക് പോകുവാൻ തയ്യാറായി നിലയുറപ്പിച്ചതായിരുന്നു. ഈ സന്ദർഭത്തിലാണ് നാട്ടിൽ നിന്നും ഏതോ ദുഷ്ടബുദ്ധിയുടെ കത്ത്- ഞാൻ നക്സലൈറ്റ് ആണ് എന്ന കാണിച്ചുകൊണ്ടുള്ളത്. ആർമി ഹെഡ്ക്വാർട്ടറിൽ ലഭിക്കുന്നതും എന്ന പിരിച്ച വിടാനുള്ള നിർദ്ദേശം റജിമെന്റിൽ ലഭിക്കുന്നതും. അപ്രകാരം ഉത്തരവ് വന്നിട്ടുണ്ടെന്നുള്ള വിവരം മിനുട്ടുകൾക്കകം തന്നെ സി.ഒ.(കമാന്റിംഗ് ഓഫീസർ) യുടെ പി.എ.(പെർസണൽ അസിസ്റ്റന്റ്) പാപ്പിനിസ്ശേരിയിലെ വിജയേട്ടൻ മുഖേന എനിക്ക് കിട്ടിയിരുന്നു. റജിമെന്റ് സി.ഒ.യുടെ ചാർജിലുണ്ടായി രുന്നത് ബംഗാളിയായിരുന്ന ക്യാപ്റ്റൻ പ്രവീൺ കുമാർ ആയിരുന്നു. മനുഷ്യസ്നേഹിയായ അദ്ദേഹത്തിന്റെയും വിജയേട്ടന്റെയും ശ്രമ ഫലമായി പിരിച്ചവിടൽ ഉത്തരവായിരുന്നിട്ടും 8 വർഷത്തെ എന്റെ സേവനം ആകെ വിലയിരുത്തി അടിയന്തിര ആവശ്യം എന്ന നിലയിൽ ഡിസ്ചാർജ്ജാക്കുന്നതായി കാണിച്ചുകൊണ്ട് സർട്ടിഫിക്കറ്റിലെ ക്യാ രക്ടർ കോളത്തിൽ 'Exemplary' (മാതൃകാപരം) എന്ന് കുറിക്കുകയും

ചെയ്ത് ആ കാട്ടിൽ ഒരു യാത്രയയപ്പും തന്നാണ് എന്നെ വീട്ടിലേക്കയ
ച്ചിട്ടുള്ളത്.

നാട്ടിൽ വന്ന് വർഷങ്ങൾ ഏറെ കഴിഞ്ഞു. പലപ്പോഴും
എനിക്ക് എസ്.എം.മാധവമേനോൻ സാറിനെയും കുടുംബത്തെയും
കാണാൻ മോഹം വന്നെങ്കിലും അതിന് അവസരം കൈവന്നിരുന്നില്ല.
രണ്ടുകൊല്ലക്കാലം പാലക്കാട്ട് ജോലി ചെയ്തിരുന്നവെങ്കിൽക്കൂടി!

2005 ൽ ആണെന്നാണോർമ്മ. ഞാൻ ഒതയോത്തും പടിക്കൽ
താമസിച്ച വരുന്ന സമയം.കോഴിക്കോട് യൂണിവേഴ്സിറ്റിയിലെ
ഡെപ്യൂട്ടി റജിസ്ട്രാറായി റിട്ടയർ ചെയ്ത സഖാവ് കാവിൽ ഗംഗാധരേട്ടൻ
എന്റെ അയൽവാസിയായി വന്ന് ഏതണ്ട് രണ്ടുകൊല്ലം കഴിഞ്ഞിരി
ക്കും. ഒരു ദിവസം അദ്ദേഹം എന്നോട് പറഞ്ഞു. 'നാളെ 11 മണിക്ക്
എന്റെ വീട്ടിൽ വരണം. എന്റെ ഒരു സുഹൃത്ത് ക്യാപ്റ്റൻ കെ.നായർ
ഭാര്യയും സമേതം വിരുന്ന് വരുന്നുണ്ട്. പട്ടാളക്കാരനായത് കൊണ്ട്
രാഘവേട്ടനും കൂടി വന്നാൽ കൊച്ചവർത്തമാനം പറയാനും മറ്റും നന്നാ
യിരിക്കും. പറഞ്ഞതുപോലെ ഞാൻ സ്ഥലത്തെത്തി.

101 വയസ്സുള്ള ക്യാപ്റ്റൻ കെ.നായർ സ്വയം കാറോടിച്ചാണ്
വന്നിരുന്നത്. ഭാര്യക്ക് വണ്ടിയിൽ നിന്നിറങ്ങാൻ സാറിന്റെ സഹായം
ആവശ്യമായിരുന്നു. മുറ്റത്ത് കാറിൽ നിന്നിറങ്ങിയ ക്യാപ്റ്റനെ സല്യൂട്ട
ടിച്ച് ഞാനും ചേർന്ന് സ്വീകരിച്ചു.

"നീ ഏത് കോറിലായിരുന്നു?" ക്യാപ്റ്റൻ

"എം.ഇ.ജി.യിലായിരുന്നു സാർ"- ഞാൻ

"നിന്റെ നമ്പർ എന്തായിരുന്നു?"

1343882

"നീ ഉൾപ്പെടുന്ന ബാച്ചിനെയല്ലേ വന്ന രാത്രി തന്നെ ട്രൈനിങ്
ബറ്റാലിയൻ III ക്ക് അയച്ചിരുന്നത്?

"അതെ സാർ," എനിക്ക് അത്ഭുതം തോന്നി. പത്തിരുപത്തഞ്ച്
കൊല്ലം മുൻപുള്ള കാര്യമല്ലെ?

അന്ന് ആരായിരുന്ന കമാന്റിങ് ഓഫീസർ ?

"ഓർക്കുന്നില്ല സാർ"

"ദിസ് മാൻ"

അദ്ദേഹം പൊട്ടിച്ചിരിച്ചുകൊണ്ടു പറഞ്ഞു. ചായസൽക്കാരം
കഴിഞ്ഞു ഞങ്ങൾ ഗംഗാധരേട്ടന്റെ പറമ്പ് ചുറ്റിക്കണ്ടു. നടന്ന

    സഹനം സമരം ജീവിതം

കാണ്ണനതിനിടയിൽ സുബേദാർ മേജർ കെ.പി.മാധവമേനോനെ പരിചയമുണ്ടോ എന്ന ഞാൻ ക്യാപ്റ്റനോട് ചോദിച്ചു. നല്ല ബന്ധമാ ണെന്നും മാസത്തിലൊരിക്കലെങ്കിലും ഫോണിൽ സംസാരിക്കുമെന്നും തന്നെക്കാൾ 2 വയസ്സ കൂടുതൽ ഉണ്ടെന്നും കേൾവിക്കുറവല്ലാതെ മറ്റൊരു പ്രയാസവുമില്ലെന്നും അദ്ദേഹം വിശദമായി പറഞ്ഞു.

ആ കുടികാഴ്ച അവസാനിപ്പിച്ചപ്പോൾ എനിക്ക് എസ്. എം.മേനോൻ സാറിനെ കാണണമെന്ന് അതിയായ ആഗ്രഹം വന്നു. വീട്ടിലെത്തിയ ഉടനെ ഞാൻ കഥകളെല്ലാം ഭാര്യയോട പറഞ്ഞു. "നാളെത്തന്നെ പാലക്കാട്ടേക്ക് പോക. കുറേകാലമായല്ലോ മേനോൻ സാറിനെ കാണണമെന്ന പറയുന്നു" ഇതായിരുന്ന അവളുടെ പ്രതിക രണം. അടുത്ത ദിവസം കാലത്ത് തന്നെ പാലക്കാട്ടേക്ക് പുറപ്പെട്ടു. 11 മണിയോടെ ഒലവക്കോട്ടെത്തി. അവിടെ ഒരു മുറിയെടുത്തു. ബാഗ്ലം മറ്റും മുറിയിൽ വച്ച പുറത്തിറങ്ങി. അകത്തേത്തറക്കുള്ള ബസ്സിൽ കയറി. അകത്തേത്തറ ഇറങ്ങി കടകളിൽ രാധാനിലയത്തിലെ പട്ടാളക്കാരൻ മാധവമേനോനെപ്പറ്റി അന്വേഷിച്ചു. അപ്പോഴാണറിയുന്നത് അദ്ദേഹം ആ സ്ഥലവും വീട്ടുമെല്ലാം ഭാഗം വെച്ച് കുടുംബക്കാർക്ക് കൊടുത്ത് അദ്ദേഹത്തിന്റെ വിഹിതം കൊണ്ട് ദൂരെയെവിടെയോ താമസിക്കകയാ ണെന്ന കാര്യം. പറഞ്ഞു തന്നവർക്കാകട്ടെ പുതിയ താമസത്തെപ്പറ്റി ഒരു വിവരവും ഇല്ലതാനും! രാധാനിലയത്തിലേക്കുള്ള വഴി അവർ പറഞ്ഞുതന്നു. അവിടെ ചെന്നന്വേഷിച്ചാൽ പുതിയ താമസ സ്ഥലം കണ്ടുപിടിക്കാം എന്ന ഉപദേശവും!

ഞാൻ രാധാനിലയം കണ്ടുപിടിച്ചെങ്കിലും അവിടെ ആരും ഉണ്ടായിരുന്നില്ല. ഞാൻ അടുത്ത വീട്ടിൽ ചെന്ന് വിവരങ്ങൾ സംസാരിച്ചു. അവർക്കും പുതിയ താമസ സ്ഥലം അറിയുമായിരുന്നി ല്ലെങ്കിലും അവർ എന്നെ കൈവിട്ടില്ല. ഗൃഹനാഥൻ എന്നെയും കൂട്ടി നാലഞ്ചു വീടുകൾക്കപ്പുറത്ത് താമസിക്കുന്ന അസുധബാധിതനായി കിടപ്പിലായ മറ്റൊരു വിമുക്ത ഭടൻ മാധവൻ നായരുടെ വീട്ടിലെ ത്തി. അദ്ദേഹവുമായി സംസാരിച്ചപ്പോൾ അയൽവാസിയായ ഒരു ഓട്ടോറിക്ഷാക്കാരനെ വീട്ടിലേക്ക് വിളിപ്പിച്ചു. മേനോൻ സാറിന്റെ വീട്ട കണ്ടുപിടിക്കാനുള്ള മാർഗ്ഗങ്ങൾ സവിസ്തരം പറഞ്ഞുകൊട്ടു. ഞാൻ ആ ഓട്ടോ വഴി സാറിന്റെ വീട് നിൽക്കുന്ന സ്ഥലത്തെത്തി. മാർഗ്ഗമധ്യേ എന്നെ മറ്റൊരു ഓട്ടോയിൽ കയറ്റിത്തരികയുണ്ടായ തിനാൽ അദ്ദേഹം മേനോൻ സാറിന്റെ പുതിയ താമസ സ്ഥലം സംബന്ധിച്ച വിവരങ്ങൾ എനിക്ക് പറഞ്ഞുതന്നു. സാറിന് 30 ഏക്കർ സ്ഥലം പറമ്പും,വയലും ചേർത്തുണ്ട്. ഒരു മകൻ - വിശ്വനാഥൻ- ഒഴികെ

എല്ലാവർക്കും പ്രത്യേകം വീട്ടുണ്ട്. വയലിലും പറമ്പിലും പണിയെടുക്ക
ന്നതിന് സ്ഥിരം തൊഴിലാളികൾ 25 പേരുണ്ട്. മകൻ കോൺട്രാക്ടർ
ആണ്. പരമസുഖമായ ജീവിതമാണ്. എല്ലാം പറഞ്ഞുതന്നതിന് നന്ദി
പറഞ്ഞുകൊണ്ട് അദ്ദേഹം ചോദിച്ച പണം കൊടുത്ത ശേഷം ഞാൻ
ഗേറ്റ് കടന്നു. തൊട്ടടുത്തത് സരസ്വതിയുടെ വീടായിരുന്നു. മുറ്റത്ത് നിന്നു
ബെല്ലടിച്ചു. വെളുത്ത് മെലിഞ്ഞ ഒരു സ്ത്രീ വാതിൽ തുറന്നു. ആരാണ്?
എന്തുവേണം.? അതിനൊന്നും മറുപടി പറയാതെ ഞാനൊരു ചോദ്യം
ചോദിച്ചു. "സരസ്വതീന്നല്ലെ പേര്?

"അതെ" ... നിങ്ങൾ മുറ്റത്ത് തന്നെ നിൽക്കരുത്. അകത്തേക്ക്
കയറിയിരിക്കൂ."അച്ഛൻ ഏത് വീട്ടിലാണ് താമസിക്കുന്നത്? അച്ഛനെ
കാണേണ്ട ആളാണോ? എങ്കിൽ ഞാൻ വരാം 3-ാമത്തെ വീട്ടിലാണ
ച്ഛൻ ഉള്ളത്. അവൾ വീട്ടിലെ വാതിലുകൾ എല്ലാം അടച്ച ശേഷം എന്റെ
കൂടെ വന്നു. മേനോൻ സർ താമസിക്കുന്ന വീട്ടിലേക്കാനയിച്ചു.

അദ്ദേഹം വരാന്തയിൽ ചാരുകസേരയിൽ രാജകീയമായ
പ്രൗഢിയിൽ ഇരിക്കുന്നു. 103 വയസ്സായ മനുഷ്യനു മുഖത്ത് യാതൊരു
ക്ഷീണഭാവവും ഇല്ല. ഞാൻ സല്യൂട്ടടിച്ചപ്പോൾ മുറ്റത്ത് വന്ന് സല്യൂട്ടടി
ച്ചാലൊന്നും ആളെ മനസ്സിലാവില്ല.വയസ്സേറെയായില്ലേ ?" മേനോൻ
സാറിന്റെ ഇളം ചിരിയോടെയുള്ള കമന്റ്.

ഞാൻ അടുത്തേക്ക് നീങ്ങി നിന്നു. "4th ER ലെ രാഘവനാണ്.

"4th എഞ്ചിനീയർ റജിമെന്റിൽ എത്ര രാഘവൻമാരുണ്ടായിരുന്നു...

"കുട്ടികൾക്ക് ടൃഷനെടുത്തിരുന്ന........

"വണ്ടർഫുൾ...... എന്നു പറഞ്ഞുകൊണ്ട് അദ്ദേഹം സ്വന്തം കാലിന്റെ
തുടയിൽ അടിച്ചു.

"വി നവർ ഫോർഗറ്റ് യു..... രാഘവൻ" കയറി ഇരിക്കൂ...

ഞാൻ കയറി ഇരുന്നു.

മക്കൾക്ക് ഒരേ ഒരാൾ മാത്രമെ ടൃഷനെടുത്തിട്ടുള്ളൂ. അവരെല്ലാം
ഇവിടെത്തന്നെ ഉണ്ട്. ഒരാളൊഴികെ.... വിശ്വനാഥൻ അവൻ വിദ്യാ
ഭ്യാസ ശേഷം ഒരു ദിവസം കുളിയെല്ലാം കഴിഞ്ഞ് ഈറനോടെ എന്റെ
കാലിൽ വീണ നമസ്കരിച്ചുകൊണ്ട് സന്യസിക്കാൻ അനുവദിക്കണ
മെന്നും ചിന്മയമിഷനിൽ ചേരുന്നുവെന്നും അറിയിച്ചു. ഞാൻ സമ്മതം
മൂളി. അതുകൊണ്ട് അവൻ ചിന്മയ മിഷനിലാണ്.

വിശ്വനാഥനെ കോഴിക്കോട്ടുവെച്ച് കണ്ട വിവരം ഞാൻ അദ്ദേഹ
ത്തെ ധരിപ്പിച്ചു.

     സഹനം സമരം ജീവിതം

103 വയസ്സ് പ്രായമുള്ള മേനോൻ സാർ എത്രയോ തേജസ്വിയും ആരോഗ്യവാനും ആയിരുന്നു. ചായ സൽക്കാരത്തിനശേഷം അദ്ദേഹം എന്റെ കൂടെ കൃഷിയിടങ്ങളും ഓരോ വീടുകളും നടന്നു കാണിച്ചു തന്നു. ഈ സന്ദർഭത്തിൽ മൂത്ത മകൻ രാമചന്ദ്രൻ കയറി വന്നു. എന്റെ അടുത്തു വന്നു സംസാരിച്ചു.

"അച്ഛാ രാഘവേട്ടന് വലിയ മീശയുടെ സ്ഥാനത്ത് പൊടിമീശയാ യിരുന്നല്ലോ. താടിയിലെ കറുത്ത പുള്ളി ഇതാ ഇന്നും ഉണ്ട്.

"നിനക്ക് അതോർമ്മയുണ്ടല്ലെ...."

ഉണ്ട്.

പെൺകുട്ടികളും കറുത്ത പുള്ളി നോക്കി അഭിപ്രായങ്ങൾ പങ്കുവെച്ചു. 103 വയസ്സായ മേനോൻ സാർ തൊട്ട മുമ്പത്തെ കൊല്ലം കോട്ടയത്ത് നടന്നിരുന്ന വൃദ്ധജനങ്ങളുടെ ഓട്ടമത്സരത്തിൽ ഒന്നാംസ്ഥാനം നേടി യിരുന്നതായി ക്യാപ്റ്റൻ കെ.നായർ എന്നോട് പറഞ്ഞിരുന്നതായി ഞാൻ സാറുമായി പങ്കുവെച്ചു.

"ശരി എന്നെ കാണാൻ കോഴിക്കോട്ടുനിന്നും പണം ചെലവാക്കി പ്രയാസപ്പെട്ടു വന്നതെന്തിനാണ്."

"കുറെക്കാലമായി സാറിനെയും കുടുംബത്തെയും കാണണമെന്നാ ഗ്രഹിക്കുന്നു. ഈയിടെ ക്യാപ്റ്റൻ കെ.നായരെ കാണാനും സംസാ രിക്കാനും ഇട വന്നപ്പോൾ ആ ആഗ്രഹം മൂത്തു. ഉടനെ പുറപ്പെട്ടു... അത്രമാത്രം..

ഇത് കേട്ട അദ്ദേഹം ഭഗവദ്ഗീതയിൽ നിന്നും 8 ശ്ലോകങ്ങൾ ചൊല്ലി.

"വർഷങ്ങൾക്ക് മുമ്പ് കണ്ടുമറന്ന ഒരാളിനെ പ്രത്യേകിച്ച് ഒരാവ ശ്യവുമില്ലാതെ കാണാൻ വരുന്ന വ്യക്തിയെ കുറിച്ചുള്ള അഭിപ്രായ പ്രകടനം, അദ്ദേഹത്തിന്റെ സ്വഭാവം എന്നിവയാണ് ആ ശ്ലോകങ്ങ ളിലെന്നു പറഞ്ഞുകൊണ്ട് അദ്ദേഹം കുറേ നേരം സംസാരിച്ചു. ഏറെ സന്തോഷവാനായി ഞാൻ ഇറങ്ങാൻ ഭാവിച്ചപ്പോൾ ഇന്ന് ഇവിടെ അന്തിയുറങ്ങാം എന്ന് എല്ലാവരും പറഞ്ഞെങ്കിലും ഞാൻ സമ്മതിച്ചില്ല. രാമചന്ദ്രനും ഭാര്യയും ചേർന്ന് എന്നെ കാറിൽ ഒലവക്കോട്ടെത്തിച്ചു. രാമചന്ദ്രൻ എന്റെ ഫോൺ നമ്പർ വാങ്ങിയിരുന്നതിനാൽ ഇടക്ക് വിളിക്കുമായിരുന്നു. ഒരു വർഷം കഴിഞ്ഞു ഞാനും ഒരു സുഹൃത്തും കൂടി അദ്ദേഹത്തിന്റെ ഒരാവശ്യാർത്ഥം പാലക്കാട്ട് പോകാനിടയായി. ആ അവസരത്തിലും മേനോൻസാറിനെയും കുടുംബത്തെയും കാണാൻ സാധിച്ചു. ഏതാണ്ട് ആറുമാസം കഴിഞ്ഞു ഞാൻ കാലിന് ഒരു പരിക്ക്

പറ്റി വീട്ടിൽ വിശ്രമത്തിലായിരുന്നപ്പോൾ രാമചന്ദ്രനെ ഒന്നുവിളിച്ചു. സമയം വൈകീട്ട് 5 മണിയായിരുന്നു. അച്ഛൻ പോയതറിഞ്ഞു ഇല്ലെ?

"ഇല്ല ഞാൻ വീട്ടിൽ യാത്ര ചെയ്യാനാകാതെ വിശ്രമത്തിലാണ്. ഒന്നു വിളിച്ചു വിവരങ്ങൾ അറിയാം എന്നു കരുതി".

"ഇന്നു കാലത്ത് കുളി കഴിഞ്ഞ് അൽപം കിടക്കട്ടെ എന്നു പറഞ്ഞു. ഞങ്ങളെല്ലാവരും വീട്ടില്യുണ്ടായിരുന്നു. ആ കിടത്തം .... പത്ത് മിനുട്ടി നകം അന്ത്യവിശ്രമമായി. ..."

ഞാൻ പിന്നീട് വിളിക്കാം എന്നും പറഞ്ഞു അദ്ദേഹം ഫോൺ വെച്ചു.
****

കോരപ്പിൽ അമ്മദ്കോയ മാസ്റ്റർ ഭൂമി ഇടപാട്

കപ്പറത്ത് അങ്ങാടിക്കടുത്ത് കോരപ്പിൽ അമ്മദ് കോയാമാസ്റ്റർ മണിയൂർ സ്കൂളിലായിരുന്നു പഠിപ്പിച്ചിരുന്നത്. കവിതാ പ്രസംഗികൻ എന്ന നിലയിൽ പ്രസിദ്ധനായിരുന്ന ടി.കെ.ജി മണിയൂരിന്റെ ഉറ്റസുഹൃത്തായിരുന്ന മാസ്റ്റർ ടി.കെ.ജി.യെ രണ്ടു തവണ ഞങ്ങൾ കപ്പറത്ത് കൊണ്ടു വന്നു പ്രസംഗിപ്പിച്ചിരുന്നപ്പോൾ രാത്രി മാസ്റ്ററുടെ വീട്ടിൽ ആയിരുന്നു ഭക്ഷണവും അന്തിയുറക്കവും. ഏറെ അടുപ്പമുള്ളയാ ളായിരുന്നു എങ്കിലും അദ്ദേഹം ഇന്ത്യൻ യൂണിയൻ മുസിലീംലീഗിന്റെ പ്രവർത്തകനായിരുന്നു. അമ്മദ്കോയ മാസ്റ്ററുടെ അടുത്ത വീട്ടുകാരൻ കണ്ണാരകോരപ്പിൽ ഉസ്മാൻ കൽപ്പറ്റ ആയുർവേദ ആശുപത്രിയിലെ ഫാർമസിസ്റ്റായിരുന്നു. ആശുപത്രിയിലെ ഡോക്ടർ മാധവൻ തൂക്കുറ്റി ശ്ശേരിയിലെ കുഞ്ഞുണ്ണി വൈദ്യരുടെ മകനായിരുന്നു. ഡോക്ടർ പാർട്ടി ബ്രാഞ്ച് സെക്രട്ടറി ആയിരുന്ന അവസരത്തിൽ ആണ് ജോലി ലഭിച്ചിര ന്നത്. എനിക്ക് ഏറെ സഹായങ്ങൾ ചെയ്തിട്ടുള്ള അദ്ദേഹം എന്റെ ഭാര്യ വീട്ടുകാരുമായും നല്ല അടുപ്പക്കാരനും ആയിരുന്നു. അമ്മദ്കോയ മാസ്റ്റ ർക്ക് ഉസ്മാന്റെ വീടും സ്ഥലവും വിലക്ക് വാങ്ങണമെന്ന ആഗ്രഹം വന്നു. വിൽപനക്ക് വെച്ചത് മാസ്റ്റർ അറിഞ്ഞിരുന്നിതിനാൽ ആയത് കച്ചവടം ചെയ്യുന്നതിനായി മാസ്റ്ററും അടുത്ത സുഹൃത്തായ കുർമ്മൻചാലിൽ മുഹമ്മദ് മാസ്റ്ററും കൂടി കൽപ്പറ്റയിൽ വന്ന് ഉസ്മാനുമായി സംസാരിച്ച് വില നിശ്ചയിച്ച് കച്ചവടം ചെയ്തു. അഡ്വാൻസ് തുക കൊടുക്കുമ്പോൾ ഡോക്ടറോട് ഈ കച്ചവടകാര്യം പറയുകയുണ്ടായി. 3 മാസത്തിനകം ബാക്കി പണം കൊടുത്ത് രജിസ്റ്റർ ചെയ്യാമെന്നായിരുന്നത്രെ കരാർ.

അമ്മദ്കോയ മാസ്റ്റർക്ക് സൗത്ത് കരുമല ലക്ഷം വീടിനടുത്ത് വയൽക്കരയിൽ നല്ല ഒരു തെങ്ങിൻതോപ്പുണ്ടായിരുന്നത് വിറ്റിട്ടാണ്

ഉസ്മാന്റെ വീട്ടും സ്ഥലവും വാങ്ങാൻ പണം കണ്ടെത്തിയത്. പണം എല്ലാം കയ്യിൽ എത്തിയ മാസ്റ്റർ രജിസ്റ്റർ സംബന്ധിച്ച് ഉസ്മാനോട് സംസാരിച്ചു. എന്നാൽ സമാന്യ മര്യാദ പാലിക്കാതെ നാട്ട നടപ്പ് ലംഘിച്ചുകൊണ്ട് ഉസ്മാൻ രജിസ്റ്റർ നടത്തികൊട്ടക്കാൻ തയ്യാറായില്ല. ഉസ്മാന്റെ സഹോദരൻ ഉമ്മർ സ്ഥലം രജിസ്റ്റർ ചെയ്യ കൊടുത്താൽ ഉസ്മാനെ കൊന്നുകളയുമെന്ന് ഭീഷണിപ്പെടുത്തിയിരിക്കുന്നു എന്നാണ് പരസ്യമായ രഹസ്യം.

അമ്മദ്കോയ മാസ്റ്റർ മുസ്ലീം ലീഗ് നേതാക്കൻമാരോടും പള്ളിക്കമ്മിറ്റിക്കാരോടും സങ്കടം പറഞ്ഞെങ്കിലും ഉമ്മറിന്റെ കയ്യും കൂടി ഈ കാര്യത്തിലുണ്ടെന്ന് അറിഞ്ഞതിനാൽ അവരാരും പ്രശ്ന ത്തിലിടപെടാൻ തയ്യാറായില്ല. ഉസ്മാൻ കേരള എൻ.ജി.ഒ. യൂണിയൻ വയനാട് ജില്ലാ ഖജാൻജിയായിരുന്ന സമയത്താണ് ഈ പ്രശ്നം ഉടലെടുത്തത്. മാസ്റ്റർ ഈ വിവരങ്ങൾ പാർടി ലോക്കൽ കമ്മിറ്റി സെക്രട്ടറി സഖാവ് എ.കെ.ഗോപാലനോട് അദ്ദേഹത്തിന്റെ വീട്ടിൽ ചെന്ന് സംസാരിച്ചു. കപ്പറത്തെ ബ്രാഞ്ച് സെക്രട്ടറി സഖാവ്. പറക്കോട്ട രാഘവനോട് പറയാനും പരിഹാരം കാണാനും അദ്ദേഹം നിർദ്ദേശി ച്ചു. അമ്മദ്കോയ മാസ്റ്ററും മുഹമ്മദ് മാസ്റ്ററും കൂടി എന്റെ വീട്ടിൽ വന്ന് സംഗതികൾ അവതരിപ്പിച്ചു. വിവരങ്ങൾ ഒരു വെള്ളക്കടലാസിൽ എഴുതി തരണമെന്ന എന്റെ ആവശ്യം അംഗീകരിച്ചു. ഇതിനകം തന്നെ ഇങ്ങനെ അന്യായം ഉസ്മാന്റെ ഭാഗത്ത് നിന്നും ഉണ്ടായത് ശരിയായില്ലെന്ന അഭിപ്രായം രൂപപ്പെട്ട വന്നിരുന്നു. അടുത്തദിവസം തന്നെ പാർടി ബ്രാഞ്ച് യോഗത്തിൽ ഈ കാര്യം ചർച്ച ചെയ്യു.സ്ഥലം രജിസ്റ്റർ ചെയ്യകിട്ടാൻ എല്ലാ അർത്ഥത്തിലും അമ്മദ്കോയ മാസ്റ്റർക്ക് പിന്തുണ കൊടുക്കണമെന്ന് യോഗം തീരുമാനിച്ചു. ആദ്യമായി ഇക്കാര്യം ചർച്ച ചെയ്യാൻ സർവ കക്ഷിയോഗം വിളിച്ചുചേർത്തു. മുസ്ലീം ലീഗിന്റെ മുതിർന്ന നേതാവും മഹല്ല് കമ്മിറ്റി പ്രസിഡന്റുമായ മൊയ്തീൻകോയ ഹാജിയുടെ വീട്ടിലായിരുന്നു യോഗം. യോഗത്തിലേക്ക് കൽപറ്റ ആയുർവേദ ആശുപത്രി ഡോക്ടർ മാധവനും കക്ഷിയായ ഉസ്മാനും ക്ഷണിക്കപ്പെട്ട് പങ്കെടുക്കുകയുണ്ടായി. ഉസ്മാൻ തനിക്ക് ഭയമുള്ളതു കൊണ്ടാണ് രജിസ്റ്റർ ചെയ്യാൻ മടി എന്ന മുടന്തൻ ന്യായം പറഞ്ഞത് ആരും മുഖവിലക്കെടുത്തില്ല. ഇക്കാര്യത്തിൽ പാർടി മുന്നിൽ നിൽക്ക ന്നത് കൊണ്ട് എല്ലാവരും പിന്തുണക്കുമെന്നും അഭിപ്രായം ഉണ്ടായി.

അടുത്ത രണ്ടാംദിവസം ഞാൻ 3 മണിക്ക് കൽപറ്റ എത്തി. എൻ.ജി.ഒ.യൂണിയൻ ജില്ലാ സെക്രട്ടറി, പ്രസിഡന്റ് എന്നിവരെ കാണ കയായിരുന്ന ഉദ്ദേശ്യം. ഭാഗ്യവശാൽ യൂണിയന്റെ ജില്ലാ കമ്മിറ്റിയോഗം

 സഹനം സമരം ജീവിതം

ഓഫീസിൽ നടക്കുകയായിരുന്നു. ഞാൻ നേരെ ഓഫീസിലെത്തി. 5മിനുട്ട് നേരം യോഗം നിർത്തിവെക്കണമെന്നും എല്ലാവരോടുമായി എനിക്ക് ഒരുകാര്യം പറയാനുണ്ടെന്നും ഒരു കുറിപ്പെഴുതി അകത്തേ ക്ക് കൊടുത്തയച്ചു. ജില്ലാപ്രസിഡന്റ് പി.പി.ജി.സെക്രട്ടറി രാമചന്ദ്രൻ എല്ലാവരെയും നേരിൽ പരിചയമുള്ളതുകൊണ്ട് ഇക്കാര്യത്തിൽ എതിര ഭിപ്രായം ഉണ്ടായില്ല.എന്നെ അകത്തേക്ക് വിളിപ്പിച്ചു. ഞാൻ അവരുടെ ഖജാൻജി ഉസ്മാന്റെ ഭാഗത്തുണ്ടായ പറമ്പു കച്ചവടത്തിലെ അപ്രിയ സമീപനങ്ങൾ വിശദീകരിച്ചു.

"എൻ.ജി.ഒ. യൂണിയൻ ജില്ലാഭാരവാഹി ആയത് കൊണ്ടുമാത്രമാണ് സഖാക്കൾ ഇരുട്ടടി അടിക്കാത്തത്. അതുകൊണ്ട് അയാൾ എത്രയും പെട്ടെന്ന് സ്ഥലം രജിസ്റ്റർ ചെയ്ത കൊടുക്കണം. അതിന് ഈ യോഗം ഉറപ്പുണ്ടാക്കി നാളെ കാലത്ത് ഞാൻ താമസിക്കുന്ന ലോഡ്ജിൽ വിവരം തരണം" ഇത്രയും പറഞ്ഞപ്പോൾ ജില്ലാ സെക്രട്ടറി നാളെ കാലത്ത് വിവരം തരാമെന്നേറ്റു. ഞാൻ ലോഡ്ജിലേക്ക നടന്നു.

അടുത്ത ദിവസം 8മണിക്ക മുമ്പായിത്തന്നെ സെക്രട്ടറി രാമച ന്ദ്രൻ ലോഡ്ജിലെത്തി ഉസ്മാൻ രജിസ്റ്റർ ചെയ്ത തരും പക്ഷെ ഏട്ടനെ അനുതനയിപ്പിക്കാൻ രാഘവേട്ടൻ സഹായിക്കണം എന്ന് അറിയിച്ച. ഞാൻ അക്കാര്യം ഏറ്റെടുത്ത് തിരിച്ചപോയി. ഇതിനിടെ അമ്മദ്കോയ മാസ്റ്ററുടെ ഭാര്യാപിതാവ് സ്വാതന്ത്ര്യസമര സേനാനിയും കോൺഗ്രസ്സ് പ്രവർത്തകനുമായിരുന്ന മൊയ്ദീൻ കോയ എന്ന ആൾ കൊയിലാണ്ടി എം.എൽ.എ.കുട്ട്യാലിയുമായി ഈ വിഷയം ചർച്ച ചെയ്തതിന്റെ അടി സ്ഥാനത്തിൽ അദ്ദേഹം ഉള്ള്യേരിയിലോ മറ്റോ വച്ചൊരു യോഗം വിളിച്ച ചേർത്തിരുന്നത് തെറ്റിപിരിഞ്ഞതായുള്ള വിവരം പുറത്ത വന്നു. കമ്യൂണിസ്റ്റുകാരെ ഒഴിവാക്കി പ്രശ്നം പരിഹരിക്കാമെന്ന ചില വാദഗ തികളും കുടുംബവുമായി പങ്കുവെക്കാൻ ചില പരിശ്രമങ്ങളുണ്ടായെങ്കിലും മാസ്റ്റർ അതിനോട യോജിച്ചില്ല.

മാസ്റ്ററുടെ ഭാര്യാ പിതാവ് എന്റെ വീട്ടിൽ വന്നു. ഉമ്മർ എന്നാ ൾക്ക് ഒരു 25000/- (ഇരുപത്തിഅയ്യായിരം രൂപ) കൊടുത്ത് പ്രശ്നം പരിഹരിക്കാൻ പറ്റുമെങ്കിൽ അതിനു പണം ഞാൻ തരാമെന്നു പറഞ്ഞു. നമുക്ക് പരിഹാരം ഉണ്ടാക്കാം. എന്നാൽ കൊടുക്കുന്ന സംഖ്യ ഒരു കാരണവശാലും നിങ്ങൾ പുറത്തുവിടരുത്. രണ്ട മൂന്ന് ദിവസത്തിനകം പ്രശ്നം പരിഹരിച്ചിരിക്കും. അദ്ദേഹം സമാധാനത്തോടെ തിരിച്ച പോയി.

അടുത്ത ദിവസം രാത്രി ഞാൻ ഒറ്റക്ക് ഉമ്മറിന്റെ വീട്ടിൽചെന്നു.

ഉമ്മറിന്റെ അളിയൻ എം.എം. പറമ്പിലെ സഖാവാണ്. അദ്ദേഹത്തോട് രാത്രി അവിടെയെത്താൻ ഞാൻ ശട്ടം കെട്ടിയിരുന്നു. അളിയനും ഞാനും ഉമ്മറുമായി സംസാരിച്ചു. എൻ.ജി.ഒ.യൂണിയൻ ജില്ലാ കമ്മിറ്റി നിർദ്ദേശിച്ച കാര്യം നടത്താനായില്ലെങ്കിൽ ഉസ്മാൻ ആത്മഹത്യ ചെയ്യുമെന്ന് ഞങ്ങൾ ഉമ്മറിനോട് പറഞ്ഞു. ഉമ്മറിനു ചെറിയ തുക പാരിതോഷികം വാങ്ങിക്കൊടുക്കാമെന്നും തുക പത്തായിരത്തിൽ താഴെയായിരിക്കുമെന്നും ഉമ്മറിനെ ധരിപ്പിക്കാൻ കഴിഞ്ഞതും അത് ഉമ്മർ അംഗീകരിച്ച എന്നതും ഏറെ സന്തോഷം ഉണ്ടാക്കി.

അടുത്ത ദിവസം മാധവൻ ഡോക്ടറുടെ തൃക്കുറ്റിശ്ശേരിയിലെ വീടിനടുത്ത താമസക്കാരനും പാർട്ടി പ്രവർത്തകനുമായ കളത്തി ൽപൊയിൽ ബാലൻ മാസ്റ്ററുടെ വീട്ടിൽ ഒരു മധ്യസ്ഥം വിളിച്ചു ചേർത്തു. അവിടെ വെച്ച് കാര്യങ്ങൾ എല്ലാം വിശദീകരിച്ചശേഷം 7500/-ക (ഏഴായിരത്തി അഞ്ഞൂറ്) ഒരു കവറിലിട്ട് ഉമ്മറിനു കൊടുത്തു. ഉമ്മർ അടുത്ത ദിവസം തന്നെ രജിസ്റ്ററിന് ഉസ്മാന്റെ കൂടെ പോകാമെ ന്നേൽക്കുകയും അപ്രകാരം ആ സ്ഥല കച്ചവടം പൂർത്തിയാക്കുകയും ചെയ്തു.

രജിസ്റ്റർ കഴിഞ്ഞതിന്റെ അടുത്ത ദിവസം മാസ്റ്റർ എന്നെ വീട്ടിലേ ക്ക് വിളിച്ചു. ഞാനും സഖാവ് കുറുന്നങ്ങൽ നാസറും മാസ്റ്ററുടെ വീട്ടിൽ എത്തി. മാസ്റ്ററുടെ ഭാര്യാപിതാവും ഉണ്ടായിരുന്നു.

ചെയ്തുതന്ന ഉപകാരത്തിന് നന്ദി പറഞ്ഞശേഷം പാർട്ടിക്ക് സാമ്പ ത്തികമായി എത്രവേണം എന്നു ചോദിച്ചു.

"ഇപ്പോൾ ഒരു ആവശ്യവും ഇല്ല. ഒരു സേവനം ചെയ്ത് അതിനു കണക്ക പറയുന്ന രീതി ഞങ്ങൾക്കില്ല. സേവനം സേവനം തന്നെ തെരഞ്ഞെടുപ്പോ സമ്മേളനങ്ങളോ ഓഫീസ് നിർമ്മാണമോ വന്നാൽ ഇത്തരം കക്ഷികളെ സമീപിക്കും. അവർ കൈയൊഴിയില്ല എന്ന ഉറപ്പ മാണ്. ഇത്രയും പറഞ്ഞ് ഓരോ ഗ്ലാസ് ചായ കഴിച്ച് ഞങ്ങൾ ഇറങ്ങി.

ഈ സംഭവം നടന്ന് 6 മാസം കഴിഞ്ഞപ്പോൾ ജില്ലാ കൗൺസിൽ തെരഞ്ഞെടുപ്പ് വന്നു. സഖാവ് എ.കെ.ഗോപാലനായി രുന്നു സ്ഥാനാർത്ഥി. ഞാനും കെ.സി.സുരേഷും, നാസറും എ.കെ. ഗോപാലനൊപ്പം മാസ്റ്ററുടെ വീട്ടിൽ ചെന്നു. ചായ സൽക്കാരത്തിനു ശേഷം 10000 രൂപ അദ്ദേഹം തന്നു. ഞങ്ങൾ 5000 രൂപ എടുത്തു. റസീറ്റ കൊടുത്തു."മാഷേ സംഭാവന മാത്രമല്ല ഈ ബന്ധം നിലനിൽക്കുക യും വേണം"എ.കെ.ഗോപാലൻ പറഞ്ഞു. പിന്നീട് ഏതാവശ്യത്തിന് കണ്ണാരകോരപ്പിൽ ചെന്നാലും വെറും കൈയ്യോടെ തിരിച്ചുപോരേണ്ടി വന്നിട്ടില്ല.

****
സഹനം സമരം ജീവിതം

കോരപ്പിൽ മൊയ്തീൻകുട്ടിയുടെ വിദേശ പണമിടപാട്

കപ്പുറം ബ്രാഞ്ച് സെക്രട്ടറി എന്ന നിലയിൽ പ്രവർത്തിച്ച വരവെ ലീഗ് പ്രവർത്തനകനായ കോരപ്പിൽ മൊയ്തീൻ കുട്ടിക്ക് ദു:ഖക രമായ ഒരനുഭവം ഉണ്ടായി. അദ്ദേഹം ഗൾഫിലായിരുന്നു. ഗൾഫിൽ കൂട്ടുകാരായി കണ്ണൂരിലെ ലീഗ് പ്രവർത്തകരും സീതിഹാജിയുടെ ബന്ധുക്കളും മറ്റുമായി ധാരാളം പേരുണ്ടായിരുന്നവത്രെ. കണ്ണൂർ താഴെ ചൊവ്വക്കാരനായ ഒരു സുഹൃത്ത് ഗൾഫ് ജോലി ഒഴിവാക്കി നാട്ടിലേക്ക് മടങ്ങാൻ ഉറച്ചു. അദ്ദേഹത്തിന്റെ മടക്കയാത്രയിൽ ഉള്ള സാധനങ്ങ ളത്രയും 'ഉരു' വിൽ അയക്കയാണെന്നും സീതി ഹാജിയുടെ മക്കളുടെ സഹായത്താൽ ഗ്രീൻ ചാനൽ വഴി കൊച്ചിയിൽ ഇറക്കാം എന്നും നിശ്ചയിച്ചു. സുഹൃത്തുക്കൾ ഇക്കാര്യങ്ങളെല്ലാം തീരുമാനിച്ചപ്പോൾ മൊയ്തീൻകുട്ടിയുടെ കുറച്ച സാധനങ്ങളും കുറച്ച രൂപയും അദ്ദേഹം കൈവശമായി കൊടുത്തയക്കാമെന്നും തീരുമാനിച്ചു. അപ്രകാരം 75 സാരികൾ ഒരു ടിവി, കുറേ കട്പീസ് യൂണികൾ, 75000/- രൂപ ഇത്രയും കൊടുത്തയച്ചവത്രെ.

സാധനങ്ങളുമായി കൊച്ചിയിൽ ഇറങ്ങിയ സ്നേഹിതൻ കുറച്ച നാൾ കഴിഞ്ഞശേഷം കോരപ്പിൽ വന്നു. അൽപം പലഹാരങ്ങളുമായി വന്ന അയാൾ മൊയ്തീൻ കുട്ടിയുടെ ഉമ്മയെയും ഭാര്യയെയുമെല്ലാം കണ്ട് അടുത്ത ദിവസം തിരിച്ച പോയി. ഫോൺസൗകര്യമെല്ലാം എത്രയോ പരിമിതമായിരുന്ന കാലം. കണ്ണൂരിൽ നിന്നും ഒരാൾ വന്നിരുന്നുവെന്ന വിവരം ഭാര്യയുടെ കത്തിൽ നിന്നറിഞ്ഞ മൊയ്തീൻകുട്ടിക്ക് ഏല്പിച്ച സാധനങ്ങളും പണവും വീട്ടിൽ എത്തിയിട്ടില്ലെന്നും സംശയം ഉണ്ടായി രുന്നു. എന്നാൽ വിവരം ഉമ്മയറിഞ്ഞാൽ ബോധംകെട്ട വീണുപോകും

എന്നറിയാമായിരുന്നതിനാൽ അദ്ദേഹം അത് സംബന്ധിച്ചൊന്നും എഴുതിയിരുന്നില്ല.ഏതാണ്ടൊരു വർഷം കഴിഞ്ഞപ്പോൾ മൊയ്തീൻ കുട്ടി ലീവിൽ നാട്ടിൽ എത്തി. താൻ കൊടുത്തയച്ച സാധനങ്ങളും പണവും വീട്ടിൽ കൊടുത്തിട്ടില്ല എന്ന വിവരം ഭാര്യയിൽ നിന്നറിഞ്ഞ അദ്ദേഹം അമ്പരന്നുപോയി. സ്ഥലത്തെ മുസ്ലീം ലീഗ് നേതാക്കന്മാരെ ഈ പ്ര ശ്നത്തിൽ സഹായിക്കാൻ വേണ്ടി മൊയ്തീൻ കുട്ടി സമീപിച്ചെങ്കിലും അവരാരും അതിനു സഹായിക്കാൻ തയ്യാറായില്ല. അറ്റകൈ പ്രയോഗം എന്ന നിലക്ക് സിപിഐ(എം)ലോക്കൽകമ്മിറ്റി സെക്രട്ടറി സ:എ.കെ. ഗോപാലനെ സമീപിച്ചു. അദ്ദേഹം കപ്പറം ബ്രാഞ്ച് സെക്രട്ടറിയോട് വിവരങ്ങൾ വ്യക്തമായി പറയാൻ ആവശ്യപ്പെട്ടു.

അടുത്ത ദിവസം മൊയ്തീൻകുട്ടി എന്റെ വീട്ടിൽ വന്നു ഈ വസ്തു തകൾ പറഞ്ഞു. ഞാൻ അവ ഒരു കടലാസിൽ എഴുതി തരണമെന്ന് നിർദ്ദേശിച്ചു. അടുത്ത നാൾ കാലത്ത് ലോക്കൽ ഏരിയാ കമ്മിറ്റികൾ മുഖേന ജില്ലാകമ്മിറ്റിയിൽ നിന്നും കണ്ണൂർ ജില്ലാ കമ്മിറ്റി സെക്രട്ടറിക്ക്- സഖാവ് കോടിയേരി ബാലകൃഷ്ണന് ഒരു കത്തു വാങ്ങിച്ചു. പിറ്റേ ദിവസം കാലത്ത് ഞാൻ മൊയ്തീൻ കുട്ടിയെയും ഞങ്ങളുടെ സുഹൃത്തായ കൂർമ്മ ൻചാലിൽ മുഹമ്മദ് മാസ്റ്ററെയും കൂട്ടി കണ്ണൂർക്ക് പുറപ്പെട്ടു. കെ.എസ്. ആർ.ടി.സിയിലായിരുന്ന യാത്ര. എനിക്ക് യാത്രാ പാസ്സുണ്ടായിരുന്ന തിനാൽ ടിക്കറ്റ് ചെലവ് വേണ്ടി വന്നില്ല.

കണ്ണൂർ ജില്ലാകമ്മിറ്റി ഓഫീസിലെത്തി സഖാവ്കോടിയേരിയെ നേരിൽ കത്തേൽപിച്ചു. താഴെ ചൊവ്വ ലോക്കൽ സെക്രട്ടറിക്ക്- ഉത്തമൻ എന്നു വിളിക്കപ്പെടുന്ന പുരുഷോത്തമന്- കത്തുകൊടുക്കാൻ അദ്ദേഹം ഓഫീസ് സെക്രട്ടറിയോടാവശ്യപ്പെടുകയും ചെയ്തു. ഞങ്ങൾ പുരുഷോത്തമൻ സഖാവിന്റെ വീട് കണ്ടുപിടിച്ചു. 4 കാലിൽ കെട്ടിപൊ ക്കിയ ഷെഡ്ഡിലായിരുന്നു അദ്ദേഹം താമസിച്ചിരുന്നത്.

അദ്ദേഹം ഞങ്ങൾക്കൊപ്പം ഒരു ഓട്ടോയിൽ മൊയ്തീൻ കുട്ടിയുടെ പണവും മറ്റും വീട്ടിലേൽപിക്കാതെ കടന്നുകളഞ്ഞ വിദ്യാന്റെ വീട്ടിലേ ക്ക് പോയി. ഏതോ ഒരു കേയിയുടെ മകനായിരുന്ന കക്ഷി. ഞങ്ങൾ പ്രസ്തുത വീട്ടിലെത്തി. ഗൃഹനാഥൻ പുരുഷോത്തമനെ "ഉത്തമേട്ടാ" എന്നു വിളിച്ചു ആദരവോടെ സ്വീകരിച്ചു. ഉത്തമൻ കേയിയോട് കാര്യ ങ്ങൾ വിശദീകരിച്ചപ്പോൾ മകൻ തുണികൾ ഏൽപിച്ച കടയിലെ ഒരു തുണിക്കച്ചവടക്കാരൻ ചെറുപ്പക്കാരനെ ആളെവിട്ട വരുത്തി. ഉത്തമന്റെ ചോദ്യങ്ങൾക്കു മുന്നിൽ അവൻ പതറി. തുണികൾ കുറേ വിറ്റ പോയി ട്ടുണ്ടെന്നും വിലയൊന്നും കൃത്യമായി ഓർക്കുന്നില്ലെന്നും ബാക്കിയുള്ള തുണികളും വിറ്റവകയില്ലുള്ള പണവും തരാമെന്നും ഏറ്റു. പത്തു ദിവസം

കഴിഞ്ഞുവരുന്ന ഞായറാഴ്ച ഞാൻ ഇവരെ കൂട്ടി വരുമെന്നും അന്നേക്ക് മകനെ വരുത്തണമെന്നും കാര്യങ്ങൾ സംസാരിച്ച് തീർക്കാൻ നിങ്ങ ശ്ക്കാരെയെങ്കിലും ആവശ്യമെങ്കിൽ വിളിച്ചുകൊള്ളണമെന്നും നിർദ്ദേ ശിച്ചു. അന്നേ ദിവസം പ്രശ്നങ്ങൾ ആകെ തീർത്തില്ലെങ്കിൽ ഗർഭി ണിയായ മൊയ്തീൻകുട്ടിയുടെ ഭാര്യയെയും വൃദ്ധയായ മാതാവിനെയും ഈ വീട്ടുപടിക്കൽ ഇരുത്തുമെന്നും കൂടി പറഞ്ഞ് ഞങ്ങൾ ഇറങ്ങി. ഓട്ടോറിക്ഷക്കാരന് പണം കൊടുത്തപ്പോൾ അദ്ദേഹവും ചായക്ക ടയിലെ പണം കൊടുത്തപ്പോൾ കടയുടമയും പണം വാങ്ങിയില്ല. ഉത്തമേട്ടന്റെ കണക്കിലെഴുതാനാണ് നിർദ്ദേശമെന്ന പറഞ്ഞു അവർ പണം തിരികെ തന്നു.

നിശ്ചയിച്ച പ്രകാരം ഞങ്ങൾ അടുത്ത ഞായറാഴ്ച അവിടെ എത്തി കേയിയുടെ വീട്ടിൽ മധ്യസ്ഥം തുടർന്ന. 75,000/- രൂപയും ബാക്കി വന്ന ഇണികളും വിറ്റഴിച്ച ഇണികളുടെ വിലയിനത്തിൽ 5000/- രൂപയും തരാം എന്നേറ്റു. 20,000 രൂപ റൊക്കവും 60,000 ത്തിന് ഒരു മാസത്തെ അവധിക്ക് ചെക്കും തന്നുകൊണ്ട് പ്രശ്നം അവസാനിപ്പിച്ചു. നാട്ടി ലെത്തിയപ്പോൾ ഏറെ സന്തോഷവാനായ മൊയ്തീൻകുട്ടി പാർടിക്ക് എന്താണ് ആവശ്യമെന്ന ചോദിച്ചു. ഇപ്പോൾ ഒന്നും വേണ്ട-പാർടിക്ക് ഒരാവശ്യം വരുമ്പോൾ ഞങ്ങൾ വന്നാൽ അപ്പോഴത്തെ സാഹ ചര്യത്തിനനുസരിച്ച് സഹായിച്ചാൽ മതി എന്ന പറഞ്ഞു. ഞങ്ങൾ പിരിഞ്ഞു. അഞ്ചാറു മാസം കഴിഞ്ഞപ്പോൾ പഞ്ചായത്ത് തെരഞ്ഞെ ട്ടപ്പ് ആരംഭമായി ഞാൻ സഖാക്കളമൊത്ത് ചില ആളകളെ കാണാൻ മൊയ്തീൻകുട്ടിയുടെ വീടിന്റെ തൊട്ട് പിന്നില്ലൂടെയുള്ള ഇടവഴിയില്ലൂടെ പോകുകയായിരുന്നു. സഖാക്കൾ എന്നോട് പതുക്കെ പറഞ്ഞു. മൊയ്തീൻ കുട്ടി യു.ഡി.എഫ് ന് വേണ്ടി സജീവമായി രംഗത്തിറങ്ങുമെന്ന് കേൾക്കുന്നു. അത് സാരമില്ല. ഇതെല്ലാം കാണാനും കേൾക്കാനും നാട്ടുകാരുണ്ടാകും. ഞങ്ങൾ നടന്നുപോയി. അടുത്തദിവസം വോട്ടിന്റെ കാര്യം പറഞ്ഞ മൊയ്തീൻകുട്ടിയും ഭാര്യയും വീട്ടിൽ വലിയ ലഹള നടന്ന തായും "ന്നെ-ങ്ങള് മൊയ് ചെല്ല്യാലും വേണ്ടീല ഞാൻ അരി വാളിനേ വോട്ട ചെയ്യ.... അത്രമേൽ സഹായമാണ് സഖാക്കൾ മ്മക്ക് ചെയ്തത്. അള്ളാണെ ഞമ്മള് നന്ദി കേട് കാട്ടല'.... എന്ന് ഭാര്യ പറഞ്ഞപ്പോൾ മൊയ്തീൻകുട്ടി ഇറങ്ങിപ്പോയതായും അറിയാൻ ഞങ്ങൾക്ക് സാധിച്ചു.

****

അസ്സൻകോയയുടെ ക്യാൻസർ ചികിത്സ

തേനാക്കുഴിയിലെ കുണ്ടോംമലയിൽ താമസവും സുൽത്താൻ ബത്തേരിയിൽ ജോലിയും രണ്ടര കിലോമീറ്ററോളം നടന്നു പോകേണ്ട കപ്പറം ബ്രാഞ്ചിന്റെ സെക്രട്ടറി എന്ന ഉത്തരവാദിത്വവും! ഇപ്പോൾ ഓർക്കുമ്പോൾ ആശ്ചര്യം തന്നെ! എങ്ങിനെ അതെല്ലാം ഒപ്പിച്ചുകൊണ്ടുപോയി എന്ന് ഓർക്കാൻതന്നെ പ്രയാസം.

ഒരു ദിവസം ഞാൻ പനി ബാധിച്ചു മൂടിപ്പുതച്ചു വീട്ടിൽ കിട ക്കുകയായിരുന്നു. രാത്രി 9 മണി കഴിഞ്ഞിരിക്കും. മൂന്നു പേർ വീട്ടിൽ വന്നു. കപ്പറത്തെ ബ്രാഞ്ച് മെമ്പർ കുറുങ്ങൽ നാസർ, കൊന്തളത്ത് മാറായിൽ അസ്സൻ കോയ എന്നാളുടെ മകൻ പാർട്ടിഗ്രൂപ്പ് മെമ്പർ ബഷീർ, മുസ്ലീം ലീഗ് നേതാവ് കോരപ്പിൽ അബു മാസ്റ്റർ എന്നിവർ മുറ്റത്ത് നിൽക്കുന്നു. ഞാൻ പുതച്ചുകൊണ്ട് തന്നെ പുറത്ത് വന്ന് അവരെ സ്വീകരിച്ചിരുത്തി വന്ന വിവരം അന്വേഷിച്ചു.

"നമ്മുടെ ബഷീറിന്റെ ബാപ്പ അസ്സൻകോയാക്ക കുറച്ച് ദിവസമായി അസുഖം ബാധിച്ച് മെഡിക്കൽ കോളേജിലായിരുന്നു. ഇപ്പോൾ ക്യാൻസർ ആണെന്ന് ബോധ്യപ്പെട്ടിരിക്കുന്നു. ഇന്ന് ഞങ്ങൾ ഡിസ്ചാർജ് വാങ്ങി വീട്ടിലെത്തിച്ചിരിക്കയാണ്. ഉടനെത്തന്നെ തിരു വനന്തപുരം RCC യിലോ മറ്റേതെങ്കിലും വിദഗ്ധ ആശുപത്രിയിലോ കൊണ്ടുപോകണം.അതിന്റെ വിശദവിവരങ്ങൾ മനസ്സിലാക്കാൻ എവി ടെയെങ്കിലും പോകണമെങ്കിൽ ബൈക്ക് 2 എണ്ണത്തിൽ 3 പേരാണ് വന്നിരിക്കുന്നത്. രാഘവേട്ടന് ഒരു ബൈക്കിൽ കയറാം" ഇത്രയും പറഞ്ഞ് നാസർ നിർത്തി. കൂടെ കൂട്ടികൊണ്ടുവന്നത് സൂത്രശാലിയായ കുറുക്കനായ ലീഗ് നേതാവായതിനാൽ പനിയുണ്ട്, നാളെയാവട്ടെ

എന്നൊക്കെ പറഞ്ഞാൽ കപ്പറത്ത് പിന്നീട് പോകാൻ പറ്റാതാകും. പോവുക തന്നെ!

ഷർട്ട് ധരിച്ച് ഞാൻ അവരുടെ കൂടെ റോഡിലേക്കിറങ്ങി. വണ്ടിയിൽ കയറി "കുണ്ടത്തിൽ ഭാസ്കരന്റെ വീട്ടിലേക്ക് വിടുക". ഞാൻ പറഞ്ഞു. ബൈക്കുകൾ കുണ്ടത്തിൽ വീട്ടുമുറ്റത്തെത്തി. കരുമലപ്ര ദേശങ്ങളിൽ നിന്നും ദീർഘദൂര ആശുപത്രികളിലേക്ക് രോഗബാധിതരെ കൊണ്ടുപോകാൻ കഴിയുന്നത്ര സഹായം ചെയ്തകൊടുക്കുന്ന സഖാവാ യിരുന്ന കുണ്ടത്തിൽ ഭാസ്കരൻ. ഞങ്ങൾ വരാന്തയിൽ കയറി ഇരുന്നു. ഭാസ്കരൻ കൂടുതലും ബന്ധപ്പെട്ടിട്ടുള്ളത് മണിപ്പാൽ ആശുപത്രിയിലാ ണെന്നും ആർസിസി തിരുവനന്തപുരത്ത് പോകുന്നതാണ് കൂടുതൽ മെച്ചമെന്നും അവിടത്തെ വിവരങ്ങൾക്ക് സഖാവ് എ.കെ.ഗോപാലനെ സമീപിക്കുന്നത് നല്ലതായിരിക്കും എന്നുമായിരുന്ന അദ്ദേഹത്തിന്റെ അഭിപ്രായം. ഞങ്ങൾ പൂന്തുരുള്ള സഖാവ് എ.കെ.ഗോപാലന്റെ വീട്ടിലേക്ക വണ്ടി വിട്ടു. അവിടെച്ചെന്ന അദ്ദേഹവുമായി സംസാരിച്ച അദ്ദേഹം തിരുവനന്തപുരം ആർ.സി.സി.യുമായി ഏറെ അടുപ്പമുള്ള ആളെ ഫോണിൽ വിളിച്ച് ബന്ധപ്പെടുത്തി. അദ്ദേഹം ചികിത്സയയുടെ രീതികളും അവിടെ അഡ്മിഷൻ കിട്ടാൻ വേണ്ട രേഖകളെ സംബന്ധി ച്ചും എന്നോട് തന്നെ സംസാരിച്ച''.ഏതെങ്കിലും ആശുപത്രിയുടെ ഒര റഫറൻസ് ലറ്റർ ഇല്ലാതെ ഒരു കാരണവശാലും അഡ്മിഷൻ ലഭിക്ക യില്ല'' എന്ന കാര്യം അദ്ദേഹം തറപ്പിച്ച പറഞ്ഞു. ഞങ്ങൾ തേനാക്കുഴി തിരിച്ചെത്തി. പനി കൂടി വന്ന എന്നെ അവർ വീട്ടിലാക്കി. വീട്ടിൽ വെച്ച് ടിക്കറ്റ് ബുക്ക് ചെയ്യേണ്ടതിന്റെയും മറ്റും വിശദാംശങ്ങൾആലോചിച്ച. അസ്സൻകോയാക്കാക്കൊപ്പം ഭാര്യ, മകൻ ബഷീർ, നാസർ എന്നിവരും കൂടെ നിർബന്ധമായും ഞാനും ഉണ്ടാകണമെന്ന് അവർ ആവശ്യപ്പെട്ടു. ഒരു നിവൃത്തിയുമില്ലാതെ ഞാൻ പോകാമെന്നേറ്റു."നാസറെ റഫറൻസ് ലറ്റർ നാളെ കാലത്ത് തന്നെ വാങ്ങണം'' ഞാൻ പറഞ്ഞു.

"ഏയ് അതൊന്നും വേണ്ട. ഡോക്ടറുടെ വീട് കക്കോടിയാണ്. നമ്മൾ ജീപ്പിലാണ് കോഴിക്കോട്ടേക്ക് പോവുക. ഡോക്ടർ വീട്ടില്ുണ്ടാ കും. അയാൾക്ക് 100 ക ഫീസ് അടച്ചാൽ റഫറൻസ് ലറ്റർ എഴുതിത്ത രും അയ്യറപ്പാണ്''.

നാസർ തറപ്പിച്ച പറഞ്ഞു.

ഞാൻ മൂളി.

അടുത്ത നാൾ വൈകീട്ട് 4 മണിയോടെ തിരുവനന്തപുരത്ത് പോകേണ്ടതിലേക്ക് മുൻകൂട്ടി നിശ്ചയിച്ചവർ ജീപ്പിൽ തേനാക്കുഴി

എത്തി- ഞാനും കയറി. അഞ്ചു മണിക്കകം തന്നെ കക്കോടി എത്തി. ഡോക്ടറുടെ വീട്ടിൽ നാസറും ഞാനും കൂടി ചെന്നു. എന്നാൽ റഫറൻസ് ലറ്റർ തരാൻ ഡോക്ടർ കൂട്ടാക്കിയില്ല. ഞങ്ങൾ നിരാശരായി ജീപ്പിൽ കയറി. എന്തുചെയ്യും എന്നാലോചിച്ച് ഒരെത്തും പിടിയും കിട്ടാതെ കുറച്ച നേരം ശങ്കിച്ച നിന്നു. ടിക്കറ്റ് റിസർവ് ചെയ്തതല്ലെ. ഏതായാലും പോവുക തന്നെ.

കാലത്ത് 7മണിയോടെ തിരുവനന്തപുരത്തെത്തി. ഒരു ഓട്ടോയിൽ കയറി ആർ.സി.സി.യുടെ പരിസരത്ത് ചെന്നു. ആട്ടോ ഡ്രൈവർ ഏറെ സൗമ്യനായിരുന്നു. അദ്ദേഹം ഞങ്ങളോട് വിശേഷ ങ്ങളെല്ലാം ആരാഞ്ഞു. വിവരങ്ങൾ എല്ലാം കേട്ട അദ്ദേഹവും ആശ്ര പത്രിയുടെ റഫറൻസ് ലറ്റർ കൊണ്ടുവന്നിട്ടുണ്ടോ എന്ന് അന്വേഷിച്ച. ഉണ്ടെന്നോ ഇല്ലെന്നോ പറയാൻ ഞങ്ങൾക്കായില്ല. ചികിത്സ എ.ബി. സി. ഗ്രൂപ്പുകളാക്കുന്നതിനെപ്പറ്റിയും മറ്റം അദ്ദേഹവും പറഞ്ഞുതന്നു. ഏറെ വാടക കുറഞ്ഞ ഒരു താമസസൗകര്യം കാണിച്ച തരാനും അദ്ദേഹം തയ്യാറായി.

എല്ലാവരും മുറിയിൽ കയറി പ്രഭാത കർമങ്ങൾക്കു ശേഷം ഞാൻ ആശ്രപത്രിയിലെ അഡ്മിഷൻ സംബന്ധമായി അന്വേഷിക്കാൻ പരിസരത്തെത്തി. ആദ്യം കേട്ട അറിയിപ്പ് ഇപ്രകാരമായിരുന്നു."അഡ്മി ഷന് വേണ്ടി വന്നവർ അതാത് ആശ്രപത്രികളിൽ നിന്നും ലഭിച്ച റഫറൻസ്ലറ്റർ,റേഷൻ കാർഡ്മറ്റ ചികിത്സാ രേഖകൾ എന്നിവ ഇപ്പ റഞ്ഞ രീതിയിൽ അടുക്കി വെച്ച് കൂടെയുള്ളവർ കൗണ്ടറിൽ കാണിച്ച് ശീട്ട് വാങ്ങുക. രോഗിയെ തൽകാലം പുറത്തിരുത്തിയാൽ മതി.''

എന്റെ ഹൃദയം പിടഞ്ഞു. എന്തുചെയ്യും? തിരുവനന്തപുരം വരെ വന്നിട്ട് ഒരു കാര്യവും നടക്കാതെ തിരിച്ച ചെന്നാൽ എന്തായിരിക്കും സ്ഥിതി. എന്നോർത്ത് എനിക്കാകെ വേവലാതിയായി. ഞാൻ അവി ചാരിതമായി സെക്യൂരിറ്റി മേധാവിയെ ശ്രദ്ധിച്ച. അദ്ദേഹം എക്സ് മിലിറ്ററിയും ദർശന ലോഡ്ജിലെ മുൻമാനേജരുമായിരുന്നു. ഞാൻ തിരുവനന്തപുരത്ത് പോകുമ്പോൾ കൂടുതലായും താമസിച്ചിരുന്നത് അവിടെയായിരുന്നു. ട്രാൻ:എംപ്ലോയീസ് അസോസിയേഷന്റെ ഹെഡാപ്പീസിനടുത്തായിരുന്നതിനാൽ ഏറെ സൗകര്യപ്രദമായിരു ന്നു അവിടത്തെ താമസം. ആ സമയത്തുള്ള പരിചയമാണ്. ഞാൻ സാറിനെ ചെന്നു കണ്ടു. സാറും മുൻപരിചയം പുതുക്കി. കാര്യങ്ങളെല്ലാം അദ്ദേഹവുമായി ചർച്ച ചെയ്ത. അദ്ദേഹം എല്ലാ വശങ്ങളും പറഞ്ഞു മനസ്സിലാക്കിത്തന്നു. റഫറൻസ് ലറ്ററിന്റെ അഭാവത്തിൽ അഡ്മിഷൻ ലഭിക്കാൻ ആരു തന്നെ ശിപാർശ ചെയ്താലും നടക്കില്ല. റഫറൻസ്

ലറ്റർ ഇവിടത്തെ ഏതെങ്കിലും ഡോക്കറുടെ പക്കൽ നിന്നോ ആശുപ
ത്രിയിൽ നിന്നോ സംഘടിപ്പിക്കാൻ പരിശ്രമിക്ക്. ഏറ്റവും നല്ല ഒപി
വ്യാഴാഴ്ചയാണ്. രണ്ട ദിവസം അസുഖബാധിതൻ വിശ്രമിക്കട്ടെ.വ്യാഴാഴ്ച
കാലത്ത എന്റെ ആഫീസിൽ വരിക. റഫറൻസ് അതിനകം സംഘടി
പ്പിക്കുക. ബാക്കി കാര്യങ്ങൾ നമുക്ക് പരിഹരിക്കാം.

അദ്ദേഹത്തിന്റെ സ്വാന്തനവാക്കുകൾ അൽപം ആശ്വാസം
പകർന്നു. അസ്സൻകോയാക്കയെയും ഭാര്യയെയും കാര്യങ്ങൾ ബോദ്ധ്യ
പ്പെടുത്തി ഞാൻ നാസറിനെയും ബഷീറിനെയും കൂട്ടി നേരെ പത്മനാ
ഭസ്വാമി ക്ഷേത്രനടയിലെ ജില്ലാസഹകരണ ബാങ്കിലെത്തി. അവിടെ
കോഴിക്കോട്ടെ കരിയാത്തൻ കാവ് സ്വദേശിയായ ഒരു ജയപ്രകാശൻ
എന്നയാൾ ജോലി ചെയ്യുന്നുണ്ടായിരുന്നു. അദ്ദേഹം കോൺഗ്രസ്സ് പ്രവ
ർത്തകൻ എന്ന നിലക്കാണ് ബാങ്കിൽ കയറിപ്പറ്റിയതെന്ന് കേട്ടിട്ടുണ്ട്.
തിരുവനന്തപുരത്തെ ഡോക്ടർമാരും ആശുപത്രികളും ഒക്കെയായി നല്ല
ബന്ധമുള്ള വ്യക്തിയാണെന്നു കേട്ടിട്ടുണ്ടായിരുന്നു. ബാങ്ക് തുറക്കും മുമ്പ്
ഞങ്ങൾ അവിടെ എത്തി യുപ്പുകാരിയോട് ജയരാജനെക്കുറിച്ച് അന്വേ
ഷിച്ചു. അദ്ദേഹം 9മണിക്ക് വരുമെന്നും വിവരം കിട്ടി. 9 മണിക്ക് തന്നെ
ജയരാജൻ വന്നു ചേർന്നു. ഞങ്ങൾ തമ്മിൽ നേരത്തെയുള്ള പരിചയം
അദ്ദേഹം മറന്നിരുന്നില്ല. ഞാൻ വിവരങ്ങളെല്ലാം അദ്ദേഹത്തെ ധരിപ്പി
ച്ചു. ഉദ്ദേശിച്ചത്ര സഹായകരമായ നിലപാട് അദ്ദേഹം കൈക്കൊണ്ടില്ല.
നിരാശയോടെ ഞങ്ങൾ തിരിച്ചു.

അടുത്തതായി നേരെ കെ.എസ്.ആർ.ടി.എംപ്ലോയീസ്
അസോസിയേഷന്റെ കേന്ദ്ര ഓഫീസായ അഴീക്കോടൻ മന്ദിരത്തിലേ
ക്ക് ചെന്നു. ഓഫീസ് സ്റ്റാഫെല്ലാം പരിചയക്കാരായിരുന്നു. ഓഫീസ്
സെക്രട്ടറി രഘുവുമായി ഞാൻ പ്രശ്നം ചർച്ച ചെയ്തു. അദ്ദേഹം
കാർത്തിക തിരുനാൾ ആശുപത്രിയിലെ ഒരു പരിചയക്കാരനെ
ഫോണിൽ വിളിച്ചു. വിവരം സംസാരിച്ചു. ഞങ്ങളെ അങ്ങോട്ടയക്കാൻ
അദ്ദേഹം നിർദ്ദേശിച്ചു. രഘു ഒരു ഓട്ടോറിക്ഷ വിളിച്ച് പ്രസ്തുത ആശുപ
ത്രിയിൽ ഞങ്ങളെ ഇറക്കാനും അവിടെ രഘു പറഞ്ഞ ആളിനെ പരിച
യപ്പെടുത്താനും ശട്ടംകെട്ടി. അതുപ്രകാരം ഞങ്ങൾ അവിടെ എത്തി.
അവിടെ നിന്നും മിനിട്ടുകൾക്കകം തന്നെ റഫറൻസ് ലറ്റർ എഴുതി കിട്ടി.
എന്നാൽ അത് പ്രയോജനപ്പെടുത്താൻ പറ്റിയില്ല. ഞങ്ങൾ വിടപറ
യാൻ നേരത്ത് അദ്ദേഹം എന്നോട് ചോദിച്ചു. "അല്ലാ ഈ പുള്ളീടെ
സാമ്പത്തികമൊക്കെ എങ്ങനാ....?

അയ്യോ സാറെ ഏറെ കഷ്ടമാണ്. പാറപൊട്ടിച്ചാണ് കുടുംബം

പോറ്റുന്നത്.

ഇത് കേട്ടതോടെ അദ്ദേഹം പറഞ്ഞു. ഈ ആശുപത്രിയിൽ നിന്നു കത്തു വാങ്ങി ആർസിസിയിൽ ചെന്നാൽ അഡ്മിഷൻ ഉറപ്പാണ്. എന്നാൽ A ക്ലാസ്സ് പേഷ്യന്റായേ പരിഗണിക്കൂ. അദ്ദേഹം ഞങ്ങളോട് അവിടെത്തന്നെ ഇരിക്കാൻ പറഞ്ഞു. ഉടനെ തിരുവനന്തപുരം മെഡിക്കൽ കോളേജിലെ ഒരു ഡോക്ടറെ വിളിച്ചു. വിവരങ്ങൾ എല്ലാം സംസാരിച്ചു. ഏത് പ്രകാരത്തിലായാലും അവർക്ക് ഒരു റഫറൻസ് കത്ത് കൊടുക്കണം. ഞാൻ അവരെ അങ്ങോട്ടയക്കുന്നു. അദ്ദേഹം ശരി പറഞ്ഞതിനാലായിരിക്കാം ഞങ്ങളെ ഗവർമെന്റ് മെഡിക്കൽ കോളേജിലേക്കയച്ചു. ഡോക്ടരുടെ പേരും അദ്ദേഹത്തിന്റെ വാർഡു നമ്പറും കുറിച്ച് തന്നിരുന്നു. ഞങ്ങൾ അവിടെ എത്തുമ്പോൾ അഞ്ചുമ ണിയോടടുത്തിരുന്നു. ഡോക്ടറെ അന്വേഷിച്ച് കണ്ടുപിടിച്ചു. അദ്ദേഹം റഫറൻസില്ലാതെ വരാനുണ്ടായ സാഹചര്യം അന്വേഷിച്ചു ഞാൻ എല്ലാം വിസ്തരിച്ച് പറഞ്ഞു.

"മെഡിക്കൽ കോളേജിലെ ഒ.പി. ശീട്ടുകൊണ്ടുവന്നിട്ടു ണ്ടോ"-ഡോക്ടർ

"ഉണ്ട് സാർ"-ഞാൻ

ഞാൻ അതെടുത്ത് അദ്ദേഹത്തെ ഏൽപിച്ചു. ഒ.പി. ശീട്ടിൽ കഷ്ടി ഒരിഞ്ചു സ്ഥലം ശേഷിച്ചിരുന്നു. അവിടെ റഫർ ട്ട ആർ സി സി TVM എന്ന് എഴുതി ഒരൊപ്പിട്ട തന്നു. ഇത് കൊടുത്താൽ മതി അഡ്മിഷൻ കിട്ടും എന്നു പറഞ്ഞ് സന്തോഷത്തോടെ ഞങ്ങളെ യാത്രയാക്കി. ഡോക്ടറുമായി നേരിട്ടൊരു ബന്ധവുമില്ലെങ്കിലും അദ്ദേഹം ചെയ്തു തന്ന ഉപകാരത്തിനുള്ള നന്ദി പത്തു തവണ ഭൂമിയിൽ ജനിച്ചാലും പ്രകാശി പ്പിച്ച് തീർക്കാൻ ആവുന്നതല്ല.

വ്യാഴാഴ്ച കാലത്ത് റെക്കാർഡുകളെല്ലാം കൊണ്ടുചെന്ന് സെക്യൂ രിറ്റി ഓഫീസറെ കാണിച്ചു. അദ്ദേഹം അവയെല്ലാം വാങ്ങി അഡ്മിഷൻ കൗണ്ടറിൽ കൊടുത്ത ശേഷം പേഷ്യന്റിനെ ബെഡിൽ കിടത്തും വരെ കൂടെത്തന്നെ നിന്നു. അഡ്മിഷൻ ലഭിച്ച ശേഷം ഞാൻ നാസറിനോ ടൊപ്പം നാട്ടിലേക്കു മടങ്ങി. 2 ആഴ്ചയോളം ചീഫിസ എടുത്ത് അൽപം ആശ്വാസമായതോടെ പേഷ്യന്റിനെ നാട്ടിലേക്കെത്തിച്ച വീട്ടിൽ കിടപ്പായി. രണ്ടു മാസത്തോളമേ അസ്സൻ കോയാക്ക ജീവിച്ചിരുന്നുള്ളൂ.

സഖാവ് എ.കെ.ഗോപാലേട്ടന് LIC ഏജൻസിയുണ്ടായി രുന്നു. തദവസരത്തിൽ അസംഘടിത തൊഴിലാളികൾക്കുള്ള ഒരു ഗ്രൂപ്പ് ഇൻഷ്യുറൻസ് സ്കീം ഉണ്ടായിരുന്നു. അദ്ദേഹം എന്നോട്

          സഹനം സമരം ജീവിതം

20 തൊഴിലാളികളുടെ ലിസ്റ്റ് ഇതിലേക്കായി LIC കോഴിക്കോട് ഓഫീസിൽ ഏൽപിക്കാൻ നിർദ്ദേശിച്ചിരുന്നത് പ്രകാരം ലിസ്റ്റ് തയാ റാക്കുമ്പോൾ അസ്സൻകോയാക്കയുടെ പേരും ചേർത്തിരുന്നതിനാൽ അദ്ദേഹത്തിന്റെ മരണാനന്തരം ആ പോളിസിയുടെ അടിസ്ഥാനത്തിൽ പതിനായിരം രൂപ കുടുംബത്തിനു വാങ്ങികൊടുക്കാൻ സാധിച്ചതിൽ ഞാൻ സന്തോഷവാനായിരുന്നു.

****

പാർട്ടി കോൺഗ്രസ്സുകൾ

പാർടി കോൺഗ്രസ്സ് എന്നു പറഞ്ഞാൽ അത് സിപിഐ (എം)-കമ്യൂണിസ്റ്റ് പാർടി ഓഫ് ഇന്ത്യ (മാർക്സിസ്റ്റ്)-സംഘടനാ സംവിധാനമാണ് എന്ന് സാമാന്യ ബോധമുള്ളവർക്കെല്ലാം ബോധ്യമാവും ഇന്ത്യൻ നാഷണൽ കോൺഗ്രസ്സ്, ഭാരതീയ ജനതാപാർട്ടി തുടങ്ങിയ ദേശീയ പാർടികൾക്കോ കാക്കത്തൊള്ളായിരം വരുന്ന സംസ്ഥാനപ്രാദേശി പാർടികൾക്കോ ഇല്ലാത്ത സംഘടനാ രീതികളും പ്രായോഗിക ജനാധിപത്യ സമ്പ്രദായങ്ങളും അടിമുതൽ മുടിവരെ പാലിച്ച വരുന്ന പാർടിയാണ് സി.പി.ഐ.(എം). ബ്രാഞ്ച് സമ്മേളനങ്ങൾ, ലോക്കൽ-ഏരിയാ-ജില്ലാ-സംസ്ഥാന സമ്മേളനങ്ങൾക്ക് ശേഷം സംസ്ഥാന സമ്മേളനങ്ങൾ തെരഞ്ഞെടുത്തയക്കുന്ന പ്രതിനിധികൾ ഒത്തു ചേരുന്ന ശരാശരി ഒരാഴ്ചക്കാലം നീണ്ടുനിൽക്കുന്ന സമ്മേളനത്തെയാണ് പാർടി കോൺഗ്രസ്സ് എന്നു പറയുന്നത്. തിരുവനന്തപുരത്ത് നടന്ന 13-ാം പാർട്ടി കോണഗ്രസ്സ്, ചെന്നൈയിലെ 14-ാമത് പാർടി കോൺഗ്രസ്സ് എന്നിവയിൽ കലാസാംസ്കാരിക പരിപാടികളിൽ പങ്കെടുക്കാനും വിവിധ സംസ്ഥാനങ്ങളിൽ നിന്നെത്തുന്ന പ്രതിനിധി സഖാക്കളെ പരിചയപ്പെടാനും മറ്റുമായി തുടക്കം മുതൽ ഒടുക്കം വരെ അതാതിടങ്ങളിൽ സ്വതന്ത്രമായി മുറി എടുത്തു താമസിച്ച് പങ്കെടുക്കാൻ ഞാൻ അവസരം ഉണ്ടാക്കിയിരുന്നു.

പല പാർട്ടി കോൺഗ്രസ്സിലും ഇപ്രകാരം പങ്കെടുത്തുവെങ്കിലും 22-ാമത് പാർടി കോൺഗ്രസ്സിൽ പങ്കെടുത്തതാണ് ഏറെ സന്തോഷം പകർന്നിരുന്നത്. ഹൈദ്രാബാദിൽ പാർട്ടി കോൺഗ്രസ്സിനു പോകണമെന്ന മോഹം മനസ്സിൽ കൊണ്ടുനടന്നതെല്ലാതെ അതിനുള്ള മുന്നൊരുക്കങ്ങൾ ഒന്നും തന്നെ ചെയ്തിരുന്നില്ല. 3 ആഴ്ച മുൻപ് ട്രെയിൻ യാത്രാ ടിക്കറ്റ് അന്വേഷിച്ചപ്പോൾ ഒരു ടിക്കറ്റും ബാക്കിയില്ലെന്ന അറിയിപ്പ

കിട്ടിയതോടെ കൈരളി ടിവിക്ക് മുന്നിലിരുന്ന് പരിപാടി കാണാം എന്ന നിഗമനത്തിലെത്തി.

കോൺഗ്രസ്സ് ആരംഭിക്കുന്നതിന്റെ ആറ്റ ദിവസം മുമ്പ് ഒരു ഫോൺ കോൾ വന്നു. പി.ശശിധരനായിരുന്നു മറ്റേ അറ്റത്ത്.

ശശി എന്നു വിളിക്കാനാണ് സഹപ്രവർത്തകരായ ഞങ്ങൾക്കെല്ലാം താൽപര്യം. സ്ഥാപനത്തിൽ വന്നു പരിചയപ്പെട്ട നാൾ മുതൽ ഞങ്ങൾ പരസ്പരം ഉള്ളറിഞ്ഞ സുഹൃത്തുക്കളും സഖാക്കളമായിരുന്നു. എന്റെ ഭാര്യ വീടിനടുത്ത താമസക്കാരനും സുപരിചിതകുടുംബങ്ങൾ എന്ന നിലക്കെല്ലാം ശശി ഏറെ പ്രിയങ്കരനാണ്. ഏതാണ്ടൊരേ രീതിയിൽ ചിന്തിക്കുന്ന സംഘടനാ പ്രവർത്തന ശൈലിക്കാരുമായിരുന്നു ഞങ്ങൾ!

"രാഘവേട്ടാ.... പാർടി കോണ്‍ഗ്രസ്സിനു പോകുന്നില്ലേ?.... ശശി.

"പോകണമെന്നുണ്ടായിരുന്നു. അതിനുള്ള മുന്നൊരുക്കങ്ങൾ ഒന്നും ചെയ്തിട്ടില്ല. RLY ടിക്കറ്റാണെങ്കിൽ ഒറ്റയും കിട്ടാനില്ല എന്നറിയുന്നു. ഞാൻ പറഞ്ഞു നിർത്തി.

"അതൊന്നും നിങ്ങൾ നോക്കണ്ടാ. പോകുന്നെങ്കിൽ നമുക്കൊന്നിച്ച പോകാം. ടിക്കറ്റൊന്നും പ്രശ്നമല്ല. അതൊക്കെ സംഘടിപ്പിക്കാം. പോകുന്നെങ്കിൽ ആലോചിച്ച് 1/2 മണിക്കൂർ കൊണ്ട് വിവരം പറയണം.

"ശരി"ഞാൻ കാര്യങ്ങൾ അവലോകനം ചെയ്ത ശശിയെ വിളിച്ച് പോകുന്നതിനായി സമ്മതം മൂളി

"1/2 മണിക്കൂറിനകം ട്രെയിൻ ടിക്കറ്റ് റിസർവേഷൻ വിവരം ഫോണിൽ വരും. അത് ശ്രദ്ധിച്ച് വന്നില്ലെങ്കിൽ വിളിക്കണം"

"ശരി"1/2 മണിക്കൂർ കഴിഞ്ഞതും ഞങ്ങൾ പോകാനുദ്ദേശിച്ച ട്രെയിനിൽ റിസർവ് ചെയ്ത ടിക്കറ്റ് വിവരം മെസ്സേജ് വന്നു. ശശി സീനിയർ മാനേജരായിരിക്കെ KURTC രൂപീകരിച്ചിരുന്നപ്പോൾ അതിന്റെ എം.ഡി.യുടെ ചാർജ്ജിലായിരുന്നു. റെയിൽവെ അധികൃതരുമായി പലപ്പോഴും ചർച്ചകളും മറ്റ കൊട്ടക്കൽ വാങ്ങലുകളും ഉണ്ടാകും. അപ്രകാരം ഏതോ സോണൽ മാനേജരുമായുണ്ടായ വ്യക്തി ബന്ധം ഉപയോഗപ്പെടുത്തിയാണ് ഹൈദരാബാദിലേക്ക് RLY യിൽ ടിക്കറ്റ് സംഘടിപ്പിച്ചത്. അവിടെച്ചെന്നാൽ താസമസൗകര്യവും മറ്റും വേണ്ടി വരുമല്ലോ.

ഞാൻ ശശിയെ വിളിച്ച ചോദിച്ചു.

വിവേകാനന്ദ ട്രാവൽസ് മാനേജർ നന്ദനുമായി ബന്ധമുണ്ടോ?

ബന്ധമൊക്കെയുണ്ട്. എന്നാൽ ഒന്ന് വിളിച്ച നമ്മൾ രണ്ടുപേരും കൂടി ഹൈദ്രാബാദിൽ ഇന്ന സമയത്തെത്തും, താമസ സൗകര്യവും മറ്റും വേണമെന്ന പറയൂ.

ശരി.

അൽപ നേരത്തിനകം മറുപടി വന്ന. "അയ്യം ഒകെ ആയിട്ടുണ്ട്" ഞങ്ങൾ ഹൈദ്രാബാദിൽ ട്രെയിൻ ഇറങ്ങിയപ്പോൾ വിവേകാനന്ദ യിൽ നിന്നും കാൾ വന്ന.

കാർ പുറത്തുകാത്തിരിപ്പുണ്ട്. നമ്പർ പറഞ്ഞു തന്ന. അതുപ്രകാരം ഞങ്ങളെ ഒരു ലോഡ്ജിലേക്ക് കൂട്ടി കൊണ്ടുപോയി. വിശാലമായ താമസ സൗകര്യം.

അടുത്ത ദിവസം കാലത്ത് കുളിയും പ്രാതലും എല്ലാം കഴിഞ്ഞ് അവരുടെ വണ്ടിയിൽ തന്നെ പല സ്ഥലങ്ങളും കണ്ടു. പാർട്ടി കോൺഗ്ര സ്സിന്റെ വേദികളും കേരളത്തിൽ നിന്നുള്ളവരും അല്ലാത്തവരുമായ പ്രതിനിധി സഖാക്കളെയും ഞങ്ങളെപ്പോലെ എത്തിയ കാഴ്ചക്കാരെയും കാണാനും പരിചയപ്പെടാനും കഴിഞ്ഞു. എം.മെഹബൂബ്, എളമരം കരീം, പി.കെ. മുകുന്ദൻ തുടങ്ങിയ പല നേതാക്കളെയും കണ്ടു, കരീം, മുകുന്ദൻ എന്നിവർക്കൊപ്പം ഞങ്ങൾ ഫോട്ടോയും പിടിച്ചു.

ഒരു ദിവസം പൂർണമായും രാമോജിറാവു ഫിലിംസിറ്റി നഗർച്ച റ്റികണ്ടു. സിനിമയുടെ ടെക്നിക്കുകൾ പലതും അവിടെ കാണിച്ചുകൊ ണ്ടിരുന്നവയും ബാഹുബലി സിനിമ പുറത്തു വന്ന സമയമായിരുന്ന തിനാൽ അതിന്റെ ഇൻസൈഡ് സെറ്റിംങ്സുകളും മറ്റും കാണാൻ സാധിച്ചു. ജീവിതത്തിൽ മറക്കാനാവാത്ത അനുഭവമായിരുന്ന പല കാഴ്ചകളും. ചാർമിനാർ തുടങ്ങിയ പല സ്ഥാപനങ്ങളും കാണാനും ഇടക്കിടെ പാർട്ടി കോൺഗ്രസ്സുമായി ബന്ധം പുലർത്താനും സാധിച്ചു. കൊട്ടം ചൂട് കാലാവസ്ഥയായിരുന്നെങ്കിലും ഞങ്ങൾക്കതൊന്നും ഒരു പ്രശ്നമായി തോന്നിയില്ല. പാർട്ടി കോൺഗ്രസ്സിന്റെ സമാപനപ്രകട നവും പൊതു സമ്മേളനവും കഴിഞ്ഞാണ് ഞങ്ങൾ തിരിച്ചപോന്നത്.

****

എകക്രൂൽ -വീര്യമ്പ്രം റോഡ് മുരിക്കണംകുന്ന് കയറ്റം കുറക്കൽ

ഉണ്ണികുളം ലോക്കലിലെ തേനാക്കുഴി ബ്രാഞ്ച് സെക്രട്ടറി എന്ന നിലയിൽ പ്രവർത്തിച്ച വരവെ വയനാട്ടിൽ ജോലി കഴിഞ്ഞു വീട്ടിൽ വന്നാൽ പ്രദേശത്തു തന്നെ ചുറ്റിത്തിരിയാനെ സമയം കിട്ടാ റുള്ളൂ. പഞ്ചായത്തിന്റെ മറ്റ ഭാഗങ്ങളിലേക്ക് പോകാനോ ഭൂമിശാസ്ത്ര പരമായ കാഴ്ചകൾ കാണാനോ അവസരം കിട്ടാറില്ല. മകൻ രഘീഷ് തേനാക്കുഴി സ്കൂളിൽ 7-ാം തരം പാസ്സായി നിൽക്കുന്ന അവസരം. അവന് സംസ്ഥാനതലത്തിൽ ഏറ്റവും അധികം മാർക്ക് നേടിയ 100-ാമത്തെ വിദ്യാർത്ഥി എന്ന നിലക്ക് 100 കുട്ടികൾക്ക് ഒരു മാസത്തെ ക്യാമ്പ് പെരുമ്പാവൂർ കാലടിക്കടുത്ത ഒരു സ്കൂളിൽ ഉണ്ടായിരുന്നു. കോഴിക്കോട് ജില്ലയിൽ നിന്നും രഘീഷിനു പുറമെ കുട്ടമ്പൂർ സ്കൂൾ അദ്ധ്യാപികയുടെ മകൻ കൂടി കോഴ്സിനുണ്ടായിരുന്നു.

ഒരു ദിവസം കാലത്ത് തേനാക്കുഴി സ്കൂളിലെ ഹെഡ്മാസ്റ്റർ ഞാൻ താമസിക്കുന്ന കുണ്ടോംമലയിൽ എന്ന വീട്ടിൽ വന്നു. മാഷുടെ മകളും ഏഴാംക്ലാസ് പാസായിട്ടുണ്ടായിരുന്നു. അവൾക്ക് വേണ്ടി കുട്ടമ്പൂർ ഹൈസ്കൂളിൽ ചേരുന്നതിന് ഒരു സീറ്റ് ആവശ്യപ്പെടാൻപോയപ്പോൾ രഘീഷിനും കൂടി ഒരു സീറ്റിനു പറഞ്ഞിട്ടുണ്ടെന്നും അടുത്ത ദിവസം തന്നെ കുട്ടമ്പൂർ ഹൈസ്കൂളിൽ ചെന്ന് എച്ച്.എം.നെ കാണണമെന്നും പറയാനാണ് ഹെഡ് മാസ്റ്റർ വീട്ടിൽ വന്നിരുന്നത്. തദവസരത്തിൽ ഞാൻ സ്കൂൾ പി.ടി.എ.പ്രസിഡന്റുമായിരുന്നു. മാസ്റ്ററുടെ നിർദ്ദേശം മാനിച്ച് ഞാൻ അടുത്ത ദിവസം കാലത്ത് വീര്യമ്പ്രം ബസിൽ കയറി അവിടെ ഇറങ്ങി. കുട്ടമ്പൂർ പോകുന്ന ഒന്നോ രണ്ടോ ബസ്സേ ഉണ്ടായി രുന്നുള്ളൂ.

കുട്ടമ്പൂര്‍ സ്കൂളില്‍ ചെന്ന എച്ച്.എം.നെ പരിചയപ്പെട്ടു. മകന് സീറ്ററപ്പിച്ച് തിരിച്ച പോന്നു. സ്കൂളില്‍ വിവിധ ആവശ്യങ്ങള്‍ക്കായി വന്നിരുന്ന വിദ്യാര്‍ത്ഥികള്‍ തിരിച്ച പോകുന്നതിനായി വീര്യമ്പ്രം വരെ നടക്കാനുണ്ടായിരുന്നു. വീര്യമ്പ്രത്തു നിന്നും ഫൂള്‍ലോഡില്‍ ബസ്സ് പുറപ്പെട്ടു. വീര്യമ്പ്രം വിട്ട് 250 മീററര്‍ പോയാല്‍ മൂരിക്കണംകുന്ന് കയറ്റ മാണ്. കയറ്റം ആരംഭിക്കുന്നിടത്ത് ബസ്സ് നിര്‍ത്തി. വിദ്യാര്‍ഥികളെ പൂര്‍ണമായും ഇറക്കി. ഞങ്ങള്‍ കുറച്ച് പേര്‍ ബസ്സില്‍ ഇരിക്കുന്നു. ബസ്സ് കയറ്റം വലിക്കുന്നു. കുട്ടികള്‍ പിറകെ ഓടുന്നു. ബസ്സിന്റെ ബ്രേക്ക് തകരാറിലായി പിറകോട്ട പോയാല്‍ മക്കളുടെ സ്ഥിതി എന്താകും എന്നോര്‍ത്ത് ഞാന്‍ ഞെട്ടിത്തരിച്ചപോയി. വീട്ടില്‍ എത്തിയതും കുട്ടമ്പൂര്‍ സ്കൂളില്‍ പോകാം സഹപാഠിയും ഉണ്ടല്ലോ എന്നോര്‍ത്ത് സന്തോഷിച്ചിരിക്കുന്ന മകനോട് ബസ്സിന്റെ മൂരിക്കണംകുന്ന് കയറ്റവും കുട്ടികളുടെ ജീവന്‍ കൊണ്ടുള്ള കളിയും വിശദീകരിച്ചു.ഒരു കാരണവ ശാല്യം കുട്ടമ്പൂര്‍ക്കയക്കില്ലെന്നും പറഞ്ഞു. അവന്‍ അംഗീകരിക്കുക യും ചെയ്തു. അന്നു വൈകുന്നേരം തേനാക്കുഴി സ്കൂളിന്റെ മുമ്പിലെ സ്റ്റേഷനറി കടയില്‍ വെച്ച ഗവ:ഹൈസ്കൂള്‍ ബാലുശ്ശേരിയിലെ അദ്ധ്യാപകനും കെ.എസ്.ടി.എ.നേതാവുമായിരുന്ന കിഴക്കേല്‍ പത്മനാഭന്‍ മാസ്റ്റര്‍ ചില വ്യക്തികളുമായിസംസാരിച്ചുകൊണ്ടിരിക്കെ ഞാന്‍ അതു വഴി പോകാനിടയായി. നേതാക്കന്‍മാരുടെ കുട്ടികളെ യൊക്കെ മാനേജ്മെന്റ് സ്കൂളിലേ ചേര്‍ക്കുകയുള്ളൂ എന്ന് അദ്ദേഹം അഭിപ്രായപ്പെട്ടപ്പോള്‍ "ഇല്ല മാഷേ എന്നെ സൂചിപ്പിച്ചാണെങ്കില്‍ രഘീഷിനെ ഗവ:ഹൈസ്കൂള്‍ ബാലുശ്ശേരി തന്നെയാണ് ചേര്‍ക്കാന്‍ പോകുന്നത്" എന്നുറപ്പിച്ച പറഞ്ഞു. അപ്രകാരം പറയാന്‍ എനിക്ക് മടിയുണ്ടായില്ല. ഹെഡ്മാസ്റ്റര്‍ പറഞ്ഞപ്പോള്‍ കുട്ടമ്പൂര്‍ പോയന്വേഷിച്ച എങ്കിലും സര്‍ക്കാര്‍ സ്കൂള്‍ തന്നെയായിരുന്നു മനസ്സില്‍.

മകനെ സര്‍ക്കാര്‍ സ്കൂളില്‍ ചേര്‍ത്തെങ്കിലും മൂരിക്കണംകുന്ന് കയറ്റത്തിന്റെ ഭീകരത എന്റെ മനസ്സില്‍ നിന്നും മാഞ്ഞില്ല. അതിനുവേ ണ്ടി എന്തെങ്കിലും ചെയ്യണമെന്ന് മനസ്സില്‍ കരുതി ഞാന്‍ ലോക്കല്‍ കമ്മിറ്റി സെക്രട്ടറിയായി (ശിവപുരം ലോക്കല്‍ കമ്മിറ്റി) ചുമതലേയേറ്റി രുന്നു. വീര്യമ്പ്രത്ത് തെങ്ങുകയറ്റതൊഴിലാളിയും പാര്‍ടിമെമ്പറുമായിരു ന്ന സഖാവ് അച്ചുതന്റെ പറമ്പില്‍ പന്തലിട്ട് ഡിവൈഎഫ്ഐ.വില്ലേജ് സമ്മേളനം നടത്തിയ സമയം. ഉത്ഘാടകന്‍ ജില്ലാപഞ്ചായത്ത് പ്രസിഡണ്ടായിരുന്ന സഖാവ് മോഹനന്‍ മാസ്റ്ററായിരുന്നു. ലോക്കല്‍ കമ്മിറ്റി സെക്രട്ടറി എന്ന നിലക്ക് ഞാന്‍ അവിടെ മുഴുവന്‍സമയവും ഉണ്ടായിരിക്കേണ്ടതാണ്. ഉത്ഘാടന പ്രസംഗം നടന്നുകൊണ്ടിരിക്കെ

ഞാൻ അദ്ദേഹത്തിന്റെ ഡ്രൈവർ രാധാകൃഷ്ണന് ചായയും മറ്റും കൊടുത്ത ശേഷം മുരിക്കണംകുന്നുകയറ്റം മാസ്റ്ററെ കാണിക്കണമെന്നും കാർ ശ്രമകരമായി മാത്രമെ വലിപ്പിക്കാവൂ എന്നും പറഞ്ഞു ശട്ടംകെട്ടി. ഉത്ഘാടനം കഴിഞ്ഞു മാസ്റ്റർ തിരിച്ചപോകാൻ ഒരുങ്ങിയപ്പോൾ എകല്യൂർ വഴിപോകാമെന്ന ഞാൻ പറഞ്ഞു. "ഏത് വഴി പോയാലും കോഴിക്കോട്ടെത്തിയാൽ മതി'' എന്നായിരുന്ന അദ്ദേഹത്തിന്റെ മറുപടി. കയറ്റംകയറുമ്പോൾ കാർ വലിയുന്നില്ല.'എന്താ രാധാകൃഷ്ണാ വലിക്കുന്നില്ലെ...? മാസ്റ്റർ ചോദിച്ചു. വണ്ടിയുടെ കുറ്റമല്ല സഖാവെ ഇതൊന്നൊന്നര കയറ്റമാണ്. ഡ്രൈവറുടെ മറുപടി.

മുകളിലെത്തിയശേഷം കാർ നിർത്തി എല്ലാവരും ഇറങ്ങി. ഞാൻ കയറ്റത്തിന്റെ വിശേഷണങ്ങളെല്ലാം വിശദീകരിച്ചു.

"നമ്മുടെ പരിധിക്കകത്ത് ഈ പ്രവൃത്തി ഒതുങ്ങുകയില്ല'' എന്നാലും ഒരു മാസ് പെറ്റീഷൻ ഒപ്പിട്ടുവിച്ച് തരൂ നമുക്ക് നോക്കാം'' സന്തോഷത്തോടെയുള്ള മാസ്റ്ററുടെ മറുപടി എനിക്ക് ഏറെ തൃപ്തിയായി. പരിപാടിക്കിടെ തന്നെ ഞാൻ മാസ് പെറ്റീഷൻ തയ്യാറാക്കി വീര്യമ്പ്രം ബ്രാഞ്ച് സെക്രട്ടറിയും ആത്മസുഹൃത്തുമായ സഖാവ് കെ.ടി.സദാനന്ദനെ ഏൽപിച്ചു. അദ്ദേഹം വീര്യമ്പ്രം അങ്ങാടിയിൽ മേശയിട്ടിരുന്ന. യാത്രികരെക്കൊണ്ട് ഒപ്പിട്ടുവിച്ചു. ആയിരത്തോളം ഒപ്പ് ശേഖരിച്ച് എന്നെ ഏൽപ്പിച്ചു. അടുത്തദിവസം തന്നെ ഞാൻ പെറ്റീഷനുമായി ജില്ലാ പഞ്ചായത്തിൽ എത്തി. പ്രസിഡണ്ടിനെ അപേക്ഷ ഏൽപിച്ചു. അദ്ദേഹം അല്ല വായിച്ച് ബോധ്യപ്പെട്ടശേഷം ഉടനെ എക്സിക്യൂട്ടീവ് എഞ്ചിനീയർ അച്ചുതൻ സാറിനെ ചേംബറിലേക്ക് വിളിച്ച വരുത്തി അപേക്ഷ ഏൽപിച്ചു. അപേക്ഷ പരിശോധിച്ച അദ്ദേഹം 10 കോടിക്ക് മേലെ എസ്റ്റിമേറ്റ വരുമെന്നതിനാൽ നമ്മുടെ പരിധികഴിയും എങ്കിലും നന്നായി ശിപാർശ ചെയ്ത കത്തയക്കാം.

ഞാൻ സന്തോഷത്തോടെ തിരിച്ച വന്നു. ഒരു മാസം വരെക്കും യാതൊരു മറുപടിയും കിട്ടിയില്ല. അക്കാലത്ത് കോഴിക്കോട് റേഡിയോ നിലയത്തിൽ നിന്നും എല്ലാ വെള്ളിയാഴ്ചകളിലും കാലത്ത് 7 മണിക്ക് സർക്കാർകാര്യങ്ങളിൽ നമ്മുടെ സംശയങ്ങൾ തീർക്കുന്നതിനും ബന്ധപ്പെട്ട വിഷയം എവിടംവരെ എത്തി നിൽക്കുന്ന? പരിഹാരം ഉണ്ടാകുമോ തുടങ്ങിയ സമഗ്രമായ മറുപടിപ്രക്ഷേപണം ചെയ്യുന്ന ഏറെ ഉപകാരപ്രദമായ പരിപാടിയുണ്ടായിരുന്നു. ഞാൻ ലോക്കൽ കമ്മിറ്റി സിക്രട്ടറി എന്ന നിലക്ക് ലെറ്റർപാഡിൽ വിശദമായി ഒരു കത്തെഴുതി എ.ഐ.ആർ കോഴിക്കോട് നിലയത്തിൽ നേരിട്ട് സമർപ്പിച്ചു. അവിടെ

നിന്നും രണ്ടാമത്തെ വെള്ളിയാഴ്ത്തെ പരിപാടിക്കിടെ അതാ വരുന്നു എന്റെ പരാതിക്ക് മറുപടി.

സിപിഐ(എം)ശിവപുരം ലോക്കൽ കമ്മിറ്റി സിക്രട്ടറി ശ്രീ പറക്കോട്ട രാഘവന്റെ മുരിക്കണംകുന്ന് കയറ്റം കുറക്കുന്നത് സംബ ന്ധിച്ച പ്രശ്നങ്ങൾ അന്വേഷിച്ചു. 10 കോടിക്ക് മേലെ തുക ആവശ്യമു ള്ള പ്രൊജക്ട് ആയതിനാൽ ആയത് സർക്കാരിലേക്ക് അയച്ചതായി മനസ്സിലാക്കുന്നു. പരാതിക്കാരന് ആവശ്യമെങ്കിൽ ധനകാര്യ മന്ത്രാല യത്തെ സമീപിക്കാവുന്നതാണ്. റേഡിയോ കേട്ട പലരും ചോദ്യങ്ങളും അഭിപ്രായപ്രകടനങ്ങളും നിരത്തിവെച്ചു.

അടുത്ത ദിവസം ഒരു വളഞ്ഞ വഴി ഞാൻ സ്വീകരിച്ചു. കക്കോടിയിലെ ഗവ:കോൺട്രാക്ടർ അപ്പുക്കുട്ടൻ നായരെ എനിക്ക് മുൻപരിചയമുണ്ടായിരുന്നു. അദ്ദേഹത്തിന്റെ വീട്ടിലെ ഫോൺ നമ്പർ സംഘടിപ്പിച്ച് അദ്ദേഹത്തെ വിളിച്ചു. റോഡ് പ്രവർത്തനം സംസാരിച്ച് അദ്ദേഹത്തോട് ധനമന്ത്രിയെ (ശ്രീ.കെ.എം.മാണിയായിരുന്ന എന്നോ ർമ്മ) ബന്ധപ്പെട്ട് ഫണ്ട് ചാടിച്ച് പണി എത്രയും വേഗം പൂർത്തിയാ ക്കിത്തരാൻ അപേക്ഷിച്ചു. അദ്ദേഹം ആ ചുമതല ഏറ്റു. രണ്ടാഴ്ചക്കകം പത്രത്തിൽ 11 കോടി രൂപ അനുവദിച്ച് ഉത്തരവായ വാർത്ത വന്നു. ഏതാണ്ട് 1 മാസത്തിനകം റോഡ് അടച്ചു. 6 മാസം രാപ്പകൽ ജെ.സി. ബി. വെച്ച് കുന്ന് ഇടിച്ചുതാഴ്ത്തി ആ പണി പൂർത്തിയാക്കി. അപ്പുക്കുട്ടൻ നായരായിരുന്നോ അതോ അദ്ദേഹത്തിന്റെ നോമിനിയോ പ്രവർത്തി ഏറ്റെടുത്തിരുന്നതെന്നൊന്നും എനിക്ക് വശമില്ലായിരുന്നു.

****

 സഹനം സമരം ജീവിതം

എം.എം. പറമ്പിലെ പ്രക്ഷോഭങ്ങൾ

കർഷകതൊഴിലാളി യൂണിയന്റെ ഉണ്ണികളും പഞ്ചായത്ത് കമ്മിറ്റിയിൽ പ്രവർത്തിച്ചവരുമ്പോഴാണ് നാട്ടിൻ പുറത്തെ പട്ടിണി പാവങ്ങളുടെ പ്രശ്നങ്ങളും പരിഹാര മാർഗ്ഗങ്ങൾക്കുള്ള പ്രക്ഷോഭ സമരങ്ങളും സംബന്ധിച്ച് ഒരേകദേശ രൂപം മനസ്സിലാക്കാനായത്. പഞ്ചായത്തിലെ ഒരു പ്രധാന കേന്ദ്രമായ എം.എം.പറമ്പിൽ 2 സമരങ്ങൾ നടന്നിരുന്നത് ഓർത്തെടുക്കുകയാണ്. ആ സമരങ്ങളിൽ ഒന്ന് 'അറോമാ സമരമായിരുന്നു. ബാലുശ്ശേരിയിലെ അറോമ എന്ന പേരിലുള്ള ഇണിക്കട മുതലാളിമാർക്ക് എം.എം.പറമ്പിൽ ഏക്കർ കണക്കിന് തെങ്ങിൻതോപ്പുണ്ടായിരുന്നു. അവിടത്തെ തേങ്ങ പറിക്കാരും തേങ്ങ പെറുക്കി കൂട്ടുന്ന സ്ത്രീ തൊഴിലാളികളുമായി 8 പേരുണ്ടായിരുന്നു. അവർക്ക് കൂലി കൂട്ടൽ ആവശ്യപ്പെട്ട് ആസൂത്രണം ചെയ്ത സമരമായിരുന്നു. ഞാൻ യൂണിയന്റെ പഞ്ചായത്ത് കമ്മിറ്റി പ്രസിഡണ്ടും എൻ.കെ.ശശികുമാർ സെക്രട്ടറിയമായിരിക്കെയാണ് 2 സമരങ്ങളും നടന്നിരുന്നത്. ഏരിയാ സെക്രട്ടറി സഖാവ് ആർ.പി.ഭാസ്കരകുറുപ്പ് താമസിക്കുന്ന പ്രദേശമായിരുന്നതുകൊണ്ട് സമരങ്ങളും സംഘടനാപ്രവർത്തനങ്ങളും നല്ല നിലക്ക് മുന്നേറിയിരുന്ന പ്രദേശം കൂടിയായിരുന്നു. തൊഴിലാളികളുടെ ആവശ്യങ്ങൾ വിശദമാക്കിയ നോട്ടീസ് ലഭിച്ച ഉടനെ അറോമയുടെ ഉടമസ്ഥൻമാരിൽ രാജൻ എന്ന മാന്യൻ സന്ധിസംഭാഷണങ്ങൾക്ക് തയ്യാറായി.ആർ.പി.യുടെ കൂടെ ഞാനും ശശി കുമാറുമാണ് ചർച്ചയിൽ പങ്കെടുത്തത്. ആവശ്യങ്ങൾ അംഗീകരിച്ചതിനാൽ പ്രത്യക്ഷ സമരം ഉണ്ടായില്ല.

രാധാകൃഷ്ണൻ മൂസ്സദ് എന്നൊരാൾ നടത്തിയിരുന്ന സിമന്റ് കട്ട നിർമാണ കമ്പനിയിൽ നിന്നും 6 വർഷത്തിലധികം അവിടെ പണി

എടുത്ത രാജൻ എന്ന തൊഴിലാളിയെ ഒരു ചില്ലിക്കാശ് കൊട്ടക്കാതെ പിരിച്ചവിട്ടതിനെതിരെ മൂസ്സദിന്റെ വീട്ട പടിക്കൽ പന്തൽ കെട്ടി രാജന്റെ കൂടെ പ്രധാന പ്രവർത്തകരും 10 ദിവസം സത്യഗ്രഹസമരം നടത്തി. 10-ാം ദിവസം മൂസ്സദ് സന്ധിസംഭാഷണത്തിന് തയാറായി. ആറായിരം രൂപ ആനുകൂല്യം നൽകാൻ സമ്മതിച്ചതിന്റെ പശ്ചാത്തലത്തിൽ സമരം അവസാനിപ്പിച്ചു.

****

കവി

മർത്ത്യനു നണയാൻ മധുവേകുവോൻ
മർത്ത്യനെ മാറ്റി മറിപ്പോൻ, കവി,
കവികളില്ലുണ്ട് മർത്ത്യനെ കാണാത്തോനുമവന്റെ-
ദുരിതങ്ങളൊന്നുമറിയാത്തോനും
കതിർകൊയ്യും തരുണീമണിത
നാകാര ഭംഗി വർണ്ണിപ്പോൻ,
ശിൽപ്പത്തിന്നലങ്കാരം ചൊല്ലുവോ-
'നങ്ങെല്ലലോകത്തെ' പാടിപ്പുകഴ്ത്തവോൻ
കാണ്മാനൊട്ടും കരുത്തില്ലവർക്കീ-
തരുണിതൻ വിശപ്പും ദാഹവും
തലചായ്ക്കാനിടമില്ലായ്മയും
പകലന്തിയോളം കൊയ്ക്കാൽ കിട്ടും
കൂലികൊണ്ടൊന്നും തികയാ-
തന്ധാളിക്കും സ്വരൂപവും:
നാനാരൂപേണയവളെ ചുറ്റി-
ച്ചൂഷണം ചെയ്യും പരിഷകളെയ്യും
കാണാൻ കൂട്ടാക്കാത്ത കവിയെങ്കിലുമങ്ങോർ
ഉന്നത തലങ്ങളിരുന്നു വിലസുവോൻ
മർത്ത്യനെ മാറ്റി മറിപ്പോൻ,കവി,
മാറ്റത്തിനായി സജ്ജമാക്കാനെഴുതുവോൻ
മർത്ത്യരിലൊരാളായ്-
പ്പൊരുളും കവിയായ്- പോരാളിയായ്
കവിത ചമക്കും കവി-
ഉന്നതതലങ്ങളെ ത്യജിക്കുമോ കവി
ജനങ്ങളില്ലുന്നതൻ തന്നെയെന്നും

(1988-89 കാലത്ത് കർഷക തൊഴിലാളി മാസികയിൽ പ്രസിദ്ധീ
കരിച്ചത്)

****

മഞ്ഞമ്പ്രമല കുടിവെള്ള പദ്ധതി

കപ്പുറത്തെ മഞ്ഞമ്പ്രമലയിൽ കുടിവെള്ള ക്ഷാമം അതിരൂക്ഷമായി രിക്കെ 1996-2001 കാലയളവിൽ എം.എം.ഗണേശൻ മാസ്റ്ററുടെ ഭാര്യ സുധാദേവി ആയിരുന്ന വാർഡിലെ മെമ്പർ. കുടിവെള്ളക്ഷാമത്തി ന്റെ പ്രയാസം മറ്റൊരാളും പറഞ്ഞുകൊട്ടക്കേണ്ടതില്ലാത്ത നേരിട്ടനുഭവി ക്കുന്ന വീട്ടമ്മ. സഖാവ് എ.കെ.ഗോപാലനായിരുന്ന ഗ്രാമപഞ്ചായത്ത് പ്രസിഡണ്ട്. ഈ അവസരത്തിൽ ജനകീയാസൂത്രണ പരിപാടിയിൽ ഉൾപ്പെടുത്തി ഫണ്ട് അനുവദിച്ചു. ടാങ്ക് പണിയുന്നതിന് സ്ഥലം വളരെ പെട്ടെന്നുതന്നെ ലഭ്യമാക്കപ്പെട്ടു. എന്നാൽ കിണർ കുഴിക്കുന്നതിനുള്ള സ്ഥലം ലഭ്യമാകാതെ ഏറെ പ്രയാസപ്പെട്ടു.

പലരുമായും സംസാരിച്ചു. അവസാനം ഒരു പേര് ലഭിച്ചു. എൻ.എ.കോയ മാസ്റ്ററുടെ സഹോദരൻ അത്തോളി താമസക്കാരൻ ഉസ്മാൻ എന്നാൾക്ക് പ്പളിയങ്ങോട്ട താഴെ വയൽ ഉണ്ടെന്നും നേരിട്ട ചോദിക്കയാണെങ്കിൽ സ്ഥലം ലഭിക്കുമെന്നും അഭിപ്രായം ഉണ്ടായി. അടുത്ത ദിവസം ഞാൻ അത്തോളി പോയി അവിടത്തെ സഖാക്കൾ മുഖേന ഉസ്മാൻ എന്ന വ്യക്തിയെ അന്വേഷിച്ചു. അദ്ദേഹം പള്ളിയിൽ വ്രതത്തിലാണെന്നും ഉച്ചസമയത്തെ ബാങ്കും നമസ്കാരവും കഴിഞ്ഞുപ ള്ളിയിൽ ചെന്നാൽ കാണാമെന്നും വിവരം കിട്ടി. പറഞ്ഞ സമയം വരെ അത്തോളി ടൗണിൽ അലഞ്ഞു നടന്ന ശേഷം സമയത്ത് പള്ളിയിൽ എത്തി. ഉസ്മാൻക്കാ പുറത്ത് വന്നു. ഞാൻ സ്വയം പരിചയപ്പെടുത്തി. കിണർ കുഴിക്കാൻ 2 സെന്റ് സ്ഥലം വട്ടതരണമെന്ന് ആവശ്യപ്പെട്ടു. "സ്ഥലം തരാൻ തയ്യാറാണ് സെന്റിന് 16000/- (പതിനാറായിരം) രൂപ തരണം" ഇതായിരുന്ന മറുപടി. ഞാൻ മറുപടി ഒന്നും പറയാതെ തിരിച്ച പോയി. ഈ വിവരം കപ്പുറത്ത് ആകെ ചർച്ചയായി. ഒരാഴ്ച വരെ മറ്റ പ്രതികരണങ്ങളൊന്നും ഉണ്ടായില്ല.

ഒരാഴ്ച കഴിഞ്ഞ ഒരു ദിവസം ഒരാൾ- ശാസ്ത്രസാഹിത്യ പരി ഷത്തിന്റെ സജീവ പ്രവർത്തകനായ ബാലചന്ദ്രൻ എന്ന സുഹൃത്ത് എന്നെ കാണാൻ വന്നു. "രാഘവേട്ടാ അച്ഛൻ നിങ്ങളോട് ഒന്നു വീട്ടുവരെ വരാൻ പറഞ്ഞിട്ടുണ്ട്. അച്ഛന് നല്ല സുഖമില്ലാത്തതിനാൽ ഇങ്ങോട്ടു വന്നു കാണാൻ വയ്യാത്തത് കൊണ്ടാണ്''.

"ഓ.... ശരി. ഞാൻ ഇന്നു തന്നെ വരുന്നുണ്ട്''. എന്നു മറുപടി പറഞ്ഞു.

അന്നു തന്നെ ഞാൻ കിഴക്കെ കുണ്ടേ്യാട്ട് അപ്പക്കുട്ടി മാരാരെ വീട്ടിൽ ചെന്നുകണ്ടു. കുശലാന്വേഷണങ്ങൾക്ക് ഷേഷം അദ്ദേഹം കിണർ കുഴിക്കാൻ സ്ഥലം കിട്ടിയോ എന്നന്വേഷിച്ചു. മാരാർ കഠിനാധ്വാനിയും സാത്വികനുമായിരുന്ന കർഷകനായിരുന്നു.

"രാഘവേട്ടാ നെല്ലേ്യാട്ട് താഴെ എനിക്ക് കുറച്ച് വയല്യുണ്ട് അതിൽ നിന്നും നിങ്ങൾക്കാവശ്യമുള്ളത്ര സ്ഥലം എടുത്ത് കിണറോ, കുളമോ കുഴിച്ച് നാട്ടുകാർക്ക് വെള്ളം കൊടുത്തോളീ''

ഞാൻ ഹൃദയം തുറന്നു സന്തോഷിച്ചു. 'പകരം എന്താണ് ചെയ്യേണ്ടത്? എന്റെ ചോദ്യം.ഒന്നും വേണ്ട. ഉത്ഘാടനസമയത്ത് ആദ്യം ഒരു ഗ്ലാസ്സ് വെള്ളം എനിക്ക് തന്നാൽ മാത്രം മതി എന്ന അദ്ദേ ഹത്തിന്റെ മറുപടി കൂടെ കേട്ടപ്പോൾ എന്റെ സന്തോഷം പതിന്മട ങ്ങായി.

തുടർന്ന് നടപടിക്രമങ്ങൾ എല്ലാം പൂർത്തിയാക്കി കുളം കുഴിക്കലും ടാങ്കു പണിയലും എല്ലാം കഴിഞ്ഞു മഞ്ചന്ത്രമലക്കാരുടെ ചിരകാല ആവശ്യം നിറവേറി.

****

ഒതയോത്തും പടി ശുദ്ധജലവിതരണം

63 തയോത്തും പടിക്കൽ സ്ഥിരതാമസമാക്കിയതോടെ അവിടത്തെ വിവിധങ്ങളായ പ്രശ്നങ്ങൾ പരിഹരിക്കുന്നതിനായി നല്ല ഇടപെടൽ വേണ്ടി വന്നു. കുടിവെള്ളക്ഷാമം പരിഹരിക്കാൻ ഒരു പദ്ധതിക്കായി ഗ്രാമപഞ്ചായത്തിന്റെ ജനകീയ ആസൂത്രണ പരിപാടിയിൽ ഒരു പ്രൊജക്ട് തയ്യാറാക്കി കിണറിനും ടാങ്കിനും സ്ഥലം ലഭിക്കേണ്ടതു ണ്ടായിരുന്നു. സഖാക്കളുമായി കൂടിയാലോചിച്ച് കിണറിനുള്ള സ്ഥലം നെരോത്ത് യൂസഫ് ഇക്കായുടെ കൈവശം ഉണ്ടെന്ന കണ്ടെത്തി. ടാങ്കിന് അനുയോജ്യമായ സ്ഥലം കുന്നുപുറത്ത് ഹരിദാസൻ എന്നാളുടെ കൈവശം ഉള്ളതായും മനസിലാക്കി.

കുന്ന പുറത്ത് ഹരിദാസന്റെ സ്ഥലം പോയമ്പേഷിച്ചപ്പോൾ കമ്മ്യൂണിസ്റ്റ്കാരുടെ വെള്ളം എനിക്ക് വേണ്ട. എന്റെ സ്ഥലം തരില്ല എന്ന വിവരം കിട്ടി. ഹരിദാസൻ ആലി വധക്കേസിൽ ജയിൽ വാസം അനുഭവിച്ച വന്ന പ്രതി ആയതുകൊണ്ട് ആ കാര്യം ഞങ്ങൾ വിട്ടു കളഞ്ഞു.

ഹരിദാസന്റെ മാതാപിതാക്കളും സഹോദരങ്ങളുമെല്ലാം ഇക്കാ ര്യത്തിൽ പ്രയാസമുള്ളവരാണെന്ന് ഞങ്ങൾക്ക് നന്നായി അറിയാ മായിരുന്നു. ഹരിദാസന്റെ ഒരു സഹോദൻ രവി കാക്കുരായിരുന്ന താമസം. ഹരിദാസന്റെ സ്ഥലത്തിനടുത്ത് അത്ര തന്നെ ഉയരമില്ലാത്ത ഒരു സ്ഥലം രവിക്കുമുണ്ടായിരുന്നു. വിവരങ്ങൾ രവി അറിഞ്ഞപ്പോൾ അദ്ദേഹം സ്ഥലത്തെത്തി. ആവശ്യമുള്ളത്ര സ്ഥലം എടുത്തുകൊ ള്ളാൻ പറഞ്ഞു. ഒരു നിബന്ധനയുണ്ടായിരുന്നു. ആ ടാങ്കിൽ നിന്നും ഹരിദാസൻ എന്ന സ്വന്തം സഹോദരന് പൈപ്പിട്ട കൊടുക്കരുത്.

പെറ്റതള്ളക്കിലാത്ത ദണ്ഡം പോറ്റിയ മുത്താച്ചിക്ക് വേണ്ടതില്ല ല്ലാ എന്ന കരുതി നിബന്ധ അംഗീകരിച്ചുകൊണ്ട് സ്ഥലം ഏറ്റെടുത്തു.

കിണർ/കുളം കുഴിക്കുന്നതിനുള്ള സ്ഥലം കണ്ടുപിടിച്ചിരുന്നത് നേരോത്ത് യൂസഫ് ഇക്കായുടെ കൈവശഭൂമിയായിരുന്നുവല്ലൊ അതന്വേഷിച്ചപ്പോൾ ഏറെ ന്യാലാമാലകൾ ഉണ്ടായി.

യൂസഫ് ഇക്കാ സജീവ കോൺഗ്രസ്സ് പ്രവർത്തകനായിരുന്നു. എന്നാൽ വികസന പ്രവർത്തനങ്ങളിലൊക്കെയും നന്നായി സഹക രിക്കുന്ന വ്യക്തി കൂടിയായിരുന്നു. കുടുംബമൊന്നാകെ അത്തരത്തിലുള്ള മനോഭാവത്തിനടമകളായിരുന്നു.

ഇവിടെ സ്ഥലം ചോദിച്ചാൽ ഒരു പ്രയാസവും ഇല്ലാതെ അദ്ദേഹം അനുവദിക്കുമായിരുന്നു. എന്നാൽ ഞാനും ബ്രാഞ്ച് സെക്രട്ടറി പി.പി.ബാലൻ മാസ്റ്ററും കൂടി അദ്ദേഹത്തെ കണ്ട കാര്യങ്ങൾ സംസാ രിച്ചപ്പോൾ രസകരമായ മറുപടിയാണ് ലഭിച്ചത്. അവിടെ കോൺഗ്ര സ്സ് പ്രവർത്തകനായ കല്ലുവെട്ടുകുഴിക്കൽ ശബരീശനെ സ്ഥലം ചോദിക്കാൻ തന്റെ വീട്ടിലേക്കയക്കണമെന്നും എന്നാൽ അയോളോട് ചില കാര്യങ്ങൾ സംസാരിച്ച തിരിച്ചയക്കുമെന്നും അതിനടുത്ത ദിവസം നിങ്ങൾ രണ്ടുപേരും വന്ന് ആവശ്യത്തിന് സ്ഥലം അളന്നെടുത്തുകൊള്ള എന്നും പറഞ്ഞു. അത് ശരിവെച്ച് ഞങ്ങൾ തിരിച്ചപോയി. ഈ വാദഗ തിയുടെ പിന്നാമ്പുറ കഥ കൂടി വിശദീകരിക്കുന്നത് നന്നായിരിക്കും.

ഒതയോത്തുംപടി അംഗൻവാടി കെട്ടിടം പണിയുന്നതിന് 3 സെന്റ് സ്ഥലം ആവശ്യമായിരുന്നു. ജനകീയ ആസൂത്രണ പദ്ധതിയിൽ ഉൾപ്പെ ടുത്തി ഫണ്ട് വെച്ചിരുന്നു. സ്ഥലം തരാൻ അന്ന പാർട്ടി മെമ്പറായിരുന്ന ഒ.പി.ഗണേശൻ സന്നദ്ധനായിരുന്നു. എന്നാൽ അദ്ദേഹത്തിന്റെ മൂത്ത സഹോദരൻ രാഘവൻ കോൺഗ്രസ്സ് പ്രവർത്തകനായിരുന്നതിനാൽ കുടുംബത്തിൽ കുഴപ്പമുണ്ടാകുമോ എന്ന ആശങ്കയുണ്ടായിരുന്നു. ഞാനും പി.പി.ബാലൻ മാസറ്ററും കൂടി രാഘവേട്ടനെ വീട്ടിൽച്ചെന്നു കണ്ട് അംഗ ൻവാടിക്ക് അവരുടെ പിതാവിന്റെ പേരിടാമെന്നും പറഞ്ഞു ഗണേശന്റെ സ്ഥലം സ്വീകരിക്കാൻ അനുവാദം വാങ്ങി അതിന്റെ നിർമ്മാണത്തിന് ജനകീയ കമ്മിറ്റി രൂപീകരണ.രോഗത്തിൽ ഞാൻ യൂസഫ് ഇക്കായെ കമ്മിറ്റിയുടെ ചെയർമാൻ ആയി നിർദ്ദേശിക്കുകയും ബാലൻ മാസ്റ്റർ പിന്താങ്ങുകയും ചെയ്തു. പക്ഷെ കല്ലുവെട്ടുകുഴിക്കൽ ശബരീശൻ എന്ന കോൺഗ്രസ്സ് നേതാവ് അതിനെ ശക്തിയുക്തം എതിർക്കുകയും യൂസഫ് ഇക്കാ പിൻവാങ്ങുകയും ചെയ്തു. ഈ ശത്രുത പ്രകടമാക്കാനാണ് കുടി വെള്ളത്തിന് സ്ഥലം ചോദിക്കാൻ ശബരീശനെ അയക്കണമെന്ന ആവശ്യത്തിനു പിന്നിൽ. സംഗതികൾ അതുപ്രകാരമെല്ലാം നടന്നു ശബരീശൻ സ്ഥലം ചോദിച്ചു ലഭിക്കാതെ ഇളിഭ്യനായി തിരിച്ച വന്നു.

അടുത്ത ദിവസം ബാലൻ മാസ്റ്റർക്കൊപ്പം ഞാനും ചെന്ന് സ്ഥലം 3 സെന്റ് അളന്നു വാങ്ങി. ടാങ്കും കുളവും പൂർത്തിയാക്കി ഒതയോത്തും പടിക്കൽ ശുദ്ധജലവിതരണം പൂർത്തികരിച്ചു.

****

പി. അബ്ദുബക്കർ മാസ്റ്റർ

രണ്ടു തവണ നന്മണ്ട ഗ്രാമപഞ്ചായത്ത് പ്രസിഡന്റ് ഒരു തവണ ചേളന്നൂർ ബ്ലോക്ക് പഞ്ചായത്ത് വൈസ് പ്രസിഡന്റ് ഒരു തവണ പ്രസിഡന്റ് എന്നീ നിലകളിൽ പ്രശംസനീയമായ പ്രവർത്തനങ്ങൾ കാഴ്ച വെച്ച സി.പി.ഐ.(എം) കക്കോടി ഏരിയാ കമ്മിറ്റി മെമ്പർ സ:പി. അബ്ദുബക്കർ മാസ്റ്ററെ 35 വർഷത്തിലേറെയായി എനിക്ക് അടുത്ത പരിചയമുണ്ട്. വളരെ സരളമായ ഭാഷയില്ലുള്ള ച്രുങ്ങിയത് 2 മണിക്കൂർ നീളുന്ന പ്രസംഗം ഞാൻ ആദ്യമായി കേട്ടത് പൂന്തൂർ അങ്ങാടിയിലാ യിരുന്നു. ഇടത് വിരുദ്ധ താവളമായ പൂന്തൂർ ആ പ്രസംഗ് കേൾക്കാൻ ആളുകൾ തിങ്ങി നിറഞ്ഞിരുന്നു. അന്ന് ഞാൻ ഉണ്ണികുളം ലോക്കൽ കമ്മറ്റി മെമ്പറും കപ്പറം ബ്രാഞ്ച് സെക്രട്ടറിയുമായിരുന്നു. അടുത്ത ദിവസം ഞാൻ ചീക്കിലോട്ട് ചെന്ന് അദ്ദേഹത്തിന്റെ വീട് അന്വേഷിച്ച് കണ്ടുപിടിച്ച് അദ്ദേഹത്തെ കണ്ടു. കപ്പറത്തിന്റെ വിശേഷണങ്ങളെ ല്ലാം ധരിപ്പിച്ചു. ഒരു പൊതുയോഗത്തിനു തിയ്യതി വാങ്ങി. രണ്ടേകാൽ മണിക്കൂർ നേരത്തെ പ്രസംഗം നിന്ന ദിക്കിൽ നിന്നും പൂർണ്ണമായി ശ്രവിച്ച ജനസഞ്ചയം എനിക്കും സഖാക്കൾക്കും ഏറെ ആവേശം തന്നു. ഒരു വർഷം കഴിഞ്ഞു പിന്നീടൊരിക്കൽ കൂടി 2 മണിക്കൂർ നീണ്ട ഒരു പ്രസംഗം അതേ അങ്ങാടിയിൽ അദ്ദേഹം നടത്തിത്തന്നു.

കപ്പറത്ത് നിന്നും ഞാൻ ഒതയൊത്തുംപടി ബ്രാഞ്ച് സെക്രട്ടറി യായി പോയപ്പോൾ ഉണ്ടായ ഒരു കാര്യം ഓർക്കാതെ വയ്യ. ഈ സ്ഥലം പനങ്ങാട്- നന്മണ്ട പഞ്ചായത്തുകളുടെ അതിരു പങ്കുവെക്കുന്ന പ്രദേശമാണ്. അവിടെ പേരാറ്റംപൊയിൽ എന്ന ഒരു പ്രദേശമുണ്ട്. അവിടെയുള്ള വീടുകൾ നന്മണ്ടയിൽപ്പെട്ടതാണ്. അവിടെ മെഴത്തിരി അമ്മദ്കോയക്കാ എന്ന ഏറെ മാന്യനായ, മനുഷ്യസ്നേഹിയായ, സ്നേഹസമ്പന്നനായ ഒരു കുടുംബനാഥനുണ്ടായിരുന്നു. വീട്ടിൽ തന്നെ

ഒരു മെഴുകുതിരി നിർമ്മാണ യൂണിറ്റ് ഉണ്ടായിരുന്ന അദ്ദേഹത്തിന്. മെഴുകുതിരികൾ ഉണ്ടാക്കി ഉണ്ണികുളം പനങ്ങാട് ബാല്യശ്ശേരി നന്മണ്ട തുടങ്ങിയ സ്ഥലങ്ങളിൽ കടകളിൽ വെച്ചുകൊണ്ട് കച്ചവടം ചെയ്തായിരുന്ന ഉപജീവനം. അതാണ് മേൽ പ്രകാരം പേര് വീഴാൻ കാരണം. അവർ അഞ്ചാറ സഹോദരങ്ങൾ ഏറെ സ്നേഹത്തോടെയും ഐക്യത്തോടെയും ജീവിച്ചിരുന്ന. അവർ പൂർണമായും സജീവ കോൺഗ്രസ്സ് കുടുംബമായിരുന്ന. അമ്മദ്കോയാക്കായും ഞാനും ഏറെ സ്നേഹത്തിലായിരുന്ന... അദ്ദേഹം എല്ലാവരുമായും സ്നേഹത്തിലായിരുന്ന എന്ന് മുമ്പെ പറഞ്ഞുവല്ലൊ.

ഒരു ദിവസം അമ്മദ്കോയാക്കാ എന്റെ വീട്ടിൽ വന്നു. അദ്ദേഹത്തിന്റെ കുടുംബത്തിന് കെ.ഡി.സി.ബാങ്കിൽ ഒരു നല്ല തുക (2 ലക്ഷത്തോള മായിരുന്ന എന്നാണോർമ്മ) കടം ഉണ്ടെന്നും അത് മൊത്തമായി അടച്ച തീർക്കാൻ ഒരു സ്ഥലം വിൽപന നടത്തിയിട്ടുണ്ടെന്നും കടം വീട്ടുമ്പോൾ പലിശയിൽ ചെറിയ വിട്ടുവീഴ്ച ചെയ്ത് സഹായിക്കാൻ ആരോടെങ്കിലും പറയാൻ പറ്റമോ എന്നായിരുന്ന അദ്ദേഹത്തിന്റെ ആവശ്യം. ഇക്കാര്യത്തിൽ പരമാവധി സഹായം ചെയ്യിക്കാൻ കഴിയും എന്നും ഞാൻ മറുപടി നൽകി. അവരുടെ ലോണിന്റെ വിവരങ്ങൾ എല്ലാം വാങ്ങി ഞാൻ നേരെ ബാങ്ക് പ്രസിഡണ്ട് സ: എം. മെഹബൂബിന്റെ വീട്ടിലെത്തി അദ്ദേഹത്തെ വിവരം ധരിപ്പിച്ചു. അദ്ദേഹം ബേങ്ക് മാനേജരെ വിളിച്ച കടത്തിന്റെ നമ്പർ പറഞ്ഞുകൊടുത്തു. പൊതുവെ കുറക്കാവുന്ന തുക കുറച്ചശേഷം പ്രസിഡണ്ടിന്റെ പ്രത്യേക അധികാരം വിനിയോഗിച്ച് കുറച്ച് കൂടി തുക കുറപ്പിച്ച് തുകയെല്ലാം പറഞ്ഞുതന്ന. അവർ മുമ്പ് പോയി കണക്ക കൂട്ടി നോക്കിയപ്പോൾ പറഞ്ഞ തുകയെക്കാൾ നാല് പ്രതിനായിരത്തോളം കുറവ് വന്നത് അവരെ ചില്ലറയൊന്നുമല്ല ആശ്വസിപ്പിച്ചത്. പണം അടക്കാൻ ഞാനും കൂടെ പോയിരുന്ന.

അടുത്ത ദിവസം അമ്മദ്കോയാക്കാ വീണ്ടും വീട്ടിൽ വന്നു. 'രാഘവേട്ടാ ഞാനും എന്റെ സഹോദരങ്ങളും കുടുംബസമേതം ഇന്ന മുതൽ നിങ്ങളുടെ കൂടെയാണ്. അതായത് ഞങ്ങളും മാർക്സിസ്റ്റ് പാർട്ടി യാണ്. അടുത്ത ദിവസം തന്നെ ഞങ്ങളുടെ ഏതെങ്കിലും ഒരു വീട്ടിൽ പാർട്ടി സഖാക്കളുടെ യോഗം വിളിച്ചാൽ ഞങ്ങളെല്ലാവരും പങ്കെടുക്കും. അവിടെ ഞങ്ങൾ ഇക്കാര്യം പറയും.' ഇരുവരും കൈകൊടുത്തു പിരിഞ്ഞു.

ഞാൻ ഈ വിവരം അബൂബക്കൽ മാസ്റ്ററെ വീട്ടിൽ ചെന്നു അറിയിച്ച. ഒരാഴ്ചക്കകം ഉള്ള ഒരു തിയ്യതി മാസ്റ്റർ തന്ന. ഞങ്ങൾ നന്മണ്ടയിലും

 സഹനം സമരം ജീവിതം

ഉണ്ണികളത്തും ബ്രാഞ്ചതിർത്തിയൊന്നും പരിഗണിക്കാതെ സഖാക്കളെ വിളിച്ചു ചേർത്തു. അതുവരെ ഒരു യോഗത്തിലും പങ്കെടുക്കാത്ത സ്ത്രീകൾ ഉൾപ്പെടെ 80 പേരോളം യോഗത്തിൽ പങ്കെടുത്തു. 7 മണിക്ക് തുടങ്ങിയ പ്രസംഗം ഒമ്പതര മണിവരെ മാസ്റ്റർ തുടർന്നു. കുടുംബങ്ങളെയെല്ലാം പാർട്ടിയിലേക്ക് സ്വാഗതം ചെയ്തു. ആ യോഗം പ്രദേശത്ത് നല്ല ചലന മുണ്ടാക്കി എന്നു പറഞ്ഞാൽ അതിശയമാകില്ല.

****

രാഘവേട്ടന്റെ വീട്

കെ.വേലായുധൻ,കാവ്യാലയം

സുൽത്താൻ ബത്തേരി

രാഘവേട്ടൻ കത്തിൽ എഴുതിയ സ്ഥലത്തു തന്നെ ഞാൻ ബസ്സിറങ്ങി. അപരിചിതമായ സ്ഥലത്തെത്തിയതിന്റെ പരിഭ്രമത്തോടെ കത്തിലെ വാചകങ്ങൾ ഒരിക്കൽക്കൂടി ഞാൻ ഓർത്തെടുത്തു. വീട്ടിലെത്തേണ്ട വഴിയെക്കുറിച്ച് വിശദമായിത്തന്നെ കത്തിലെഴുതിയിരുന്നു. വട്ടോളി ബസാറിൽ ബസ്സിറങ്ങി ആരോട ചോദിച്ചാലും പറഞ്ഞുതരും. മെയിൻ റോഡിന്റെ മൂന്നാമത്തെ വളവു കഴിഞ്ഞാൽ ഒരു ക്ഷേത്രത്തിന്റെ അറിയിപ്പോട്ട കൂടിയ ബോർഡു കാണാം. ആ വഴിയിലൂടെ വന്നാൽ വീട്ടിലെത്താം. ഊടുവഴികൾ താണ്ടി ഞാൻ രാഘവേട്ടന്റെ വീട്ടുപടിക്കലെത്തിയപ്പോൾ എനിക്ക മുമ്പിൽ ഭവാനി ചേച്ചിയുടെ ഹൃദ്യമായ ചിരി.

"ഇതാരാ വന്നിരിക്കുന്നതെന്ന നോക്കീ..." എന്റെ പേര് പറഞ്ഞു കൊണ്ട് ഭവാനിചേച്ചി വീടിനകത്തേക്ക് വിളിച്ചു പറഞ്ഞു.

"എത്ര നാളായി വരാം വരാം എന്ന് പറഞ്ഞിട്ട് ഇപ്പളെങ്കിലും വന്നല്ലോ" പരിഭവം കലർന്ന ഭവാനി ചേച്ചിയുടെ വാക്കുകൾ.

"വാ വാ കേറി വാ" രാഘവേട്ടന്റെ ഊഷ്മളമായ ആതിഥേയത്വം സ്വീകരിച്ചുകൊണ്ട് ഞാൻ പണി തീരാത്ത ആ കൊച്ച ഭവനത്തിലെ ചാരുകസേരയിൽ ചാഞ്ഞിരുന്നു.

വീടിന്റെ ചെറിയ മുറ്റത്തിന്റെ അതിരുകളിൽ തെച്ചിയും, ജമന്തിയും, റോസയും, മുല്ലയും പൂത്തു നിൽക്കുന്നുണ്ടായിരുന്നു.

അൽപം നരബാധിച്ചിരുന്നെങ്കിലുംമുഖത്തെ പ്രസരിപ്പിനും, നിശ്ചയ ദാർഢ്യഭാവത്തിനും ഒരു കോട്ടവും രാഘവേട്ടനുണ്ടായിരുന്നില്ല. കനത്ത

കൊമ്പൻ മീശ പിരിച്ചവെച്ചെങ്കിലും അതിനിടയിൽ പതിയിരുന്ന നനുത്ത ചിരി ഗൗരവത്തെ മായ്ച്ചു കളഞ്ഞിരുന്നു.

"പിന്നെ എന്തൊക്കെയുണ്ട് വിശേഷങ്ങൾ ഭാര്യയും മക്കളെമൊക്കെ സുഖമായിരിക്കുന്നോ?" രാഘവേട്ടന്റെ പതിവ് ശൈലിയിലുള്ള ക്ഷേമാന്വേഷണം. "എല്ലാവരും സുഖമായിരിക്കുന്നു" ഞാൻ പറഞ്ഞു. "കുട്ടികൾ ഏതൊക്കെ ക്ലാസ്സിലെത്തി"?

"മൂത്തോള് പത്തുകഴിഞ്ഞു പ്ലസ് വണ്ണിനു പഠിക്കുന്നു. രണ്ടാമത്തവൾ ഒൻപതിലും ഇളയത് രണ്ടിലും പഠിക്കുന്നു." "കാവ്യ, നവ്യ, നവീന അല്ലേ?" "അതെ" "മൂത്താൾക്ക് മാർക്കൊക്കെ ഉണ്ടോ?" "ഫസ്റ്റ് ക്ലാസ്സുണ്ട്" "എല്ലാവരോടും നന്നായി പഠിക്കുവാൻ പറയണം" രാഘവേട്ടന്റെ നന്മ നിറഞ്ഞ ഉപദേശം.

രാകേഷ് മോൻ എവിടെ? ഞാൻ ചോദിച്ചു. അവൻ കംപ്യൂട്ടറിനു പോയിരിക്ക്യാ. ഇപ്പളത്തെ കാലത്ത് അതൊക്കെയാണല്ലോ വേണ്ടത്. ഡിഗ്രിയൊക്കെ കഴിഞ്ഞ് നാളകളായി അവന് ജോലിയൊന്നും തരായിട്ടില്ല. വെറുതെയിരിക്കാണ്ടാന്ന് വെച്ച് കമ്പ്യൂട്ടർ പഠിക്കാൻ പോകുന്നു". "ജോലിക്കൊന്നും ശ്രമിക്കുന്നില്ലെ?"ഞാൻ ചോദിച്ചു.

"പി.എസ്സി ഒന്നു രണ്ടെണ്ണത്തിന്റെ ലിസ്റ്റിലുണ്ട്. കാലാവധി കഴിയാൻ പോകുന്നു. സർക്കാരിന്റെ നിയമന നിരോധനം കാരണം പോസ്റ്റിംഗ് ഒന്നും നടക്കുന്നില്ലല്ലോ- എല്ലാം പിൻവാതിൽ നിയമന മല്ലേ?" "ചായ കുടിക്കാം". ചായയും പലഹാരങ്ങളും മേശപ്പറത്തു നിരത്തിവെക്കുന്നതിനിടയിൽ ഭവാനിച്ചേച്ചി ക്ഷണിച്ചു. ചായ കുടിച്ചു കൊണ്ടിരിക്കുന്നതിനിടയിൽ പൊട്ടന്നനെയാണ് ചുമരിൽ തൂക്കിയിട്ട ഫ്രെയിം ചെയ്ത ഫോട്ടോ എന്റെ കണ്ണിൽപ്പെട്ടത്. കുസൃതി ഒളിഞ്ഞിരിക്ക ന്ന പ്രസരിപ്പാർന്ന നിഷ്കളങ്കതമുറ്റിയ മുഖഭാവത്തോടെയുള്ള രോഷ്നി മോളുടെ ഫോട്ടോ! അൽപം പക്വതഭാവം പടർന്നിരുന്നെങ്കിലും കുഞ്ഞുനാളിൽ കണ്ട അതേ രൂപം തന്നെയായിരുന്നു ഫോട്ടോയിലെ രോഷ്നി മോളുടെ രൂപത്തിനും. ഫോട്ടോയുടെ താഴെയായി സിമന്റ് തേക്കാത്ത ചുമരിന്റെ വിടവിൽ ഒരു പനിനീർപ്പൂ ചാർത്തിയിരുന്നു. അതിന്റെ ഇതളകൾ വാടിക്കരിഞ്ഞിരുന്നു. ഞാൻ അൽപനേരം വിമുഖനായി. ഹൃദയത്തിൽ നൊമ്പരത്തിന്റെ നീറ്റൽ.

"കഴിക്ക് എന്താ ആലോചിച്ചിരിക്കുന്നത്?" എന്റെ ശ്രദ്ധയെ വഴിമാറ്റിക്കൊണ്ട് രാഘവേട്ടൻ പറഞ്ഞു. ഏദൃമായ സ്നേഹവാ യ്പോടുക്കൂടിയ സ്വീകരണത്തിനിടയിൽ ഒരു കാർമേഘപടലം വന്നു മൂടാതിരിക്കുവാൻ രോഷ്നി മോളെക്കുറിച്ചുള്ള ചിന്ത ഞാൻ എന്റെ

അസ്വസ്ഥമായ മനസ്സിൽ മടക്കി വെച്ചു. നാലു വയസ്സുള്ളപ്പോഴാണ് ഞാൻ രോഷ്‌നിമോളെ ആദ്യമായി കാണുന്നത്. ഒരു കുടുംബസുഹൃ ത്തായി രാഘവേട്ടന്റെ വാടക വീട്ടിൽ പോകുമ്പോഴൊക്കെ കളിച്ചല്ല സിച്ച് കൊച്ച് പല്ലുകൾ കാണിച്ച് കിലുകിലാ ചിരിച്ച് ഓടിച്ചാടി വന്ന് രോഷ്‌നി മോൾ എന്റെ മടിയിൽ കയറിയിരിക്കുക പതിവായിരുന്നു. വന്ന ഉടനെ മാമന്റെ വക ഒരു കഥയോ, പാട്ടോ അവൾക്കു കേൾക്കണം. പലപ്പോഴും പറഞ്ഞ കഥ തന്നെ വീണ്ടും വീണ്ടും പറഞ്ഞും പാടിയ പാട്ട തന്നെ പാടിയും രോഷ്‌നിമോളെ തൃപ്തിപ്പെടുത്തിപ്പെടുത്തിപ്പോന്നു. വേറെ കഥ പറയാനും വേറെ പാട്ട പാടാനും അവൾ നിർബന്ധിക്ക മായിരുന്നു. എന്റെ അജ്ഞതയെ അവൾക്കു മുമ്പിൽ മറച്ചവെക്കുവാൻ ഞാൻ ഏറെ പാടുപെടുമായിരുന്നു. "ഇപ്പൊ കഥയെഴുത്തൊന്നുമില്ലേ? ഫോട്ടോയിലെ നിഷ്കളങ്കതയിൽ പതിഞ്ഞ എന്റെ ശ്രദ്ധയെ മുറി പ്പെടുത്തിക്കൊണ്ട് രാഘവേട്ടന്റെ ചോദ്യം. "ജോലിത്തിരക്കിനിടയിൽ സമയം കിട്ടാറില്ല" ഞാൻ പറഞ്ഞു.

"എന്തെങ്കിലുമൊക്കെ എഴുതിക്കൊണ്ടിരിക്കണം വായനയും തുടരണം" രാഘവേട്ടന്റെ വാത്സല്യത്തോടെയുള്ള ഉപദേശം.

രാഘവേട്ടൻ എന്നെ പണിതീരാത്ത വീടിന്റെ കൊച്ചുമുറികളിലേക്ക കൊണ്ടുപോയി. ജനലുകളൊക്കെ പ്ലാസ്റ്റിക് ഷീറ്റുകൾകൊണ്ട് മറച്ച മുറിയിൽ പ്രത്യേകമായി ഉണ്ടാക്കിയ മരത്തിന്റെ അലമാരയിൽ നിറയെ നിരവധി പുസ്തകങ്ങൾ ഭദ്രമായി തന്നെ അട്ടിക്കിവെച്ചിരുന്നു. ഒരുമിച്ച ജോലി ചെയ്യുമ്പോൾ രാഘവേട്ടൻ തന്നെയാണല്ലോ എന്നെയും ഗഹനമായ വായനയുടെ ഉന്നതിയിലേക്ക് ആനയിച്ചതും. സൗഹൃദ ത്തിന് ഭംഗം വരുത്തികൊണ്ട് രാഘവേട്ടൻ സ്ഥലം മാറിപോയപ്പോഴും ഇടയ്ക്കൊക്കെ കാവ്യാത്മകമായ കത്തുകളിലൂടെ രാഘവേട്ടനുമായുള്ള ആത്മബന്ധം ഞാൻ ദൃഢപ്പെടുത്തിപ്പോന്നു. അങ്ങിനെ ഒരിക്കൽ വന്ന കത്ത് വേദനയുടെ പരിവേഷം ചാർത്തി എന്റെ ഹൃദയത്തിൽ ഇന്നും തങ്ങി നിൽക്കുന്നു.- രോഷ്‌നി മോൾ നമ്മെ വിട്ടപിരിഞ്ഞു. അവൾ പ്രീഡിഗ്രിക്ക് പഠിക്കുകയാണെന്നറിയാമായിരുന്നല്ലോ. മഞ്ഞപ്പിത്ത മായിരുന്നു.... ആ കത്ത് മുഴുവൻ വായിക്കാനുള്ള കരുത്ത് എനിക്കില്ലാ യിരുന്നു.രോഷ്‌നി മോൾ നഷ്ടപ്പെട്ട ശൂന്യതയിലേക്ക് കടന്ന ചെല്ലുവാൻ മനസ്സ് വിമുഖമായതിനാൽ രാഘവേട്ടനുമായുള്ള കൂടിക്കാഴ്ചക്ക് താമസം നേരിട്ടുകയായിരുന്നു. നാളുകൾക്ക് ശേഷം പെൻഷൻ പറ്റി പിരിഞ്ഞ രാഘവേട്ടനെ നേരിൽ കാണുന്നതും ഇന്നാണ്. ഒരിക്കൽ രാഘവേട്ടൻ വീണ്ടും എഴുതി. ഞാൻ പുതിയൊരു വീടൊക്കെ പണിയുന്നു. ഒന്നിവിടം വരെ വരണം. ഭവാനിക്കും നിന്നെ ഒന്നു കാണണമെന്നുണ്ട്. ആ കത്ത്

 സഹനം സമരം ജീവിതം

വായിച്ചതിനുശേഷം എന്തായാലും രാഘവേട്ടനെ ഒന്നു കാണുവാൻ തന്നെ ഞാൻ തീരുമാനിച്ചു. അങ്ങിനെയാണ് ഞാനിപ്പോൾ ഇവിടെ ഇങ്ങിനെ....

ഉച്ചവെയിലിന്റെ കാഠിന്യത്തിലൂടെ അപ്പോഴാണ് ചുറുചുറുക്കുള്ള ഒരു ചെറുപ്പക്കാരൻ വാതിൽപ്പടികൾ കയറി കടന്നുവന്നത്. അവന്റെ മുഖത്ത് വിയർപ്പിന്റെ മുത്തുമണികൾ ചിതറികിടക്കുന്നുണ്ടായിരുന്നു.

"അറിയുമോ മകൻ രാകേഷ്"

രാഘവേട്ടൻ എന്റെ മുഖത്തുനോക്കിപ്പറഞ്ഞു. ഞാൻ അവനെ സാക്ഷരം നോക്കിയിരുന്നു.

"ഇയ്യാളെ അറിയോനിയ്യ്" രാഘവേട്ടൻ അവനോടായി ചോദിച്ചു. അവന്റെ മുഖത്ത് അപരിചിത ഭാവം.

"ഇതാണ് ഞാൻ പറയാറുള്ള ബത്തേരി ഡിപ്പോയിലെ കണ്ടക്ടർ... ഇടയ്ക്കൊക്കെ കത്തെഴുതുന്ന..." അവന്റെ മുഖത്തു നിന്നും അപരിചി തഭാവം അപ്രത്യക്ഷമായി. അവൻ ചിരിച്ചുകൊണ്ട് എന്റെ കൈപിടിച്ച കുലുക്കി സൗഹൃദം പങ്കുവെച്ചു.

ഞാൻ മുമ്പ് രാകേഷിനെ കാണുന്നത് അവൻ കൈക്കുഞ്ഞായിരി ക്കുമ്പോഴായിരുന്നു. ഇപ്പോൾ അവൻ വളർന്നിരിക്കുന്നു- രാഘവേട്ടന്റെ അതേ രൂപം. കട്ടത്ത മീശ മാത്രം ഇല്ലായിരുന്നു. അൽപം വെളുപ്പ മാത്രം കൂടുതലായുണ്ട്. ഭവാനിച്ചേച്ചിയെപ്പോലും.

സർവ്വീസിലുള്ളപ്പോൾ സംഘടനാ പ്രവർത്തനത്തിന്റെ മുൻനിരയിലുണ്ടായിരുന്ന രാഘവേട്ടനെ ഞാൻ ഓർക്കുകയായിരു ന്നു-നിസ്വാർത്ഥസേവനതത്വര; വാക് ചാതുരി ഒത്തിണങ്ങിയ സ്നേ ഹവായ്പോട്ടുകൂടിയ പ്രവർത്തനശൈലി; എതിരാളികളുടെ പോലും ആദരവ് പിടിച്ച പറ്റുന്ന സമീപന രീതി... ഇതൊക്കെ രാകേഷിലും ഒത്തിണങ്ങിയെങ്കിൽ... ഞാൻ മനസ്സിലോർത്തു.

അൽപനേരത്തെ മൗനത്തിന ശേഷം ഞാൻ ചോദിച്ചു. "എന്താ വീടിന്റെ പണിയൊക്കെ പൂർത്തിയാക്കാത്തെ..."

"പെൻഷൻ പറ്റി മൂന്നുകൊല്ലത്തോളമായി ആനുകൂല്യങ്ങളൊന്നും കിട്ടിയിട്ടില്ല. അതൊക്കെ കിട്ടിയിട്ടവേണം ഇതൊക്കെ പൂർത്തീകരി ക്കാൻ. പലരിൽ നിന്നും പണം കടം വാങ്ങിയും, യൂണിയന്റെ ക്ഷേമനി ധിയും ഒക്കെ ചേർത്തും ഇത്രത്തോളമാക്കി. മഴനനയാതെ കിടക്കുന്ന വെന്നേയുള്ളൂ. മറ്റ പണികളൊന്നും ചെയ്തിട്ടില്ല.വൈകിയാണെങ്കിലും പെൻഷൻ കിട്ടുന്നതുകൊണ്ട് നിത്യവൃത്തി കഴിഞ്ഞുപോകുന്നു."

രാഘവേട്ടന്റെ പരാധീനതയിൽ എന്റെ മനം നോവാതിരുന്നില്ല. ഇന്ന് പെൻഷൻ പറ്റുന്ന ഏവരുടെയും അവസ്ഥ ഇതുതന്നെയാണല്ലോ.

"ഊണുകഴിക്കാ... ഭവാനിചേച്ചി ഉച്ചയൂണിനായി ക്ഷണിച്ചു.

രാകേഷും രാഘവേട്ടനും ഞാനും ഒരുമിച്ചിരുന്ന് ഉച്ചയൂണം കഴിഞ്ഞ് ഞാൻ യാത്രക്കായി ഒരുങ്ങിയപ്പോൾ ഒരിക്കൽ കൂടി പണിതീരാത്തതും സിമന്റ് തേക്കാത്തതുമായ രാഘവേട്ടന്റെ വീടിന്റെ ചുമരിൽ തൂക്കിയിട്ട ഫോട്ടോയിലേക്ക് നോക്കാതിരിക്കവാൻ കഴിഞ്ഞില്ല. എന്റെ മനസ്സ് അപ്പോഴും പറയുന്നുണ്ടായിരുന്ന രോഷ്നി മോളെക്കുറിച്ച് ചോദിച്ച് അവരെ വിഷമിപ്പിക്കരുത്. ഇല്ല; മനസാക്ഷിയോട് ഞാൻ പറഞ്ഞു. ഇല്ല. അങ്ങിനെ തളരുന്ന ആളല്ല രാഘവേട്ടൻ. പല പ്രതിബദ്ധങ്ങളും ദുരിതങ്ങളും ഏറ്റുവാങ്ങി മറ്റുള്ളവരുടെ സുഖം മാത്രം കാംക്ഷിക്കുന്ന രാഘവേട്ടൻ തളരില്ല.

പണി തീരാത്ത ആ കൊച്ച വീട്ടിൽ നിന്നും ഞാൻ യാത്രയ്ക്കായി ഒരുങ്ങവേ രാഘവേട്ടൻ തന്റെ പുസ്തക ശേഖരത്തിൽ നിന്നും കുറച്ച് പുസ്തകങ്ങൾ പൊതിഞ്ഞ് എന്റെ കയ്യിൽ തന്നുകൊണ്ട് പറഞ്ഞു. "ഇ.എം.എസ്സ്-ന്റെ ആത്മകഥ വായിച്ചില്ലേ?" "ഇല്ല" ഞാൻ പറഞ്ഞു. "എത്രയും വേഗം വാങ്ങി വായിക്കണം. ഓരോ വീട്ടിലും അത്യാവശ്യം വേണ്ട പുസ്തകമാണ്". "ശരി" അനുസരണയോടെ ഞാൻ തലയാട്ടി. തന്റെ പുസ്തക ശേഖരത്തിൽ നിന്നും നേടിയ അറിവായിരിക്കാം രാഘ വേട്ടനെ ഇത്രയധികം സഹനശക്തിയുള്ളവനും നിസ്വാർത്ഥസേവന തൽപരനുമാക്കിയതെന്ന് മനസ്സിലോർത്തുകൊണ്ട് രാഘവേട്ടൻ തന്ന സ്നേഹോപഹാരം കയ്യിലൊതുക്കിപ്പിടിച്ച് ഞാൻ അവിടെ നിന്നു നടന്നു നീങ്ങി.

കടപ്പാട്

ച്ചുണ്ട- കഥാസമാഹാരം

****

 സഹനം സമരം ജീവിതം

ഹെൽപ്ലൈൻ ചാരിറ്റബിൾ സൊസൈറ്റി

അറപ്പീടികക്കടുത്ത് ഒതയോത്തുംപടിക്കലെ കാഞ്ഞിരക്കണ്ടി വീട് പൂർത്തിയാക്കലും മകന്റെ വിവാഹവും കഴിഞ്ഞതോടെ ആകെ കടത്തിൽ മുങ്ങിയിരുന്നു. 6 ലക്ഷത്തോളം രൂപയുടെ ബാദ്ധ്യത വരുമെന്ന് മകൻ പറഞ്ഞപ്പോൾ ഞാൻ ഞെട്ടി. പാർടി ലോക്കൽ കമ്മിറ്റി മെമ്പർ, കുറ്റങ്ങോട്ടപാറ ബ്രാഞ്ച് സെക്രട്ടറി, കെ.എസ്.കെ.ടി. യു താമരശ്ശേരി ഏരിയാ വൈസ് പ്രസിഡന്റ് തുടങ്ങിയ ഉത്തരവാദി ത്തങ്ങൾ വഹിച്ചുകൊണ്ടിരിക്കെ ഈ ബാദ്ധ്യത സ്വന്തം പേരുദോഷ ത്തിലുപരി പാർട്ടിയുടെ സൽപേരിനെയും ബാധിക്കുമെന്ന സ്ഥിതി തിരിച്ചറിയാവുന്ന ഞാൻ വീടും സ്ഥലവും വിൽക്കാൻ മകന് സമ്മതം കൊടുത്തു. അവനാകട്ടെ പോലീസിലെ ജോലിക്കൊപ്പം സംഘടനാ പ്രവർത്തനം കൂടി നടത്തുകയും ചെയ്യുന്നു.

ഒരാഴ്ച കൊണ്ട് വീടും സ്ഥലവും 13 ലക്ഷത്തിനു വിറ്റ് മുഴുവൻ ബാദ്ധ്യതകളും തീർത്തശേഷം വീര്യമ്പ്രത്തിനടുത്ത് കുണ്ടായി എന്ന സ്ഥലത്ത് അര ഏക്കർ സ്ഥലവും ഒരു പഴയ ഓട്ടുമേഞ്ഞ വീടും ആറു ലക്ഷത്തിന് വാങ്ങി. വീട് അറ്റകുറ്റ പണികൾ കഴിച്ച് അവിടെ താമസ മാക്കാൻ തുടങ്ങി. അത് പക്ഷെ നരിക്കുനി ഗ്രാമപഞ്ചായത്തിൽപ്പെട്ട സ്ഥലമായിരുന്നു. ഏതായാലും അവിടെ താമസിച്ചുകൊണ്ടിരിക്കെ സംഘടനാപ്രവർത്തനം ഏറെ ചെലവേറിയയും പ്രയാസം നിറഞ്ഞ തുമായിരുന്നു.

ഒരു ദിവസം തേനാക്കുഴി ബ്രാഞ്ചിലെ മെമ്പർ സീനിയർ സഖാവ് കെ.കെ.വിജയൻ വീട്ടിൽ വന്നു. പാലിയേറ്റീവ് പ്രവർത്തനം ശക്തിപ്പെടുത്തുവാൻ പാർടി സംസ്ഥാന കമ്മിറ്റി നിർദ്ദേശിച്ചതിന്റെ പശ്ചാത്തലത്തിൽ തേനാക്കുഴി കേന്ദ്രമാക്കി ഒരു ചാരിറ്റബിൾ

സൊസൈറ്റി രൂപീകരിക്കാനും അതിന്റെ പ്രവർത്തനങ്ങൾ ആരംഭിച്ച് ഒരു വിധം നടത്തിപ്പിന്റെ വശങ്ങൾ മനസ്സിലാക്കുന്നത് വരെ അതിന്റെ നിയന്ത്രണങ്ങൾ ഏറ്റെടുക്കണമെന്നും ആവശ്യപ്പെടാനായിരുന്നു വിജയൻ വീട്ടിൽ വന്നത്.

ചാരിറ്റബിൾ സൊസൈറ്റീസ് ആക്ട് പ്രകാരം ഹെൽപ് ലൈൻ ചാരിറ്റബിൾ സൊസൊറ്റി രൂപീകരിച്ച് രജിസ്ട്രേഷൻ നടപടികൾ പൂർത്തിയാക്കി ഞാൻ സെക്രട്ടറിയും കെ.കെ.വിജയൻ പ്രസിഡന്റുമായി അതിന്റെ പ്രവർത്തനം ആരംഭിച്ചു. ഏതാണ്ട രണ്ടരവർഷത്തോളം കാലം ആ നേതൃത്വത്തിൽ ആ സംഘം തുടർന്നു. കുറേ പ്രവർത്തന ങ്ങൾ നടത്തുവാൻ കഴിഞ്ഞു. എനിക്ക് വീര്യന്ത്രം കുണ്ടായിയിലെ സ്ഥലം വിൽക്കേണ്ടി വന്നു. അതോടെ 30 വർഷത്തോളമുണ്ടായിരുന്ന ഉണ്ണിക ളത്തെ പൊതു-രാഷ്ട്രീയ പ്രവർത്തനത്തിനു വിരാമമിട്ടു, ബാലുശ്ശേരിയി ലേക്ക് താമസം മാറ്റി.

****

എ.എം.ഗോപാലേട്ടൻ റോഡ്

വീര്യന്ത്രത്തെ വീടും സ്ഥലവും വിൽപന നടത്തി പറമ്പിന്റെ മുകളിൽ വീടും സ്ഥലവും കണ്ടെത്തി. പാർടിയുടെ മുതിർന്ന നേതാവ് എഎം.ഗോപാലേട്ടന്റെ ഉപദേശ നിർദ്ദേശങ്ങൾ കൂടി പരിഗണിച്ചായിരുന്ന ആ വസ്തു വാങ്ങൽ. താമസം അങ്ങോട്ട് മാറ്റിയതിന്റെ അടുത്ത ദിവസം ചുറ്റുപാടുമുള്ള വ്യക്തികളുടെ വീട്ടുകളിൽ ചെന്ന് പരിചയപ്പെടൽ നടത്തി. മെയിൻ റോഡിൽ നിന്നും ഞാൻ താമസിക്കുന്ന വീട്ടുവഴിക്ക് താഴേക്ക് 100 മീറ്റർ കൂടി മാത്രമേ റോഡിന് സൗകര്യമുണ്ടായിരുന്നുള്ള അതായത് മൊത്തം 432 മീറ്റർ. ഈ റോഡാകട്ടെ കാൽനട യാത്രക്ക പോലും യോഗ്യമല്ലായിരുന്നു. എഎം.ഗോപാലേട്ടന്റെ സഹോദരൻ സഖാവ് കണാരകുട്ട്യേട്ടൻ എന്നവരെ വീട്ടിൽ ചെന്ന് കണ്ട കുറച്ച് നേരം സംസാരിച്ചിരുന്നു. പഞ്ചായത്ത് തെരഞ്ഞെടുത്ത് വരാൻ 6 മാസമാല്ലെയുള്ള എന്നും ഈ റോഡിന്റെ സ്ഥിതി കണ്ടില്ലേ. ഇത് കാരണം ഞങ്ങളാരും വോട്ട ചെയ്യാൻ പോകുന്നില്ലെന്നും അദ്ദേഹം പറഞ്ഞത് എന്റെ മനസ്സിൽ തട്ടി. "വോട്ട ചെയ്യുന്നുണ്ടോ ഇല്ലയോ എന്ന് നോക്കിയല്ല വികസന പ്രവർത്തനം. ചെയ്യ വോട്ടിൽ ഭൂരി പക്ഷമുള്ളവർ ജയിക്കും''

അതിരിക്കട്ടെ റോഡിന്റെ കാര്യം നമുക്ക് നോക്കാം എന്ന പറഞ്ഞു ഞാൻ ഇറങ്ങി.

നാളുകൾ കഴിഞ്ഞപ്പോൾ 2-ാം വാർഡിലെ തെരഞ്ഞെടുപ്പ് സംബന്ധമായ ഒരു ജനറൽബോഡി യോഗത്തിൽ പങ്കെടുക്കാൻ ഒരു സഖാവിന്റെ വീട്ടുമുറ്റത്ത് ഞാൻ 1/2 മണിക്കൂർ മുമ്പെ എത്തി. അൽപ സമയത്തിനകം പുരുഷൻ കടല്യേണ്ടി എംഎൽഎയും എത്തി ചേർന്നു. അദ്ദേഹവുമായി എനിക്ക് വർഷങ്ങൾക്ക മുമ്പുള്ള ബന്ധവും

പരിചയവുമുണ്ട്. അദ്ദേഹം മാവൂർ ഗ്വാളിയോർ റയോൺസിൽ ജോലി ചെയ്യകൊണ്ടിരിക്കെ മാവൂർ നവധാരാ തിയേറ്റർസിനു വേണ്ടി ധാരാളം പരിപാടികൾ അവതരിപ്പിച്ചതിനു കൂട്ടായി എന്റെ കസിൻ വി.കെ. ജി മെട്രൊ കൂടി ഉണ്ടായിരുന്നു. കൂടാതെ ഞാൻ അദ്ദേഹത്തിന്റെ തെരുവുനാടകം ഉണ്ണികളും പഞ്ചായത്തു മുഴുവനും അവതരിപ്പിച്ചതിനു നേതൃത്വം വഹിച്ചിട്ടുമുണ്ടായിരുന്നു. ഞാൻ റോഡിന്റെ കാര്യം അദ്ദേ ഹവുമായി സംസാരിച്ച കാര്യം നന്നായി ഉൾക്കൊണ്ട അദ്ദേഹം 3 ലക്ഷം രൂപ അനുവദിക്കാമെന്നും കരാറു കൊടുക്കാതെ രാഘവേട്ടൻ തന്നെ നേതൃത്വം കൊടുത്ത് പണി എടുപ്പിക്കണം എന്നും പറഞ്ഞു. നാളെത്തന്നെ എസ്റ്റിമേറ്റ് എടുപ്പിച്ച തരൂ എന്നുംകൂടി പറഞ്ഞു. മനസ്സിൽ ആഹ്ളാദം അലതല്ലി. അടുത്ത നാൾ കാലത്ത് തന്നെ എന്റെ ഒരകന്ന ബന്ധു കൂടിയായിരുന്ന പഞ്ചായത്ത് സിവിൽ എഞ്ചിനീയറെ വാർഡ് മെമ്പർ പ്രമീള മുഖേന വിളിച്ച വരുത്തി എസ്റ്റിമേറ്റെടുത്തു. എസ്റ്റിമേറ്റ സഹിതം ഒരപേക്ഷ എം.എൽ.എ. ഓഫീസിൽ ഏൽപിച്ചു. അടുത്ത ദിവസം പ്രമീളയുടെ മകളുടെ വിവാഹത്തിനു തലേ ദിവസ പാർട്ടിയാ യിരുന്നു. എം.എൽ.എ.യുടെ പി.എ.അരവിന്ദേട്ടൻ അവിടെ എത്തി. അപ്പോൾ ഞാൻ ഈ വിവരങ്ങളിൽ ആവശ്യമുള്ളവ മാത്രം അദ്ദേഹ ത്തെ അറിയിച്ചു. അദ്ദേഹം ഉടനെ എം.എൽ.എ. ഓഫീസ് ക്ലാർക്ക് സിന്ധുവിനെ വിളിച്ചു. "സിന്ധു നാളെ കാലത്ത് ഓഫീസിൽ നിന്ന് 5 ലക്ഷം രൂപയുടെ ഒരു സാംങ്ഷൻ ലെറ്റർ എഴുതി കൊടുക്കണം. റോഡിന്റെ പേര് രാഘവേട്ടൻ എഴുതിത്തരും'' എന്നു പറഞ്ഞു.

അടുത്ത ദിവസം കാലത്ത് സിന്ധു ഉത്തരവാദിത്വം നിറവേറ്റി ഒരു ലക്ഷം പ്രതീക്ഷിച്ചിടത്ത് 5 ലക്ഷം കൈവന്നു.അനുമതി പത്രം കിട്ടിയ ഉടനെ ബ്ലോക്ക് പഞ്ചായത്തിൽച്ചെന്ന് ബന്ധപ്പെട്ട സെക്ഷനിൽ നിന്നും കലകൂറ്റുടെ അനുവാദത്തിനുള്ള കത്തും ഒപ്പമുള്ള റെക്കോർഡുകളും നേരിട്ട വാങ്ങി. കോഴിക്കോടി കലക്ടറേറ്റിൽ എത്തി. ഒരാഴ്ചക്കകം എല്ലാം രേഖകളും റെഡിയാക്കി. കമ്മിറ്റി രൂപീകരിക്കാൻ പരിസരവാസികളായ ഗുണഭോക്താക്കളെ വിളിച്ച ചേർത്തു. തൊട്ട വൻകഴി ജിനീഷ് ചെയർമാനും പറക്കോട്ട രാഘവൻ എന്ന ഞാൻ കൺവീനറുമായി ഒരു നിർമ്മാണ കമ്മിറ്റി രൂപീകരിച്ചു.

കോൺക്രീറ്റ് റോഡ് 132 മീറ്റർ നിർമ്മാണം പൂർത്തിയാ ക്കാനായിരുന്നു എസ്റ്റിമേറ്റ്. സിമന്റ്-മെറ്റൽ, ക്വാറി വേസ്റ്റ്, പാറപ്പഴി തുടങ്ങിയവ എല്ലാം ഏറ്റവും കുറഞ്ഞ ചെലവിൽ ലഭ്യമാക്കുവാൻ പരിശ്രമം ആരംഭിച്ചു. റിട്ടയർഡ് രജിസ്ട്രാർ മധുസൂദനൻ എന്നവ രുടെ കാർ വിട്ടു തന്നു. അദ്ദേഹത്തിന്റെ അനിയൻ മനോജായിരുന്ന

സഹനം സമരം ജീവിതം

ഡ്രൈവർ. താമരശ്ശേരി-ഓമശ്ശേരി- മുക്കം ഭാഗങ്ങളിലെ ക്വാറികളും കൃഷറുകളുമെല്ലാം കയറിയിറങ്ങി വിലകൾ പരിശോധിച്ചു. താമരശ്ശേരി പുല്ലാഞ്ഞിമേടിനടുത്തുള്ള ഒരു ക്രൂഷർ-എംസാന്റ് വിൽപന പറമ്പി ന്റെ മുകളിൽ തന്നെയുണ്ട്. അവിടെ അന്വേഷിച്ചിരുന്നപ്പോൾ 1 അടി എംസാന്റ് സ്ഥലത്ത് ഇറക്കാൻ 70 രൂപയാണ് വില പറഞ്ഞിരുന്നത്. ഞങ്ങൾക്ക് നാൽപതിനായിരംഅടിക്കടുത്ത് എംസാന്റ് ആവശ്യമുണ്ടാ യിരുന്നു. ഞാൻ വിവരമെല്ലാം പറഞ്ഞപ്പോൾ അദ്ദേഹം പറഞ്ഞു ഞാൻ ഇവിടെ വിൽക്കുന്നത് ഒരടിക്ക് 65 രൂപയും ഇറക്കിക്കൊടുക്കണത് 70 രൂപയുമായിട്ടാണ്.രാഘവേട്ടന് എത്ര കുറച്ച് കിട്ടണം.?

"എനിക്ക് പകുതി വിലക്ക് സ്ഥലത്ത് ഇറക്കി കിട്ടണം" "ശരി" 32 രൂപ 50 പൈസ അടിക്ക് കണക്കാക്കി ഇറക്കിത്തരാം". ഇദ്ദേഹം പഴയ പരിചയക്കാരനും സുഹൃത്തുമായിരുന്നു.

"വളരെ സന്തോഷം" ഇറക്കാനായാൽ ഞാൻ വിളിക്കാം. ഞങ്ങൾ തിരിച്ച വരുമ്പോൾ മനോജ് ചോദിച്ചു "എന്താ രാഘവേട്ടാ.... ചോദിച്ച വിലക്ക് തന്നെ ഇറക്കാൻ? സമ്മതിച്ചത്? നേതാവായിരിക്കെ ചെയ്ത സഹായത്തിന്റെ ഉപകാര സ്മരണയാണോ?" അതെഎന്നാൽ കഴിയുന്ന സഹായങ്ങൾ ചെയ്ത കൊടുത്തിട്ടുള്ളപ്പോൾ അതിന്റെ മറ്റ കാര്യങ്ങളൊന്നും -സാമ്പത്തികമുൾപ്പടെ കണക്കാക്കാതിരുന്നതിനാൽ എന്നെ ഒഴിവാക്കുന്ന പ്രശ്നം ഉണ്ടാവില്ല".

"അത്യ മനസ്സിലാകുന്നുണ്ട്, മനോജ്. ഞങ്ങൾ കരുമല അങ്ങാടി യിലെത്തിയപ്പോൾ ഒരു പുതിയ സിമന്റ് കട ഇറന്നതായി ശ്രദ്ധയി ൽപ്പെട്ടു. ഉടനെ വണ്ടി നിർത്തി ഞാനും മനോജും കടയിലേക്ക് കടന്നു. ബി.ജെ.പി.യുടെ പഴയ കാല നേതാവ് സുകുമാരന്റെതാണ് പുതിയ കട. "രാഘവേട്ടാ.... ഇരിക്ക്" സുകുമാരൻ. എന്തിരിക്കാൻ...... നിങ്ങൾ പുതിയ കച്ചോടം ഇടങ്ങുമ്പോൾ എന്നെ ഒന്ന് വിളിക്കേണ്ടതായിരുന്നില്ലെ. ഫോൺ നമ്പറില്ലായിരുന്നോ?-ഞാൻ

ഓ ..... ക്ഷമിക്കണം രാഘവേട്ടാ.... നിങ്ങൾ ഞങ്ങളെയൊക്കെ വിട്ട് പറമ്പിന്റെ മോളിൽ പോയില്ലെ? തിരക്കിൽ മറന്നുപോയി. പിന്നെ എന്റെ കഥയൊക്കെ നിങ്ങൾക്കറിയുന്നതല്ലെ......- സുകുമാരൻ

രണ്ട ചായക്ക് പറയാം- സുകുമാരൻ.

"വേണ്ട ചായ കുടിച്ചേ ഉള്ളൂ.....

ഞാൻ കയറി വന്ന സ്ഥിതിക്ക് ഒരു ഓർഡർ തരാം. ഞങ്ങൾക്ക് ആദ്യഗഡുവായി 600 ചാക്ക് മലബാർ സിമന്റ് വേണം. സൈറ്റിൽ ഇറക്കണം. 405 രൂപ മാർക്കറ്റ് റേറ്റുണ്ടെന്നറിയാം. ഞാൻ പല

ഏജന്റുമാരോട്ടും വില തിരക്കി. അവസാനം 375 രൂപയാണ് പറഞ്ഞത്. അതിൽ നിന്നും രണ്ടോ മൂന്നോ രൂപ കുറച്ചാൽ നിങ്ങൾ ഇറക്കിക്കൊ ശ‍ക. ആലോചിച്ച് രാത്രി തന്നെ വിളിക്കണം.

"ശരി രാഘവേട്ടാ 372 രൂപയായി ഞാൻ ഇറക്കാം"-അടുത്ത ദിവസം ക്വാറി വേസ്റ്റിന വേണ്ടി വീര്യമ്പ്രത്ത് പോയി. ബ്രാഞ്ച് സെക്രട്ടറിയായ അരവിന്ദന്റെ ക്വാറിയാണ്.

കൗണ്ടറിൽ ചെന്ന് ക്വാറി വേസ്റ്റ് ഇറക്കിത്തരാൻ ലോഡ് എത്ര രൂ പയാണ്?"കൂടുതൽ വേണോ സർ"

ആദ്യഘട്ടം 10 ലോഡ് വേണ്ടിവരും.ലോഡിന് 5000 രൂപയാണ്. കുറയില്ലേ ? ഇല്ല സാർ വിലയിൽ കുറക്കാൻ ഒന്നും ഇല്ല. മുതലാളിയു ണ്ടോ വീട്ടിൽ? ഉണ്ട് സർ, വണ്ടി നേരെ അരവിന്ദന്റെ വീട്ടിലേക്ക് വിട്ടു.

ഞങ്ങൾ ഇറങ്ങിയപാടെ അരവിന്ദൻ ഭാര്യയെ വിളിച്ചു. "പറക്കോട് വന്നിട്ടുണ്ട്. രണ്ട് ഗ്ലാസ്സ് ചായ ഇങ്ങെടുത്തോ."

ചായ കഴിച്ച ശേഷം റോഡിന്റെ സവിശേഷതകൾ എല്ലാം പറഞ്ഞു. ക്വാറി വേസ്റ്റ് വില കുറക്കാൻ ഞാൻ മാത്രം വിചാരിച്ചാൽ സാധ്യമല്ല ല്ലോ എന്ന് അരവിന്ദൻ.ശരി ഒരു നിർദ്ദേശം പറയാം. രണ്ട ലോഡ് 5000 രൂപക്കെടുക്കാം. അടുത്ത ലോഡ് എനിക്ക് സൗജന്യമായി തരണം ഓരോ രണ്ടുലോഡിനും 1 ലോഡ് സൗജന്യം സമ്മതിച്ചു. അതും സാധ്യമായി.

ഉടനെ കമ്മിറ്റി യോഗം ചേർന്ന അവലോകനം നടത്തി. ഉൽപ ഭോക്താക്കളിൽ നിന്നും സുഹൃദ് ജനങ്ങളിൽ നിന്നും രണ്ട ദിവസം കൊണ്ട് നാൽപതിനായിരം രൂപ പിരിച്ചെടുത്തു. അടുത്ത നടപടി കോൺക്രീറ്റിന് ആരെ ഏൽപ്പിക്കും എന്നുള്ളതാണ്. കൊലോറ ക്കണ്ടി ഷിജുവിനെ ഏൽപിക്കാൻ തീരുമാനിച്ചു. ഞാനും മനോജും കൂടി ഷിജുവിനെ സമീപിച്ചു. കാര്യം അവതരിപ്പിച്ചു. ഷിജുവിന്റെത് ഹിന്ദിക്കാരായ തൊഴിലാളികളാണ്. അവരുടെ യഥാർത്ഥ കൂലിയെ വാങ്ങാവൂ എന്നും പരമാവധി ചെലവ് കുറക്കാൻ സഹായിക്കണമെ ന്നും പറഞ്ഞപ്പോൾ സന്തോഷത്തടെ ഷിജു സമ്മതിച്ചു. പ്രവ്യത്തിയുടെ ആരംഭം കുറിച്ചത് കൺവീനർ എന്ന നിലക്ക് ഞാൻ തന്നെയായിരുന്നു. ഇതിനിടെ റോഡിന് എ.എം. ഗോപാലേട്ടൻ റോഡ് എന്നു പേരിടാൻ തീരുമാനിക്കുകയും ചെയ്തിരുന്നു. 132 മീറ്റർ പൂർത്തിയാക്കാനായിരു ന്നല്ലാ എസ്റ്റിമേറ്റ്. പണി പൂർത്തിയാക്കിയത് 151 മീറ്ററായിരുന്നു. നിയോജക മണ്ഡലത്തിന്റെ പലഭാഗങ്ങളിൽ നിന്നും റോഡ് കാണാൻ ആളുകൾ (പാർടി പ്രവർത്തകരും ജനകീയാസൂത്രണസാരഥികളും)

 സഹനം സമരം ജീവിതം

എത്തിയിരുന്നു. തുടർന്ന് ഏതാണ്ടെല്ലാ പഞ്ചായത്തുകളിലും കോൺക്രീ റ്റ് റോഡുകൾ പ്രചാരമായിത്തീർന്നു.

റോഡിന്റെ ഉൽഘാടനം ബഹുമാനപ്പെട്ട എംഎൽഎ പുരുഷൻ കടലുണ്ടി നിർവഹിച്ചു. 500 ൽ പരം ആളകളെത്തിയ പരിപാടിയിൽ മധുര പലഹാര വിതരണം ഉണ്ടായിരുന്നു. ഷിജുവിനെ പൊന്നാടയ ണിയിച്ചു.

തുടർന്നുള്ള ദൂരം കൂടി പണി തീർക്കാനുള്ള പരിപാടികൾ ആസൂത്രണം ചെയ്തു. അമ്പത് മീറ്ററോളം വരുന്ന ഭാഗം ചെയർമാൻ ജിനീഷ് തൊട്ടവൻകുഴി നർവഹിക്കാമെന്നേറ്റു. അതിനുവേണ്ട അനധാ രികളെല്ലാം ഒരുക്കുന്നതിനായി കൺവീനർ തന്നെ പ്രവർത്തിച്ചു. റോഡിന്റെ അവസാനം 432-ാം മീറ്റർ കമ്മിറ്റി അംഗമായിരുന്ന നെല്ല്യോട്ട്കണ്ടി രാധാകൃഷ്ണന്റെ വീടായിരുന്നു. ഞാൻ രാധാകൃഷ്ണനമായി ബന്ധപ്പെട്ട് സംസാരിച്ചതിൽ അദ്ദേഹം 100 മീറ്റർ സ്വന്തം ചിലവിൽ ചെയ്യാം എന്നേറ്റു. അതിനാവശ്യമായ അസംസ്കൃത സാധനങ്ങൾ ഒരുക്കാൻ ഞാൻ നിന്നു.

എന്റെ വീടിന്റെ മുൻവശം ഏറെ പ്രയാസം നിറഞ്ഞഭാഗം ഏതാണ്ട് 40 മീറ്ററോളം ഞാൻ പണിയിച്ചു. പിന്നീട് വെട്ട കല്ലുനിരത്തിയ 35 മീറ്റർ ബാക്കിയായി. അത് കുറച്ച കാലം അപ്രകാരം തന്നെ കിടന്നു.

ഇതിനിടെ ജപ്പാൻ കുടിവെള്ള പദ്ധതി പൈപ്പിട്ടന്നതിനായി റോഡിൽ കാന എടുക്കാൻ വാട്ടർ അതോറിറ്റി ആരംഭം കുറിച്ചു. റോഡ് പൂർണമായും നഷ്ടപ്പെട്ടുമെന്ന സ്ഥിതി സംജാതമായി. ഞാൻ വാട്ടർ അതോറിറ്റി എഞ്ചിനീയരുമായി ബന്ധപ്പെട്ട് റോഡിൽ പൈപ്പിടാ നായി ഞങ്ങൾ തന്നെ കോൺക്രീറ്റ് കട്ട ചെയ്യിച്ച് പൈപ്പിട്ട ശേഷം റീ കോൺക്രീറ്റ് ചെയ്തകൊള്ളാം അതിന് അനുവദിക്കണമെന്നം ആവശ്യപ്പെട്ട അംഗീകാരം വാങ്ങി. മനോജിന്റെ മേൽനോട്ടത്തിൽ കട്ടിങ് പ്രവർത്തിയും പൈപ്പിടലും റീ കോൺക്രീറ്റിങ്ങും നടന്നു. ആയിരം രൂപ വെച്ച് റോഡ് ഗുണഭോക്താക്കൾ സമാഹരിച്ചാണ് ഈ പ്രവർത്തി നടന്നത്. കുറച്ച് കാലം - 2 മാസം- കഴിഞ്ഞ് 35 മീറ്റർ ദൂരം കേൺക്രീറ്റ് ചെയ്യവാൻ സമാഹരിച്ച പണമാണ് കുടിവെള്ളത്തിന് ഉപയോഗപ്പെ ടുത്തിയതെന്നം വാട്ടർ അതോറിറ്റി ആ പണം തരികയോ 35 മീറ്റർ റോഡ് കോൺക്രീറ്റ് ചെയ്യിച്ച് തരികയോ ചെയ്യണമെന്ന് അതോറിറ്റി എഞ്ചിനീയറോട് ഞാൻ നേരിട്ടാവശ്യപ്പെടുകയും അദ്ദേഹം 35 മീറ്റർ റോഡു കൂടി കോൺക്രീറ്റ് ചെയ്ത തരികയും ചെയ്തു.

കേവലം 5 ലക്ഷം രൂപ നീക്കി വെച്ച് മുപ്പതിനായിരം ടാക്സും

കഴിച്ച് കയ്യിൽ വന്ന തുക കൊണ്ട് 14 ലക്ഷം എസ്റ്റിമേറ്റായിരുന്ന എ.എം.ഗോപാലേട്ടൻ റോഡ് പൂർത്തിയാക്കിയതിന് ഒരു നന്ദി വാക്ക് കേൾക്കാൻ കഴിഞ്ഞിട്ടില്ല എന്നത് ദു:ഖത്തോടെ സ്മരിക്കുന്നതോടപ്പം ഗുണഭോക്താക്കളിൽ വാഹന ഉടമയും ഗൾഫുകാരനും അയൽവാസി യുമായ ഒരാൾ വ്യാജ പരാതി ഉന്നയിച്ച് എനിക്ക് പോലീസ് സ്റ്റേഷൻ കയറേണ്ടിവന്നതുംകൂടി ഓർത്തുപോകുന്നു.

****

ഏലിയാമ്മയുടെ ദു:ഖം

കെ. എസ്.ആർ.ടി.സിയുടെ ഡ്രൈവർ കെ.സി.വർക്കി (ചാക്കോ എന്നും പാപ്പച്ചൻ എന്നും പേരുണ്ടായിരുന്ന.) പെൻഷനായി ഏറെ വർഷങ്ങൾ കഴിയും മുമ്പെ മരണത്തിനു കീഴടങ്ങി. ഭാര്യ ഏലിയാമ്മയും 3 മക്കളും ഏറെ പ്രയാസപ്പെട്ടാണ് ജീവിത നൗക തുഴഞ്ഞൊപ്പിച്ചത്. പ്രധാന വരുമാന മാർഗ്ഗം പതിനായിരത്തിൽ താഴെയുള്ള അവരുടെ പെൻഷൻ ആയിരുന്നു.

പെൻഷനേഴ്സ് ഓർഗനൈസേഷൻ താമരശ്ശേരി യൂണിറ്റ് ഫാമിലി പെൻഷൻകാരുടെ പ്രത്യേക യോഗം മെമ്പർഷിപ്പ് ക്യാംപയിൻ ന്റെ ഭാഗമായി വിളിച്ച ചേർത്തപ്പോൾ അവിടെ ആഗതായായി യൂണിയൻ അംഗത്വം സ്വീകരിച്ചതു മുതലാണ് അവരുമായി പരിചയ ത്തിലാകുന്നത്. ഇടർന്നിങ്ങോട്ട് സമരങ്ങൾക്കും സമ്മേളനങ്ങൾക്കും എല്ലാം വിളിച്ച പറഞ്ഞാൽ അവരെത്തും. കോഴിക്കോട്ട നടന്ന ഒരു സമരത്തിനു പേരക്കുട്ടിക്കൊപ്പം മോട്ടോർ സൈക്കിളിൽ കൂടരഞ്ഞി യിൽ നിന്നും എത്തിച്ചേർന്ന അവരെ ഞങ്ങളേവരും പ്രശംസിച്ചിട്ടുണ്ട്.

കോവിഡ് മഹാമാരി അവസാനഘട്ടത്തിൽ പെൻഷൻ ലഭിക്കാത്തതിൽ പ്രതിഷേധിച്ച് യൂണിറ്റതലത്തിൽ നടക്കാനിരുന്ന ഒരു ധർണയിൽ പങ്കെടുക്കുന്നതിനായി ഞാൻ മറ്റുള്ളവർക്കൊപ്പം ഏലിയാമ്മയെയും വിളിച്ച.

"അയ്യോ സാറെ.... ഞാൻ പനി ബാധിച്ച് ഒരാഴ്ച ആശുപത്രീലാ യിരുന്ന്.... ഇന്നലെയാണ് വീട്ടി വന്നത്. നാല ദിവസം ഒണ്ടല്ലോ... അപ്പഴേക്കും ഭേദമായാൽ വരാം..."

"ശരി... അസുഖം നല്ല നിലക്ക് ഭേദമായെങ്കിൽ മാത്രം വന്നാൽ മതി. എല്ലാ സമരത്തിനും വരുന്നവരെ വിളിക്കാതിരിക്കരുതല്ലോ.

അതുകൊണ്ടു വിളിച്ചതാണ്.

സമരം നല്ല നിലക്കു തന്നെ അവസാനിച്ചു. അന്നു രാത്രി ഏലിയാമ്മ വിളിച്ചു. "സാറെ സമരത്തിനു വരാനൊത്തില്ല. എന്റെ അസുഖത്തിനൊപ്പം മറ്റൊരു കഷ്ടപ്പാടുംകൂടെ വന്നുപെട്ടു. അതുകൂടി പറയാമെന്നുവച്ചാ വിളിച്ചത്"- ഏലിയാമ്മ.

"എന്തുപറ്റി?" -ഞാൻ

"എന്റെ മകൻ ഒരു ബന്ധുവിന്റെ മരണവീട്ടിച്ചെന്ന് ശവം സെമിത്തേരിയിലേക്കത്തിക്കാനും മറവു ചെയ്യാനും സഹായിച്ചു. രാത്രിയിലായിരുന്നു കൂരാക്കൂരിരുട്ടും കനത്ത മഴയുമായിരുന്നു സാറെ. അവൻ കാല്യുതെറ്റി താഴെ ഒരു കുഴിയിലേക്കു വീണു. കാല്യും കയ്യുമെല്ലാംപൊട്ടി ബോധം കെട്ടുപോയി സാറെ.... മെഡിക്കൽകോളജ് ഐസിയുവിലാണ് സാറെ......" ഏലിയാമ്മ. "ഭയപ്പെടേണ്ട. മെഡിക്കൽ കോളേജ് ഐസിയുവിലൊന്നും ഇന്നത്തെ അവസ്ഥയിൽ ആരെയും പ്രവേശിപ്പിക്കില്ല. നാലോ അഞ്ചോ ദിവസം കഴിഞ്ഞാൽ ബോധം വന്നു പ്ലാസ്റ്ററിടലും മറ്റും കഴിഞ്ഞു വീട്ടിലേക്കയക്കുകയാണ് ചെയ്യുക. വീട്ടിലെത്തിയിട്ടു ഞങ്ങൾ വരാം. സമാധാനമായിരിക്കൂ..." ഞാൻ. ഒരാഴ്ച കഴിഞ്ഞു ഏലിയാമ്മ മകൻ വീട്ടിലെത്തിയ വിവരം അറിയിച്ചു. ഞാനും യൂണിറ്റ് ഖജാൻജി പി.പി. ബാബുരാജനും കൂടി കൂടരഞ്ഞി എത്തി. അവിടെഎന്റെ കൂടെ കെ.എസ്.കെ.ടി.യു ഏരിയാ കമ്മിറ്റി മെമ്പറായി പ്രവർത്തിച്ചിരുന്ന സഖാവ് ബാലന്റെ സൈക്കിൾ ഷാപ്പിൽച്ചെന്ന് ഏലിയാമ്മയുടെ വീട് അന്വേഷിച്ചു അറിഞ്ഞു.. ഞങ്ങൾ അവിടെ എത്തി മകന്റെ അസുഖ വിവരങ്ങൾ മനസ്സിലാക്കി സമാശ്വസിപ്പിച്ചു. അവരുടെ വീട് ഒരു റബ്ബർ എസ്റ്റേറ്റിന്റെ ഓരത്തായതിനാൽ സാമ്പത്തികമായി ഉന്നത സ്ഥിതിയായിരിക്കുമെന്ന് ഞാൻ ഊഹിച്ചു. അവിടെ നിന്നും ഇറങ്ങാൻ നേരത്ത് ഞാൻ ചോദിച്ചു.

"അല്ലാ... നിങ്ങൾക്കെത്ര സ്ഥലമുണ്ട്? "അയ്യോ സാറെ എനിക്ക് ഈ വീട്ടു നിൽക്കുന്ന അഞ്ചു സെന്റ് മാത്രമെ ഉള്ളൂ. ഇത് തന്നെ എന്റെ പപ്പാ എനിക്ക് വാങ്ങിച്ച തന്നതാ.." എന്റെ കെട്ട്യോൻ ഇച്ചിരി വെള്ളമടിയും മറ്റുമായി അശ്രദ്ധ കാരണം കക്കാടൻ പൊയിലിലുണ്ടായിരുന്ന രണ്ടേക്കർ സ്ഥലം ബാങ്കുകാർ കൊണ്ടുപോയി. അതിയാൻ പെൻഷനായപ്പോ ആ സ്ഥലത്ത് തെങ്ങു കൃഷിക്കുവേണ്ടി 15000 (പതിനയ്യായിരം) രൂപ നിലമ്പൂരിലെ കാർഷിക ബാങ്കിൽ നിന്നെടുത്തു. കുറ്റ്യാടിന്ന് തെങ്ങിൻ തൈകൾ കൊണ്ടുവന്നു കൃഷി ചെയ്തു. അതോടെ അതിയാൻ അസുഖം വന്ന് കിടപ്പിലായി. തെങ്ങിൻ തൈകൾ മുഴക്കെ കാട്ടു പന്നികൾ പറിച്ച കളഞ്ഞു. അതിയാന്റെ മരണശേഷം കുടുംബക്കാരെല്ലാവരും കൂടെ

78000/-(എഴുപത്തി എട്ടായിരം) രൂപ ബാങ്കിൽ തിരിച്ചടച്ചു. നാളിള വരെയായി ആധാരം ബാങ്കിൽ നിന്നും ലഭിച്ചിട്ടില്ല. ബാങ്കിൽ കയറി യിറങ്ങിമടുത്തപ്പോൾ സ്ഥലം വേണ്ട എന്നവച്ചു. അത്ര കിട്ടിയെങ്കിൽ മക്കൾക്ക് എന്തെങ്കിലും കൃഷിയൊക്കെ ചെയ്യാമായിരുന്നു. എന്തോ ചെയ്യാനാ സാറേ, ആരും ഒന്നും അന്വേഷിക്കാനില്ല''.

ഇത്രയും കഥ കേട്ടപ്പോൾ ഞങ്ങൾ മുറ്റത്ത് നിന്നും വീട്ടിലേക്ക് കയറിയിരുന്നു. ''കടം വാങ്ങിയ എന്തെങ്കിലും രേഖകൾ കൈയ്യില്ല ണ്ടോ?- ഞാൻ.

''78000 രൂപ അടച്ച റസീറ്റ് മാത്രമെ ഉള്ളൂ. കുറച്ച് പ്രമാണങ്ങളുടെ കോപ്പികളും ഉണ്ട്.'' ഏലിയാമ്മ.

അവയെല്ലാം ഞാൻ ചോദിച്ച വാങ്ങി. ''ഒരു ശ്രമം നടത്തി നോക്കാം'' എന്നു പറഞ്ഞു വിട ചൊല്ലി. ഞാൻ വീട്ടിൽ വന്ന ശേഷം ഏലിയാമ്മയുടെ പേരിൽ ഒരു ദയാഹരജി തയ്യാറാക്കി ഒപ്പിട്ട് ബഹുമാന പ്പെട്ട മുഖ്യമന്ത്രിക്ക് (സഖാവ്- പിണറായി വിജയന്) അയച്ചു. 8 ദിവസം കഴിഞ്ഞപ്പോൾ നിലമ്പൂർ കാർഷിക ബാങ്കിൽ നിന്നും ബാങ്ക് വായ്പയുടെ സ്ഥിതിഗതികൾ വിശദീകരിച്ചുകൊണ്ടുള്ള കത്ത് ഏലിയാമ്മക്ക് ലഭിച്ചു. അവർ വിവരം അറിയിച്ചതിനെ തുടർന്ന് ഞാൻ കൂടരഞ്ഞിയിൽ ചെന്ന കത്തു വായിച്ചു. വിവരങ്ങൾ ഗ്രഹിച്ചു. അടുത്ത ദിവസം തന്നെ ബാങ്കിൽ പോകണമെന്ന ഞാൻ അവർക്ക് നിർദ്ദേശം കൊടുത്തു. ഞാനും ഏലി യാമ്മയുടെ ഒരു മകനും പേരക്കുട്ടിയും കൂടെ നിലമ്പൂർ കാർഷിക ബാങ്കി ലെത്തി കത്തയച്ച സഹകരണ രജിസ്ട്രാർ അന്ന അവധിയിലായിരുന്നു. ബാങ്ക് മാനേജർ ഞാനുമായി പരിചയപ്പെട്ടു. ഏലിയാമ്മയുമായി എനി ക്കെന്താണ് ബന്ധമുള്ളതെന്ന ചോദിച്ചു. അവർ എന്റെ സഹപ്രവർത്ത കന്റെ ഭാര്യയും കെ.എസ്.ആർ.ടി.സിയിൽ നിന്നും കുടുംബപെൻഷൻ കൈപ്പറ്റുന്നവരും പെൻഷനേഴ്സ് ഓർഗനൈസേഷൻ അംഗവുമാ ണെന്നും സംഘടനയുടെ പ്രവർത്തകൻ എന്ന നിലക്ക് അവരെ സഹാ യിക്കാൻ എനിക്ക് ധാർമ്മിക ഉത്തരവാദിത്വം ഉണ്ടെന്നും പറഞ്ഞു. അദ്ദേഹം ഭൂമി വായ്പയുമായി ബന്ധപ്പെട്ട ചില കള്ളകളികൾ എനിക്ക് പറഞ്ഞു തന്ന. ഞാൻ ഉടനെ രജിസ്ട്രാർക്ക് ബഹുമാനപ്പെട്ട മുഖ്യമന്ത്രി യുടെ ഓഫീസ് കത്ത് അടിസ്ഥാനമാക്കി ഒരു അപേക്ഷ തയ്യാറാക്കി ബാങ്ക് മാനേജരെ ഏൽപിച്ചു. ഒരു മാസം കഴിഞ്ഞിട്ടും ഒരു വിവരവും വരാതിരുന്നതിനാൽ നിലമ്പൂർ എം.എൽ.എ. അൻവർ അവരകളെ സന്ദർശിക്കാൻ തീരുമാനിച്ചു. അതിനുള്ള ഒരുക്കങ്ങൾക്കിടയിൽ ഏലിയാമ്മയുടെ ഫോൺ വന്ന.''സാറെ ഭൂമി ഏറ്റെടുത്തു കൊള്ളാനും

ആധാരവും പട്ടയവും കൈപ്പറ്റാനും ഉള്ള കത്ത് രജിസ്റ്ററിൽ നിന്നും വന്നിട്ടുണ്ട്. എന്താണ് പറയേണ്ടതെന്നെനിക്കറിയില്ല. ജീവിതം തന്നെ മാറ്റി മറിക്കപ്പെട്ടന്നു. അപ്പൻഞങ്ങൾക്കൊന്നും ഉണ്ടാക്കി വെച്ചിട്ടില്ലെ ന്ന് മക്കൾ എന്നെ പഴിചാരുമ്പോൾ ഈ സ്ഥലമായിരുന്നു എന്റെ മനസ്സിൽ. ഇനി അതവരെ ഏൽപിച്ചാൽ സമാധാനമായി കണ്ണടക്കാം" ഇത്രയും പറഞ്ഞു. അവരുടെ സന്തോഷാധിക്യത്താല്ലുള്ള കരച്ചിൽ ഫോണിൽ കേൾക്കാമായിരുന്നു.

****

2023 നവംബറിലെ സന്തോഷങ്ങൾ

1978 നവംബർ 18-ാം തിയ്യതി KSRTC യിൽ ജോലി ലഭിച്ച് പൊന്നാനി ഡിപ്പൊയിൽ എത്തിയത്. മുൻമന്ത്രിയും പാർടി സംസ്ഥാന സെക്രട്ടറിയേറ്റ് മെമ്പറുമായിരുന്ന സഖാവ് ഇ.കെ.ഇമ്പിച്ചി ബാവയുടെ വീട് പൊന്നാനിയിൽ ട്രാൻസ്പോർട് ഡിപ്പൊയ്ക്ക് മുമ്പിലാണെന്നറിയാമായിരുന്ന ആദ്യം അവിടെച്ചെന്ന് അദ്ദേഹത്തെ കണ്ട് സന്തോഷം പങ്കുവെച്ചശേഷമാണ് ജോലിയിൽ ചേർന്നത്. അവിടെ നിന്നും വയനാട്ടിലേക്ക് സ്ഥലം മാറ്റം ലഭിച്ച ശേഷം പൊന്നാനിക്ക് എത്തി നോക്കാൻ തരപ്പെട്ടില്ല. 2023 നവംബർ 23 നി തികച്ചും അപ്രതീക്ഷിതമായി കോഴിക്കോട്ട നിന്നും പൊന്നാനിക്ക് ബസ് കയറി. ഇമ്പിച്ചി ബാവയുടെതായി എനിക്ക് പരിചയമുണ്ടായി രുന്ന വീട് അടച്ചിട്ടിരിക്കുകയാണ്. അത് പൊന്നാനി എം.ഇ.എസ്. കോളേജിലെ SFI യൂണിറ്റാണ് കൈകാര്യം ചെയ്ത വരുന്നതെന്ന് അറിഞ്ഞു. -ഫാത്തിമ്മ ടീച്ചർ - സഖാവിന്റെ ഭാര്യ-താമസിക്കുന്നത് മെയിൻ റോഡ് വിട്ട് അൽപം അകലെ മൂത്ത മകന്റെ വീട്ടിലാണെ ന്ന് മനസ്സിലാക്കി. അവിടെ എത്തി ടീച്ചറെക്കണ്ട പരിചയപ്പെട്ടത്തി. മുനിസിപ്പൽ കൗൺസിൽ ചെയർ പേഴ്സൺ കൂടിയായിരുന്ന അവർ വാർദ്ധക്യത്തിലും ആരോഗ്യവതിയായി കാണാനിടയായി. കുറച്ച നേരം പഴയ കഥകൾ സംസാരിച്ചു. എനിക്ക് മരുമകൾ ചായ തന്നു. മകൻ ബിസിനസ്സ് ആവശ്യാർത്ഥം ചെന്നൈക്ക് പോകാനുള്ള തിരക്കിനിട യിലും ക്ഷേമാന്വേഷണം നടത്തി. ടീച്ചർക്ക് ബാലേട്ടൻസ്മരണികയുടെ ഒരു കോപ്പി നൽകി. ആ കൂടിക്കാഴ്ച ഏറെ സന്തോഷം പകർന്ന തന്നു.

നവംബർ 30 ന് കാലത്ത് നേരെ മുണ്ടിക്കൽതാഴത്തെത്തി തറവാട് വീട്ടുകളിലൊക്കെ ഒന്നു കയറിയിറങ്ങി. പത്തുമണിയോടെ എന്റെയും

അച്ഛന്റെയും ഗുരുനാഥനായിരുന്ന രാമൻ കുട്ടി മാസ്റ്ററുടെ രണ്ടാമത്തെ മകളും എന്റെ സഹപാഠിയുമായിരുന്ന രാജാമണി ടീച്ചറുടെ വീട്ടിൽ ചെന്നു. അവളുടെ ഭർത്താവ് 3 മാസം മുമ്പ് മരണപ്പെട്ടു. ഏകമകൾ കുടുംബസമേതം കാനഡയിലാണ്. രാജാമണി വീട്ടിൽ ഒറ്റക്കാണ് താമസം. രാത്രി കൂട്ടിന് സഹോദരി പരേതയായ പത്മിനി ടീച്ചറുടെ മകനോ മരുമകളോ ഉണ്ടാകും. ഒരു മണിക്കൂറോളം അവിടെ ചിലവഴിച്ചു. ഇറങ്ങാൻ ഭാവിക്കെ അവളുടെ പ്രതികരണം "രാഘവൻ കാണാൻ വന്ന് ഇത്രയും നേരം സംസാരിച്ചിരുന്നതിൽ ഏറെ സന്തോഷം പക്ഷെ ഒന്നും കഴിക്കാതെ പോകുന്നതോർത്ത് ദുഃഖവും!

എന്നാൽ പോയി രണ്ടൗൺസ് ചായ ഇട്ടു കൊണ്ടുവരു. പഞ്ചാര വേണ്ട. അവൾ കൊണ്ടുവന്ന ചായയും ബിസ്ക്കറ്റും കഴിച്ച് ഞാൻ പുറ ത്തെത്തിയ ഉടനെ ഒരു ഓട്ടോ കിട്ടി മായനാട് സ്ക്കൂളിനടുത്തിറങ്ങി. സ്ക്കൂളിനടുത്ത് എന്റെ ഒരു കുടുംബസഹോദരി നന്ദിനി താമസിക്കുന്നു. അവളുടെ ഭർത്താവ് അസുഖബാധിതനാണ്. ആദ്യം അദ്ദേഹത്തെ ചെന്നു കണ്ടു. അടുത്തതായി എന്റെ ക്ലാസ്സ്മേറ്റ് നെട്ടൂളി ബാലാമണി ടീച്ചറുടെ വീട്ടിൽ ചെന്നു. അവരും ഭർത്താവ് പ്രഭാകരൻ മാസ്റ്ററും തനിച്ചാണ്. മക്കൾക്ക് വേറെ വീടുണ്ട്. ഒരു മണിക്കൂറോളം അവിടെ പല കാര്യങ്ങളും സംസാരിച്ചിരുന്നു. ആദ്യമായാണ് കാണുന്നതെങ്കിലും പ്രഭാകരൻ മാസ്റ്റർ ഏറെ സന്തോഷത്തോടെ ഹൃദ്യമായ സംഭാഷണ ത്തിലേർപ്പെട്ടു. ചെറുപഴം രണ്ടെണ്ണം കഴിച്ചു പടിയിറങ്ങി. മായനാട് സ്ക്കൂളിനടുത്ത് ഏറെ വർഷങ്ങളായി ചായക്കച്ചവടം നടത്തി വരുന്ന പയോറ കുഞ്ഞിരാമൻ, എന്റെ ക്ലാസ്സ്മേറ്റ്, വീട്ടിൽ വിശ്രമ ജീവിതം നയിക്കയാണെന്നറിഞ്ഞു വീട്ടിലേക്ക് പോയി. കുഞ്ഞിരാമൻ മയക്ക ത്തിലായിരുന്നു. ഭാര്യ ഉണർത്തി. ഏറെക്കാലമായി ഞങ്ങൾ നേരിട്ട കാണാതിരിക്കയായിരുന്നു. കുറച്ച നേരം സംസാരിച്ചു. ഭാര്യയെ പരിചയപ്പെട്ടപ്പോൾ KSRTC ഡ്രൈവർ ബാബുവിന്റെ 4 സഹോദരി മാരിൽ ഒരാളെന്നറിഞ്ഞു സന്തോഷം ഇരട്ടിച്ചു. രുചികരമായ നാടൻ ഉച്ചഭക്ഷണം കഴിച്ച വിട പറഞ്ഞു. പാലക്കോട്ട വയൽ വരെ നടന്നു. അവിടെ ഗുരുനാഥനും ശിഷ്യനും ആയിരുന്ന പരേതനായ ബാല കൃഷ്ണപ്പിള്ള മാസ്റ്ററുടെ ഭാര്യ മീനാക്ഷി ടീച്ചറെ വീട്ടിൽ ചെന്നു കണ്ടു. തൊട്ടടുത്ത വീട്ടിലെ ചിന്നൻ മാസ്റ്ററെയും വീട്ടിൽചെന്ന കണ്ടു. മാസ്റ്റർ ഒരു വർഷമേ എന്നെ പഠിപ്പിച്ചിരുന്നുള്ളൂ. അദ്ദേഹത്തിന്റെ പിതാവ് അഭിവന്ദ്യനായിരുന്ന കേശവൻ മാസ്റ്റർ എന്നെയും എന്റെ അച്ഛനെ യുംപഠിപ്പിച്ചിരുന്നു.! പെൻഷൻ സംഘടനയുമായി ബന്ധപ്പെട്ടായിരുന്ന മാസ്റ്റർ സംസാരിച്ചിരുന്നത്. അവിടെ നിന്നും അൽപം നടന്ന് എന്റെ

അനിയൻ അശോകന്റെ ഭാര്യാഗൃഹത്തിലെത്തി. കുടുംബാംഗങ്ങളെ സന്ദർശിച്ച് ഉടനെ മടങ്ങി. ബാലകൃഷ്ണപ്പിള്ള മാസ്റ്റർ കാലത്ത് നടക്കാ നിറങ്ങിയപ്പോൾ ബൈക്കിടിച്ചാണ് മരണപ്പെട്ടിരുന്നത്. തൽസമയം അപകടത്തിൽപ്പെട്ട മറ്റൊരാൾ ഉണ്ടായിരുന്ന. റവന്യു വകുപ്പിൽ ജീവനക്കാരനായിരുന്ന കെ.രാഘവനായിരുന്ന അത്. അദ്ദേഹവും എന്റെ സഹപാഠിയായിരുന്ന. 500 മീറ്ററോളം നടന്ന രാഘവന്റെ വീട്ടിൽ ചെന്ന് വിവരങ്ങൾ അന്വേഷിച്ച് തിരിച്ച. അവിടെ നിന്നും ഇറങ്ങി ഒരു ഓട്ടോയിൽ ഐ.എം. ജി.താഴം എന്ന സ്ഥലത്തെത്തി. അവിടെ പാർട്ടി ഓഫീസിന് താഴെ ഒരു കൊച്ച വീട് ഏറെ സുന്ദരമായത്-ഓടി ട്ടത്-കണ്ട അവിടെ ചെന്ന. അത് എന്റെ സഹപാഠി നാരായണൻ കുട്ടിയുടെതായിരുന്ന. സ്കൂൾ വിട്ട ശേഷം പട്ടാളത്തിൽ നിന്നും വന്ന അവസരത്തിൽ ഒരിക്കൽ മാത്രമെ നാരായണൻ കുട്ടിയെ കണ്ടിട്ടുള്ള. തിരുത്തികാവിനടുത്ത അരവിന്ദാക്ഷനോട്ട ഫോണിൽ ചോദിച്ചാണ് വീട് മനസ്സിലാക്കിയത്. നാരായണൻ കുട്ടിയെ കണ്ടില്ല. ഫോണിൽ വിളിച്ച സംസാരിച്ച. മകനെയും രണ്ട പെൺമക്കളെയും ഭാര്യയെയും കണ്ട പരിചയപ്പെട്ട. റോഡിൽ വന്നപ്പോൾ ഒരു ഓട്ടോ കിട്ടി മൂഴിക്കൽ ഇറങ്ങാമെന്നവെച്ച. വിരുപ്പിൽ എന്ന സ്ഥലത്തെത്തിയപ്പോൾ പെൻഷനേഴ്സ് ഓർഗനൈസേഷന്റെ ജില്ലാ വൈസ് പ്രസിഡന്റ് കെ.എൻ.ഗോപാലൻകുട്ടിയുടെ വീട്ടിൽ കയറാമെന്ന വെച്ച. ഓട്ടോ വീട് വരെ പോകും.അദ്ദേഹം വീട്ടിൽ ഉണ്ടായിരുന്ന. മുൻമേയറും എന്റെ തറവാട് വീട് ഉൾക്കൊള്ളുന്ന വാർഡ്മെമ്പറുമായിരുന്ന കെ. എൻ. നാരായണൻ നായരുടെ സഹോദരനാണ് KNG എന്ന ഞങ്ങൾ വിളിക്കുന്ന കെ.എൻ.ഗോപാലൻകുട്ടി. മേയർ നാരായണൻ നായരുടെ ഭരണകാലത്ത് മുണ്ടിക്കൽ താഴത്ത് വെച്ച് കറ്റേടത്ത് കോയയുമായി ഞാൻ വീട് കെട്ടി മേയുന്നതിന് പനയോല കിട്ടുന്നതിനെക്കുറിച്ച് സംസാരിച്ചുകൊണ്ടിരിക്കെ പെട്ടെന്ന കയറി വന്ന നാരായണൻ നായർ ആർക്കാണ് പനോലക്ക് തിട്ടക്കം എന്ന ചോദിച്ച. രാഘവന് പുര കെട്ടാനാണെന്ന് കോയ അറിയിച്ചപ്പോൾ വീട്ടിൽ പനയോല വെട്ടി ഇട്ടിട്ടുണ്ട്. മുഴവനം എടുത്തോളാൻ പറയുകയും ഇപ്പോൾ ഞാൻ എത്തിയ വീട്ടിൽ നിന്നും ക്ലിക്ക് ആളെ വിളിച്ച് ട്രാളിയിൽ പനയോല കൊണ്ടുപോയി, പുര മേഞ്ഞതും ഞാൻ ഓർമ്മിച്ച. കെ.എൻ.ജി.യോട് സംസാരിച്ച. രണ്ട ചെറുപഴം കഴിച്ച് ഓട്ടോ ഡ്രൈവർക്ക് രണ്ടെണ്ണം കയ്യിൽ എടുത്ത് കൊണ്ടുവന്ന് കൊടുത്തു. തിരിച്ചനേരെ മൂഴിക്കൽ നിന്നും വീട്ടിലേക്ക്. കുടിക്കാഴ്ചകൾ നൽകിയ സ്വച്ഛന്ദമായ സന്തോഷം വിവരാണാതീരം തന്നെ.

****

സഖാവ് ബാലേട്ടൻ സ്മരണിക

കെ.എസ്.ആർ.ടി.സി.പെൻഷനേഴ്സ് ഓർഗനൈസേഷൻ സംസ്ഥാന സീനിയർ വൈസ് പ്രസിഡന്റായിരുന്ന താമരശ്ശേരിയിലെ ടി.ബാലൻ നായർ സർവ്വീസിലിരിക്കെ നാട്ടുകാരുടെയും ട്രാൻസ്പോർട് ജീവനക്കാരുടെയും ബാലേട്ടനായിരുന്നു.

ഒരു നിമിഷം വിശ്രമിക്കാതെയുള്ള സംഘടനാ പ്രവർത്തന ത്തിനിടെ ഒരു മുന്നറിയിപ്പുമില്ലാതെ അദ്ദേഹം നമ്മെ വിട്ടു പിരിഞ്ഞു. താമരശ്ശേരിയിലെ പൊതു സമൂഹത്തിനോ കെ.എസ്.ആർ.ടി.സി. പെൻഷൻകാർക്കോ ആ വിടവ് നികത്താൻ വർഷങ്ങൾ കഴിഞ്ഞിട്ടും സാധിച്ചിട്ടില്ല.

ബാലൻ നായരുടെ ജീവിതവും പോരാട്ടങ്ങളും സംഘടനാ പ്രവർത്തന രീതികളും പരിചയപ്പെടുത്തുന്ന തരത്തിൽ ഒരു സ്മരണിക പ്രസിദ്ധീകരിക്കണമെന്ന് താമരശ്ശേരി യൂണിറ്റ് കമ്മിറ്റി തീരുമാനിക്ക കയും അദ്ദേഹത്തിന്റെ ഏഴാം ചരമ വാർഷികദിനാചരണ സമയത്ത് അത് വേദിയിൽ വെച്ച് പ്രസ്താവിക്കുകയും ചെയ്തു.

ആദ്യമായി രാഷ്ട്രീയ - സാമൂഹ്യ - സാംസ്കാരിക - ട്രേഡ് യൂണിയൻ പ്രവർത്തകരുടെ യോഗം വിളിച്ച ചേർത്തി കെ.ബാബു(സി. പി.ഐ(എം) ഏരിയാ സെക്രട്ടറി) ചെയർമാനും പറക്കോട്ട് രാഘവൻ എന്ന ഞാൻ ജനറൽ കൺവീനറുമായി ഒരു പ്രസിദ്ധീകരണ കമ്മിറ്റി രൂപീകരിച്ച. തുടർന്ന് പറക്കോട്ട് രാഘവൻ-ചീഫ് എഡിറ്റർ, സാബു ജോൺ എഡിറ്റർ, എ.പി.ഭാസ്കരൻ, പി.പി. ബാബുരാജൻ - എഡി റ്റോറിയൽ ബോർഡ് അംഗങ്ങൾ - ഈ വിധം പത്രാധിപ സമിതിയും രൂപീകരിക്കപ്പെട്ടു. 3 മാസത്തോളം തുടർന്ന അന്വേഷണങ്ങൾ കൊണ്ട് ബാലേട്ടന്റെ ജീവിത കഥകൾ, പോരാട്ടങ്ങൾ, വിദ്യാഭ്യാസം, തൊഴിൽ, സംഘടനാ പ്രവർത്തനങ്ങൾ എന്നിവയുടെയെല്ലാം ഒരു ഏകദേശ

രൂപം ഒപ്പിയെടുക്കാൻ കഴിഞ്ഞു. ഏതാണ്ട് 3 ലക്ഷം രൂപയോളം ചെലവ് വരുമെന്ന് കണ്ടതിനാൽ അതുണ്ടാക്കാനുള്ള മാർഗ്ഗങ്ങൾ ആരാഞ്ഞു. പരസ്യം സംഭാവന എന്നിവകൾക്ക് വിദഗ്ധമായ രൂപം നൽകി. ബാലേട്ടന്റെ സമകാലികരായ പെൻഷൻകാരെയെല്ലാം ബന്ധപ്പെട്ടു.

സ്മരണിക ഇറക്കുമ്പോൾ കുറച്ച് തുക മിച്ചമുണ്ടാക്കാൻ കഴിഞ്ഞാൽ അസുഖബാധിതരായ സഹോദരങ്ങൾക്ക് എളിയ വിധത്തിൽ സഹായങ്ങൾ ചെയ്യാൻ പരിശ്രമിക്കണമെന്ന മനസ്സില്ലു ണ്ടായിരുന്നു. എന്നാൽ സാഹചര്യങ്ങൾ പരസ്യ ലഭ്യത കുറവു വരുത്തി. പ്രധാന വരുമാനം പെൻഷൻകാരുടെ സഹായം തന്നെയായിരുന്നു. 11 മാസത്തെ പ്രയത്നത്തിനുശേഷം ബാലേട്ടന്റെ 8-ാമത് ചരമ വാർഷിക ദിനത്തിൽ പ്രകാശനം ചെയ്യാൻ തീരുമാനിക്കുകയും അതിനായി ഇൻസൈറ്റ് പബ്ലിക്ക് എന്ന കോഴിക്കോട്ടെ പബ്ലിഷിങ് കമ്പനിയെ ഏൽപ്പിക്കുകയും ചെയ്തു. റിട്ടയേർഡ് ഡി.ടി.ഒ. പരേതനായ വി.പി. നായരുടെയും ഓർഗനൈസേഷൻ കോഴിക്കോട് ജില്ലാ കമ്മിറ്റി അംഗം കൂടിയായ കെ.ശ്യാമളയുടെയും മകൻ സുമേഷിന്റെ സ്ഥാപനം-നമ്മുടെ സ്വന്തം സ്ഥാപനം-എന്ന നിലക്കാണ് അവിടെ ഏൽപിച്ചത്. വളരെ നല്ല രീതിയിൽ അച്ചടി പൂർത്തിയാക്കി കൃത്യസമയത്ത് തന്നെ എത്തിച്ച തന്നു.

2023 ജൂലൈ 21 ന് ചരമ വാർഷിക ദിനാചരണത്തോടന ബന്ധിച്ച് താമരശ്ശേരി രാജീവ് ഗാന്ധി ഓഡിറ്റോറിയത്തിൽ സ്വകാര്യ മോട്ടാർ തൊഴിലാളി യൂണിയൻ സംഘടിപ്പിച്ച അനുസ്മരണ സമ്മേളന ത്തിൽ വെച്ച് നമ്മുടെ യൂണിയൻ ജനറൽ സെക്രട്ടറി അഡ്വക്കറ്റ് മുഹമ്മദ് അഷ്റഫ് സാർ ബഹുമാനപ്പെട്ട പ്രസിഡന്റ് ശ്രീ.കെ. ജോൺസാറിന് കോപ്പി നൽകികൊണ്ട് പ്രകാശനം നിർവഹിച്ചു.സംസ്ഥാന ഖജാൻജി ശ്രീ എ.കെ. ശ്രീകുമാർ, സംസ്ഥാന സെക്രട്ടറി കെ.രാജു, സംസ്ഥാന വൈസ് പ്രസിഡന്റ് രാധാകൃഷ്ണൻ, ജില്ലാ ഭാരവാഹികൾ, ഇതര യൂണിറ്റ് ഭാരവാഹികൾ സ്വകാര്യ മോട്ടോർ തൊഴിലാളി നേതാക്കൻമാർ ഉൾപ്പടെ തിങ്ങി നിറഞ്ഞ സദസ്സിലെ പ്രകാശനം ഞങ്ങൾക്ക് ഏറെ ചാരിതാർത്ഥ്യം നൽകി.

****

അവിവാഹിത പെൻഷൻ

ഉണ്ണികുളം ലോക്കൽ കമ്മിറ്റി മെമ്പറും കെ.എസ്.കെ.ടി.യു.പഞ്ചാ യത്ത് കമ്മിറ്റി സെക്രട്ടറിയും കെ.എസ്.ആർ.ടി.ഇ.എ. കൽപറ്റ യൂണിറ്റ് സെക്രട്ടറിയുമായിരിക്കെ വടക്കംപാട്ട് ബ്രാഞ്ചിലെ ഒരു ഒരു ജനറൽ ബോഡിയോഗത്തിൽ പങ്കെടുക്കകയുണ്ടായി. വടക്കംപാട്ട് ഗോവിന്ദൻ എന്ന സഖാവിന്റെ വിശാലമായ മുറ്റത്ത് 75 ൽ അധികം പേർ പങ്കെടുത്തിരുന്ന യോഗമായിരുന്നു. വീട്ടടമ എന്റെ അടുത്ത ബന്ധുക്കുടിയായിരുന്നു. ഒമ്പത് മണിക്ക് യോഗം അവസാനിച്ചപ്പോൾ വീട്ടടമ എന്റെ ചെവിയിൽ മന്ത്രിച്ചു.'ഭക്ഷണം കഴിച്ചിട്ടുപോകാം' വീട്ടിൽ ഭാര്യയും കുട്ടികളും അവളുടെ തൃക്കറ്റിശ്ശേരി വീട്ടിൽ പോയതായിരുന്നത് കൊണ്ട് ഞാൻ സമ്മതം മൂളി.

"നിങ്ങളെല്ലാം വീട്ടകളിലേക്ക് പോകുക. ഞാൻ ഒരുപിടി ചോറുണ്ട പോയ്ക്കോളാം കുടുംബം വീട്ടിൽ ഇല്ല.

ഇത് കേട്ട് സഖാക്കൾ പിരിഞ്ഞുപോയി. ബാല്യശ്ശേരി ഏരിയാ കമ്മിറ്റി മെമ്പറായിരുന്ന പഴയ സഖാവ് വേലുക്കുട്ട്യേട്ടന്റെ മകൻ സുരേന്ദ്രൻ അടുത്തിരുന്നതേയുള്ളൂ. എനിക്ക് ചോറ് വിളമ്പിത്തന്നിരുന്നത് ഗോവി ന്ദേട്ടന്റെ പെങ്ങൾ ദാക്ഷായണി ചേച്ചിയായിരുന്നു. അവിവാഹിതയായ അവർക്ക് 55 വയസ്സുണ്ടായിരുന്നു. അവർ എന്റെ അടുത്തേക്ക് നിന്ന ചോദിച്ചു. "രാഘവാ എനിക്ക് ഗവർമെന്റീന്ന് എന്തെങ്കിലും കിട്ട്യോ? 55 വയസ്സായി. ഇവിടെ വീതിച്ച കിട്ടിയ 6 സെന്റ് സ്ഥലമുണ്ട് ഏട്ടന്മാ രുടെ കാലം കഴിഞ്ഞാൽ ന്നെ നോക്കാനൊക്കെ കുട്യോള്ക്കാക്ക്യോ''. നിലവിലുള്ളപ്രകാരം അവിവാഹിതക്ക് ഒരാനുകൂല്യം ഉണ്ടെന്ന തോന്ന നില്ല. എന്തായാലും അന്വേഷിക്കാം എന്നും പറഞ്ഞ് ഭക്ഷണശേഷം ഞാൻ വിട കൊണ്ടു.

അടുത്ത ദിവസം തന്നെ കോഴിക്കോട് സിവിൽ

സ്റ്റേഷനിൽച്ചെന്ന എൻ.ജി.ഒ.യൂണിയൻ കോഴിക്കോട് ജില്ലാ സെക്ര
ട്ടറിയെ കണ്ട് ഈ കാര്യം അന്വേഷിച്ചു. 'യാതൊരാനുകൂല്യവും നിലവി
ലില്ലെന്നതിന് സ്ഥിരീകരണം കിട്ടി തിരിച്ച പോന്നു.

വീട്ടിലെത്തിയപ്പോൾ അടുത്ത ഒരാഴ്ചക്കകമുള്ള ഒരുനാൾ
വൈകീട്ട് 5 മണിക്ക് ശ്രീനാരായണസന്റ്ിനറി ഹാളിൽ വെച്ച് പാർട്ടി
ലോക്കൽ കമ്മിറ്റി മെമ്പർമാർ വരെയുള്ളവർക്കായി ഒരു റിപ്പോർടിംങ്
ജനറൽ ബോഡി യോഗമുണ്ടെന്നും സഖാവ് വി.എസ്.അച്ചുതാനന്ദൻ
റിപ്പോർട്ടിംങ് നടത്തുന്നതാണെന്നുമുള്ള അറിയിപ്പ് കിട്ടി ഞാൻ ഏറെ
സന്തോഷിച്ചു.

ഒരു വെള്ളക്കടലാസിൽ കേരളത്തിൽ നിരാലംബരായ
അവിവാഹിത സ്ത്രീകൾ ഏറെയുണ്ടെന്നും 40 വയസ്സ പൂർത്തിയായ
അത്തരം സ്ത്രീകൾക്ക് ഒരു പെൻഷൻ അനുവദിക്കാൻ സർക്കാരിന്
നിർദ്ദേശം നൽകണമെന്നും ഉള്ള അപേക്ഷ തയ്യാറാക്കി. കൂടെ കർഷക
തൊഴിലാളി ക്ഷേമ നിധിയുമായി ബന്ധപ്പെട്ട 3 അപാകതകൾ ചൂണ്ടി
കാട്ടി അവ പരിഹരിക്കണമെന്നും ആവശ്യപ്പെട്ട് കൂടി എഴുതിയിരുന്നു.

KSRTU ഉണ്ണികുളം പഞ്ചായത്ത് കമ്മിറ്റി പ്രസിഡണ്ടു കൂടിയാ
യിരുന്ന സഖാവ് വി.പി.വേലായുധന് ഒപ്പമായിരുന്ന ഞാൻ. നാലരമ
ണിക്ക് തന്നെ യോഗസ്ഥലത്ത് എത്തിയിരുന്നത്. ആദ്യം ഹാളിലേക്ക്
കടന്നതും ഞങ്ങളായിരുന്നു. സഖാക്കൾ പുറത്ത് ധാരാളം പേരുണ്ടാ
യിരുന്നു.15 മിനുട്ട് കഴിഞ്ഞപ്പോൾ സ:വി.എസ്സും, ജില്ലാ സെക്രട്ടറി സ:
എം. കേളപ്പേട്ടനും സ്റ്റേജിലേക്ക് വന്നു ഇരിപ്പറപ്പിച്ചു. ഞാൻ ഈ അപേ
ക്ഷകൾ വി.എസ്സിന്റെ കൈയ്യിൽ കൊടുത്തു. അദ്ദേഹം തുറന്നുവായിച്ചു.
വായിച്ചു തീർന്നിട്ട് എന്നോട് ഉം.....എന്ന് നീട്ടി മൂളി നോക്കട്ടെ .. എന്നും
പറഞ്ഞു ചിരിച്ചു.

ഞാൻ അപേക്ഷ കൊടുത്ത രംഗം പിന്നിൽ നിന്നും നിരീക്ഷിച്ച
ഏരിയ കമ്മിറ്റി മെമ്പറും ഉണ്ണികുളം ഗ്രാമപഞ്ചായത്ത് പ്രസിഡന്റുമാ
യിരുന്ന സ:എ.കെ.ഗോപാലേട്ടനോടും അപേക്ഷയുടെ ഉള്ളടക്കം
ബോദ്ധ്യപ്പെടുത്തിയിരുന്നു.

അത്ഭുതമെന്നു പറയട്ടെ 10 ദിവസത്തിനകം 50 വയസ്സ്
പൂർത്തിയായ അവിവാഹിതകൾക്ക് പെൻഷൻ അനുവദിച്ചുകൊണ്ട
ള്ള ഉത്തരവും ആയതിന്റെ അപേക്ഷ ഫോറവും പഞ്ചായത്തിലെത്തി.
സ:എ.കെ.എന്നെ പഞ്ചായത്തിലേക്ക് വിളിച്ച ഫോറം തന്നു. ഉടനെ
ഇതിന കാരണക്കാരിയായ ദാക്ഷായണിക്ക് തന്നെ നമുക്ക് ആദ്യം
പെൻഷൻ കൊടുക്കാം. അപേക്ഷഒപ്പിടുവിച്ച് കൊണ്ടുവരു എന്നും

പറഞ്ഞു. അപ്രകാരം ഒരാഴ്ചക്കകം തന്നെ പഞ്ചായത്തിൽ നിന്ന് ആദ്യപെൻഷൻ വിതരണം നടന്നു. അത്രയ്ക്കുണ്ടായിരുന്നു വി.എസ്.ന് അശരണരോട്ടുള്ള പ്രതിപത്തി. അദ്ദേഹത്തിന് ആയുരാരോഗ്യസൗഖ്യം നേരട്ടെ.

****

എ.പി.ക്ക് സമാനം എ.പി. മാത്രം

(അവഗണനകൾക്ക് അനക്കാനാവാത്ത അനുഭവത്തീ എന്ന പേരിൽ
എ പി പാച്ചർ സ്മൃതി എന്ന പുസ്തകത്തിൽ എഴുതിയ ലേഖനം)

1994 ഫെബ്രുവരി 18 ഞങ്ങളുടെ ജീവിതത്തിലെ ഏറ്റവും വലിയ കറുത്ത ദിവസം ആയിരുന്നു. ഞങ്ങളുടെ മകൾ രോഷ്ണിയുടെ അകാലമരണം അന്നാണ് സംഭവിച്ചത്. നല്ല ആരോഗ്യ വതിയായിരുന്ന അവൾക്ക് ലിവർ സിറോസിസ് ബാധിച്ചത് അറിയാൻ ഏറെ വൈകി. അറിഞ്ഞാൽ തന്നെയും ഇന്ത്യയിൽ അക്കാലത്ത് ആ രോഗത്തിന് ചികിത്സ കൊടുത്ത് ഭേദമാക്കുക എളുപ്പമായിരുന്നില്ല. മകൾ മരിച്ചതിന് 14-ാം ദിവസം ഞങ്ങളുടെ അമ്മയും മരിച്ചു. ഈ മാനസിക സമ്മർദ്ദം ഏറെ കൂടിയ അവസരത്തിൽ എനിക്ക് പെൽസ് വർദ്ധിച്ച രീതിയിൽ അനുഭവപ്പെട്ടു. തേനാക്കുഴി സ്കൂളിലെ ഗോപാലൻ മാസ്റ്റർ വീട്ടിൽ വന്നപ്പോൾ എന്റെ അസുഖത്തിന് ഹോമിയോ ചികിത്സ ലഭ്യമാക്കാൻ എവിടെയാണ് സൗകര്യമെന്ന് അദ്ദേഹത്തോട് അന്വേ ഷിച്ചു. അദ്ദേഹമാണ് എനിക്ക് പുന്നശ്ശേരിയിൽ ഒരു എ.പി. പാച്ചർ ഉണ്ടെന്നും പല ആളുകൾക്കും അദ്ദേഹം ചികിത്സിച്ച് ഭേദമാക്കിയിട്ടു ണ്ടെന്നും പറഞ്ഞു തന്നത്. "നിങ്ങൾ അവിടെ ചെന്നാൽ മതി, അദ്ദേഹം നിങ്ങളെ അറിയും" എന്നായിരുന്ന മാസ്റ്ററുടെ അവസാന വാക്ക്.

അടുത്ത ദിവസത്തിൽ എ.പി.യെ കാണാൻ ഞാൻ ഇറങ്ങി പുറപ്പെട്ടു. നരിക്കുനി ബസ്സിൽ കയറി പുന്നശ്ശേരിക്ക് ടിക്കറ്റെടുത്തു. പുന്നശ്ശേരി എവിടെയാണെന്ന് കണ്ടക്ടർ ചോദിച്ചപ്പോഴാണ് പുന്നശ്ശേ രിക്ക് ഉപസ്റ്റോപ്പുകൾ ഏറെയുണ്ടെന്ന കാര്യം ബോദ്ധ്യപ്പെട്ടത്. കാര ക്കുന്നത്ത് ഇറങ്ങി നടന്നു. കടകളിൽ അന്വേഷിക്കുമ്പോൾ കുറച്ച് കൂടി മുന്നോട്ട് പോയി അന്വേഷിക്കാൻ പറഞ്ഞു. അന്വേഷിച്ച് നടന്നത് 2-3

കിലോമീറ്ററാണ്. ഒരു ജംഗ്ഷനിൽ വെച്ച് ഒരാൾ പറഞ്ഞു തന്നു. എൽ. പി. സ്കൂൾ കഴിഞ്ഞാൽ മാഞ്ചോട്ടിൽ എന്ന ബസ് സ്റ്റോപ്പുണ്ട്. അതിനു മുമ്പിൽ നിന്നുംഇടത്തോട്ടുള്ള ഇടവഴി നടന്നു ചെന്നാൽ വീട്ടു കാണാം. ഏകദേശം പത്തു മണിയോടെ വീട്ടിൽ എത്തിച്ചേർന്നു. മുകളിൽ ഒരു ഓല മേഞ്ഞ വീട് കാണിച്ചു തന്നു. അവിടേക്ക് പൊയ്ക്കൊള്ളാൻ അദ്ദേഹത്തിന്റെ ഭാര്യ എന്നോട് പറഞ്ഞത് പ്രകാരം ഞാൻ ആ വീട്ടിൽ ചെന്നു. വീട്ടിൽ ഒരു സ്ത്രീയോട് രോഗ വിവരങ്ങൾ ആരായുന്നു. ഒരു സ്ത്രീയും ഒരു പുരുഷനും തങ്ങളുടെ ഊഴത്തിനായി കാത്തിരിക്കുന്നു. എന്നെ കണ്ടതും "ഇരിക്കൂ" എന്നും പറഞ്ഞ് ബെഞ്ച് ചൂണ്ടിക്കാണിച്ചു. ഞാൻ ഇരുന്നു.

അവിടെ ഉണ്ടായിരുന്ന 3 പേർക്കും മരുന്നു കൊടുത്തുവിട്ട ശേഷം എന്നോട് വിവരങ്ങൾ ചോദിച്ചു."ഗോപാലൻ മാസ്റ്റർ പറഞ്ഞി ട്ടാണ് വന്നതെന്നും പറക്കോട്ട രാഘവൻ എന്നാണ് പേരെന്നും" പരിചയപ്പെടുത്തിയപ്പോൾ മറുപടിയൊന്നും പറയാതെ അദ്ദേഹം തന്റെ ഡയറി പേജുകൾ മറിച്ചു അതിൽ നിന്നും ന്യൂസ് പേപ്പറിന്റെ കട്ടിംഗ് പുറത്തെടുത്ത് എന്നെ കാണിച്ചു. "ഈ ആളു തന്നെയല്ലേ?" എന്നു ചോദിച്ചു. "അതെ" എന്നു ഞാൻ പറഞ്ഞു. 15 ദിവസം മുമ്പ് നടന്ന എന്റെ മകൾ രോഷ്ണിയുടെ ചരമ വാർത്തയുടെതായിരുന്ന ആ പത്ര കട്ടിങ്.

മകളുടെ രോഗത്തെപ്പറ്റിയും കുടുംബം തൊഴിൽ പൊതു-രാഷ്ട്രീയ കാര്യങ്ങൾ എന്നിവയെല്ലാം ഏറെ നേരം സംസാരിച്ചപ്പോൾ ഒരാൾ മരുന്നിനു വന്നു. അദ്ദേഹത്തിനും മരുന്നുകൊടുത്ത ശേഷം ഞങ്ങൾ രണ്ടുപേരും കൂടി താഴത്തെ വീട്ടിൽ വന്നു. കുറച്ച് ചായ കഴിച്ച് വീണ്ടും മുകളിലേക്ക തന്നെ പോയി. അവിടെ ഇരുന്നശേഷം എന്റെ അസുഖ വിവരങ്ങൾ ആരാഞ്ഞു. എല്ലാം കേട്ടശേഷം എന്നോട് പറഞ്ഞു "ഈ അസുഖം നമുക്ക് മാറ്റാം. ചില നിബന്ധനകൾ ഉണ്ട്. അത് ഞാൻ പറയാം.

ഞാൻ ആവശ്യപ്പെടാതെ ഒരു പൈസയും എനിക്ക് തരരുത്.

നിങ്ങൾക്കും ഭാര്യക്കും മകനും ഏത് അസുഖം വന്നാലും ഇവിടെ വരണം. മറ്റ ചികിത്സ ആവശ്യമെങ്കിൽ ഞാൻ പറയും.

മരുന്ന് ആർക്കായാലും അത് ഞാൻ പറയുന്നതുപോലെ ഉപയോഗി ക്കണം. കൂട്ടത്തിൽ അദ്ദേഹത്തിന്റെ അമ്മ ഉണ്ണികുളത്തുകാരിയാണെ ന്നും ഡി.വൈ.എസ്.പി. ഭരതന്റെ പെങ്ങളാണെന്നും കൂടി പറഞ്ഞു. ഭരതൻ സാറിനെയും കുടുംബത്തെയും എനിക്ക് നല്ല പരിചയം ഉള്ള

കാര്യം ഞാനും പറഞ്ഞു തദവസരത്തില്‍ ഞാന്‍ പാര്‍ടി ഉണ്ണികളം ലോക്കല്‍ കമ്മിറ്റി മെമ്പറും അദ്ദേഹം കക്കോടി ഏരിയാ കമ്മിറ്റി മെമ്പറും ആയിരുന്നതാനും. മരുന്നും വാങ്ങി ഞാന്‍ തിരിച്ചപോയി. 6 മാസത്തെ തുടര്‍ച്ചയായ ചികിത്സ കൊണ്ട് എന്റെ രോഗം പൂര്‍ണ്ണമായും സുഖപ്പെട്ടു. മരുന്നിനു വന്നാല്‍ മരുന്നു മാത്രമല്ല ചായയും അപ്പോള്‍ ഉള്ള പലഹാരങ്ങളും, ചക്കയും മാങ്ങയും ഉള്ളകാലമാണെങ്കില്‍ അതും എല്ലാം ഭക്ഷിച്ച ശേഷമേ ഞങ്ങള്‍ തിരിച്ച പോകാറുള്ളൂ.

കുറച്ച് വര്‍ഷങ്ങള്‍ക്ക ശേഷം എന്റെ ഭാര്യക്ക് അല്‍പം ഗുരു തരമായ ഒരുസുഖം വന്നു. എന്തുസുഖം വന്നാലും അവിടെ പറയണമെ ന്ന എ.പി.യുടെ നിര്‍ദ്ദേശം ഭാര്യ ഓര്‍മ്മിപ്പിച്ചു. ഞങ്ങള്‍ രണ്ടു പേരും ക്കൂടി അവിടെ എത്തി കാര്യങ്ങള്‍ എല്ലാം സംസാരിച്ചു. ഞങ്ങള്‍ രണ്ടു പേരോട്ടുമായി അദ്ദേഹം ചോദിച്ചു. " ഈ അസുഖം പൊതുവെ പേടി വരുത്തുന്നതാണ്. ഞാന്‍ ചികിത്സിച്ചാല്‍ ഇത് സുഖപ്പെട്ടും എന്ന അടി യുറച്ച വിശ്വാസം നിങ്ങള്‍ രണ്ടുപേര്‍ക്കും ഉണ്ടോ?"

ഉടനെ ഞങ്ങള്‍ രണ്ടുപേരും ചേര്‍ന്നു പറഞ്ഞു " എന്തുവന്നാലും ശരി ഇവിടെ നിന്നു ചികിത്സിച്ചാല്‍ മതി. ഞങ്ങള്‍ക്ക് സുഖപ്പെട്ടും എന്ന പൂര്‍ണ്ണ വിശ്വാസമാണ്". "ശരി 3 മാസം ആസ്പത്രിയില്‍ കിടക്കുന്നതു പോലെ ശരീരം ഇളകാതെ കിടന്നു ക്യത്യമായി മരുന്നു കഴിച്ചാല്‍ മതി. നമുക്ക് സുഖപ്പെടുത്താം".

മരുന്നു വാങ്ങി പറഞ്ഞതു പ്രകാരം ഞങ്ങള്‍ ചികിത്സ പൂര്‍ത്തി യാക്കി. രോഗം പൂര്‍ണ്ണമായും ഭേദപ്പെട്ടു. ചികിത്സയില്‍ ഇടക്കത്തില്‍ എ.പി.വെച്ച നിര്‍ദ്ദേശങ്ങള്‍ ഞാന്‍ പാലിക്കാന്‍ നിര്‍ബന്ധിതനായി. പകരം എന്റെ ചില ബദല്‍ നിര്‍ദ്ദേശങ്ങള്‍ അദ്ദേഹത്തിനും അംഗീ കരിക്കേണ്ടി വന്നു എന്നു പറയാം. ഞാന്‍ ഒറ്റക്ക മരുന്നിനു വന്നാല്‍ രാഷ്ട്രീയ-സാമൂഹ്യ-സാംസ്കാരിക മേഖലകളിലെ തല്‍സമയത്തെ കാര്യങ്ങള്‍ ചര്‍ച്ച ചെയ്യുക പതിവായിരുന്നു. കാക്കൂര്‍ പഞ്ചായത്തിലെ ആദ്യ പാര്‍ടി മെമ്പര്‍ എന്ന നിലക്ക് സഖാവ് സി.പി. ബാലന്‍ വൈദ്യര്‍- സഖാവ് കെ.മൂസ്സക്കുട്ടി എന്നിവരൾപ്പടെ പലരും ഞാനുമായി എ.പി. യുടെ പടര്‍ന്നു പന്തലിച്ച പ്രവര്‍ത്തന ശൈലി സംബന്ധിച്ച് സംസാരിച്ച അവസരം ഉണ്ടായിട്ടുണ്ട്. അടിയുറച്ച ഭൗതികവാദിയായിരുന്ന എ.പി. യുടെ സമകാലീനരില്‍ എ.പി.ക്ക് സമാനം എ.പി. മാത്രമായിരുന്നു എന്ന് പറയാനാണ് എനിക്കിഷ്ടം.

****

അച്ഛനില്ലാത്ത ഷിൽജക്ക് അച്ഛന്റെ സഹായധനം

മൊഴി ചൊല്ലിയ സ്ത്രീകൾക്ക് ആനുകൂല്യങ്ങൾക്ക് വേണ്ടിയും കോഴിക്കോടിന്റെ വടക്കൻ ഭാഗങ്ങളിൽ കർഷകതൊ ഴിലാളി യൂണിയന്റെ നേതൃത്വത്തിൽ നിരന്തരമായ പ്രക്ഷോഭങ്ങൾ കൊടുമ്പിരിക്കൊണ്ട കാലം. കെ.എസ്.കെ.ടി.യുടെ ഏരിയാ പ്രസിഡ ന്റ് എ.രാഘവൻ മാസ്റ്ററും സെക്രട്ടറി ആർ.പി. ഭാസ്കരക്കുറുപ്പും നയിച്ച താമരശ്ശേരി ഏരിയായുടെ വിവിധ പഞ്ചായത്തുകളിലും ഇത്തരം സമര ങ്ങൾ അരങ്ങേറുകയുണ്ടായി. അന്ന് ഞാനും ഏരിയാ കമ്മിറ്റി മെമ്പർ എന്ന നിലക്കും ഉണ്ണികുളം പഞ്ചായത്ത് കമ്മിറ്റി സെക്രട്ടറി എന്നീ നിലകളിൽ പ്രവർത്തിക്കുകയും പാർട്ടി കപ്പറം ബ്രാഞ്ച് സെക്രട്ടറിയുടെ ഉത്തരവാദിത്തങ്ങൾ നിർവഹിക്കുകയും ചെയ്യവരികയായിരുന്നു.

ഈ സന്ദർഭത്തിലാണ് തേനാക്കുഴിയിലെ കുണ്ടോമലയിൽ വിലാസിനി (തേനാക്കുഴി സ്കൂളിൽ പഠിക്കുന്ന വിദ്യാർത്ഥിനി ഷിൽജ യുടെ അമ്മ) ഒരു പ്രശ്നവുമായി സമീപിക്കുന്നത്. ഷിൽജയുടെ അച്ഛൻ ഇപ്പോൾ പട്ടാളക്കാരനും നല്ല സമ്പത്തിനുടമയുമാണെന്നും തന്നെ വിവാഹം ചെയ്യാമെന്ന സത്യം ചെയ്തെങ്കിലും ഗർഭിണി ആയതോടെ വാക്ക മാറിയതാണെന്നും ഞാൻ മറ്റൊരാളമായും അതിന് മുമ്പും പിന്നീടും ബന്ധപ്പെട്ടിട്ടില്ല എന്നും മകൾ വളർന്ന വരികയാണ് അവൾക്ക് എന്തെങ്കിലും ഒരു സഹായം അയാളെകൊണ്ടനുവദിപ്പിക്ക ണമെന്നും ഉള്ള സങ്കടം അറിയിച്ചു. ഞങ്ങൾ ബന്ധപ്പെട്ട കമ്മിറ്റികളിൽ ചർച്ച ചെയ്യശേഷം കെ.എസ്.കെ.ടി.യു പ്രശ്നം ഏറ്റെടുക്കണമെന്ന തീരുമാനിച്ചു. ഇത്തരം ഏതു കാര്യങ്ങളായാലും ആദ്യം ബന്ധപ്പെട്ട കക്ഷികളുമായി കൂടിയാലോചിച്ചു രമ്യതയിൽ പ്രശ്നപരിഹാരത്തിനു

ശ്രമിക്കുക ഞങ്ങളുടെ രീതിയായിരുന്നു. തേനാകുഴിയിലാകട്ടെ മധ്യസ്ഥം പറയാൻ ഏതുകാര്യത്തിലായാലും കുശാഗ്ര ബുദ്ധിയുള്ള നേതാവ് വി.കെ.ഭാസ്കരേട്ടനുണ്ടായിരുന്നു. ഞങ്ങളുടെ ആവശ്യപ്ര കാരം അദ്ദേഹം ശശി എന്ന പട്ടാളക്കാരന്റെ പിതാവും പ്രദേശത്ത് അറിയപ്പെട്ടന്നയാളമായ പൊയിലിൽ ഗോപാലേട്ടനെ കണ്ട് അദ്ദേ ഹത്തോട് വിഷയം സംസാരിച്ച് അദ്ദേഹം യാതൊരു പ്രകാരത്തിലും ഇക്കാര്യം അംഗീകരിക്കാൻ തയ്യാറായില്ല. പിന്നീട് പട്ടാളക്കാരൻ ശശിയെ കണ്ടു. അദ്ദേഹവും സംഗതി അംഗീകരിച്ചില്ല. പിന്നീട് സഹോ ദരങ്ങളോടും മറ്റചില ബന്ധുക്കളോടും സംസാരിച്ചെങ്കിലും യാതൊരു ഫലവുമുണ്ടായില്ല. സ്ഥിതിഗതികൾ കെ.എസ്.കെ.ടി.യു പഞ്ചായത്ത് കമ്മിറ്റി വിലയിരുത്തി. പൊയിലിൽ ശശി എന്ന പട്ടാളക്കാരനും അയാളുടെ അച്ഛൻ പൊയിലിൽ ഗോപാലൻ എന്നാൾക്കും യൂണിയൻ നോട്ടീസയച്ചു. എന്നാൽ അവരൊന്നും അനുകൂലമായി പ്രതികരിച്ചില്ല.

അടുത്ത ദിവസം തന്നെ ഗോപാലേട്ടൻ എന്നാളുടെ വീട്ടു പടിക്കൽ വിലാസിനിയെയും മകളെയും ഇരുത്തി സത്യാഗ്രഹം ആരംഭിക്കുന്ന എന്ന പ്രചരണം അഴിച്ചു വിട്ടു. സത്യഗ്രഹ സമരത്തിന്റെ ഉത്ഘാട നത്തോടനുബന്ധിച്ച് വമ്പിച്ച പ്രകടനവും പൊതുയോഗവും വട്ടോളി ബസാറിൽ നടന്നു. സഖാവ് വി.കെ.ഭാസ്കരേട്ടന്റെ അദ്ധ്യക്ഷതയിൽ ചേർന്ന പൊതുയോഗം ഉത്ഘാടനം ചെയ്ത കൊണ്ടുള്ള ഏരിയാ സിക്രട്ടറി സ:ആർ.പി.ഭാസ്കരക്കുറുപ്പിന്റെ വിശദീകരണത്തോടെ ജനങ്ങൾക്കാകെ സത്യാവസ്ഥ ബോധ്യപ്പെട്ടു. അടുത്ത ദിവസം ആരം ഭിക്കേണ്ട സമരം ഒരു ദിവസം കഴിഞ്ഞെ ആരംഭിക്കയുള്ള എന്നും ആ ഒരു ദിവസം ശശിക്കും പിതാവിനും പുനർചിന്തനത്തിനുള്ള അവസര മാണെന്നും ആർ.പി.പ്രഖ്യാപിച്ചു.

പൊതുയോഗത്തെക്കുറിച്ചും പാർടിയെക്കുറിച്ചുമെല്ലാം ശശി അങ്ങാ ടിയിൽ വെച്ച് രണ്ടു ദിവസം മുമ്പെ വളരെ തരംതാഴ്ത്തി സംസാരിച്ചിരു ന്നു. അതുകേട്ടരിശം വന്ന രണ്ടു സഖാക്കൾ പൊതുയോഗദിവസം കാലത്ത് വീട്ടിൽ ഇല്ലാതിരുന്ന ശശിയെ അന്വേഷിച്ച നടന്നു. ഒരു വയലിൽ ഉഴുത്തു നടക്കുന്നിടത്ത് ശശിയെ കണ്ടെത്തി. തെരഞ്ഞുപോയ സഖാക്കൾ പൊതുയോഗം ഇന്ന് വൈകുന്നേരം തന്നെ നടക്കും അതിനിടെ നിന്നെ കാണാൻ വന്നതാടാ ഞങ്ങൾ എന്നു പറഞ്ഞു തീരുംമുമ്പെ മറ്റെ സഖാവ് ഒറ്റയടിക്ക് ശശിയെ വയലിൽ വീഴ്ത്തി. പിടി ച്ചെഴുന്നേൽപിച്ച അടിക്കാത്ത സഖാവും ഒരു വീക്ക് വച്ചുകൊടുത്തു. പട്ടാളക്കാരൻ പകരം അടിക്കാനൊന്നും നിൽക്കാതെ പോലീസിൽ പരാതിപ്പെട്ടു. ബാല്യശ്ശേരി എസ്.ഐ. പട്ടാളക്കാരനെ അടിച്ചവരെ

അന്വേഷിച്ച് വട്ടോളി ബസാറിൽ വന്നിറങ്ങി. തലേദിവസത്തെ മഴയിൽ റോഡിൽ കെട്ടിക്കിടന്ന ചളിവെള്ളം ഒരു വണ്ടിക്കാരൻ അബദ്ധത്തിൽ എസ്.ഐ. യുടെ യൂണിഫോമിലേക്ക് തെറിപ്പിച്ചു. ക്ഷുഭിതനായ ആ എസ്.ഐ. ആ ഡ്രൈവറെ ലാത്തികൊണ്ട് രണ്ടെണ്ണം പൂശി. വണ്ടി നമ്പർ എഴുതി എടുത്ത് തിരിച്ച പോയി. അതോടെ അടിക്കേസ് തേഞ്ഞു മാഞ്ഞുപോയി.

മനസ്സുമാറ്റത്തിനായി കൊടുത്ത ഒരു ദിവസം ഏറെ പ്രയോജന പ്പെട്ടു. പൊയിലിൽ ഗോപാലൻ അന്ന രാത്രി തന്നെ സഖാവ് വി.കെ. ഭാസ്കരേട്ടന്റെ വീട്ടിൽ വന്ന് മധ്യസ്ഥം പറയാൻ സമ്മതിക്കയും 25000/- രൂപ (ഇരുപതി അയ്യായിരം മാത്രം) ഷിൽജയുടെ പേരിൽ ഉണ്ണികുളം സർവ്വീസ് സഹകരണ ബാങ്കിൽ അവൾക്ക് പ്രായപൂർത്തി യാകും വരെ നിക്ഷേപിക്കാമെന്ന ഉറപ്പ പറയുകയും അപ്രകാരം സമരം ഒഴിവാക്കുകയും ചെയ്തു.

യു.പി.സ്കൂളിലെ പഠിത്തം കഴിഞ്ഞ് ഡിഗ്രി പൂർത്തിയാക്കുകയും വിവാഹത്തിനു തീരുമാനിക്കപ്പെട്ടുകയും ചെയ്തപ്പോൾ ബാങ്കിൽ ഒരു ലക്ഷത്തിലധികം രൂപ ഉണ്ടായിരുന്നതായി അറിയാൻ സാധിച്ചു. ഇത് കുറിക്കുമ്പോൾ ഷിൽജ ഭർത്താവിന്റെയും രണ്ടാൺ മക്കളെടെയും കൂടെ ബാംഗ്ലൂരിൽ സ്ഥിര താമസമാണെന്ന് അറിയാൻ കഴിഞ്ഞു.

****

രോഷ്ണി പി.ആർ.

ജനനം :1976 ആഗസ്റ്റ് 15

മരണം :1994 ഫിബ്രുവരി 18

മൂന്ന് പതിറ്റാണ്ടുകൾ പിന്നിട്ടു

നിന്നെ പിരിഞ്ഞു ഞങ്ങൾ

ഉറങ്ങുമ്പോളുണർന്നും

ഉണരുമ്പോളറങ്ങിയും

കാലം തള്ളി നീക്കവെ-

സമപ്രായരാം മക്കളെ കാൺകെ

നേത്രങ്ങൾ കലങ്ങിയുള്ളമുള്ളം പിടഞ്ഞും

നടന്നു നീങ്ങിയിക്കാലമിത്രയും

എത്രനാളിനിയും ജീവിച്ചുതീർക്കാൻ

എത്രനാളിനിയും കണ്ണീരുനുണയാൻ!

ആരോട പറയേണ്ടീ ദു:ഖത്തിന്നോർമ്മകൾ

ആരോട പറഞ്ഞാൽ തീരുമെന്നറിവീല

കാലം സാക്ഷിയായ് നീങ്ങുന്നു ഞങ്ങളും

കാലമാം യവനികക്ക് പിന്നിലൊളിപ്പോളവും.

പറക്കോട്ട് രാഘവൻ, കെ.വി.പത്മാവതി

രഘീഷ് പറക്കോട്ട്, അച്ഛൻ-അമ്മ-അനിയൻ

(മകളുടെ 30-ാംചരമവാർഷികദിനത്തിൽ ദേശാഭിമാനി പത്രത്തിൽ പ്രസിദ്ധീകരിച്ചത്.)

****

സഹനം സമരം ജീവിതം